எம்.எஸ்.எம் அனஸ் (1949) பேராதனைப் பல்கலைக்கழகத்தில் மெய்யியல் மற்றும் உளவியல் துறையில் பேராசிரியராகப் பணியாற்றுகிறார். மெய்யியல், பண்பாட்டியல், மார்க்ஸிய மெய்யியல் தொடர்பான பல நூல்களையும் கட்டுரைகளையும் எழுதியுள்ளார். பேராதனைப் பல்கலைக்கழகத்தின் கலைத்துறை வெளியீடான பல்கலை, சமூக விஞ்ஞான சங்கத்தின் ஆய்வு ஆகிய இதழ்களின் ஆசிரியராகவும் பணியாற்றியிருக்கிறார். இவர் விஞ்ஞானங்களும் சமூக விஞ்ஞானங்களும்: ஒரு முறையியல் நோக்கு, முஸ்லிம் நுண்கலை, தற்கால இஸ்லாமியச் சிந்தனை, இஸ்லாத்தின் தோற்றம், ஈரானிய சினிமா: சமய வாதங்களும் திரைப்படங்களும், முஸ்லிம் நாட்டாரியல் போன்ற பல நூல்களை எழுதியுள்ளார்.

மெய்யியல்

கிரேக்கம் முதல் தற்காலம்வரை

எம்.எஸ்.எம். அனஸ்

அடையாளம்

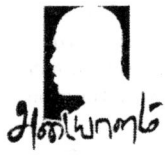

பதிப்பாண்டு 2017
© எம்.எஸ்.எம். அனஸ்
வெளியீடு: அடையாளம், 1205/1 கருப்பூர் சாலை, புத்தாநத்தம் 621310,
திருச்சி மாவட்டம், இந்தியா. தொலைபேசி: 04332 273444.
நூல் வடிவம்: த பாபிரஸ், அச்சாக்கம்: அடையாளம் பிரஸ், இந்தியா.
ISBN: 978 81 7720 207 6
விலை: ₹ 210

meyiyal: kirekkam muthal tharkaalamvarai is Philosophy: From Greek period to contemprory period in Tamil by M.S.M. Anas, Published by Adaiyaalam, 1205/1 Karupur Salai, Puthanatham 621310, Thiruchirappalli District, Tamilnadu, India. email: info@adaiyaalam.net

பொருளடக்கம்

	முன்னுரை	vii
1	அறிமுகம்	1
2	மெய்யியலின் தோற்றம்: கிரேக்கப் பின்னணி	15
3	சாக்ரட்டீஸ் யுகம்	34
4	இந்திய மெய்யியல்: தோற்றமும் தன்மைகளும்	69
5	இஸ்லாமிய மெய்யியல்: அல் கிந்தி	96
6	மத்தியகால மெய்யியல்: புனித அகஸ்தீன்	118
7	நவீன மெய்யியலின் தோற்றம்: ரெனே டேக்கார்ட்	135
8	பிரித்தானிய அனுபவவாதம்	160
9	மார்க்ஸிய மெய்யியல்	172
10	புலனறிவாதமும் விஞ்ஞான மெய்யியலும்	197
11	பகுப்பாய்வு மெய்யியல்	205
12	பகுப்பாய்வும் தர்க்க அணுவாதமும்: பெர்ட்ரண்டு ரஸல்	229
13	மொழிசார் மெய்யியல்: லுட்விக் விட்கன்ஸ்டைன்	243
14	சமூக-அரசியல் மெய்யியலில் தற்கால விமர்சன ஆய்வுகள்	268
	கலைச்சொற்கள் (தமிழ்-ஆங்கிலம்)	290
	கலைச்சொற்கள் (ஆங்கிலம்-தமிழ்)	296
	உசாத்துணைகள்	302
	சுட்டி	306

முன்னுரை

ஆதி கிரேக்க காலம் முதல் பல்வேறு மெய்யியல் வரலாற்றுக் கால கட்டங்களில், மெய்யியல் சிந்தனைகளில் நிகழ்ந்த மாற்றங்களும் பின்னணிகளும் இந்நூலில் வெளிப்படையான கூறுகளாய் இருக்கின்றன. எனினும் இது மெய்யியல் வரலாற்று நூல் அல்ல. சுருக்கமான வரலாற்றுத் தகவல்களுடன் மெய்யியலின் இயல்பு, பிரச்சினை, அணுகுமுறைகள், அதன் தனித்துவம் பற்றிய பரிசீலனையாகவும் வரலாற்று ஓட்டத்தினூடாக மெய்யியலை அறிந்துகொள்ள உதவும் முயற்சியாகவும் இந்நூல் அமைகிறது.

அத்துடன் முதன்மையான மெய்யியலாளர்களின் வாதங்களும் விசாரணைகளும் மேற்குறித்த வரையறைகளுக்குள் ஆராயப்படுகின்றன. இதன்மூலம் அவர்களின் தனித்துவமான சிந்தனைகளுக்கும் அணுகுமுறைகளுக்கும் சுருக்கமான விளக்கத்தை வாசகர்கள் இந்நூலில் பெறலாம்.

மெய்யியல் என்றால் என்ன என்ற கேள்வி எப்போதும் புதிர் நிறைந்ததாக இருந்துள்ளது. அது இன்னதுதான் என்று சுருக்கமாக எடுத்துச் சொல்வதில் கருத்துக் குழப்பங்கள் ஏற்பட வாய்ப்புகள் உள்ளன. மெய்யியலைப் முறையாகப் பயில்வதும் அதைப் பற்றி விவாதிப்பதும்தான் அதை அறியக்கூடிய நல்வழியாகும்.

பிளேட்டோ *(குடியரசு)*, அரிஸ்டாட்டில் *(அரசியல், கவிதை இயல்)*, கார்ல் மார்க்ஸ், பாம், ரிச்சன் பாஹ், ஜோன் பார்னட், வில்லியம் லில்லி, ஜோன் பிளமணாட்ஸ் போன்றோரின் ஆக்கங்களின் மொழி பெயர்ப்புகள், இருத்தலியம், அந்நியமாதல், கட்டமைப்பு வாதம், பின்நவீனத்துவம், பெண்ணிலைவாதம், மனித உரிமைகள் போன்றவை குறித்து தமிழில் வெளிவரும் நூல்கள், இவை பற்றி நடைபெறும் விவாதங்கள் முதலியவை தமிழில் வெவ்வேறு பரிமாணங்களில் மெய்யியலை எடுத்துரைப்பவையாக இருக்கின்றன. இதுபற்றிய மேலும் சில குறிப்புகளை அறிமுக இயலில் பார்க்கலாம்.

'மெய்யியல் அறிமுக உரை' என்னும் எனது முந்தைய நூல் வாசகர்கள், மாணவர்கள் ஆகியோரிடம் மிகுந்த வரவேற்பைப்

பெற்றிருந்தது. நூல் வாசிப்பில் மாணவர்களின் தேவையை நிறைவு செய்ய தமிழில் நிறைய நூல்கள் தேவையாக உள்ளன. சமூகத்தின் வரவேற்பில்லாது இவ்வெண்ணங்கள் வெற்றிபெற வாய்ப்பில்லை.

மெய்யியல் சிந்தனைகளை தெளிவாகத் தெரிந்துகொள்வதற்கு துறைசார்ந்த கலைச்சொற்களின் அறிமுகம் மிகவும் அவசியம். இந்த நூலில் கையாளப்படும் கலைச்சொற்களின் பட்டியல் தமிழ்-ஆங்கிலம், ஆங்கிலம்- தமிழ் என இரு பட்டியல்களாக நூலின் இறுதிப் பகுதியில் தரப்பட்டுள்ளன.

இந்த நூல் சிறப்பாக அமையவும் படக்குறிப்புக்களோடு இயல்கள் விரிவு பெறவும் காரணமாக இருந்து, அதற்கு ஊக்கமும் வழங்கியவர் குமரன் புத்தக இல்லத்தைச் சேர்ந்த குமரன்;

மெய்யியலாளர்களின் புகைப்படங்களைத் தெரிவு செய்தல், அவர் களின் வாழ்க்கைக் குறிப்புகளை ஒழுங்கமைத்தல், கலைச்சொற்கள் பட்டியல், சுட்டி ஆகியவற்றை தயாரித்தல், இறுதி மெய்ப்பை சரிபார்த்தல் ஆகிய பணிகளில் உதவிய எனது மாணவர்கள் தௌபீக், முபிஸால் அபூபக்கர், பிர்னாஸ்;

இறுதி மெய்ப்பை சரிபார்க்க உதவியவர் எனது மாணவி செல்வி பர்ஸானா;

இந்நூலாக்கம் முழுமைபெற உற்சாகமூட்டி ஒத்துழைப்பையும் வழங்கியவர்கள் அன்பு மனைவி முஃப்லிஹா, மகள் அஸ்மினா;

இந்த நூலை தேவையான திருத்தங்களுடனும் பதிப்பு நுட்பத் துடனும் கொண்டுவரும் அடையாளம் பதிப்புக் குழுவினர்;

அனைவருக்கும் நன்றிகள்.

முஹம்மது சாலிஹ் முஹம்மது அனஸ்

மெய்யியல்
கிரேக்கம் முதல் தற்காலம்வரை

1

அறிமுகம்

மனித அறிவுக் கலாச்சாரத்தின் முக்கிய பகுதி மெய்யியலையும் விஞ்ஞானத்தையும் உள்ளடக்கியுள்ளது. இவற்றின் செல்வாக்கை எல்லாப் பண்பாடுகளிலும் ஓரளவுக்கேனும் சுட்டிக்காட்ட முடியும். ஆயினும் உலகில் சில நாகரிகங்களில் இவற்றிற்கு இருந்த முக்கியத் துவம் மாறாத வரலாற்றுப் புகழை அவற்றிற்குப் பெற்றுத் தந்துள்ளது. மெய்யியலும் விஞ்ஞானமும் ஒன்றாகத் தோன்றி இருக்கலாம், பல்வேறு நிலைகளில் பரஸ்பர தாக்கங்களையும் பெற்றிருக்கலாம்; ஆயினும் மெய்யியல் தனக்கேயுரிய தனித்துவமான சிந்தனை நெறிகளில் தன்னை நிலைபெறச் செய்துகொண்டதை மெய்யியல் வரலாறு விரிவாகக் கூறுகிறது. விஞ்ஞானத்தைப்போல் மெய்யியலும் பொதுமையானது. சிலவேளைகளில் பண்பாட்டு, வரலாற்றுத் தாக்கங்கள் ஒருவகை மெய்யியல் சிந்தனை முறையை மற்றொரு முறையாக மாற்றுகின்றன. வரலாற்று உற்பத்தி என்ற வகையில் மனிதப் பண்பாட்டின் பல்வேறு துறைகளுடனும் மெய்யியல் நெருக்கமான உறவுகளைக் கொண்டுள்ளது.

சில பண்பாடுகளில் மெய்யியல் போதிய வளர்ச்சி பெறவில்லை. போதிய ஆதரவும் அதற்கு இருக்கவில்லை. ஆயினும், எந்த நாகரிகங் களில் அல்லது பண்பாடுகளில் இது தோன்றி வளர்ந்து பரவியது என்பதைவிட அதன் தனித்துவமான சிந்தனைமுறை, போக்கு, பார்வை, மனித சிந்தனைக்கு அதன் தேவை, பங்களிப்பு ஆகியவை தாம் முக்கியமானவை. கணிதத்தின் தோற்றத்திற்கும் வளர்ச்சிக்கும் சில நாகரிகங்கள் அளித்த பங்களிப்பின் காரணமாக அவை வரலாற்றில் இடம்பிடித்துள்ளன. இது மெய்யியலுக்கும் பொருந்தும். மனிதப் பண்பாட்டின் அடிப்படையில் அறிவு வெவ்வேறு நோக்குகளில் தன்னை நிலைப்படுத்திக் கொள்கிறது. பொதுக் கலாச்சாரக் கட்டமைப்பில்

எந்தச் சிந்தனையாளர்களும் அவர்களின் அறிவெல்லைகள், விசாரணை முறைகள், சிறப்புத்தன்மைமிக்க அறிவுப் பிரிவுகள் மனித சமூகத்தில் உள்ளன என்பதை மனித சிந்தனைக் கலாச்சாரம் நிரூபிக்கின்றது. சாக்ரட்டீஸ் ஒரு தத்துவஞானி; கலிலியோ ஒரு விஞ்ஞானி; ஆதிசங்கரர் ஒரு சமயஞானி. இவர்கள் மூவரும் வெவ்வேறு தளங்களில், அறிவுச் செயற்பாடுகளில், நம்பிக்கைகளில் தனித்துவமாக இயங்கியவர்கள்.

அறிய வேண்டும் என்ற மனிதனின் பேரவாதான் மெய்யியலின் தோற்றத்திற்குக் காரணமாக இருந்துள்ளது. கால ஓட்டத்தில் நிகழ்ந்த கல்வி, சிந்தனை நிர்மாணங்கள் காரணமாக மெய்யியல் ஓர் ஒழுங்கு முறையான அறிவு முயற்சியாக வடிவம் பெற்றது. குறிப்பிட்ட வகை விஞ்ஞானங்களில் இருந்து மெய்யியல் வேறுபட்டுள்ளது. ஒரு குறிப்பிட்ட பொருள் பற்றி மட்டுமே ஏனைய விஞ்ஞானங்கள் தமது அவதானத்தை வெளிப்படுத்தும் போது மெய்யியல் எல்லாப் பொருள்களிலும் தனது அக்கறையை வெளிப்படுத்தி வந்திருப்பதைக் காணலாம். ஆனால் பொருள்களின் எல்லா அம்சங்களையும் அது கவனத்தில் கொள்வதில்லை. மாறாக அவற்றின் அடிப்படைப் பண்புகளைத் தனது விசாரணைக்கான கருப்பொருளாக்கிக் கொள்கிறது.

மெய்யியலும் விஞ்ஞானமும் சமயத்திலிருந்து தோற்றம் பெற்றதாகக் கருதப்படுகிறது. அல்லது விஞ்ஞானமும், மெய்யியலும், சமயமும் ஒரே அடிப்படையில் தோன்றியவையாக இருக்கலாம். இவை உலகம் பற்றிய விளக்கங்களாக அமைந்திருப்பதுதான் முக்கியமானது. புராணவியல் அல்லது தொன்மவியல் (மிதோலொஜி) இதில் முதன்மை இடத்தைப் பெறுகிறது. உலகை விளங்குவதற்கான மனிதனின் ஆரம்ப முயற்சி யெனப் புராணவியலைக் கூறலாம். புராணவியல் விஞ்ஞானத்திற்கு எதிரானது அல்ல. விஞ்ஞானத்திற்கு எதிரான பார்வையைச் சமயங்கள் தான் வெளியிடுகின்றன.

புராணவியல் மெய்யியல் அல்ல. மெய்யியலின் பகுப்பாய்வும் பகுத்தறிவு சார்ந்த அணுகுமுறைகளும் புராணவியலுடன் தொடர்பு படுவதில்லை. தான் எதிர்நோக்கும் அல்லது கண்முன் தோன்றும் பிரச்சினைகளுக்கு அல்லது தோற்றப்பாடுகளுக்கு ஒரு விளக்கத்தையோ அர்த்தத்தையோ புராணவியல் ஊடாக மனிதன் வழங்குகிறான். அவை சமுதாயத்தின் வழக்கங்களாகவும் மரபுகளாகவும் ஆகிவிடுகின்றன. சில சந்தர்ப்பங்களில் அறிவுபூர்வமான விளக்கங்கள் கண்டுபிடிக்கப் படுவதற்குமுன்னர் மனிதன் சில முன்னேற்றமான முடிவுகளை அல்லது நம்பிக்கைகளைப் பெற்றதற்குச் சான்றுகள் இருந்தபோதும் புராணவியல் மெய்யியல் அல்ல.

புராணவியலை விஞ்ஞானத்திற்கு முந்தைய பார்வை என்று கூறலாம். மனிதன் தன்னுடன் தொடர்புபட்ட, தான் அனுபவித்த விடயங்கள் பற்றித் திருத்தமற்ற, கரடுமுரடான விளக்கங்களை வழங்கியதோடு தனது சொந்த இயல்பையே அதில் பிரதிபலிக்கச் செய்தான். வேதகால அல்லது அதற்குச் சற்று முற்பட்ட இந்திய சமய அல்லது நாகரிக வரலாற்றில் இதனைத் தெளிவாக உணரலாம். சுய படிமத்தினூடாகத் தன்னை உருவேற்றிச் சில பொருள்களில் தெய்வத்தன்மையைக் கற்பிக்கின்றான். இந்த ஆவியுலகக் கோட்பாட்டுக்கால எண்ணங்கள் தெளிவான, உயர்நிலைபெற்ற எண்ணக் கருக்களாக *(கான்செப்ட்)* வடிவம் பெறுகின்றன. அவை மனிதனைவிட உயர்ந்தவையாக ஏற்படுத்தப்படுகின்றன. இறையியல் ரீதியாகக் கூறுவதாயின் மனிதப் பண்பேற்றம் செய்யப்பட்ட பலதெய்வவாத சமயநிலை அல்லது மனிதப் பண்புகளால் அலங்கரிக்கப்பட்ட பல தெய்வங்களின் தோற்றம் இதில் காணப்படுகிறது.

வரலாற்றில் சில மக்கள் பிரிவினர்தான் மனிதச் சிந்தனையில் உயர்ந்த ஒழுங்குமுறைகளை உலகுக்கு வழங்கினர். பல தொன்மை நாகரிகங்கள் புராணவியல் மட்டத்திற்கு மேல் சிந்தனையை வளர்க்க வில்லை. ஹிந்து மரபிலும், எகிப்திய நாகரிகங்களிலும், சீன நாகரிகங் களிலும் இதன் முன்னேற்றம் குறைவானதாகவே இருந்தது. அங்குப் பெருமளவில் நாம் காண்பது புராணவியலும் ஒழுக்கவியல் கோட்பாடு களுமாகும். அவை கவிதைகளாகவும் சமய வாக்கியங்களாகவும் வெளியிடப்பட்டன. இந்தப் பின்னணியிலிருந்துதான் கிரேக்க நாகரிகம் மெய்யியல் சிந்தனைகளின் தோற்றத்திற்கான பூர்வீகத் தளமாக எடுத்துக்கொள்ளப்படுகிறது.

மார்க்ஸியம் மெய்யியலை ஓர் உலகப் பார்வையாகக் கருதுகிறது; உலகப் பார்வையை உருவாக்குவதற்கு மெய்யியல் முயல்கிறது. அதாவது உலகம் பற்றியும் உலகில் மனிதனின் இடம் பற்றியும் மிகவும் பொதுவான கருத்துகளை வடிவமைக்கும் முறைமையாக மெய்யியலை அது காண்கிறது. சூழலில் உள்ள யதார்த்தத்தை அல்லது புறஉலக உண்மைகளைக் கோட்பாட்டு ரீதியாகவும் பயன்பாட்டு ரீதியாகவும் விளங்கிக்கொள்வதற்கும் செயற்படுவதற்குமான முறையாகவும் மெய்யியல் திகழ்கின்றது. அதனால், அது உலகப் பார்வைக்கான கோட்பாட்டு அடிப்படையாகவும் உள்ளது என்பது மெய்யியல் பற்றிய மார்க்ஸிய நோக்கு எனலாம்.

உலகு பற்றிய அனுபவத்திற்கும் அறிவிற்கும் மூலாதாரமாக 'நடைமுறை' அமைந்திருப்பதாக மார்க்ஸியம் கருதுகிறது. அதாவது

மனிதனின் பருப்பொருள்சார் (பதார்த்தம்சார்/சடப்பொருள்சார்) நடவடிக்கைகளின் மூலம் மனிதன் இயற்கையையும் சமூகத்தையும் மாற்றுகிறான், உருமாற்றீடு (நிலைமாற்றம்) செய்கிறான். அது மனித வாழ்வின் எல்லாக் கூட்டுத்தன்மைகளையும் உள்ளடக்கியதாக உள்ளது. உற்பத்தி, விநியோகம் என்பனவற்றின் பருப்பொருள் ரீதியான பெறுமானங்கள், கருத்தியல், அரசியல் உறவுகள், கலை, ஒழுக்கம், விஞ்ஞானம் என்பன இதில் அடங்குகின்றன. இந்த நடைமுறைச் செயற் பாடுகளில் மனிதர்கள் ஆன்மிகக் கலாச்சாரங்களையும் பொருளியல் பெறுமானங்களையும் உருவாக்கிக் கொள்கின்றனர் (Velery Deyev 1987).

ஆனால், நடைமுறை ஒழுங்கமைப்பில் அறிவு முதன்மையான இடத்தை வகிக்கின்றது. அறிவு, சிந்தனை இரண்டும் இன்றி நடைமுறை சாத்தியமற்றது. அறிதல்சார் மனித நடவடிக்கையின் முடிவு அறிவாகும். அறிவு பல்வேறு வடிவங்களில் உள்ளது. அன்றாட அறிவு, அனுபவ அறிவு, கோட்பாட்டு அறிவு, விஞ்ஞான அறிவு தவிர வேறு அறிவு வடிவங்களும் உள்ளன. புராணவியல் அறிவு, சமய அறிவு, கலை கலாச்சார அறிவு என்று இவற்றைக் கூறலாம். ஒவ்வோர் அறிவு வடிவமும் கூட்டு மனித உணர்வுகளில் தனித்துவமான பிரதிபலிப்பு களையோ தாக்கங்களையோ நிகழ்த்துகின்றன.

மெய்யியலாளரின் அறிவுப் பணியில் பல சிறப்புத் தன்மைகள் உள்ளன. உலகம், சமூகம், மனிதன், பொருள்கள் பற்றிய மனிதனின் எண்ணங்களைக் கேள்விகளுக்கும் விசாரணைகளுக்கும் உட்படுத்தி மெய்யியல் வளர்ச்சி பெற்றுள்ளதை வரலாறு காட்டுகிறது. எவ்வளவு வசீகரமாக இருப்பினும் எண்ணக் கருத்துகளைத் தெளிவுபடுத்துவது தான் மெய்யியலின் சாதாரண செயற்பாடாகும். ஆனால், முதன்மை மெய்யியலாளர்கள் இதைவிடவும் ஆழமாகச் சென்று மிகவும் அடிப் படையான பண்புகளைப் பற்றிக் கேள்விகளை எழுப்புகின்றனர். பிரச்சினைகள் தொடர்பாக அவர்கள் எழுப்பும் கேள்விகள் எண்ணக் கருக்கள் பற்றிய ஆழமான புரிதலையும் அவ்விடயங்கள் தொடர்பான அடிப்படையான அறிவையும் வெளிப்படுத்துகின்றன.

மெய்யியலாளர் எழுப்பும் கேள்விகள் சுதந்திரமானவையும் சமயத் தொடர்பற்றவையுமாகும். அவர்கள் ஏதாவதொரு சமயத்தைச் சேர்ந்தவர்களாக இருக்கலாம்; ஆயினும் மெய்யியல் பிரச்சினைகள், கேள்விகள் தொடர்பாக அவர்கள் தமது விடையையோ தெளிவையோ ஏனைய கோட்பாடுகள், அதிகாரங்கள், அழுத்தங்களின் செல்வாக்கு களுக்கு அடிபணிந்து பெறுவதில்லை. மெய்யியல் வாதங்கள் அவற்றுக்குச் சொந்தமான, சுயஅறிதலாக அவற்றின் எல்லைக்குள் நடத்தப்படும்

பகுத்தறிவு சார்ந்த விசாரணையாக இருக்கின்றன. உண்மையைத் தேடும் அறிவுநிலை அல்லது சிந்தனை மெய்யியலின் அடையாள மாகும். மெய்யியல் இயல்பான அறிதலில்தான் தன்னை முழுமையாக உணர்கிறது. சமயம் பல சந்தர்ப்பங்களில் ஆழமான மெய்யியல் பிரச்சினைகளைக் கையாண்டபோதும் அது மெய்யியலின் விசாரணைப் பரப்பிற்குள் நுழைவதில்லை.

பகுத்தறிவு (உண்மையைத் தேடும் அறிவுநிலை) மெய்யியலைச் சமயத்திலிருந்தும் கலையிலிருந்தும் வேறுபடுத்துகின்றது. சமயத்தில் பகுத்தறிவு (அல்லது உண்மையைத் தேடும் அறிவுநிலை) காணப் பட்டாலும் அது சமய நம்பிக்கை, சமய அனுஷ்டானங்கள், சடங்குகள், இறைவாக்கு என்ற சமய ஒழுங்கமைப்பின் முன்னால் வெற்றி பெறுவ தில்லை. கலைஞர்களும் மெய்யியலாளரைப் போல உண்மையைத் தேடும் முயற்சியை மேற்கொள்கின்றனர். பொருள்களின் அடி ஆழத்தில் உள்ள பிரச்சினைகளை அல்லது உண்மைகளை மனித அனுபவங் களைப் பார்க்க முற்படுகின்றனர். ஆயினும் கலைஞர்கள் மெய்யிய லாளர்களிடமிருந்து வேறுபட வேண்டிய எண்ணங்களுடன் தொடர்பு பட்டுள்ளனர். பகுத்தறிவுவாதங்களைவிட அவர்களுடைய கலை ஆய்வு, நேர் அனுபவக் காட்சியாகவும் உள்ளுணர்வு மற்றும் கற்பனைக் காட்சியாகவும் அமைகின்றது.

விஞ்ஞானியும் கலைஞனைப் போல, மெய்யியலாளரைப் போல உண்மையைத் தேடும் ஆராய்ச்சியில் தன்னை ஈடுபடுத்துகிறான். உலகு பற்றிய கண்டுபிடிப்புகள், மனித அனுபவங்களின் இயல்புகள், இயற்கை பற்றிய புதிய விளக்கங்கள் தொடர்பாக அவன் தனது கருத்துகளை வெளியிடுகிறான். மெய்யியலாளரைப் போல அவனும் தான் கூறும் விடயத்தை மெய்ப்பிக்கும் பகுத்தறிவுநிலை அவனுக்கு முக்கிய அடிப்படையாக உள்ளது. இங்கு விஞ்ஞானிக்கும் மெய்யிய லாளருக்கும் உள்ள வேறுபாடு விஞ்ஞானி அவதானத்தையும் பரிசோதனைகளையும் முதன்மையான ஆயுதங்களாகக் கொண்டுள்ளார் என்பதாகும். அது விஞ்ஞானி தனது ஆய்வுகளை மெய்ப்படுத்துவதற் காகக் கையாளும் முறையாகும். மெய்யியல் ஆய்வாளர் பிறயன் மெகி கூறுவதுபோல் காலத்திற்கு தொடக்கம் இருந்ததா இல்லையா என்பதையோ மனித உரிமைகளின் இயல்பு என்ன என்பதையோ, அழகு புறவயமானதா, அது ஒருவரின் அகநிலைப்பட்ட தீர்ப்பா என்பதையோ விஞ்ஞான முறைகளைப் பயன்படுத்தி அறிய முடியாது.

மெய்யியலுக்கென்ற தனித்துவமிக்க விசாரணை, சிந்தனைகள் உள்ளன. மெய்யியல் கிரேக்கத்தில் தோன்றிய காலத்திலிருந்தே

அவை அதன் முதன்மையான பண்புகளாகிவிட்டன. கிரேக்கச் சிந்தனை மனோபாவம் அதுவரை இருந்தவற்றைவிட தனித்துவமிக்க தாகவும் பெரும் மாற்றங்களுக்கு இட்டுச் செல்வதாகவும் மாறியது.

பொதுவாக இன்றைய மைய கிரேக்கப் பிரதேசமே மெய்யியல் தோன்றிய நிலப்பரப்பாகக் குறிப்பிடப்படுகிறது. ஆயினும் வரலாற்றில் மிக ஆதிகாலத்தில் கிரேக்கத்தின் மையப் பகுதியில் இருந்து கிரேக்கர்கள் ஏஜியன் தீவுகளில் குடியேறினார்கள். ஏஜியன், சிசிலி, தெற்கு இத்தாலி, ஆசியா மைனர் போன்ற பகுதிகளில் இக்குடியேற்றங்கள் நிகழ்ந்தன. ஏஜியன் கடலை ஒட்டிய பகுதிகள் எகிப்திய பபிலோனிய நாகரிகங் களைவிடப் பழமை வாய்ந்தவையாகவும் முன்னேறியவையாகவும் இருந்தன. பெருமளவிற்கு கிரேக்க நாகரிகம் ஏனைய நாகரிகங்களின் தொடர்ச்சியும் மறுமலர்ச்சியுமாகும். கிரேக்கக் கலைகளும் கிரேக்க விஞ்ஞானமும் ஏஜிய நாகரிகத்திற்குக் கடமைப்பட்டுள்ளதை கிரேக்க வரலாறுகள் உணர்த்துகின்றன.

ஏஜியன் நாகரிகத்தின் புதிய மறுமலர்ச்சியை கிரேக்கர் நிறுவினர். கிரேக்க மெய்யியலின் முதலாவது அறிவுத் தொகுதி இவ்வாறு கிரேக்கர் குடியேறிய பகுதிகளிலிருந்தே தொடங்கின. கிரேக்கர் தமது கலை களை மட்டுமல்ல, மெய்யியலையும் கீழைத்தேயத்திலிருந்துதான் பெற்றுக்கொண்டனர் என்று கூறப்படுகிறது. கீழைத்தேய செல்வாக்கு எதுவுமின்றிக் கிரேக்க மெய்யியல் தோன்றியதென்று வாதிட வேண்டிய தில்லை. அதனால் கிழக்கில் இருந்து பெறப்பட்டதாகக் கூறப்படும் சிந்தனைகளை ஏஜியாவே உருவாக்கி இருக்கலாம் என்றும் கீழைத் தேயங்களில் இருந்து மெய்யியல் பெற்றுக்கொள்ளப்பட்டது என்பதற்கு வரலாற்று ரீதியான சான்றுகள் இல்லை என்றும் கூறுவர் (ஜோன் பார்னட், 1965).

எகிப்திலும் பபிலோனியாவிலும் விஞ்ஞான அறிவும் நடைமுறை அறிவும் இருந்த அளவு மெய்யியல் இருந்தது என்பதற்குப் போதிய தகவல்கள் வரலாற்றில் இல்லை. பபிலோனியர், தாம் அவதானித்த நிகழ்வுகளைத் தமது சமய, சோதிடத் தேவைகளுக்காகப் பயன்படுத் தினர். ஆனால், தாம் அவதானித்த வான நிகழ்ச்சிகளுக்கு அவர்கள் விஞ்ஞான விளக்கங்களைக் காணமுயலவில்லை. உண்மையில் கீழைத்தேசத்தவர்கள் கிரேக்கரைவிட அதிகமான அறிவைச் சேகரித்த போதும் விஞ்ஞான ஆய்வுகளுக்கு அவர்கள் அவற்றைப் பயன்படுத்த வில்லை. உலகம் பற்றி அவர்களிடையே மலிந்துகிடந்த புராணவியலை யும் மர்மமான விளக்கங்களையும் நம்பிக்கைகளையும் கைவிடுவதற்கு இவற்றினால் அவர்கள் தூண்டப்படவுமில்லை.

கிரேக்கர்களின் மனப்பாங்கு இந்த விடயங்களில் மாற்றமானதாக இருந்தது. பபிலோனியர் கண்டுபிடித்திருந்த அறிவையும் உண்மைகளையும் கையாண்டு பயனடையலாம் என்பதை கிரேக்கர் உடனடியாகக் கண்டுகொண்டனர். பபிலோனியர் கற்பனை செய்திராத உண்மைகளையும் சிந்தனைகளையும் பபிலோனியரின் அறிவிலிருந்து கிரேக்கர் நிர்மாணித்தனர். 'தமக்குக் கிடைக்கும் வாய்ப்புகளைப் பயன்படுத்துவதில் கிரேக்கர்கள் ஒருபோதும் தயங்கியவர்கள் அல்லர்' (ஜோன் பார்னட் 1965).

மெய்யியல் எனும் இச்சிந்தனைக்கலை தொடர்ந்து பல்வேறு மாற்றங்களையும் வடிவங்களையும் பெற்று வளர்ந்தது. பழைமை வாதம், புதிய பார்வை, விமர்சன நோக்கு, மீள்கட்டமைப்பு என்று பல நிலைகளில் வளர்ச்சி பெற்றதையும் தேக்கங்களைக் கடந்து எதிர்நீச்சல் இட்டதையும் வரலாறு கூறுகிறது. விடயங்களின் உண்மைகளை அறிந்து கொள்வதில் மெய்யியலுக்கு இருக்கும் தனித்துவமான விசாரணைப் பண்பே மெய்யியல் பற்றிய ஆவலுக்கும் அதன் தனித்துவமிக்க பாட இலட்சியத்திற்கும் அடித்தளமாக அமைகிறது. எ.எஸ். பொகமொலவ் (1985) முன்வைத்துள்ள கூற்றின் மூலம் ஓரளவிற்கு இதற்கான ஓர் அடித்தளக் கருத்தை முன்வைக்கலாம்: 'வரலாற்று வளர்ச்சியின் உற்பத்தி என்ற வகையில் மெய்யியல் மனித கலாச்சாரத்திற்கு உரிமை உடையது. அத்துடன் பல்வேறு துறைகளுடன் அதற்குத் தொடர்புகள் உள்ளன. அவற்றின் இடைத்தொடர்புகள், அவற்றின் உள்முக முரண்பாடுகள், பரஸ்பர செல்வாக்குகள் என்பனவற்றிலிருந்து அது பிறக்கிறது.'

கலாச்சாரம் என்பது என்ன? மனித நடவடிக்கையின் மொத்த விளைவுகள், முடிவுகள், பொருளாயத உற்பத்தியிலிருந்து அதற்கான உபாயங்கள், வழிமுறைகள் தொடங்கி கலை, ஆன்மிகம், சமூகப் பெறுமானங்கள் வரை மனிதச் செயற்பாட்டின் முதன்மையான விளைவுகளை அது உள்ளடக்குகிறது. பொருளாதாரம், அரசியல், சமயம், சமூகம், சட்டம் ஆகியவற்றின் வளர்ச்சி, மோதல்கள், நியாயப்படுத்தல்கள், விமர்சனங்கள் ஆகியன நிகழும் களமாகவும் அவற்றுக்கான ஊற்றாகவும் இதுவே அமைந்துள்ளது. மெய்யியல் அதன் பின்புலத்தையும் பரஸ்பர செல்வாக்கையும் இத்துறைகளில் இருந்து பெறுகிறது; அவற்றின் விமர்சனங்களில், மூலக் கருத்துகளின் விசாரணைகளில் பங்கேற்கிறது. அதனால், மெய்யியல் சமூகப் பண்பாட்டிலும் அதன் இயக்க சக்தியிலும் மனித சிந்தனை வளங்களைப் பாரபட்சமின்றி விமர்சனப் பகுப்பாய்வுக்குள்ளாக்குகிறது; அவ்வாறு உள்ளாக்குவதில் வேறு எந்தத் துறையை விடவும் முதன்மைப் பங்கை ஆற்றுகிறது.

ரஸல் 'இறையியலுக்கும் விஞ்ஞானத்திற்கும் இடைப்பட்ட வெளியில் விஞ்ஞானத்தாலும் இறையியலாலும் கைவிடப்பட்டுள்ள யாருக்கும் சொந்தமற்ற இடப்பரப்பில் மெய்யியல் செயற்படுகின்றது' என்றார். அதாவது திட்டவட்டமான அறிவுகள் விஞ்ஞானத்திற் குரியவை. திட்டவட்டமான அறிவிற்கு உட்படாத சித்தாந்தங்கள் இறையியல் மரபிற்குரியவை. இந்த இரு எல்லைகளுக்கும் இடையில் மெய்யியல் செயல்படுகின்றது என்பது ரஸலின் கருத்து.

விஞ்ஞானமும் இறையியலும் விடையளிக்க முன்வராத விடயப் பரப்புக்களும் வினாக்களும் உலகில் எவ்வளவோ உள்ளன. அவை புறக்கணிக்கப்பட முடியாதவை. இறையியலில் இருந்தும் இதற்கான தெளிவான விடைகள் கிடைப்பதில்லை. பல நூற்றாண்டுகளாக இக்கேள்விகள் மனித சிந்தனையையும் வாழ்வையும் வலம்வந்த வண்ணமுள்ளன. ரஸல் எழுப்பும் கேள்விகளிலிருந்து இதனைச் சுருக்கமாக நோக்கலாம்:

> *உலகம் மனம் என்றும் சடம் என்றும் இரு பிரிவாக அமைந்துள்ளதா? அப்படியானால் சடம் என்றால் என்ன? மனம் என்றால் என்ன? சடம் மனதிற்குரியதா? அப்படியானால் மனத்திற்கென சுதந்திர அதிகாரம் உண்டா? இயற்கை விதிகள் உள்ளனவா? உலகிற்கு என நோக்கம் உண்டா? உலகம் சில இலட்சியங்களை நோக்கி முன்னேறுகின்றதா? இவற்றிற்கான தீர்வுகள் எவையேனும் உள்ளனவா? அல்லது அவ்வாறுதான் இருக்கும் என்ற ஓர் ஒழுங்கின் மீதான நமது நம்பிக்கை மட்டும்தானா? உன்னதமான வாழ்க்கை முறை ஒன்றிருக்குமானால் அது உள்ளடக்கியுள்ள விடயங்கள் எவை? அதை அடையக்கூடிய வழி என்ன? மனிதப் பெறுமானங் களை நன்மையினால்தான் மதிப்பிட வேண்டுமா? நன்மை அல்லது 'நல்லது' என்றால் என்ன? போன்ற கேள்விகளுக்கு ஆய்வுக் கூடத்தி லிருந்து பதில் பெற முடியாது. இறையியல்வாதிகள் இவற்றிற்கு வழங்கும் பதில்களை நவீன மனம் போதுமானதென ஏற்றுக் கொள்வதில்லை அல்லது ஐயத்துடன் பார்க்கிறது (பார்க்க:* Bertrand Russell 1966*).*

மெய்யியல் ஒரு நம்பிக்கையோ கொள்கையோ அல்ல. தற்காலக் கருத்தில் அது ஒரு செயற்பாடு அல்லது நடவடிக்கை. அதாவது சிந்தனைச் செயற்பாடு. அது ஒரு விரிபொருள் அணுகுமுறை கொண்ட சிந்தனை. முன்னனுமானங்களையும் மனக்கலக்கங்களையும் சிந்தனைத் திரிபுபடுத்தல்களையும் போலிகளையும் அறிவதற்கான ஒரு முறை. பகுத்தறிவு மூலமாக பிரச்சினைகளை அது அணுகுகின்றது. உலகக் கண்ணோட்டங்களை நுணுக்கமாகவும், விமர்சன நோக்கிலும்

பகுப்பாய்வு செய்கின்றது. ஒழுக்கக் கூற்றுகளையும் பெறுமானங்களையும் விளக்குகிறது என்பனவும் இச்சிந்தனை முறையின் வரையறைக்கு உட்பட்டவையாகும்.

இவ்வாறு நோக்கும் போது மெய்யியலைத் தனிமனிதரிடமும் சமுகத்திலும் பேரறிவு மற்றும் சிந்தனை விருத்தியை வளப்படுத்தும் ஒரு துறையாகக் கொள்ளலாம். விரிபொருள் காண்பதும் விமர்சனப் பகுப்பாய்வும் அதன் தனித்துவப் பண்புகளாக இன்று வளர்ச்சியடைந்துள்ளன.

பகுப்பு, தொகுப்பு, நடைமுறை, கோட்பாடு, அளவையியல் *(தர்க்கவியல்)*, அனுபவ அளவீடு என்பவற்றையே மேற்சொன்ன இரு முதன்மைக் கூறுகளும் சிறப்பாகப் பயன்படுத்துகின்றன. அத்தோடு கோட்பாடுகள், நம்பிக்கைகள், சொற்களின் அல்லது கூற்றுக்களின் பொருள், அவற்றின் பயன்பாடு என்பன பகுப்பாய்விற்கும் விமர்சனப் பகுப்பாய்விற்கும் உட்படுத்தப்படுகின்றன.

மெய்யியல், நடைமுறை சார்ந்ததுமாகும். அதன் விசாரணை முறை, அனுபவ அளவீடு, விமர்சனப் பகுப்பாய்வு என்பன நடைமுறைப் பிரச்சினைகளுக்குத் தீர்வு காண உதவும் கருவிகளாகும். 20ஆம் நூற்றாண்டின் தோற்றத்திலிருந்து இன்று வரையுள்ள தற்கால மெய்யியலில் ஆழமான பிரதிபலிப்பாக பகுப்பாய்வுச் சிந்தனைகளையும் பிரச்சினைத் தீர்வுகளையும் மெய்யியல் வழங்கும். இது மனித அறிவிற்கும் சிந்தனை வளர்ச்சிக்குமான பாரிய பங்களிப்பாகும்.

மனித வாழ்வைச் சூழ்ந்துள்ள அல்லது மனித வாழ்வுக்கும் சிந்தனைகளுக்கும் சவால்களாக உள்ள பிரச்சினைகளுக்கும் மெய்யியல் பதில் தர முயல்கின்றது. மெய்யியலாளர் இவற்றின் மீதான 'ஐயம்', 'பரிசீலனை' என்பவற்றின் மூலம் தனது ஆய்வை ஆரம்பிக்கின்றார். அவருடைய ஐயத்திலிருந்து கேள்விகள் தோன்றுகின்றன. தனது விடையை ஒழுங்குபடுத்து முன்னர் மெய்யியலாளர் அதைத் தெளிவாகவும் சரியாகவும் விளங்கிக் கொள்வதற்காகச் சரியான பகுப்பாய்வை மேற்கொள்கின்றார். தனது தீர்ப்பு அல்லது விடையின் பொருத்தப்பாட்டையும் ஒழுங்கையும் சரிவர கையாள்வதற்கு நியாயவாத முறைகளும் அளவையியல் அணுகுமுறைகளும் மெய்யியலாளருக்கு உதவுகின்றன.

சிக்கலான அல்லது கடினமான கேள்விகளுக்கு விடை தேடுவது மட்டும் மெய்யியலின் முழுமையான தொழிற்பாடு அல்ல. கிரேக்க காலம் முதல் மெய்யியலை அதன் தனித்துவத்திற்கு எப்போதும் இட்டுச்

சென்ற 'ஐயமும்' அது எழுப்பும் கேள்விகளும் மெய்யியலின் பரப்பிற்குள் எப்போதும் நிகழ்ந்து வருபவையாகும். உண்மையான புரிதலைப் பெறுவதற்கு வினாக்கள் அவசியம். அந்த வினாக்கள் அர்த்த முடையவையாகவும் இருக்க வேண்டும் என்பது மெய்யியலின் எதிர்பார்ப்பாகும். தீர்வுக்கும் மாற்றத்திற்கும் மேலதிக வினாக் களுக்கும் வழி ஏற்படுத்துவதாக அக்கேள்விகள் இருக்க வேண்டும். கேள்வி எழுப்புவதை சாக்கிரடீஸ் தனது *மெய்யியல் உரையாடல்* முழுவதிலும் ஓர் உத்தியாகப் பயன்படுத்தினார்.

'மெய்யியல், பதில்களைவிட கேள்விகளையே அதிகம் தேடிச் செல்கிறது'. மேலும் உண்மையான மெய்யியலாளர் எந்த அடிப்படை களுக்கும் உண்மைகளுக்கும் தன்னை கட்டுப்பட்டவராக்கிக் கொள்வ தில்லை. அவ்வாறு செய்வது அவரையும் அவரது பார்வையையும் வரையறுத்து விடுகின்றது. அதனால் கேள்வி கேட்கும் தனது பணியை மெய்யியலாளர் நிறுத்துவதில்லை (Russell, www.uri.edu/personal, 19.1.13)

மெய்யியல் கேள்விகளுக்கான மைய மூலாதாரமாக விளங்குவது 'ஆச்சரியம்' ஆகும். அது எந்தப் பொருள் பற்றியதாகவும் இருக்கலாம். ஆச்சரியமும் அது எழுப்பும் கேள்விகளும் முக்கியமானவை. பிரச்சினை யின் விரிபொருள் தன்மைகளைக் கையாள்வதற்குக் கேள்விகளே மெய்யியலாளருக்கான இன்றியமையாத துணைக் கருவிகளாகச் செயற்படுகின்றன. சுருக்கமான விடைகளைவிட விரிவான பொருளை யும், தீர்க்கமான விடைகளையும் முன்வைப்பதே மெய்யியல் பாணியாகும்.

மனித இருப்பு, மனித வாழ்வியல் தேவைகளின் உண்மையான அர்த்தத்தை சிந்தனை மற்றும் ஆய்வறிவு மூலமாக மெய்யியல் மனிதனுக்குக் கற்றுத்தர முயல்கிறது. 'நவீன மனித இருப்பை மெய்யியல் வடிவமைக்கவல்லது' என்ற கருத்தை இவ்வாறுதான் விளங்க வேண்டும். அறிவின் இரகசியங்களை திறந்துகாட்ட முடிவதும் அதற்கான சுதந்திர சிந்தனை வாய்ப்புகளை வழங்குவதும் நவீன மனிதனுக்கு மெய்யியலின் பங்களிப்பாகும்.

கணினி அறிவுக்கான அடிப்படைகளை அளவையியலும் நியாய விதிமுறைகளும் வழங்குகின்றன. கணினியின் செயல்திட்ட ஆணைகள் வேகத்தையும் செயல் ஊக்கத்திறனையும் வளர்க்க உதவுகிறது. வைத்தியம், சட்டம், வெளியுறவுத் தொடர்பு மட்டுமல்ல உணர்ச்சிக் கொந்தளிப்பிற்கு இட்டுச்செல்லும் கருக்கலைப்பு, மரண தண்டனை, நல்லாட்சி, மரணம், மனித உரிமைகள், சித்திரவதை, பெண்ணிலை

மெய்யியல் காட்சித்திரை

மெய்யியல்	மரபு ரீதியான சொற்றொடர்	நவீன சொற்றொடர்
மூலம்	ஆச்சரியம் திகைப்பு துயரம்	ஆவல் தடுமாற்ற நிலை ஐயம்
மனப்பாங்கு	காதல் சிந்தனை வினா எழுப்புதல்	துருவி ஆராய்தல் ஆய்ந்து பார்க்கும் மனப்பாங்கு விமர்சனப் பகுப்பாய்வு
குறிக்கோள்	பேரறிவு உண்மை அமைதிநிலை	நுண்ணறிவுத் திறன் ஐயம் தெளிதல் - தப்பெண்ணம் அகற்றுதல். அறிந்துணர்தல் - காரணம் இன்னதென்று கண்டுணர்தல்

நன்றி: Boh Zunjic இணையத்தளம்

வாதம் போன்றவை அடிப்படையில் மெய்யியல் வினாக்களுக்கு உரியவையாகும். இச்சிந்தனைக் கலை தமிழ் பேசும் உலகில் எவ்வாறுள்ளது என்பது சுவையான கேள்வி; விவாதிக்கப்பட வேண்டிய பிரச்சினை. எனினும் பின்வரும் விவரங்களை இதற்கான தொடக்கமாக முன்வைக்கலாம்.

தமிழில் போதுமான மெய்யியல் நூல்கள் இல்லை என்பது பெரிய குறைபாடாகும். கிரேக்க அறிவுத் தாக்கத்தை, அதற்குச் சமமான மெய்யியல் மரபைத் தமிழில் காண்பதற்கு வாய்ப்பில்லை. மறுமலர்ச்சிக்கால அறிவொளிக்காலப் பிரிவுகளுக்குரிய மெய்யியல் தாக்கமும் தமிழில் இடம்பெறவில்லை. 19ஆம் நூற்றாண்டின் அறிவு முதல்வாதம், அனுபவமுதல்வாதம், இயற்கைவாதம் தொடர்பான கருத்துவெளிப்பாடுகளும் தமிழில் காணக்கூடியதாக இல்லை. தற்கால மெய்யியல் சிந்தனைகள் பற்றியும் இதே குறைபாட்டைக் கூறலாம்.

பெரியார் கொள்கைகளிலும் திராவிடக் கட்சிகளின் சமூக அரசியல் சீர்திருத்தச் சிந்தனைகளிலும் பகுத்தறிவுக் கருத்துகளிலும் இயற்கைவாத,

அனுபவவாத, பகுத்தறிவு வாத, பொதுவுடமைவாத செல்நெறி களை, கருத்தியல் தாக்கங்களை உணரலாம். 1950களில் திராவிடக் கட்சித் தலைவர்கள் சாக்ரட்டீஸ், பிளேட்டோ, அரிஸ்டாட்டில், ரூஸோ, வோல்டயர், கார்லைல் போன்றோரின் அரசியல், பகுத்தறிவு சார்ந்த கருத்துகளை அவ்வப்போது வெளியிட்டு வந்ததையும் இங்கு நினைவுபடுத்தலாம்.

ஐரோப்பிய அறிவொளி மரபு, பொதுவுடமைச் சிந்தனை, பகுத்தறிவு வாதம் என்பவற்றை 1930களில் பெரியார் இயக்கம் பிரபலப்படுத்தியது. மார்க்ஸிய சோஸலிசவாதிகள் அல்லாத ரஸல், லோன்ஸ் பெரி, பெர்னாட் ஷா போன்றோரின் படைப்புக்கள் சிலவற்றையும் சுயமரியாதை இயக்கம் வெளியிட்டு வந்துள்ளது. பெரியாரும் எஸ். ராமநாதனும் தமிழாக்கம் செய்த ‘லெனினும் மதமும்’ என்ற கட்டுரை இக்காலத்தில் சிறு நூலாக வெளியிடப்பட்டது. ரஸலின் *நான் ஏன் கிறிஸ்த்தவன் அல்ல* இங்கர்ஸாலின் *மதம் என்பது என்ன* போன்றவை சிறு வெளியீடு களாக மக்களை வந்தடைந்தன. பிரஞ்சு அறிவொளி மரபைச் சேர்ந்த வோல்டயர், ரூஸோ பற்றிய கட்டுரைகளும் சுயமரியாதை இயக்கத் தினரால் வெளியிடப்பட்டன (பார்க்க: எஸ்.வி. ராஜதுரை, வ. கீதா 1996).

மெய்யியலை அதற்குரிய சுய கண்ணோட்டத்தில் அறிவது எவ்வாறு, அதைச் சரியான ஒழுங்கில் கற்றுக்கொள்வதற்கான வழிமுறைகள் என்ன என்பது போன்ற பிரச்சினைகளுக்குத் தமிழில் தீர்வு காண்பதற்கு மேலும் முயற்சிகள் தேவைப்படுகின்றன.

இஸ்லாமிய நாகரிகத்தின் எழுச்சியுடன் 9, 10, 11ஆம் நூற்றாண்டு களில் அரபு மொழி, மெய்யியலின் மொழியாகவும் ஆகியது. பைஸாந்திய விஞ்ஞான, மெய்யியல் சிந்தனை மரபுகளுடன் முஸ்லிம் சிந்தனையாளர் நேரடியாகத் தொடர்புபட்டதில் இருந்து அரபு மொழியும் பின்னர் பாரஸீக மொழியும் கிரேக்க, மத்தியகால மெய்யியலையும் விஞ்ஞான அறிவையும் வெளிப்படுத்தும் மொழி களாயின. தமிழ்மொழியைத் தாய்மொழியாகக் கொண்ட முஸ்லிம்கள் ஊடாக இச்சிந்தனை மரபுகள் தமிழில் வெளிவர வாய்ப்புகள் இருந்தன. பண்டைய முஸ்லிம் சமயக் கல்விக்கூடங்களில் கிரேக்க மெய்யியலுக்கும், விஞ்ஞானக் கல்விக்கும், அளவை இயலுக்கும் இடம் தரப்பட்டிருந்தது; ஆயினும் மத்திய காலத்தைத் தொடர்ந்து இஸ்லாமிய உலகில் எழுச்சி பெற்ற சமயப் புத்துயிர்ப்புவாத இயக்கங்கள், விஞ்ஞான, மெய்யியல் சிந்தனைகளுக்கு எதிராக முழங்கியதுடன் தடைகளையும் ஏற்படுத்தின. இதனால் பண்டைய

முஸ்லிம் கல்வி மரபிலிருந்து விஞ்ஞானமும் மெய்யியலும் அகற்றப் பட்டன.

பிற்காலத்தில் தமிழ்நாட்டில் தோன்றிய மத்ரஸா/சமயக் கல்வி மரபில் சில மங்கலான அறிகுறிகள் காணப்பட்ட போதும் மெய்யிய லுக்கும், விஞ்ஞான அறிவிற்கும் எதிரான சமய மனோபாவம் அவற்றை வளர அனுமதிக்கவில்லை. ஆகவே தமிழ்நாட்டு இஸ்லாமியக் கல்வி மரபிற்குள் அதன் தாக்கம் வெற்றியளிக்கவில்லை. பெரும்பாலும் தமிழ்நாட்டு மத்ரஸாக்களின் வழியிலேயே வளர்ந்த இலங்கையின் முஸ்லிம் சமயக் கல்வி மரபிலும் இதுவே நிகழ்ந்தது. ஆகவே, முன்னொரு காலத்தில் முஸ்லிம் உலகம் கட்டியெழுப்பியிருந்த மெய்யியல் விஞ்ஞான மரபுகளுக்கு இலங்கையின் முஸ்லிம் சமயக் கல்வி மரபிலும் எந்த வாய்ப்பும் தரப்படவில்லை. முற்போக்குச் சிந்தனையும் நவீனத்துவ வாதங்களும் சமயக்கல்வி மரபுகளுக்கு வெளியிலிருந்துதான் தோன்ற வேண்டியிருந்தன. அதனால் தமிழ்மொழிக்கு அந்த வாய்ப்பும் கிடைக்கவில்லை.

ஆயினும், மத்தியகால முஸ்லிம் மெய்யியலாளர்கள், விஞ்ஞானிகள் பற்றிய குறிப்புகளும் சிறு கட்டுரைகளும் ஆங்காங்கே வெளிவந்த சந்தர்ப்பங்கள் இருந்தன. இவை தவிர, மத்தியகால இறையியலாளரும் மெய்யியலாளருமான இமாம் கஸ்ஸாலியின் (பிற. கி.பி.1056) சில முக்கிய படைப்புகள் தமிழில் மொழிபெயர்க்கப்பட்டு வெளி வந்துள்ளன. *இஹ்யா உலூமுத்தீன் (சமய அறிவின் புனர்நிர்மாணம்), கீமியாயே சாஆதத் (நல்வாய்ப்பின் உரைகள்), மிஷ்காத்துதே அன்வார் (சுவர் மாட விளக்கு)* என்பன குறிப்பிடத்தக்க படைப்புகளாகும். அறிஞர் சித்திலெப்பை (பி.1838) இலங்கையில் வெளியிட்ட *அஸ்ராருல் ஆலம்* நூலையும் இங்குக் குறிப்பிடலாம். இது மத்தியகால சூஃபி மெய்யியலாளர்களான முகியித்தீன் இப்னுல் அரபி, அல்-கஸ்ஸாலி, அப்துல் கரீமுல் ஜீலி ஆகியோரின் நூல்களை அடிப்படையாகக் கொண்டு உருவாக்கப்பட்ட மறைஞான நூல்.

சாமிநாத சர்மா, ராஜாஜி, டி.எம்.பி மகாதேவன் போன்ற அறிஞர்கள் எழுதிய மேற்கத்திய, கிரேக்க தத்துவம் சார்ந்த சில நூல்களையும் சில மொழிபெயர்ப்புகளையும் தவிர குறிப்பிடத்தக்க மெய்யியல் படைப்புகள் தமிழில் இல்லை என்றே கூறலாம். தேவி பிரசாத் சட்டோபாத்யாயவின் *இந்திய தத்துவவியலில் நிலைத்திருப் பனவும் அழிந்தனவும்*, ஜோன் பார்னட்டின் *ஆதி கிரேக்க மெய்யியல்* போன்ற ஓரிரு நூல்களின் மொழிபெயர்ப்புகளை மட்டுமே நாம் இன்று மீண்டும் மீண்டும் குறிப்பிடும் நிலை உள்ளது. ஆயினும்

மார்க்ஸிய மெய்யியல், பின்மார்க்ஸியம், இருத்தலியம், கட்டவிழ்ப்பு வாதம், பின்நவீனம் போன்ற துறைகளில் குறிப்பிடத்தக்க வெளியீடுகளும் விவாதங்களும் வெளிவந்திருப்பதை இங்குச் சுட்டிக்காட்டுவது அவசியம்.

2

மெய்யியலின் தோற்றம்: கிரேக்கப் பின்னணி

கிரேக்க மெய்யியல் அதன் தனித்துவமான அர்த்தத்தில் கி.மு. 6ஆம் நூற்றாண்டில் மைலீசிய மரபிலிருந்து தொடங்குகிறது. இச்சிந்தனை மரபின் ஊற்று மிலிட்டசுக்கு உரியதாகும். ஆசியா மைனரின் கரையில் இருந்த சக்தியும் செல்வமும் மிகுந்த கிரேக்க நகரம் மிலிட்டஸ், பெரிய வணிகப் பாதைகள் சந்திக்குமிடமாகவும் வளமான வர்த்தகம் நடந்து கொண்டிருந்த நகரமாகவும் காணப்பட்டது.

மிலிட்டஸோடு தொடர்புடைய நிலப்பகுதிகள் கீழைத்தேய பெரிய சமயங்களையும் அழகிய புராணவியல்களையும் *(மித்ஸ்)* பெற்றிருந்தன. ஏனைய கிரேக்கப் பழங்குடிகளைவிட நாகரிகத்திலும் பண்பாட்டிலும் விரைவான எழுச்சியைப் பெற இத்தொடர்பு உதவியிருக்கலாம். ஆனால் ஒவ்வொன்றின் அடிப்படை மெய்மைகளையும் விளக்குவதற்கு மைலீசியர் முற்பட்டபோது கீழைத்தேயத்தின் சமய, புராணவியல் மற்றும் கற்பனைக் கருத்துகளிலிருந்து விடுபட்ட பகுத்தறிவுவாதம், பகுப்பாய்வு, கருத்துருவான கோட்பாடு ஆகியவற்றினூடாகத் தமது விளக்கங்களை அவர்கள் முன்வைத்தனர்.

அயோனியச் சிந்தனையாளர்கள் எனப்படும் முதன்மை மெய்யியலாளர்கள் 'இயற்கையைப் பற்றி' எழுதியவர்களாகவே அறியப்பட்டார்கள். (A.S. Bogomolov, 1935:35) அரிஸ்டாட்டிலின்படி முதன்மை மெய்யியலாளர்களில் பலர் பொருட்கள் அனைத்திற்குமான அடிப்படை, 'சடப்பொருள்' (பருப்பொருள்/பதார்த்தம்) என்பதை வலியுறுத்தினர். உருவாவதும் பின்னர் ஒன்று கலப்பதும் என்ற இயற்கைச் செயற்பாட்டின் (மாற்றத்தின்) மூலமாக இருப்பவற்றை அவர்கள் மூலக்கூறுகள் என்று அழைத்தனர்.

தொன்மை கிரேக்க மெய்யியலாளர்கள் தம் முழு ஆவலையும் 'இயற்கையில்' *(ஃபிஸிஸ்)* வெளிப்படுத்தினார்கள். *ஃபியோ*

என்பதிலிருந்து வரும் இதன் பொருள் உற்பத்தி செய்தல், வளர்தல் என்பதாகும். மெய்யியல் ரீதியில் நோக்கினால் இரு அணுகுமுறைகளை இது வெளிப்படுத்துகிறது எனலாம்:

அ. பொருட்களின் தோற்றத்தைப் பற்றிய ஆய்வு, அவற்றின் மூலப் பதார்த்தங்கள் (பருப்பொருள்/சடப்பொருள்) பற்றிய ஆய்வு.

ஆ. புலன்களினால் அறியப்படும் தோற்றப்பாடுகள் பற்றிய ஆய்வு.

முதல் மெய்யியலாளர்கள் பௌதிகவியல்/இயற்பியல் என்பதை 'பொருட்களின் இயல்பு' என்பதாக எடுத்துக்கொண்டனர். புலனாகக் கூடிய உலகைப் பற்றிய, மனிதனின் பகுத்தறிவால் விளக்கம் தரக்கூடிய விடயங்களை தொடக்ககால மெய்யியலாளர்கள் வெளியிட்டனர். முன்னர் இருந்த சமய, புராணவியல் வகையான தீர்வுகள் அகற்றப் பட்டன. பகுத்தறிவுக்கும் அளவையியலுக்கும் முன்னுரிமை வழங்கப் படும் சிந்தனையின் தொடக்கம் இவ்வாறுதான் உதயமாகியது.

மூலக்கூறு

தொடக்ககால மெய்யியலாளர்கள் 'மூலக்கூறு' (ஆர்க்கே) என்பதைத் தமது முதன்மைக் கோட்பாடாக்கிக் கொண்டனர். ஆர்க்கே ஒரு பொருளின் இன்றியமையாத பாகத்தையும் அதன் தொடக்கத்தையும் குறித்தது. ஆகவே, *மூலக்கூறு* என்பதற்கு இரு அடிப்படைகள் உள்ளன: உலகத் தோற்றத்திற்கான மூலக்கூறு அல்லது மூலப் பதார்த்தம் என்ன என்பது ஒன்று. இம்மூலக்கூறு எண்ணற்ற வகையான பொருள்களாகப் பரிணாமம் அடைகிறது என்பது மற்றொன்று. இவை இரண்டும் மிகவும் நெருக்கமானவை. ஏனெனில், *மூலக்கூறு* கட்டாயமானதும் இன்றியமையாததும் ஆகும். அதிலிருந்துதான் முழு இயற்கையும் தோற்றம் பெறுகிறது (T. Della Torre, 1986:02).

மைலீசிய மூலக்கூறுகள்

சிந்தனையாளர்	மூலக்கூறு	ஆற்றல்
தேலிஸ்	நீர்	இயற்கையின் ஆன்மா
அனெக்ஸிமாந்தர்	எல்லையற்றது வேறுபாடு	முரண்பாடுகளுக்கிடையில்
அனெக்ஸிமினிஸ்	காற்று	தளர்நிலையும் செறிவுநிலையும்

நன்றி: *Diagram*, 1986:03

சமூக உணர்வின் தொடக்கமாகப் புராணவியல் (தொன்மம்) காணப்பட்டதாக விஞ்ஞான வரலாறு கூறுகிறது. விஞ்ஞானம், மெய்யியல் ஆகியவற்றின் தோற்றம் வரலாற்றில் ஒருநிலைப்பட்ட தாகவே உள்ளது. ஒன்றிணைந்த விரிவான கோட்பாட்டுத் தொடர்பு அவற்றிற்கிருந்தது. 'தொன்மங்களிலிருந்து கோட்பாடுகளுக்கு' என்று இது கூறப்பட்டது. புராணவியலைக் கடந்து செல்லும் போக்கை இது தெளிவாக வெளிப்படுத்தியது. அதாவது அறிவுரீதியான கோட்பாட்டுச் சிந்தனை உருவாகியது எனலாம். கோட்பாட்டுச் சிந்தனையும் உண்மை தேடும் அறிவுநிலையும் ஒரு புதிய சிந்தனை அணுகுமுறைக்கு உரிமை கோரியது. அதாவது மெய்யியல் புராணவியலுடன் முரண்பட்டது.

யதார்த்தம் புராணவியலின் பிரதிநிதியாகக் கொள்ளப்பட்டது. மனிதன் புராணவியலை உண்மை உலகாகக் கண்டான். பௌதிக உலகைவிட அது அவனுக்கு யதார்த்த உலகாகத் தெரிந்தது. ஆயினும், அது அவனது மாறுபட்ட விளக்க வகையாக இருந்தது. 'முதல் நிலையில் மெய்யியல், புராணவியல் அல்ல என்பது உறுதிப்படுத்தப்பட வேண்டும்' (பார்க்க: John Burnet, 1968 : 03) எவ்வாறாயினும் பிரபஞ்சத் தோற்றவியல் உள்பட புராணவியல் எனத்தக்க சில விடயங்களும் மெய்யியலில் செல்வாக்குச் செலுத்தியுள்ளதை மறுக்க முடியாது. 'இவை எவ்வகையிலும் மெய்யியல் அல்ல. மெய்யியல் வளர்ச்சிக்கு இவை வித்துக்களாக விளங்கின என்றுகூடக் கூறமுடியாது' என ஜோன் பார்னட் (1968) கூறுகிறார்.

உலகப் படைப்பு அல்லது பிரபஞ்சத் தோற்றம் பற்றி கிரேக்கர் கருதுவதற்குப் பல நூற்றாண்டுகளுக்கு முன்னரே எகிப்திலும் பபிலோனியாவிலும் இத்தகைய சிந்தனைகள் காணப்பட்டுள்ளன. கிரேக்கத்திலும் அதற்கு முன்னர் ஏனைய பெரிய நாகரிகங்களிலும் காணப்பட்ட பிரபஞ்சப் படைப்பியல் கொள்கைகள் நேரடியாக மெய்யியலுடன் எவ்வகைத் தொடர்பையும் பெற்றிருக்கவில்லை. 'பிளேட்டோனிய நோக்கில் அறிவுவாத விஞ்ஞானம் இல்லாத வரை மெய்யியல் என்பது இல்லை' (பார்க்க : John Burnet, 1968:03).

கணிதக்கலை எகிப்தில் உருவாகியதாக அரிஸ்டாட்டில் கூறுகிறார். வானவியலை அறிந்திருந்ததோடு வானவியலில் எண்கணித நுட்பங் களைப் பபிலோனியர் பயன்படுத்தினர். கி.மு. 2000 ஆண்டில் மருத்துவக் கலையிலும், அறுவை சிகிச்சையிலும் குறிப்பிட்ட அளவு முன்னேற்றத்தைப் பபிலோனியா பெற்றிருந்தது. இந்தியாவில் வேதகால இறுதிப் பகுதியில் கூட்டல், கழித்தல், பெருக்கல், வகுத்தல், பின்னங்கள், வடிவவியல் கணிதங்கள் என்பன நடைமுறைக்கு

வந்துவிட்டன. இந்திய வானவியல் அவதானங்கள் கி.மு. 1400 ஆண்டுகள் தொன்மை வாய்ந்தவையாகக் கருதப்படுகின்றன.

இரண்டாயிரம் ஆண்டுகளுக்கு முன்னரே சீன நாகரிகத்தில் விஞ்ஞானத் தொழில்நுட்பம் பற்றிய பதிவுகள் காணப்படுகின்றன. இந்த நாடுகள் அல்லது நாகரிகங்கள் விஞ்ஞானத்தை நடைமுறைத் தேவைகளுக்காக, சமய காரணங்களுக்காக மட்டுமே பயன்படுத்தின. அறிவு அறிவிற்காக என்ற கருத்திற்கு இந்நாகரிகங்கள் முன்னேறியிருக்க வில்லை. உதாரணமாக பபிலோனிய நடைமுறை வாழ்வு சமயத்தால் அதிகம் கவரப்பட்டிருக்கிறது. அவர்களுடைய சமயம் வானசாஸ்திரத்தை மையப்படுத்தக்கூடியதாக இருந்தது. அதனால் வானவியலில் அவர்கள் கவனம் செலுத்துவது அவசியமாயிற்று. இங்கு, சமய ஆதிக்கம் செல்வாக்குப் பெற்றிருந்ததால் ஐயங்களையோ வினாக்களையோ எழுப்ப மக்களுக்குச் சுதந்திரம் இருக்கவில்லை.

கிரேக்கத்திற்கும் மேற்கண்ட நாகரிகங்களுக்குமிடையில் காணப்பட்ட அறிவுரீதியான வேறுபாடு இதுவாகும். கிரேக்கர் 'ஏன்' என்று கேள்வி கேட்டனர். பொதுமையாக்கமும் அத்துடன் அறிவுரீதியான நிரூபணமும் ஒன்றன்பின் ஒன்றாகச் செயல்நிலைக்கு வர இது வழி வகுத்தது. எகிப்தியர் 'தீ' ஒரு பயனுள்ள பொருள் என்பதை அறிந்திருந்தனர். 'செங்கற்கள்' சுடுதல் போன்ற பல்வேறு தேவைகளுக்கு அதைப் பயன்படுத்தி வந்தனர். ஆனால், நடைமுறைச் செயற்பாட்டிலிருந்து பிரித்தெடுத்து 'தீ' என்பது என்ன, இத்தனை வேலைகளையும் தீ எவ்வாறு நிறைவேற்றுகிறது என்று அவர்களிடையே கேள்வி எழவில்லை. 'தீ' என்ன என்ற கேள்வி தீயின் இயல்பைப் பற்றியும் தீயின் உடைமைகளைப் பற்றியும் மேலும் கேள்விகளுக்கு வழிவகுக்கிறது. இக்கேள்விகள் படிப்படியாகப் பொதுமையாக்கக் கருத்தோட்டத்திற்கு மனித அறிவை இட்டுச் செல்கிறது. கிரேக்கர் வகுத்த புதிய அறிவுப் பாதை இதுவேயாகும்.

இதை வேறு வகையில் கூறுவதாயின் எல்லாப் பெரிய நாகரிகங்களும் ஓரளவு மெய்யியல் தொடர்புள்ள கேள்விகளை எழுப்பி வந்துள்ளன. அவற்றிற்குரிய விடைகளும் தரப்பட்டன. அவை பெரும்பாலும் அக்காலத்திற்குரிய ஞானம், பொது உணர்வு, சமயம், தொன்மம் (புராணம்) ஆகியவற்றின் கலவையாக விளங்கின. இவற்றுள் கிரேக்க மெய்யியல்தான், மெய்யியல் புதிர்களையும் வினாக்களையும் பகுத்தறிவால் எதிர்கொள்ளக்கூடிய ஒரே ஒரு சக்தியுள்ள சிந்தனை முறையாக மலர்ச்சி பெற்றது. அதாவது கிரேக்க சிந்தனைதான் ஏனைய நாகரிகங்களைவிட இன்று நாம் கருதும் மெய்யியலுக்குரிய அறிவு

பூர்வமான அடிப்படைகளைக் கொண்டிருந்தது. புராணவியல் கொள்கைகளையும் இயற்கை கடந்த விளக்கங்களையும் சாராத சிந்தனையாளர்கள் கிரேக்க நாகரிகத்திலிருந்து அதிகம் தோன்றினர்.

கிரேக்கர்கள், முதன் நிலையில் பிறவியிலேயே அவதானத் திறனுள்ள வர்கள். கிரேக்கரின் சிற்ப வேலைப்பாடுகளிலும் நுட்பமாகச் செதுக்கப் பட்டிருக்கும் மனித அங்க, அலங்கார வடிவமைப்புகளிலும் இதன் பிரதிபலிப்புக்களைக் காணலாம். ஆனால் எகிப்தியக் கலைஞர்கள் கண்ணின் பக்கப் பார்வையைக்கூடச் சரியாகச் சித்திரிக்கக் கற்றிருக்க வில்லை என்று கூறப்படுகிறது. கிரேக்கரின் பகுத்தறிவுவாத அதிகாரமும் சரிபார்த்தல் உணர்வும் கருதுகோள்களை அவதானத்திற்குட்படுத்த வேண்டும் என்ற அவர்களின் அவாவும் விதந்து கூறத்தக்கவை. பிளேட்டோ கணிதத்தில் சிறப்புத் தேர்ச்சி பெற்றிருந்ததையும் அரிஸ்டாட்டில் உயிரியலில் தேர்ச்சி பெற்றிருந்ததையும் முக்கியமாகக் குறிப்பிடலாம்.

கிரேக்க மெய்யியல் தோன்றியதிலிருந்தே 'யதார்த்தம்' (புறப்பொருள்) என்பதிலேயே முழுமையாக ஈடுபட்டிருந்தது. யதார்த்தம் எது என்ற கேள்வியை அவர்கள் எழுப்பினர். யதார்த்தம் பற்றிய கேள்விக்கு நேர்நிலை விஞ்ஞானம்தான் விடை கண்டுள்ளது. எனினும், யதார்த்தம் பற்றிய பிரச்சினையை விஞ்ஞானம் மட்டும் நிறைவு செய்யக்கூடிய தல்ல.

அயோனிய விஞ்ஞானத் தோற்றுவாய்க்கு பபிலோனிய வானவியல் காரணமாயிருந்தது. பபிலோனியர் மிகப் பழங்காலத்திலிருந்தே விண்ணை ஆராய்ந்து வந்துள்ளனர். கிரகங்களை இனங்கண்டு அவற் றிற்குப் பெயர்கள் இட்டனர். கிரகணங்கள் தோன்றும் காலத்தை யும் அவர்கள் நன்கறிந்திருந்தனர். ஆனால், இக்கண்டுபிடிப்புக்களின் தொன்மையையோ செம்மையையோ நாம் மிகைப்படுத்தக்கூடாது என்பார் ஜோன் பார்னட். மேலும், பபிலோனிய வானவியல் அவதான நிலைக்கு அப்பால் வளர்ச்சியடைந்ததற்கு எவ்வித ஆதாரங்களும் இல்லை என்பார். மேலும், வானவியல் நிகழ்வுகளைப் பபிலோனியர் விஞ்ஞானத்திற்காகப் பயிலவில்லை. இத்துறைக்கு அவர்களை இட்டுச் சென்றது சோதிடக் கலையே என்பதையும் நினைவில்கொள்ள வேண்டும்.

மேலும், தாம் அவதானித்த நிகழ்ச்சிகளுக்குப் பபிலோனியரோ ஏனைய நாகரிகத்தவர்களோ ஒழுங்கான விளக்கங்களைக் காண முயலவில்லை. தாம் அவதானித்தவற்றிலிருந்து புதிய விதிகளையோ கண்டுபிடிப்புகளையோ வரையறுத்துக் கூறவும் அவர்களால் முடிய வில்லை. கீழைத்தேய மக்கள் கிரேக்கர்களைவிட அதிகமான அறிவைச்

சேகரித்து வைத்திருந்தனர்; ஆயினும் அவற்றை அவர்கள் எவ்வித விஞ்ஞான ஆய்வுகளுக்கும் பயன்படுத்தவில்லை.

உலகம் பற்றிய பண்டைய கொள்கைகளிலிருந்து விடுபடுவதற்கும் இவற்றால் அவர்கள் தூண்டப்படவுமில்லை. அவதானித்தல், மெய்யியல் ஆராய்ச்சி போன்ற சொற்களை ஏறத்தாழ இவற்றிற்குரிய பொருளில் கிரேக்கர்தான் பயன்படுத்தினர்.

தேலிசிற்கு முற்பட்ட கிரேக்க நாகரிகம்

தொன்மைக் கிரேக்கத்தின் மிகப் பெரும் காவியக் கவிஞர் ஹோமர். *இலியாத், ஒடிசி* என்ற இரு காவியங்களால் கிரேக்கமும் உலகமும் இன்றும் அவரைப் போற்றுகின்றது. ஹெரடோட்டசிற்கு 400 வருடங் களுக்கு முன்னர் வாழ்ந்த ஹோமர் கிரேக்கத்தின் ஆசானாகக் கருதப் படுகின்றார்.

அயோனியப் பிரதேசமான ஆசியா மைனரில் ஹோமர் பிறந்தார். ஹோமரை பபிலோனியாவைச் சேர்ந்தவர் என்றும் சில ஆய்வாளர்கள் கூறுகின்றனர். ஹோமரின் காவியங்களுக்கான பெருமை தொடர் செயற்பாட்டிற்கு உரியதே அன்றி, ஒரு தனிநபருக்குரியது அல்ல. *இலியாதும் ஒடிசியும்* முற்றுப்பெற அவற்றிற்கிடையே இருநூறு ஆண்டுகள் சென்றுள்ளன என்று பெர்ட்ரண்டு ரஸலின் (1965) குறிப்புகள் கூறுகின்றன.

கி.மு 2800ஆம் ஆண்டில் கிரேக்கத்தின் கிரீட்டோ தீவில் நகரங் களும் கல்மாளிகைகளும் அகன்ற பாதைகளும் நிர்மாணிக்கப் பட்டிருந்தன. மாளிகைகள் நீரூற்றுக்களாலும் நீர் தாரை வழியும் நீர் அலங்காரக் கலைகளாலும் அழகுபடுத்தப்பட்டிருந்தன. மாளிகைச் சுவர்களை நல்ல ஓவியங்கள் அலங்கரித்தன. இக்காலப் பகுதியில் கிரீட்டோ வர்த்தக மையமாக விளங்கியது. கிரீட்டோ மக்களின் கடல் பற்றிய அறிவு சுற்று வட்டாரக் கடலில் ஆதிக்கத்தைப் பெற்றிருந்தது. கிரேக்கர் அருகில் உள்ள பிரதேசங்களிலும் தீவுகளிலும் குடியேற்றங் களை உருவாக்கினர். அது ஒரு சுபிட்சமான காலமாக இருந்த போதும் மத்திய தரைக்கடல் பிராந்திய வெண்கல காலப் பேரரசுகள் கிரேக்கத் தீவுகளையும் குடியேற்றப் பிரதேசங்களையும் தாக்கிக் கைப்பற்றிக் கொண்டன. இதைத் தொடர்ந்து பல கிளர்ச்சிகளும் போர்களும் அங்கு நடந்தன.

முடியரசு வீழ்ந்தது. யுத்தத்தினாலும் பஞ்சத்தினாலும் மக்கள் நாட்டை விட்டு வெளியேறினர். பல நூறு வருடங்கள் அவ்வீழ்ச்சி தொடர்ந்தது. கி.மு 900ஆம் ஆண்டளவில் நிலைமைகள் சீரடைந்தன.

கிரீட்டோவிலும் ஏனைய பிரதேசங்களிலும் மக்கள் தொகை அதிகரித்தது. கிரேக்க வர்த்தகர்கள் மத்தியதரை நாடுகளுடன் வணிகத் தொடர்புகளை வளர்த்துக் கொண்டனர். வணிகச் செழிப்புடன் கலாச்சார முரண்பாடுகளும் கிரேக்கத்தின் நவீன வளர்ச்சிக்கு வழிவகுத்தன.

கிரேக்கம் புராணக் கதைகளுக்கும், சமயங்களுக்கும், சடங்கு களுக்கும் அவை தொடர்பான கதைகளுக்கும் புகழ்பெற்ற நாடு. கிரேக்க நாகரிகம் வீழ்ச்சியடைவதற்கு முற்பட்ட பொற்காலத்து வீரத்தையும் சடங்குகளையும் கதைகள் பல தலைமுறைகளாக மீண்டும் மீண்டும் மக்களுக்குக் கூறிவந்தன. அக்கதைகள் வாய்வழியாக ஒரு தலைமுறையில் இருந்து இன்னொரு தலைமுறைக்குக் கடத்தப்பட்டு வந்தன.

தொன்மைக் கதைகள், உண்மை சம்பவக் கதைகள், கற்பனை செறிந்த உண்மை வரலாறுகள் என்று அக்கதைகள் பல்வேறு படித்தரங் களைப் பெற்றிருந்தன. காலம் புதிய செய்திகளையும் கற்பனைகளை யும் அவற்றில் இணைத்து வந்தது. இவ்விதத் தொன்மக் கதைகள் கிரேக்கரிடையே பெரும் செல்வாக்குப் பெற்றிருந்தன.

கிரேக்கக் கலைகள், இலக்கியங்கள் கிரேக்க தொன்மக் கலைக்குரிய அம்சங்களாக விளங்குகின்றன. ஹோமரின் பாடல்களும் தொடக்க கால கிரேக்க இலக்கியங்களும் பல்வேறு வகைப்பட்ட தொன்மங்களை வழங்கியுள்ளன. அவை ஒன்றுக்கொன்று வேறுபட்டவையாகவும் சிக்கலானவையாகவும் விளங்குகின்றன.

ஹெசியோடின் சமயவியல் பாடல்கள் பூமி, ஆகாயம், கடல் என்பன கடவுள், ஒலிம்பஸ் தெய்வம் ஆகியவற்றின் தோற்றங்களைக் கூறின. இவற்றுடன் உலக அரசாங்கம் எப்படி செயற்படத் தொடங்கியது என்பதும் அக்கதைகளில் கூறப்படுகின்றது. இக்கதைகளில் பல கி.மு 1000 வருடங்களுக்கு முன்னர் ஆசிய மெஸப்பொட்டோமிய மூலங்களில் இருந்து பெறப்பட்டவை. இவற்றுள் பல கதைகள் மனிதப் பண்பு ஏற்றப்பட்ட கடவுள்கள், அச்சமூட்டும் பேய்கள், இயற்கையின் ஆற்றல் என்பனவற்றைக் கூறுவனவாக அமைந்திருந்தன. இவை அனைத்துமே வாய்மொழி மரபை சார்ந்தவை. (பார்க்க: Richard Cavendish, 1998)

பெரும்பாலும் பொற்காலத்துக்குரிய வெகுசனத் தொன்மங் களுடனும் நீண்ட வரலாறுகளுடனும் ஹோமர் தமது கவிதைக் காவியங்களை இயற்றினார். கிரேக்கக் கலாச்சாரத்தையும் கிரேக்கரின் வாழ்கை பற்றிய எண்ணங்களையும் கருத்துகளையும் அவரது காவியப்

பாடல்கள் கூறுகின்றன. தொன்மைக் கிரேக்கத்தில் மிகப்பழமையான மெய்யியல் அம்சங்களின் வடிவத்தை அடைவதற்கு ஹோமரின் பாடல்கள் உதவியாக இருப்பதாகவும் கூறப்படுகின்றது.

ஹோமரும் ஹொசியோடும் தந்துள்ள கிரேக்க சமயச் சார்பான பொற்காலம், இருண்ட காலம் தொடர்பான தொன்மங்களும் பாடல்களும் தந்துள்ள விடயங்கள் பற்றிக் கேள்விகள் எழுப்பப் பட்ட சந்தர்ப்பங்களும் உள்ளன. குறிப்பாக கிரேக்கக் கலாச்சாரத்தின் முதுகெலும்பாக விளங்கிய இக்கதைகளின் பல்வேறு அடிப்படை களையும் கருத்துகளையும் மெய்யியலாளர்கள் விமர்சனத்துக்கு உள்ளாக்கினர்.

ஹோமர்

ஹெலனிய நாகரிகத்தின் உயர் உருவாக்கமாக ஹோமர் கருதப்படுகிறார். அவரது காவியத்தில் வரும் கடவுளர்கள் மானிடத் தன்மையுள்ள வர்கள். ஹோமர் கி.மு. 7ஆம் நூற்றாண்டில் எதேனில் அறிமுகமானார். அன்றிலிருந்து இளைஞர்கள் ஹோமரின் படைப்புகளை ஆர்வத்துடன் கற்றனர். ஹோமரிடம் புராதன வாதங்களைக் கடந்த அறிவுப்பூர்வமான எண்ணங்கள் வெளிப்பட்டன.

சமய வளர்ச்சிக் கட்டங்களில் சடங்கு ரீதியாக உலகம் முழுக்க விலங்குகளும் மனிதர்களும் உணவுக்காகக் கொல்லப்பட்டனர். இந்தக் குரூர நடவடிக்கைகளைத்தான் படிப்படியாக வளச் சடங்குகள் கைப்பற்றின. ஹோமரின் சமயம், சமயத்திற்குரிய முழுக் கருத்தையும் பெற்றதல்ல. அவரிடம் கடவுள்கள் முழுநிலையில் மனிதர்களாக இருந்தனர். ஏனைய நாகரிக மரபுகளிலிருந்து விடுபட்டுச் செல்லும் போக்கை ஹோமரின் காவியங்கள் காட்டின.

தாம் பெற்ற கணித முறைகளில் இருந்தும் வானவியல் ஆய்வுகளில் இருந்தும் கிரேக்கர் உலகு பற்றியதொரு மெய்யியல் முறையை அமைக்கும் அசாதாரண துணிச்சலைப் பெற்றிருந்தனர். இதனாலேயே எல்லா நாகரிக வரலாறுகளையும்விட கிரேக்க நாகரிகத்தின் விரைவான எழுச்சி வியப்புமிக்கதாகும் என ரஸல் குறிப்பிடுகிறார். எகிப்திலும் மெஸெப்பொட்டேமியாவிலும் ஆயிரக்கணக்கான ஆண்டுகளாய் நாகரிகங்கள் நிலைபெற்றிருந்த போதும், நடைமுறைத் தேவைகளுக்கான அறிவுக்கும் மேலாக இட்டு நிரப்பப்பட வேண்டிய குறைபாடுகள் பல அங்குத் தேங்கிக் கிடந்தன. அக்குறைபாடுகள் கிரேக்க நாகரிகத்தினால் தான் களையப்பட்டன. கலையிலும் இலக்கியத்திலும் ஏனைய அறிவுகளிலும் இந்நாடுகள் ஓரளவேனும் சமமாக இருந்தன என்பதில்

ஐயமில்லை. ஆனால், கிரேக்கர், அறிவுத்துறையில் சாதித்தவை அதிக மானவையாகும்.

கணிதத்திலும், விஞ்ஞானத்திலும் முன்னேற்றமான கருத்துகள் முன்வைக்கப்பட்டன. மெய்யியல் கண்டுபிடிக்கப்பட்டது. உலக இயல்பு, வாழ்வின் முடிவு பற்றி முன்னர் கூறப்பட்டவற்றையும் அவை தொடர்பான கட்டுப்பாடுகளையும் மீறி கிரேக்கர் சிந்தித்தனர். கி.மு. 6ஆம் நூற்றாண்டில் மெய்யியலும் விஞ்ஞானமும் ஒன்றாகத் தோன்றியதைத் தேலிஸின் பங்களிப்பு நிரூபித்தது.

தேலிஸ்

மிலிட்டஸைச் சேர்ந்த தேலிஸ் (கி.மு. 640-546) முதல் மெய்யியலாள ராகக் கருதப்படுகிறார். முதல் விஞ்ஞானி என்று கருதப்படுபவரும் தேலிஸ்தான். தேலிஸின் முன்னோர்கள் பீனிஸியாவைச் சேர்ந்தவர்கள். பீனிஸியரின் கப்பலோட்டும் கலையைத் தேலிஸ் அயோனியர் களிடையே அறிமுகப்படுத்தியதாகக் கூறப்படுகிறது. தேலிஸ் ஒரு செமித்தியரா என்று கேள்வி எழுப்பப்பட்டுள்ளது. எனினும், ஜோன் பார்னட் தேலிஸ் ஒரு மைலீசியர் என்று கூறுகிறார்.

பபிலோனிய அட்டவணையைப் (பஞ்சாங்கத்தைப்) பயன்படுத்தித் தேலிஸ் கிரகணம் பற்றி முன்னறிவித்தார் எனக் கூறப்படுகிறது. கிரகணம் தோன்றுவது பற்றி தேலிஸ் அறிந்திருந்தார் என்பது உண்மைதான்; ஆயினும் கிரகணம் தோன்றுவதற்கான காரணம் பற்றி அவர் ஏதும் அறிந்திருக்கவில்லை. கிரகணத்தை அது தோன்றுவதற்கு முன்னதாகவே அவர் கணித்து அறிந்திருந்தார் என்பது உண்மை. சந்திர கிரகணங்கள் தோன்றுவதற்கான காரணங்களை அறியாது அவை எப்போது நிகழக்கூடும் என்பதை கணித்துக்கொள்வது சாத்தியமே என்றும் பபிலோனியர் இவ்வாறே கணித்தனர் என்றும் பார்னட் கூறுகிறார். இதனால், கிரகணத்தை முற்கூட்டியே தேலிஸ் அறிந்தமையைக் கொண்டு தேலிஸின் விஞ்ஞான அறிவைப் பற்றி எந்த முடிவிற்கும் வரமுடியாது என பார்னட் கூறுகிறார் (பார்க்க: John Burnet 1968:48). கிரகணத் தோற்றத்திற்கான காரணத்தைக் கூறவும் அதைக் கணித்துக் கூறவும் தேவையான வானவியல் அறிவைத் தேலிஸ் பெற்றிருந்தாரா என்பது ஐயத்திற்கிடமானதாகக் கூறப்படுகிறது. பூமி கோள வடிவானது என்பதையும் தேலிஸ் அப்போது அறிந்திருக்க வில்லை. ஆனால், அவர் கிரகணம் உருவாகும் ஆண்டைச் சரியாகக் கூறினார். 585 ஜூன் முடியும் முன்னர் (கிரகணத் தோற்றம்: 28, மே, கி.மு.585) அது உருவாகும் என சுமேரிய வானவியல்

தேலிஸ் (கி.மு. 640-546)

தூய அறிவைப் பயன்படுத்திய முதல் கிரேக்கச் சிந்தனையாளர். கிரேக்க மைலிட்டஸ் (மைசீலியம் என்று அழைக்கப்படும்) நகரில் கி.மு. 6ஆம் நூற்றாண்டில் தேலிஸ் பிறந்தார். மைலிட்டஸ் ஆசிய மைனரின் கரையோரத்தில் (தற்போது துருக்கி) இருந்தது. இவருடைய சிந்தனைகளும் இவருடைய சீடர்களின் சிந்தனைகளும் இவர் வாழ்ந்த மைலீஸிய நகரின் பெயரால் மைலீஸியப் பள்ளி என அழைக்கப்பட்டது.

அவர் பிறந்த, இறந்த நாள்கள் திட்ட வட்டமாக அறிவிக்கப்படவில்லை. ஆனால், கி.மு. 580களில் தேலிஸ் தீவிர சிந்தனைச் செயற்பாடுகளில் ஈடுபட்டிருந்ததற்குச் சான்றுகள் உள்ளன. மைலீஸியக் கழகத்தை நிறுவியதோடு அதன் விஞ்ஞானி யாகவும் தேலிஸ் விளங்கினார். இவர் முன்னறிவிப்புச் செய்த கிரகணம் கி.மு. 585இல் நிகழ்ந்தது. சூரியனின் ஒழுங்கமைப் பின்மையால் ஏற்படும் நான்கு பருவ வேற்றுமைகளையும் தேலிஸ் கண்டுபிடித்தார் என்றும் கருதப்படுகிறது. எதென்ஸ் நகரில் டமாசியஸ் நீதிபதியாயிருந்த காலத்தில் அவருக்கு 'ஞானி' எனப் பட்டம் சூட்டப்பட்டது.

மிலிட்டஸில் கண்டெடுக்கப்பட்ட வானவியல் அட்டவணை அவருடையது என்று கருதப்படுகிறது. தேலிஸின் கடவுள் கொள்கை திட்டவட்டமாகத் தெரியவில்லை. 'உலக ஆன்மா' அல்லது 'நீர்க் கடவுள்' பற்றிய நம்பிக்கை அவருக்கு இருந்திருக்கலாம்.

அட்டவணையைப் (பஞ்சாங்கத்தைப்) பயன்படுத்தி இந்த முன்னறி விப்பை அவர் செய்தார்.

எகிப்திய வடிவவியல் கணித அறிவை தேலிஸ் கிரேக்கத்திற்கு அறிமுகம் செய்தார். சில கணிப்பீடுகளை அவர் தாமாகவே விருத்தி செய்ததுடன் சில புதிய தேற்றங்களையும் உருவாக்கினார். நைல் நதியில் உண்டாகும் வெள்ளப் பெருக்குப் பற்றிய விளக்கக் கொள்கையையும் அவர் வகுத்திருந்தார். நைல் நதிப் பெருக்கத்திற்கு எகிப்திய காற்றுக் களின் உந்துதலே காரணம் என்றும் அவர் விளக்கமளித்தார். தரையில் இருந்துகொண்டே கடலில் செல்லும் கப்பல்களின் தொலைவை அவர்

கணித்துக் கூறினார். பிரமிடுகளின் உயரத்தை அதன் நிழலின் நீளத்தைக் கொண்டு கணித்தார். வானியல் அறிவிலும் ஆண்டுக் கணிப்பீட்டிலும் அவரால் புதிய விடயங்கள் அறிமுகப்படுத்தப்பட்டன.

நீர்த் தத்துவம்

தேலிஸின் முக்கிய சிந்தனைப் பங்களிப்பு 'நீர்தான் முதன்மைப் பொருள்' என்ற கருத்தாகும். நீர்தான் மூலப் பொருள்; ஏனைய பொருள்கள் அனைத்தும் அதிலிருந்து தான் தோற்றம் பெறுகின்றன. பூமியானது நீரில் தங்கியிருக்கிறது என்று தேலிஸ் கூறியதாக அரிஸ்டாட்டில் குறிப்பிட்டுள்ளார் (Burnet, 1966:26).

மாறும் தன்மையுடைய உலகப் பொருட்கள் யாவற்றுக்கும் உட்பொருளாக இருப்பது நீர் என்று தேலிஸ் கூறினார். ஏனைய பொருள்கள் யாவற்றையும்விட அதிக உருவம் எடுக்கக்கூடிய பொருள் நீராகும். திடமாக, வாயுவாக, திரவமாக மாறும் தன்மை நீருக்கு உண்டு என்ற தேலிஸின் கொள்கைகளைப் பிரபஞ்சத் தோற்றவியல் நோக்கிலேயே பார்க்க வேண்டும் என்று கூறும் பார்னட் இது தொடர்பான அவருடைய கொள்கைகளைப் பின்வருமாறு வகுத்துத் தந்துள்ளார்.

தேலிஸின் அண்டவியல்:

1. பூமி நீரில் மிதக்கிறது.
2. அனைத்துப் பொருள்களுக்கும் மூல காரணம் நீரே.
3. பொருட்கள் யாவற்றிலும் கடவுளர் நிறைந்துள்ளனர்.

'நீரின் மாற்றங்களை அவதானித்த தேலிஸ் நீரிலிருந்து உலகத் தோற்றம் நிகழ்வதையும் உலகப் பொருட்கள் மீண்டும் நீராக மாறுவதையுமே தாம் கண்டதாக எண்ணியிருக்க வேண்டும்.' சூரியன் நீரை உறிஞ்சுவதாகவும் நீரே மீண்டும் மழையாக வருவதாகவும் இறுதியாக அதுவே நிலமாக மாறுவதாகவும் ஆதி அண்டவியலாளர் கருதினர் (பார்க்க, 1965:53).

தேலிஸ் நீரை மூலக்கூறாக ஆக்கினார். அதாவது முதன்மையான இருப்பு நீராகும். எல்லாம் நீரினால் ஆகின்றன என்பதை நீர்த் தத்துவம் ஆதாரமாகக் கொண்டிருந்தது. பிரபஞ்சம் எவ்வாறு தண்ணீரால் படைக்கப்பட்டது, நீர்ப் பொருள்களாக மாறும்போது என்னென்ன நிகழ்கின்றன போன்ற கேள்விகளுக்கு, தேலிஸ் விடை தரவில்லை. 'ஈரப்பதம்' என்பதை அவதானித்து அதிலிருந்து உயிர்த் தோற்றம் உட்பட எல்லா வடிவ மாற்றங்களும் நிகழ்ந்திருக்கும் என்று அவர்

கருதியிருக்கலாம். அவரது நீர்த் தத்துவம் விளக்கங்கள் குறைந்த, கரடுமுரடான கருத்தாக இருந்தது.

ஆனால், அவரது நீர்த் தத்துவம், தத்துவத்திற்கு எவ்வாறு மூலமாகியது என்பதே இங்கு எழும் கேள்வியாகும். எல்லாம் தண்ணீருள் அடக்கம் என்ற தேலிஸின் கூற்றிலிருந்துதான் இவ்வுண்மை பற்றிய விசாரணையை ஆரம்பிக்க வேண்டும். எனினும் 'இக்கூற்று மென்மையான மெய்யியல் அடித்தளத்தைக் காட்டியுள்ள போதும் அது இவ்வுலகு பற்றிய விஞ்ஞானம் அல்லாது மெய்யியல் ரீதியான விளக்கம் அல்ல' (A.K. Rogers, 1945 : 110).

தேலிஸ் முன்வைத்தவை ஒரு கோட்பாடாக வெற்றிபெறவில்லை. என்றாலும் அவர் எழுப்பிய கேள்வியின் இயல்பும், அது உருவாக்கிய புதிய சிந்தனைக்கான உந்துதலும், இவ்விடயத்தில் அவர்தான் முதன்மையானவர் என்பதை நிரூபித்தன. இப்பிரபஞ்சத்தை இயற்கை ரீதியாகவும் விஞ்ஞான ரீதியாகவும் அதேவேளை புராணவியல், தொன்மைச் சமயங்களின் தொடர்பின்றியும் விளக்கமளிப்பதற்கு எடுக்கப்பட்ட முதல் முயற்சியாகவும் இது அமைந்தது. சாக்ரட்டீஸ் வரை நீடித்த அனைத்து மெய்யியல் போக்குகளையும் கிரேக்கத்தில் தேலிஸின் இக்கோட்பாடே நிர்ணயித்தது என்பது குறிப்பிடத்தக்க அம்சமாகும்.

கால்வாய்களைத் திசைதிருப்பும் பணிகளில் அவர் ஈடுபட்டிருந்ததாக மரபுச் செய்திகள் கூறுகின்றன. குறிப்பாக ஹாலிஸ் நதியைத் திசை திருப்புவதில் பங்கேற்ற பெரிய பொறியியலாளர் என்ற பாராட்டும் அவருக்கு உண்டு. நீரே முதன்மையான மூலக்கூறு என்று அவர் முடிவு செய்வதற்கு அவரது இக்கால்வாய்ப் பணிகள் ஒரு தூண்டுதலாயிருந்திருக்கலாம். எனினும், நீர் பற்றிய அவருடைய ஆழ்ந்த சிந்தனைக்குப் புராணவியல் செல்வாக்கும் அறிவுரீதியான காரணிகளின் செல்வாக்கும் அவரைத் தூண்டியிருக்கலாம். அவர் வாழ்ந்த காலத்தின் கீழைத்தேய, கிரேக்க புராணவியல் நம்பிக்கைகளும் அவரிடம் இப்பாதிப்பை ஏற்படுத்த வாய்ப்பிருந்தது.

மேலும், பபிலோனிய எகிப்திய நாகரிகச் செல்வாக்கும் அவரிடமிருந்தது. இவ்விரு நாடுகளின் நாகரிகங்களிலும் 'நீர்' முக்கிய இடத்தை வகித்தது. பண்டைய நாகரிகங்களிலும் வேதங்களிலும் நீருக்கு மிகுந்த முக்கியத்துவம் தரப்பட்டது. 'கடவுளின் ஆவியானவர் தண்ணீரின் மீது அசைந்தாடிக் கொண்டிருந்தார்' (ஆதியாகமம், 1:2) என்றும் அப்பத்தோடு நீர் மனிதவாழ்விற்கு இன்றியமையாதது என்பதை 'நீங்கள் உண்ணும் அப்பத்தையும் குடிக்கும் நீரையும் நாம் ஆசீர்வதிக்கிறோம்' (யாத்ராகமம்,

23:25) என்றும் பழைய ஏற்பாடு கூறுகிறது. தேலிஸ் மட்டுமல்ல ஹோமர்கூட எல்லாவற்றின் மூலப்பொருளும் தண்ணீர் என்பதை எகிப்திய மதகுருமாரிடமிருந்து கற்றுக் கொண்டதாகப் புளூட்டார்க்கின் பதிவுகள் கூறுகின்றன *(1962:59)*.

அனெக்ஸிமாந்தர்

தேலிஸுக்குப் பிறகு அவரிடத்தை நிரப்புபவர் - தேலிஸின் சீடரான இரண்டாவது மெய்யியலாளர் என்று கருதப்படும் அனெக்ஸிமாந்தர் *(கி.மு. 610-545)* ஆவார். அனெக்ஸிமாந்தர் தேலிஸ் முன்வைத்த கருத்து திருப்தியற்றது என்றார். மூலக்கூறு (தண்ணீர்) திட்டவட்டமான பொருளாக இருப்பது பொருத்தமானது அல்ல என்று கூறினார் 'எபெய்ரோன்', எல்லையற்றது என்ற கருத்தை அவர் முன்வைத்தார். அதாவது பொருட்களின் மூலக்கூறும் ஆதி காரணமும் 'எல்லையற்றது' என அவர் குறிப்பிட்டார். எல்லையற்ற இது, நீரும் அல்ல; ஏனைய மூலகங்களும் அல்ல; அவற்றிலிருந்து இது முற்றிலும் வேறுபட்டது. இதிலிருந்துதான் வானமும் அதில் உள்ள பல்வேறு பொருட்களும் தோன்றுகின்றன என்றார் (பார்க்க, John Burnet, 1965 : 57,58).

எல்லாம் நீரினால் ஆக்கப்பட்டதென்ற தேலிஸின் கூற்று மூடத் தனமான ஒன்றல்ல. அதை விஞ்ஞானக் கருதுகோளாகக் கொள்ள வேண்டும். திருப்தியான மீள் நிர்மாணமொன்றைத் தேலிஸினால் இக்கருதுகோள் விடயத்தில் சாதிக்க முடியவில்லை; ஆயினும், பின்னர் வந்த மிலிட்டஸைச் சேர்ந்தவர்களை அனுபவச் சோதனைகளுக்கு இட்டுச் செல்லும் போக்கு தேலிஸினால் தொடங்கி வைக்கப்பட்டது. 'அவரது மெய்யியலும் விஞ்ஞானமும் முரட்டுத்தன்மையானவை. ஆயினும் சிந்தனைக்கும் அவதானத்திற்குமான தூண்டுதல் அவற்றில் இருந்தன' என்றார் ரஸல் (Russell, 1966:26).

அனெக்ஸிமாந்தர் பற்றிய தியோபிறஸ்தேஸியின் கூற்றுகளை இவ்வாறு சுருக்கமாக நோக்கலாம்:

> பொருட்களின் மூலகமும் ஆதிகாரணமும் எல்லையற்றதென அனெக்ஸிமாந்தர் கூறினார். முதற்காரணத்திற்கு இப்பெயரை முதலில் அறிந்தவர் இவராவார். இது எல்லையற்றது எனினும் இது நீருமல்ல. ஏனைய மூலகங்களுமல்ல. இவற்றிலிருந்து முற்றிலும் வேறுபட்டதான எல்லையற்றதிலிருந்துதான் வானமும் அதில் உள்ள பல்வேறு உலகங்களும் தோன்றுகின்றன. பொருட்கள் யாவும் எதனிடத்தில் தோன்றுகின்றனவோ அதனுள்ளேயே மீண்டும் செல் கின்றன. நித்தியமானதும் வரம்பற்றதுமான இதிலிருந்துதான்

அனெக்ஸிமாந்தர் (கி.மு. 610-546)

அனெக்ஸிமாந்தர் மிலிட்டஸ் நகரில் பிறந்தார் (கி.மு. 610-546). மைலீஸியப் பள்ளியின் இரண்டாம் வாரிசான இவர் தேலிஸின் மாணவர். தேலிஸ் போலவே புதுக் கண்டு பிடிப்புகளினால் புகழ்பெற்றிருந்தார். மைலீஸிய கடலோடிகளுக்கான தேசப் படத்தை வரைந்தார். எல்லாப் பொருள்களும் நீரில் இருந்து தோன்றின என்ற கருத்தை அவர் நிராகரித்தார். ஏனைய மூலக்கூறுகளையும் முதன்மைப் பொருள்  களாக அவர் ஏற்றுக்கொள்ளவில்லை. உலகம் படைக்கப்பட்டதல்ல. அது பரிணாமம் உறுவது. விலங்கு உலகிலும் பரிணாமம் உள்ளது. மூலப் பொருள் வரம்பற்றது என்று அவர் கருதினார். பூமி நீரில் மிதப்பதாகத் தேலிஸ் கருதினார். ஆனால், அது தனியே அந்தரத்தில் நிற்கிறது; அதனைத் தாங்குவதற்கு எதுவும் வேண்டியதில்லை என்றார். அவர் பூமி கோள வடிவானதென்று கூறவில்லை. பூமியை அவர் உருளை (cylinder) வடிவமானது என்றார். அனெக்ஸிமாந்தர் மூலப் பொருளை வரம்பற்றதாக்கினார். வரம்பற்றதனுள்ளே எண்ணிறந்த உலகங்கள் இருந்தன என அவர் கூறுகிறார். இவ்வுலகங்கள் தோன்றுவதும் அழிவதும் முடிவில்லாது நிகழ்வதாகவும் கருதப்பட்டது. பிதாகரியவாதிகள் பிரபஞ்சவியல் தொடர்பாக அனெக்ஸிமாந்தரையே பெரிதும் பின்பற்றினர்.

பொருட்கள் யாவும் தோன்றுகின்றன. அதனுள்ளேயே யாவும் சென்று மறைகின்றன (பார்னட், 1965: 38).

உலகப் பொருட்களின் தோற்றத்திற்குக் காரணமான ஒன்று உலகப் பொருளாக இருக்க முடியாது என்று அனெக்ஸிமாந்தர் கருதினார். 'எல்லையற்றது' பற்றிய ஆய்வு இதற்குச் சார்பான கருத்தையே முன்வைக்கிறது. எல்லையற்றது மூலகங்களுக்குப் புறம்பானதென்று அரிஸ்டாட்டில் விளக்கியுள்ளார். மூலகங்கள் இதிலிருந்து தோன்றுகின்றன. உலகத்தின் தோற்றத்திற்குக் காரணமான முரண்பாடுகளின் பூசலுடன்தான் அனெக்ஸிமாந்தர் ஆரம்பித்துள்ளார்.

'முதற் காரணத்திற்கு' எல்லையற்றது என்ற பெயரை முதலில் வழங்கியவர் அனெக்ஸிமாந்தராவார். எல்லையற்றதும் வடிவமற்றது

மான ஒன்றிலிருந்து வெவ்வேறு வகையான இவ்வுலகம் எவ்வாறு தோன்றியது என்ற கேள்விக்கு அவரிடம் உறுதியான விடை இருக்கவில்லை. ஆனால், ஒன்றையொன்று எதிர்க்கும் முரண்பாட்டின் பூசலிலிருந்து உலகத் தோற்றக் கருத்தை அனெக்ஸிமாந்தர் விளக்க முற்பட்டதாகக் கருதலாம். உலகத்தின் தோற்றத்திற்குக் காரணமான முரண்பாடுகளின் போராட்டத்துடனேயே, அனெக்ஸிமாந்தர் விளக்கம் தர முற்பட்டதாகக் கருத இடமுண்டு.

கிரேக்கர்களின் 'நீதி'க் கருத்து மனிதர்க்கு மட்டுமானதல்ல; அது பிரபஞ்சத்திற்கும் உரியது. நீர் ஈரமானது; தீ வெப்பமுள்ளது. இவை ஒன்றையொன்று எதிர்ப்பன. 'உலகத்தின் தோற்றத்திற்குக் காரணமான முரண்பாடுகளின் போராட்டத்துடனேயே, அனெக்ஸிமாந்தர் ஆரம்பிப்பதாகக் கருதலாம். நீரும் தீயும் ஆன ஒவ்வொரு மூலகமும் தத்தமது ஆதிக்கத்தை வலுப்படுத்த முயலுகின்றன. சூடு குளிர்ச்சிக்கு எதிரானது. ஈரப்பதம் வறட்சிக்கு எதிரானது. உலகத் தோற்றத்திற்குக் காரணமான முரண்பாடுகளின் மோதலை அனெக்ஸிமாந்தர் இதனூடாகக் கூறுவதாகக் கொள்ள முடியும்.

நித்தியப் பொருளில் இருந்து அல்லது வரம்பற்றதிலிருந்து உலக ஆக்கம் நடைபெறுகிறது. சூட்டையும் குளிரையும் ஏற்படுத்தக்கூடிய ஒரு பொருள் உருவாகிறது. இப்பொருளிலிருந்து ஒரு தீக்கோளம் எழுகிறது. இத்தீக்கோளத்திலிருந்து சூரியன், சந்திரன், நட்சத்திரம் என்பன தோன்றின. குளிர், காற்றினால் சூழப்பட்ட நிலமாக ஆகின்றது. அதிலிருந்து நிலம், காற்று, நீர் முதலியன தோன்றுகின்றன.

குளிரும் சூடும் பிரிக்கப்பட்டதன் பின்னர் தீயின் சூடு உலகின் குளிர்ந்த உட்பகுதியைக் காற்றாக மாற்றுகிறது. ஈரமும் குளிரும் கொண்ட பொருளிலிருந்து பூமியும் கடலும் தோன்றுகின்றன. பூமி எதனது உதவியிலும் தங்கியிருக்கவில்லை. அது அந்தரத்தில் தனியே ஊசலாடுகிறது. அது எல்லாவற்றிலிருந்தும் சமதூரத்தில் உள்ளது. அனெக்ஸிமாந்தருக்குப் பூமி உருண்டையானதாகத் தென்படவில்லை. உருவத்தில் அது ஒரு கல்தூண் போல் உள்ளது. அதன் ஒரு பரப்பில் மனிதர் வாழ்கின்றார். பூமி நீரில் மிதப்பதாகத் தேலிஸ் கூறியிருந்தார். ஆனால், அது தனியே அந்தரத்தில் நிற்பதாக அனெக்ஸிமாந்தர் கூறுகிறார். சூரியன் பூமியைப் போல பலமடங்கு பெரியதென்றும் சந்திரன் பூமியைப் போல 19 மடங்கு பெரியதென்றும் குறிப்பிட்டார். உலகின் இயல்பு பற்றிய அனெக்ஸிமாந்தரின் கற்பனை உண்மையில் மிகவும் துணிச்சலானது என பார்னட் கூறுகிறார் *(பார்க்க: 1965: 73,74, Bryan Magee, 1998:(3).*

அனெக்ஸிமாந்தர் ஒரு சூரிய கடிகாரத்தை அமைத்தார். நிலம், கடல் பற்றிய வரைபடத்தையும் அவர் வரைந்ததுடன் பல்வகை வானியல் கருவிகளையும் அவர் உருவாக்கியுள்ளார். கென்யோன் ரோஜஸ் (1945) இதுபற்றிக் கூறும்போது இத்தகைய பொதுக் கருத்தொன்றி லிருந்து அனெக்ஸிமாந்தரின் பிரபஞ்சத் தோற்றவியல் உலகைப் பார்ப்பதில் அவசியமான ஒரு விஞ்ஞானப் பார்வையை வழங்கி யுள்ளது. கிரேக்க மனம் அறிவுரீதியாக வேகமாகப் பயணம் செய்தது என்பதற்கு இது ஓர் அடையாளம் என அவர் குறிப்பிட்டுள்ளார் (பார்க்க: 1945:13).

அனெக்ஸிமினிஸ்

அனெக்ஸிமாந்தரின் சிந்தனையைத் தழுவியவராக அனெக்ஸிமினிஸ் (கி.மு. 585-525) கருதப்படுகிறார். எளிதில் விலக்கப்பட முடியாத பல கருத்துகளை முன்வைத்தவர்களில் இவரும் ஒருவர். அனெக்ஸி மாந்தரைப் போலவே இவரும் அடிப்படைப் பதார்த்தமானது ஒன்றெனவும் அது எல்லையற்றதெனவும் கூறினார். ஆனால், அது விவரிக்கப்படக்கூடியதென்பது அனெக்ஸிமினிஸின் கருத்தாகும். அனெக்ஸிமினிஸ், காற்றை மூலக்கோட்பாடாக வெளிப்படுத்தினார்:

> 'ஒவ்வொன்றும் அதிலிருந்தே எழுகின்றது. ஒவ்வொன்றும் அதற் குள்ளேயே கரைந்து போகின்றது' என்று பிரகடனம் செய்தார். இங்குக் காற்று என்பது மூச்சும் ஆவியுமாகும். காற்றாகிய நமது ஆத்மா உடலை ஒன்றாக வைத்திருப்பதற்கு ஒப்பாக ஓர் ஆவியும் காற்றும் உலகம் முழுவதையும் ஒன்றாகப் பிடித்து வைத்துள்ளன. ஆத்மாவும் காற்றும் ஒரு பொதுவான ஊடகமாகக் கருதப்படு கின்றது (பார்க்க: எங்கெல்ஸ், 1975:306).

காற்று எப்போதும் இயங்கிக் கொண்டிருப்பதாகவும் குளிர், சூடு, ஈரம், இயக்கம் என்பனவற்றினூடாக அது உணர்வுகளுக்குப் புலப்படக் கூடியதாகவும் இருக்கிறது. காற்று அடர்த்தியாகவும் மென்மையாகவும் இருக்கிறது. காற்று அழுத்தப்படும் போது மேகங்களும், மேகங்கள் அழுத்தப்படும் போது நீரும் உண்டாகின்றன. நீர் அழுத்தப்படும் போது மண்ணும், மண் அழுத்தப்படும் போது கற்களும் தோன்றுகின்றன. அனெக்ஸிமினிஸின் 'இக்கொள்கையின் இயைபு பற்றி பல்வேறு கருத்துகள் கூறப்பட்டாலும் இது மைலீசியரின் பொதுக் கருத்தை மேலும் வலியுறுத்துகிறது என்பது முக்கியமானதாகும். 'எல்லாப் பொருட் களும் ஒரு பொருளின் மாறுபாடுகளே; அம்மாறு பாடுகள் யாவும் பௌதிக வேறுபாடுகளே' என்பதுதான் அது. இது அனெக்ஸிமினிஸால் மேலும் வலியுறுத்தப்பட்டுள்ளமை முக்கிய அம்சம் எனக் கூறலாம்.

அனெக்ஸிமினிஸ் (கி.மு. 585-525)

மைலீஸிய முப்பெரும் சிந்தனையாளர்களில் இறுதியானவர் அனெக்ஸிமினிஸ். தியோபிறஸ்தேஸியின் கூற்றுப்படி இவர் அனெக்ஸிமாந்தரின் சிந்தனைகளைத் தழுவியவர். மைலீஸிய மரபில் மேலும் புதிய முன்னேற்றங்களுக்கு வழிவகுத்தவர். கி.மு. 546 காலப்பகுதியில் அவர் செல்வாக்குடன் விளங்கினார். இவரது வாழ்வுக் காலத்தை அடிப்படையாகக் கொண்டு மைலீஸிய மரபு மூன்று தலைமுறைகளைக் கொண்டிருந்ததாக ஜோன் பார்னட் கூறுகிறார். தமது முன்னோடிச் சிந்தனையாளரைவிட வேறுபட்ட வகையில் தமது மெய்யியல் சிந்தனைகளை வகுத்தார். இதனால் அனெக்ஸிமாந்தரின் கொள்கைகளைவிட இவரது கொள்கைகள் வேறுபட்டிருந்தன. எனினும் அடிப்படைப் பொருள் ஒன்று; அது எல்லையற்றது என்ற முன்னோடியின் கருத்தை அவர் ஏற்றிருந்தார். அவர் அடிப்படை மூலப்பொருள் காற்று என்று கூறினார். மூலப் பொருளை விவரிக்க முடியாதது என்று அனெக்ஸிமாந்தரைப் போல அனெக்ஸிமினிஸ் கூறவில்லை.

அது காற்று, விவரிக்கக் கூடியது என்றார். மூலக்கூறு பற்றிய கொள்கையில் அனெக்ஸிமாந்தரைப் பின்பற்றாது அவர் தேலிஸின் சிந்தனைக்குச் சமமான கருத்தைப் பின்பற்றினார். உலகம் பற்றிய தமது கொள்கைக்கு அனெக்ஸிமினிஸிற்கே தாம் பெரிதும் கடன் பட்டிருப்பதாக பிதாகரஸ் கருதினார்.

காற்று திரட்டப்பட்ட போது பூமி முதலில் உண்டாகியது. காற்று அதனைத் தாங்குகிறது. பூமியின் ஈரத்திலிருந்து வான சோதிகள் உண்டாக்கப்படுகின்றன. பூமியானது காற்றில் மிதக்கும் மேசை வடிவான தட்டு என்றும் சூரியன், சந்திரன், நட்சத்திரங்கள் என்பன காற்றில் மிதப்பவை என்றும் அவர் கருதினார். அனெக்ஸிமினிஸின் இக்கொள்கையைப் பின்வருமாறு கூறலாம்: காற்றின் தளர்ச்சியிலிருந்தும் செறிவு அல்லது அடர்த்தியிலிருந்தும் பொருள்கள் உருவாகின. நீர், ஆவியின் அடர்த்தியிலிருந்து பிறக்கிறது. தீ, காற்றின் தளர்நிலையிலிருந்து பிறக்கிறது.

விமர்சனங்களுக்கும் திருத்தங்களுக்கும் உள்ளானபோதும் தேலிஸ் வகுத்த 'மூலப்பொருள்' கோட்பாடு கிரேக்கச் சிந்தனையை ஒழுங் கமைப்பதில் முக்கிய பங்காற்றியது. அடிப்படைப் புறப் பொருள் 'நீர்' என்று தேலிஸ் குறிப்பிட்டார். அதை அனெக்ஸிமாந்தர் 'எல்லையற்ற' தென்றார். அனெக்ஸிமினிஸ் (கி.மு.585-525) 'காற்று' என்றார். பிதாகரஸ் (கி.மு. 570-495) 'எண்' என்றார். எலாட்டிக்ஸ் 'இருத்தல்' என்றார். ஹெராக்ளிட்டஸ் (கி.மு. 535-475) 'எல்லாம் தீயிலிருந்து தோன்றுகின்றன; எல்லாம் தீக்கே திரும்புகின்றன' என்றார். டேமோக்ரிட்டஸ் (கி.மு. 460-370) இயற்கையின் அடிப்படை மூலப்பொருள் 'அணு' என்றார்.

இவ்வாறு கிரேக்க மெய்யியலின் முதற்கட்டத்தில் பிரபஞ்சவியல் (அண்டவியல்)தான் அடிப்படைப் பண்பாக இருந்தது. அது தேலிஸின் வழிகாட்டலிலிருந்தே தனது பாதையை வகுத்துக் கொண்டது. கி.மு. 6ஆம் நூற்றாண்டில் மெய்யியலும் விஞ்ஞானமும் ஒன்றாகக் கலந்து தோன்றியதை தேலிஸின் பங்களிப்பு நன்கு உணர்த்துகிறது.

இந்தச் சிந்தனையாளர்கள் கணித முறைகளிலிருந்தும் வானவியல் ஆய்வுகளிலிருந்தும் 'உலகுபற்றிய மெய்யியல் முறையை அமைக்கும் அசாதாரணத் துணிச்சல் உடையவர்களாகவும் இருந்தனர்.' இவர்கள் ஒவ்வொருவரும் ஒவ்வொரு திசையில் உலகு பற்றிய அறிவு வளர்வதற்கு வழி செய்தனர். கிரேக்கரிடம் அவதானத் திறன் இருந்தது. மருத்துவக் கலையில் அவர்கள் தேர்ச்சி பெற்றிருந்ததால் இப்பண்பு அவர்களிடம் இயல்பாகவே ஒரு திறனாக வளர்ச்சி பெற்றிருந்தது. சில குறைபாடு களிருந்தாலும் விஞ்ஞான அறிவு, முறையியல் என்பனவற்றில் அவர் களின் பங்களிப்பு குறிப்பிடத்தக்க முன்னேற்றத்தை வெளிப்படுத்தியது.

> விஞ்ஞான முறையான கருதுகோள்கள் பற்றி அவர்கள் அறிந்திருக்க வில்லை. தாம் கருதியவை அனைத்தும் உண்மையானவை என அவர்கள் நம்பினர். ஆனால், செம்மையான ஓர் உள்ளுணர்வினால் சரியான வழியில் செலுத்தப்பட்டனர். இறுதியில் உலகு முழுவதையும் பற்றி ஆராயக்கூடிய அளவுக்கு வளர்ச்சியடைந்த விஞ்ஞான முறையை முதன் முதலில் உருவாக்கிய பெருமைக்குரியவர்களாகக் கிரேக்கரே காணப்படுகின்றனர் (John Bernet, 1965:31).

தேலிஸ் உள்பட, சாக்ரட்டீஸிற்கு முந்தைய மெய்யியலாளர்கள் இயற்கையியல் காலப் பிரிவைப் பிரதிபலித்தனர் எனக் கருதலாம். குறிப்பாகப் புற இயற்கையைப் பற்றி ஒன்றுடன் ஒன்று தொடர்பான இரு பிரச்சினைகளை அவர்கள் கையாண்டனர். அதில் முதலாவது, பதார்த்தம் *(சப்ஸ்டன்ஸ்)* பற்றியது. அது அடிப்படையான பொருள்.

இரண்டாவது, மாற்றம் பற்றியது. அடிப்படைப் பொருள்கள் மாற்றமடைந்து புலனாவதற்கான படிமுறைகளின் இயல்பு என்பது கருத்தில் கொள்ளப்பட்டது. மைலீசிய மெய்யியலாளரும் பிதாகரியவாதிகளும் பெரும்பாலும் இவ்விரு பிரச்சினைகளையும் ஒன்றுடன் ஒன்று கலந்ததாகவே கருதினர். அடிப்படைப் பொருள் பெற்றிருந்த அமைப்பையும் அது பொருள்களாக மாறியதையும் விளக்குவதில் அவர்கள் அதிக கவனம் செலுத்தியதாகக் கருதலாம். *(பார்க்க: **1915:17**)*.

உண்மையில் மைலீசியரின் அதிஉயர் பங்களிப்பு ஏனைய துறைகளிலிருந்து மெய்யியல் பார்வையைப் பிரித்து உணர்ந்ததில்தான் பெரிதும் தங்கியுள்ளது. புராண, இதிகாசங்களைக் கடந்து இயற்கை அறிவில் அவர்கள் ஒரேமுகமான கருத்தைச் செலுத்தினர். அவதானிக்கப்பட்ட காரணிகளையும் நேர்வுகளையும் ஆய்வுக்கு எடுத்துக்கொண்டதோடு அவற்றிலிருந்து பகுத்தறிவுபூர்வமான ஊகங்களுக்கும் அவர்கள் முன்னேறினர். அவர்கள் நம்பிக்கையுடன் கையாண்ட பகுத்தறிவு முறைதான் *(ரெஷனல் மெதட்)* மெய்யியலின் தோற்றத்திற்கும் ஆதாரமாய் அமைந்தது.

3

சாக்ரட்டீஸ் யுகம்

கி. மு. 5ஆம் நூற்றாண்டு அளவில் கிரேக்கம் முன்னணி இடத்தைப் பெறுகிறது. பாரசீக யுத்தங்களில் பெற்ற வெற்றியின் காரணமாக ஏதென்ஸ் கலாச்சாரம் புத்துயிர்ப்பையும் வளர்ச்சியையும் நோக்கி முன்னேறியதைக் காணமுடிகிறது. ஏதேனிய நகரக் குடிமக்கள் இயற்கை அறிவுசார்ந்த பிரச்சினைகளைத் தீர்த்துக்கொண்டனர்; அத்துடன் ஏனைய மனிதர்களை ஆதிக்கம் செலுத்தும் கருவிகளையும் அரசியல் அதிகாரங்களைக் கைப்பற்றுவதையும் முக்கிய செயற்பாடு களாக்கினர். பிரபஞ்சவியல், இயற்கை உலகு என்பனவற்றை மட்டும் இலக்காகக் கொண்டிருந்த ஆய்வு மனப்பாங்கு மனிதனின் இயல்பை யும், அரசியலையும், ஒழுக்கத்தையும் நோக்கியதாக மாறும் கால மாகவும் இது அமைந்தது.

மக்களும் பிரபுக்களும் நடத்திய பெரிய போராட்டங்களின் விளைவாக ஜனநாயகம் எல்லா நகர்ப்புறங்களிலும் பெரும் வெற்றியை ஈட்டிக்கொண்டது. ஆனால் ஏதேனிய ஜனநாயகம் வித்தியாசமானது. அப்போது தனித்தனி தேசங்கள் அனைத்திற்குமான ஒரு பொது 'அரசு' அங்கு இருக்கவில்லை. ஒவ்வொரு நகரமும் ஒரு கிராமத்தைப் போன்று தனக்குரிய சுதந்திரத்தை அனுபவித்தது. சிறிய அரசுகள், குறைந்த அளவு மக்கள். இதனால் அவர்கள் நேராகவே தமது ஜனநாயக அரசின் பிரதிநிதிகளாகச் செயல்பட்டனர். அவர்களே அரசியல்வாதிகளாகவும் சட்டமியற்றுவோராகவும் விளங்கினர். சட்ட வல்லுநர்கள் இருக்க வில்லை. ஒவ்வொரு குடிமகனும் தனது வழக்குகளைத் தானே நீதிமன்றத்தில் வாதாடினான். இதனால் தனது சொத்துக்களைப் பாதுகாக்கவும், தனது நலன்களுக்கு அபாயம் ஏற்படாது தடுக்கவும் ஒவ்வொருவரும் வழக்காடும் திறமையை (அல்லது வாதத் திறமையை) வளர்த்துக் கொள்வது இன்றியமையாததாய் இருந்தது.

இதேவேளை சிறு சிறு நகரப் பிரிவுகளாக ஜனநாயக அமைப்புகள் பிரிவுபட்டிருந்தமை 'நாடு' என்ற பொது ஒருமைப்பாட்டிற்கு எதிரானதாக அமைந்தது. ஜனநாயகம் அதன் முறையினால் உயர்ந்த நிலையில் காணப்பட்ட போதும் அடிமைகள் நிறுவனத்தை அது தொட்டுக்கூடப் பார்க்கவில்லை. குறிப்பாக ஏதென்ஸ் நகரில் ஏழைக் குடிமக்கள் செல்வந்தர்களுக்கு எதிரான மனோபாவத்தை வெளிப்படுத்தி வந்தனர். செல்வந்தர்களும் பிரபுக்களும் ஆன்மிகம் பற்றி அறியாதவர்களாகவும், ஒழுக்க மாண்புகளுக்கு எதிரானவர்களாகவும், ஜனநாயகத்தைச் சிதைக்கக் கூடியவர்களாகவும் செயல்பட்டனர். அரசியல் ஜனநாயகம் கலாச்சாரப் பழைமைவாதத்தில் சிக்குண்டிருந்தது. கலாச்சார மீள்பார்வையை வலியுறுத்தியவர்கள் குழப்பக்காரர்களாக அடையாளமிடப்பட்டனர்.

மக்களின் ஆன்மிக சமய உணர்வுகள் புதிய சிந்தனைப் போக்குகளால் வீழ்ச்சியடைந்திருந்தன. கிரேக்கத்தில் கல்வி கற்ற எவரும் தெய்வ பக்திக்கு முதன்மை இடத்தைத் தரவில்லை. பகுத்தறிவுவாதமும் ஜனநாயகமும் மக்களின் நம்பிக்கைகளிலும் மரபுகளிலும் பெரும் தாக்கத்தை ஏற்படுத்தியிருந்தன. எல்லா ஒழுக்க மரபுகளும், வழக்காறுகளும், சட்டங்களும் விமர்சிக்கப்பட்டு நிராகரிக்கப்பட்டன. அதனால் கிரேக்கத்தில் இந்த யுகம் எதிர்த்தன்மைகளின் வெளிப்பாடாகவும் கண்டனங்கள், ஆக்க மறுப்பு ஆகிய கொள்கைகளின் செல்வாக்கு மிக்க காலமாகவும் மாறியிருந்தது. அறிவும் சிந்தனையும் பல சந்தர்ப்பங்களில் சமூகச் சூழலின் எதிர் வினைகளாகவே உருவாக்கம் பெறுகின்றன. அக்காலப் பிரிவில் மனிதப் பிரச்சினைகளில் அறிவைப் பயன்படுத்தும் போக்கு அதிகரித்திருந்தது. ஒழுக்கப் பிரச்சினை, மனிதன் பற்றிய சிந்தனை என்பன முக்கியத்துவம் பெற்றன. இக்கால கட்டத்தை மூன்று சிறப்புப் பிரிவுகளுக்குள் உள்ளடக்கலாம். ஸோபிஸ்டுகள், சாக்ரட்டீஸ், பிந்தைய சாக்ரட்டீஸ் சிந்தனைகள் என இது அமையும்.

ஸோபிஸ்டுகள்

சாக்ரட்டீஸுக்கு முந்தைய முறைமைகளில் ஐயவாத இயக்கம், புரோட்டகோரஸின் சிந்தனைச் செல்வாக்கில் முதன்மை இடத்தைப் பெற்றிருந்தது. புரோட்டகோரஸ் ஸோபிஸ்டுகளின் முக்கியத் தலைவராக விளங்கினார். இவரிடமிருந்துதான் ஸோபிஸ்டு (விதண்டாவாதிகள்) இயக்கத்தின் 'மனிதனே அனைத்திற்குமான அளவுகோல்' என்ற முதன்மைக் கொள்கைக் குரல் உலகிற்குக் கிடைத்தது. கோட்பாட்டின் பெறுமானத்தை இயற்கையில் மனிதனே தீர்மானிக்கின்றான்

என்ற கொள்கையை அவர் வலியுறுத்தினார். வேறு வார்த்தைகளில் கூறினால் உண்மை அதன் தூய நிலையில் சார்புத்தன்மையும் அகவயத் தன்மையும் கொண்டதாகும் என்பதையும் அது நினைவூட்டியது. எது, ஒருவனுக்கு மெய்யானதாகவும் பொய்யானதாகவும் தெரிகின்றதோ அதுதான் உண்மையும் பொய்யுமாகும். எனது உண்மையுடன் உனது உண்மையை அளவீடு செய்வதற்கு எந்தக் கருவிகளும் கிடையாது. அவனே அவனுக்கான மேல்முறையீட்டு நீதிமன்றம் என்ற நிலைதான் உள்ளது.

புலனுணர்வும் உணர்ச்சிகளும் தனிப்பட்டவை; அவை எனக்கு உரியவை. இவற்றை ஏனையோரிடம் பகிரமுடியாது எனப் புரோட்டகோரஸ் குறிப்பிட்டார். அவரது கருத்தில் புலனுணர்வு தொடர்பாடல் அற்றது; ஆனால் பகுத்தறிவுத் தொடர்பாடலுக்கு உட்பட்டது; பொதுமையானது. நிறக்குருடு உள்ளவனுக்கு 'சிவப்பு நிறம் பற்றிய புலனுணர்வை' எவ்விதத்திலும் தொடர்பாடலுக்கு உள்ளாக்க முடியாது என்றார்.

புரோட்டகோரஸ் கல்வியின் முக்கியத்துவத்தை வலியுறுத்தினார். சிந்தனையும் கல்வியும் நல்ல குடிமகனை உருவாக்க உதவுகின்றன என்பது அவரது அடிப்படைச் சிந்தனையாகும். 'ஸோபிஸ்டு' என்பது ஆரம்பத்தில் தவறான அர்த்தத்தில் பயன்படுத்தப்படவில்லை. அதன் அர்த்தம் தற்காலத்தில் 'பேராசிரியர்' என்று கூறுவதற்குச் சமமான தாகும். சில விடயங்களை இளைஞர்களுக்குப் போதிப்பதன் மூலம் ஸோபிஸ்டுகள் தமது வாழ்விற்கான ஊதியத்தைப் பெற்றுக்கொண்டனர். (Russel, 1966).

இளைஞர்களுக்கு நடைமுறையில் பயன்படக்கூடிய விடயங்களை அவர்கள் போதித்தனர். பொதுவான கல்வி அமைப்பு அப்போது காணப்படாததால் தனிப்பட்டவர்கள் தரும் கட்டணங்களைக் கொண்டு தனிப்பட்ட போதனை முறையாகத் தமது கருத்துகளை அவர்கள் வழங்கினர். 'நடைமுறைச் செயல்திறனையும் உயர்ந்த மனவளத்தையும் யார் பெற்றுக்கொள்ள விரும்புகின்றார்களோ' அவர்களுக்குப் பணத்தைப் பெற்றுக்கொண்டு புரோட்டகோரஸும் அவரது தோழர்களும் கல்வியை வழங்கினர் (Zeller, ப. 1299, 1966). கல்விப் போதனைக்காகப் பணம் பெற்றுக்கொள்ளும் ஸோபிஸ்டு களின் நடைமுறையைப் பிளேட்டோ எதிர்த்தார்.

ஸோபிஸ்டுகளின் போதனைகள் அன்றைய பிரச்சினைகளையும் அறிவுத் தேவைகளையும் அனுசரிக்கும் வகையில் அமைந்திருந்தன. ஸோபிஸ்டுகள் அவர்களின் காலத்தை விவரிப்பவர்களாகவும் அவர்கள்

வாழ்ந்த யுகத்தின் குழந்தைகளாகவும் விளங்கினர் என ஸ்டேஸ் (**1950**) குறிப்பிடுகின்றார்.

ஸோபிஸ்டுகளின் போதனைகள் சமய ஒழுக்கம் சார்ந்தவை அல்ல. அவர்கள் வாதிடும் கலையைப் படிப்பித்தனர். அதற்குத் தேவையான விளக்கத்தையும் அறிவையும் அவர்கள் வழங்கினர். எந்த ஒரு கருத்தாக இருந்தாலும் அதை எவ்வாறு எதிர்கொள்வது, அதற்குச் சார்பாகவோ எதிராகவோ வாதிட்டுத் திறமையை எவ்வாறு வெளிப்படுத்துவது என்பன அவர்களின் கல்விப் போதனையில் முக்கிய இடத்தைப் பெற்றிருந்தன. அவர்களின் வாதங்களின் மைய அடிப்படை ஐய வாதத்தை உட்படுத்தியதாக இருந்தது.

ஸோபிஸ்டுகளில் மற்றொரு முதன்மைச் சிந்தனையாளரான ஜோர்ஜியாஸ் (கி.மு.**483-375**) *இல்லாமை அல்லது இயற்கை பற்றி* என்ற தமது நூலில் பின்வருமாறு குறிப்பிட்டார். 'முதலாவதாக, எதுவும் இருப்புடையது அல்ல. இரண்டாவதாக, அப்படி ஏதேனும் ஒன்று இருந்தால் மனிதனால் அதைப் புரிந்துகொள்ள முடியாது, அப்படி அதைப் புரிந்துகொள்ள முடிந்தாலும் நிச்சயமாக அது மற்றவருக்கு வெளிப்படுத்தக் கூடியதாகவோ பரிமாற்றப்படக் கூடியதாகவோ இருக்காது.'

இன்னொரு வகையில் கூறுவதானால் சமயத்தையோ ஒழுக்கத்தையோ பற்றி போதிப்பது அவர்களின் நோக்கமாக இருக்கவில்லை. அவர்கள் வாதாடும் கலையைக் கற்றுக் கொடுத்தனர். தற்காலத்தின் சட்டவாதியைப் போல் ஒரு கருத்தைப் பற்றிச் சார்பாகவும் எதிராகவும் எப்படி வாதிடுவது என்ற கலையை அவர்கள் மாணவர்களுக்குக் கற்றுத் தந்தனர். சமயச் சிந்தனைகளிலும், ஒழுக்கத்தை வளர்ப்பதிலும் ஈடுபட்டு இருந்தவர்களுக்கு இவர்களின் போதனை அதிர்ச்சியூட்டுவதாக இருந்தது.

புரோட்டகோரஸ், ஜோர்ஜியாஸ் போன்றவர்களுக்குப் பின்வந்தவர்கள் இக்கல்வி மரபை மேலும் கடிமான எல்லைகளுக்கு இட்டுச் சென்றனர். தமது முந்தைய சிந்தனையாளர்கள் பயன்படுத்திய சில அடிப்படைக் கோட்பாடுகளை அரசியலுக்கும் ஒழுக்க வியலுக்கும் நடைமுறை வாழ்வின் தேவைகளுக்கும் அவர்கள் பயன்படுத்தினர்.

புறவய உண்மை என எதுவும் இல்லை. உண்மை என்பது அவரவர் புலக்காட்சிக்கும் அதன் வழியிலான நோக்கிற்குமே உரியதாயின் புறவய ஒழுக்க விதி என ஒன்று இருக்க முடியாது. ஒருவர் எது சரி என்று நினைக்கின்றாரோ அவருக்கு அது சரி. எனது உணர்ச்சியும் புலனுணர்வும் என்னைத் தான் பிணித்துள்ளது, ஏனையவர்களை

அல்ல. அதனால் பொதுமையான வலிதான *(வேலிட்)* நீதியை எல்லோருக்குமானதாக ஆக்க முடியாது. இவ்வாறு சோபிஸ்ட்டுகள் தனிநபரின் உணர்ச்சியூடாகவே ஒழுக்கத்தை இனம் கண்டனர். எது சரியானது என்று நான் நினைக்கின்றேனோ அது எனக்குச் சரியானது. எது சரியானது என நீ நினைக்கின்றாயோ அது உனக்குச் சரியானது என்று போலஸ், திரேசிமாக்கஸ், கிறிட்டியாஸ் போன்றோர் இக்கொள்கையைப் பேசி வந்தனர். உண்மையில் சோபிஸ்டுகளின் இந்தக் கொள்கை ஆக்கபூர்வமற்றதாகவும் சமூக மறுப்பிற்கு உரிய தாகவுமே இருந்தது என்பர். *(பார்க்க:* W.T Stace :1950,118.119*)*

இறுக்கமான பொருளில் ஸோபிஸ்டுகள் மெய்யியலாளர்கள் என்று கருதப்படுவதில்லை. மெய்யியல் பிரச்சினைகளில் அதிக அக்கறை செலுத்தித் தமது கொள்கைகளை வடிவமைப்பதில் அவர்கள் ஈடுபட்டவர்கள் அல்லர். அவர்கள் நடைமுறை விடயத்திற்கு முக்கியத்துவம் தந்தார்கள். தமது காலத்தில் மக்கள் செல்வாக்கைப் பெற்றிருந்த எந்த விடயம் பற்றியும் தமது பாணியில் போதனைகளை வழங்கினார்கள். ஸோபிஸ்டுகள் 'ஒழுக்கத்தின் ஆசான்கள்' என்று வர்ணிக்கப்பட்டனர். உண்மையில் அது ஒழுக்கத்தை மட்டும் கொண்ட வர்ணிப்பாக அமையவில்லை. ஒரு மனிதன் தனது செயற்பாடுகளை வெற்றிகரமாகச் செய்வதற்கு உள்ள இயல்ஆற்றல் என்ற கருத்தையே அது பெரிதும் உள்ளடக்கி இருந்தது. எவ்வாறாயினும் மெய்யியலுக்கான அவர்களது பங்களிப்பு மெய்யியலில் மனித அம்சத்தை முதன்மைப் படுத்தியதில் பெரிதும் தங்கியிருந்ததாகக் கருதலாம்.

சாக்ரட்டீஸ்

சாக்ரட்டீஸ் கி.மு.399இல் இறந்தார். அப்போது அவரது வயது எழுபது அல்லது எழுபதுக்குச் சற்று அதிகம். அவர் கி.மு. 469இல் பிறந்திருக்க வேண்டும். சாக்ரட்டீஸ் தந்தையின் தொழிலான சிற்ப வேலையைச் செய்துவந்துள்ளதாகத் தெரிகிறது. மிக இளமைக் காலத்திலேயே அத்தொழிலைக் கைவிட்டுத் தனது வாழ்வின் முக்கிய குறிக்கோளான மெய்யியல் சிந்தனைக்குத் தன்னை அர்ப்பணித்துக் கொண்டார். இருபது வயதில் தனது சிந்தனைப் பணியை சாக்ரட்டீஸ் ஏதென்ஸ் நகரில் ஆரம்பித்தார். நாட்டுச் சட்டத்தின் மீதான தனது பற்றுறுதியை நிலைநாட்டுவதற்காக விஷம் அருந்தி மரணத்தைத் தழுவும் வரை இப்பணியை அவர் தொடர்ந்தார்.

மெய்யியலுக்கு சாக்ரட்டீஸின் பங்களிப்புப் பற்றித் தெளிவான விவரங்கள் இல்லை. இது தொடர்பாகக் கருத்து முரண்பாடுகள்

உள்ளன. இக்கருத்து முரண்பாடு ‘சாக்ரட்டீயப் பிரச்சினைகள்’ என்று கூறப்படுகின்றது. அவர் தனது சிந்தனைகள் எதையும் எழுத்தில் விட்டுச் செல்லாததுதான் இப்பிரச்சினைக்குக் காரணம். பிளேட்டோவின் மெய்யியல் சிந்தனைகளைத் தூண்டும் முதன்மைச் சக்தியாக சாக்ரட்டீஸ் இருந்தார். பிளேட்டோவின் *குடியரசு* படைப்பின் பிரதான சாக்ரட்டீஸ் பாத்திரம், சாக்ரட்டீஸின் கருத்துகள் மற்றும் சிந்தனைகளின் பிரதி பலிப்பே என ஜோன் பார்னட் கருதுகின்றார்.

சாக்ரட்டீஸிற்கு முந்தைய மெய்யியல் சிந்தனைகள் யாவும் சாக்ரட்டீஸிற்கு முந்தைய மெய்யியல் என்று கூறப்படுகின்றது. கிரேக்க மெய்யியலில் சாக்ரட்டீஸிற்கு உரிய அறுதியான இடம் இதன் மூலம் தெரிகிறது. அவருக்கு முந்தைய எல்லாச் சிந்தனையாளர்களும் அதாவது சமகாலத்தவர் உள்பட சாக்ரட்டீஸிற்கு முந்தியோர் என்று அழைக்கப்பட்ட, அனைவரும் தமது சிந்தனைகளைப் பிரபஞ்சவியல், இயற்கை என்பன பற்றிய அறிவிற்கே பெரும்பாலும் பயன்படுத்தினர்.

சாக்ரட்டீஸ் மெய்யியலில் புதிய நகர்வை, அதாவது ‘மாற்றுவகை முறை’ *(சிஃப்ட்)* ஒன்றை நிகழ்த்தினார். அவரது சிந்தனை, மெய்யியல் அறிவில் புதிய திருப்பத்தைக் கொண்டு வந்தது. அனெக்ஸிமாந்தர், அனெக்ஸிகோரஸ் வரை கிரேக்கத்தில் வளர்ச்சி பெற்றிருந்த பிரபஞ்சத் தையும் இயற்கையையும் பற்றிய ஆய்வை மனிதன் பற்றியதாக அவர் மாற்றினார் (J.V. Luce 1992). ஸோபிஸ்டுகள் மனிதமையப் போக்கொன்றை ஏற்கனவே ஆரம்பித்திருந்தனர். சாக்ரட்டீஸ் அந்த இலட்சியங்களின் உயர்ந்த சிந்தனையை இன்னும் விரிவான எல்லை களுக்கு இட்டுச் சென்றார்.

அவர் ஒரு ‘ஸோபிஸ்டு’ எனச் சிலர் வாதாடினர். அரிஸ்டோபனீஸின் *மேகங்கள்* சாக்ரட்டீஸை ஸோபிஸ்ட் எனக் கூறுகிறது. ஆனால் பிளேட்டோ, ஷெனோபன் ஆகியோர் அவர் ஸோபிஸ்டு அல்ல என எடுத்துக்காட்டுகின்றனர். மனித நடத்தை, கல்வி போன்றவற்றில் புதிய அறிவுபூர்வமான விசாரணைகளுக்கு முக்கியத்துவம் தந்ததில் ஸோபிஸ்டுகளின் கொள்கைகளை அவர் அண்மித்திருந்தபோதும் சாக்ரட்டீஸின் சிந்தனை ஆய்வு முறைகளிலும் போதனைகளிலும் வேறுபாடுகள் இருந்தன. சாக்ரட்டீஸ் ஸோபிஸ்டுகளைப் போல பணத்துக்காகப் போதிக்கவில்லை.

சாக்ரட்டீஸை ஸோபிஸ்டுகளுடன் இணைத்துப் பார்த்த சிலர் சாக்ரட்டீஸ் அரசியல் ரீதியில் ஆபத்தானவர் என்றும் ஜனநாயகத்தின் எதிரி என்றும் விமர்சித்தனர். ஆனால், அரசியலில் பங்கேற்பதைச் சாக்ரட்டீஸ் வெளிப்படையாக நிராகரித்தார். அவரது செல்வாக்கு

சாக்ரட்டீஸ் (கி.மு. 469-399)

சாக்ரட்டீஸ் கி.மு. 469இல் ஏதென்ஸ் நகரில் பிறந்தார். தந்தை பெயர் சொப்ரோனிக்கஸ். சிற்பம் செதுக்குவது அவரது தொழில். தாய் தாதியாகப் பணியாற்றினார். தந்தையைப் போல் சாக்ரட்டீஸ் துணிவும் நேர்மையும் மிக்கவராக விளங்கினார். சாக்ரட்டீஸின் கல்வி வரலாறு தெளிவானதாக இல்லை. ஆயினும் முந்தைய மெய்யியல் சிந்தனைகளின் அறிமுகம் அவருக்கு இருந்தது. தியோ பிராஸ்ட்டஸின் கூற்றுப்படி அனெக்ஸிகோரஸின் வாரிசான சேல்ஸின் பள்ளியில் ஓர் உறுப்பினராக அவர் இருந்துள்ளார்.

சாக்ரட்டீஸின் உருவத் தோற்றம் வினோதமானதாக இருந்தது. அவர் குள்ளமாகவும் பருத்த உடலுடனும் இருந்தார். மூக்கு தட்டையாகவும் பெரிதாகவும் இருந்தது. முதுமை அடைந்த போது தலையில் வழுக்கை விழுந்திருந்தது. அவரது நடை ஒழுங்கற்றதாக இருந்தது. அவர் பழைய தூசு படிந்த ஆடைகளையே அணிந்தார். குளிர்காலத்தில் அணிந்ததையே கோடைக் காலத்திலும் அணிந்தார். அவர் தமது தோற்றம் பற்றி அக்கறை கொள்ளவில்லை. எக்ஸ்ஸேன்திபியா என்ற பெண்ணை மணந்தார். அக்காலத்தில் நடந்த சில யுத்தங்களில் அவரும் கலந்து தனது சேவையைத் தனது நகருக்கு வழங்கினார். புதிய கொள்கைகளைப் பரப்பி இளைஞர்களின் சிந்தனையைக் கெடுக்கின்றார் என்பது போன்ற குற்றச்சாட்டுக்களின் பேரில் ஏதென்ஸ் நீதிமன்றம் அவருக்கு மரணதண்டனை விதித்தது.

அரசியல் ரீதியானதல்ல. அது சாக்ரட்டீஸ் எனும் தனிமனிதனின் மெய்யியல் ஆளுமைக்கான சமூகச் செல்வாக்காக மலர்ச்சி பெற்றிருந்தது. பரந்த பொருளில் நோக்கினால் ஏதென்ஸில் சாக்ரட்டீஸ் ஒரு சமூக சக்தியாகவும் அரசியல் விமர்சகராகவும் மாறியிருந்தார்.

சாக்ரட்டீய முறை

சாக்ரட்டீஸின் நண்பர்கள் அவரைப் பெரிய மெய்யியல் ஆளுமையாகவே காட்ட முயன்றனர். அவருடைய மெய்யியல் பங்களிப்பு,

மெய்யியல் முறைமை பற்றி அவர்கள் அதிகம் எடுத்துக்காட்டவில்லை. எனினும் அவர்கள் வெளிப்படுத்திய விடயங்களின் ஊடாக அவருடைய மெய்யியலின் மைய அணுகுமுறைகளான 'சாக்ரட்டீசிய உரையாடல்', 'வாதமுறை' என்பனவற்றை அறிந்துகொள்ளலாம்.

சாக்ரட்டீஸின் மெய்யியல் சிந்தனைகள் அவருடைய உரையாடல்கள் மூலமே வெளிவந்தன. உரையாடல், அவருடைய சிந்தனையின் வாகனமாகச் செயல்பட்டது. அவர் பெரிய கூற்றுக்களையோ கோட்பாடு களையோ முன்வைத்துத் தனது உரையாடல்களை அமைக்கவில்லை. ஆனால், அது சாக்ரட்டீஸின் மெய்யியல்மயமாக்கமாக இருந்தது (I.G.Kidd, 1967:483).

உரையாடல் அவருடைய பிரதான போதனைமுறையாகவும் கல்வி கற்பிக்கும் அணுகுமுறையாகவும் இருந்தது. சக நபர் ஒருவருடன் உரையாடலில் பங்கு கொள்வதன் மூலம் இது ஆரம்பமாகிறது. பிரச்சினைக்குரிய ஏதாவது ஒரு தலைப்பை (துணிவு, நீதி, பொறுமை) எடுத்துக்கொள்ளும் போது அது தொடர்பாகத் தனக்கு எதுவுமே தெரியாது என்ற கற்பிதத்திலிருந்து அதை சாக்ரட்டீஸ் ஆரம்பிக்கிறார். அது தொடர்பாகக் கேள்விகளை எழுப்புகிறார். உரையாடலில் பங்கேற்றவரும் இந்த விடயத்தைப் பற்றித் தனக்கு எதுவும் தெரிந்திருக்கவில்லையே என்ற மனநிலைக்கு உள்ளாகிறார். 'எனக்குத் தெரிந்திருப்பதெல்லாம் எனக்கு எதுவுமே தெரியாது என்பதுதான்' என்ற சாக்ரட்டீஸின் சொந்தக் கூற்றின் அடிப்படையிலிருந்தே இவ்வுரையாடல் இயக்கப்பட்டதாகக் கருதலாம். அதே நேரத்தில் ஸோபிஸ்டுகளுக்கும் தனக்கும் இடையிலான வேறுபாட்டை வெளிப்படுத்தவும் சாக்ரட்டீஸ் இக்கூற்றைப் பயன்படுத்தினார். ஸோபிஸ்டுகள் தமக்கு எல்லாம் தெரியும் என்ற நிலைப்பாட்டில் இருந்தனர்.

சாக்ரட்டீஸ் (தனது) உரையாடலில் பங்கேற்பவர்களின் தவறான முன்எண்ணங்களை அகற்றுவதற்கு இம்முறையைப் பயன்படுத்தினார். உண்மையான அறிவை அடைவதற்கு இத்தடைகள் அகற்றப்பட வேண்டும் என்று அவர் கருதினார். மனிதன், தான் ஆட்பட்டிருக்கும் கருத்துகளுக்கு மாறாத இடத்தை மனத்தில் வழங்குகிறான். உண்மை அறிவை அடைவதற்கு இது தடையாக இருப்பதை அவன் உணர்வதில்லை.

உரையாடும் இருவரும் படிப்படியாக இணைந்து ஒரு கூட்டு முயற்சியை மேற்கொள்கின்றனர். சாக்ரட்டீஸ் மேற்கொண்டு விவரங்கள் அறிவது போன்ற வினாக்களை எழுப்புகிறார். அவருடன் உரையாடும் தோழர் இதனை ஏற்கிறார் அல்லது நிராகரிக்கிறார்.

உண்மையை மற்றவர் ஏற்றுக்கொள்ளும் நிலைக்கு சாக்ரட்டீஸ் உரையாடலை நடத்திச் செல்கிறார். தீர்மானமான முடிவுக்கு வராத போதும் புதியதும் நுட்பமானதுமான இந்த முறையை நோக்கித் தான் வழிநடத்தப்படுவதை இட்டு அவர் திருப்தியடைகிறார். தனது தாயின் மகப்பேற்றுச் செவிலியத் தொழிலை நினைவுகூரும் வகையில் இந்த முறையை அவர் 'பிறக்கச் செய்தல்' என்று கூறுகிறார். உண்மையை மற்றவர்மேல் திணிப்பதல்ல; ஆனால் உண்மையை அவர்களாகப் 'பெற்றுக்கொள்வதற்கு' உதவுவது என்ற கருத்தில் இந்த முறையை சாக்ரட்டீஸ் பயன்படுத்தினார் (Teodoro de la Torre 1988).

உண்மையில் இது கலந்துரையாடல் அல்ல, வாதம் ஒரு முறையாக இயக்கப்படுவதே இங்கு நடைபெறுகிறது. சாக்ரட்டீஸ் ஸோபிஸ்டுகளைப் போல நீண்ட உரைகளை ஆற்றவில்லை. தமக்கு எதிரில் இருப்பவரை அவர் பேசவிட்டார். தனது கருத்துச் செறிவான கேள்விகள் ஊடாக உரையாடலை நல்ல திசைக்குத் திருப்புவதிலும் உரையாடலின் போக்கைப் 'பெரும்பாலும் நிர்வகிப்பதிலும்' அவரே எஜமானராகச் செயல்பட்டார். அவரது இவ்வுரையாடல் வாதங்களில் இளைஞர்கள் அதிகம் கலந்துகொண்டனர். சாக்ரட்டீஸ் இளைஞர்களிடம் கவர்ச்சியாகப் பேசி அவர்களைக் கெடுக்கிறார் என்பது அவர்மீது சுமத்தப்பட்ட முக்கியமான குற்றச்சாட்டுகளில் ஒன்றாகும். இந்தக் காரணத்திற்காகவே நீதிமன்றம் அவருக்கு மரண தண்டனை அளித்தது. கலைஞர் கருணாநிதியின் 'சாக்ரட்டீஸ்' திரைநாடகம் இந்த நீதிமன்ற விசாரணையின் சிறந்த தமிழ் வடிவமாகும். அன்றைய தமிழ்நாட்டின் அரசியல் சமூகப் பிரச்சினைகளின் எதிரொலி போல் அமைந்திருந்த 'சாக்ரட்டீஸ் வழக்கு விசாரணை' சாக்ரட்டீய உரையாடல் முறைக்கு நல்ல அறிமுகமாக அமைந்தது.

சுயவிமர்சனத்தின் மூலமாக ஒருவன் தான் எடுத்துக்கொண்ட பிரச்சினைகளின் தன்மையை அறிவது சாக்ரட்டீஸின் உரையாடல் முறையால் சாத்தியமாயிற்று. உண்மையை அறியும் முயற்சியிலும் அவன் வெற்றிபெறச் சந்தர்ப்பங்கள் இருந்தன. சாக்ரட்டீஸின் இந்த அணுகுமுறை மெய்யியலில், 'மெய்யியல் நடவடிக்கை' என்ற கருத்தை முதலில் அறிமுகப்படுத்தியதாகக் கருத முடியும் (I.G. Kidd 1967).

சாக்ரட்டீஸின் மெய்யியல் முறைமை பற்றி அறிந்துகொள்ள முடியாதிருந்தாலும் 'நடவடிக்கை மெய்யியல்' அவரால் புதிய அர்த்தத்தைப் பெற்றுக் கொண்டது. 'சோஃபியா' என்பதற்கு சாக்ரட்டீஸின் விளக்கம் அவருக்கு முந்தைய மெய்யியலாளர் தந்த விளக்கத்திலிருந்து வேறுபட்டிருந்தது. அப்போதைய மெய்யியல் கருத்தாக்கத்தில் மனித நடத்தை ஓர் அம்சமாக ஏற்றுக்கொள்ளப்பட்டிருக்கவில்லை. அதனால்

தான் 'வானத்தில் இருந்து மெய்யியலை பூமிக்குக் கொண்டு வந்தவர் சாக்ரட்டீஸ்' (Cicero, V.4. 10 in 1967) என்ற வரலாற்று ரீதியான பாராட்டிற்கு அவர் உரியவரானார்.

எண்ணக்கரு (கான்செப்ட்)

சாக்ரட்டீஸ் அடிப்படையில் நடைமுறைக்குரிய நோக்கையே தமது அணுகுமுறைகளின் மூலம் வளர்க்க முயன்றார். கோட்பாடுகளைவிட அவர் நடைமுறையில் நம்பிக்கை வைத்திருந்தார். மனிதன் பற்றி, மனித நடத்தை பற்றி அறிவதற்குரிய பொதுமையான பயன்பாட்டு விஞ்ஞான முறை ஒன்றை உருவாக்குவது அவரது நோக்கமாக இருந்தது.

சாக்ரட்டீஸின் போதனைகள் முக்கியமாக, ஒழுக்கப் பண்புகளை அடிப்படையாகக் கொண்டவை. ஸோபிஸ்டுகளுடன் சாக்ரட்டீஸை ஒப்பிடக்கூடிய இடமாக இதனைக் கருதலாம். மனிதன், மனிதனின் கடமை, மனிதனின் பிரச்சினைகள் மெய்யியலில் பேசப்பட ஸோபிஸ்டுகள் ஆரம்ப கர்த்தாக்களாக இருந்ததைக் குறிப்பிடாதிருக்க முடியாது. எவ்வாறாயினும் சாக்ரட்டீஸ் இப்பிரச்சினைகளைக் கையாண்டதில் குறிப்பிடத்தக்க வேறுபாடுகள் இருந்தன. சாக்ரட்டீஸின் ஒழுக்கப் போதனைகள் அறிவாராய்ச்சியியலுடன் இணைக்கப் பட்டிருந்தது. சாக்ரட்டீஸ் அறிவைப் பகுத்தறிவின் பாகமாக்கினார். பகுத்தறிவு, தர்க்கத்துடன் தொடர்புபடுத்தப்பட்டது. எல்லா அறிவும் எண்ணக்கருக்களால் அமைகிறது என்ற அவரது கருத்தில் இந்த உண்மைகள் அடங்கி இருந்தன.

கோயில், வீடு, மரம், நதி என்பன தனிப்பட்ட பொருட்கள். இவை புலக்காட்சிக்கு உரியவை. புலக்காட்சியில் பெற்ற தரவுகள் மூலம் – நேராக அல்லாது – மனத்தினால் இவற்றைக் கற்பனை செய்தால் அது கருத்தாகும். புலக்காட்சி மூலமாகவோ கற்பனை மூலமாகவோ நாம் பெறக்கூடிய படிமங்களுக்கும் கருத்துகளுக்கும் புறம்பாக அறிவு செயல்பட்டால் இன்னொரு எண்ணவடிவம் தோன்றும். அது பொதுமைக் கருத்தாகும். மனித அறிதல் ஆற்றலின் படிமுறையில் அறிவு ஒரு குறிப்பிட்ட ஊடகத்தினூடாக மீளாக்கத்தை நிகழ்த்துகிறது. அந்த ஊடகம் புலனுணர்வு நிலையில் படிமம் என்றும் புத்திக்குரிய அறிதலில் எண்ணக்கரு என்றும் கூறப்படுகிறது.

பொதுமைக் கருத்தின் மறுபெயராக எண்ணக்கருவைக் கூறலாம். 'ஷெரீன் அழகான நடிகை' என்பது குறிப்பிட்ட தனிமனிதரைப் பற்றிய கருத்து. 'நடிகைகள் அழகிகள்' என்பது பொதுமைக் கருத்து. நடிகை என்ற வகுப்பு பல அங்கத்துவங்களை உடையது. அது வகுப்புப் பெயர்.

எடுகூற்றுக்களில் இருந்து வாதமுறை மூலம் முடிவுகளைப் பெறும் போது வாதமுறையுடன் அறிவு சம்பந்தப்படுகிறது. சாக்ரட்டீஸ் எல்லா அறிவையும் எண்ணக்கரு வடிவத்திற்கு உள்ளாக்கிச் சிந்தித்தார். அவர் அறிவுரீதியான எண்ணக்கருவையும் புலன்ரீதியான கருத்தையும் (படிமத்தையும்) வேறுபடுத்தினார். எண்ணக்கரு சாக்ரட்டீஸிற்கு வெறும் (மனப்) பதிவு அல்ல. அது புறவயரீதியாகவும் அகவய ரீதியாகவும் அறிவுக்குக் காரணமாக விளங்கும் சான்று. 'சாக்ரட்டீஸ் எண்ணக்கருவின் உளவியல் செயல்பாட்டைவிட அதன் தர்க்கரீதியான செயற்பாட்டிற்கே முன்னுரிமை வழங்கினார்'.

ஸோபிஸ்டுகள் இதனை வேறுவகையில் சிந்தித்தனர். அவர்கள் அறிவைப் புலக்காட்சியுடன் தொடர்புபடுத்தினர். ஆயினும் உண்மை யைக் கண்டறியும் படிமுறையில் அதன் தரநிர்ணயம் தர்க்கரீதியான அறிவு முறையினாலேயே சாத்தியம் என சாக்ரட்டீஸ் நம்பினார். 'எனக்கு எது சரியானதோ அதுதான் சரியானது' என்ற ஸோபிஸ்டு களின் கொள்கையை இது மீறிச் சென்றது. எண்ணக்கரு கொள்கை மூலம் அறிவு தனிமனிதரின் புலனுணர்வு போன்றது அல்ல என்பதைச் சாக்ரட்டீஸ் வலியுறுத்தினார். அறிவுப் புறவயரீதியான பொருள்களின் (பொதுமைக்) கருத்திலிருந்து பெறப்படுவது என்று இதனைச் சுருக்க மாகக் கூறலாம். ஒழுக்கம் பற்றிய அவரது விஞ்ஞான விசாரணையில் எண்ணக்கருவாதமும், அறிவுக் கோட்பாடும் முக்கிய இடத்தை வகித்தன என்பது இதிலிருந்து விவாதிக்கக்கூடிய மற்றொரு பொருளாகும்.

சாக்ரட்டீஸ் ஒழுக்க மெய்யியலின் தந்தையாக மதிக்கப்படுகிறார். ஒழுக்க வாழ்வையும் நன்மை என்ற கருத்தையும் அவர் நிலைநிறுத்தப் பாடுபட்டார். மனிதச் செயலின் நோக்கத்தை அடிப்படையில் அதன் ஒழுக்கநிலைதான் தீர்மானிக்கிறது என்பது அவரது ஒழுக்கப் போதனைகளின் சாராம்சமாக இருந்தது. இது ஒழுக்கவியலுக்கான அவரது பங்களிப்பாகும். அறிவாராய்ச்சியாளருக்கு அவரது எண்ணக் கருக் கோட்பாடு மற்றொரு பெரிய பங்களிப்பாக அமைந்தது.

விசாரணை

சாக்ரட்டீஸின் எழுபதாவது வயதில் அவர்மீது சுமத்தப்பட்ட குற்றங் களுக்காக அவர் எதென்ஸ் நீதிமன்றத்தில் நிறுத்தப்பட்டார். அவர்மீது மூன்று குற்றச்சாட்டுகள் முன்வைக்கப்பட்டன:

1. தேசியக் கடவுள்களை நிராகரிக்கின்றார்.
2. புதிய கடவுள்களை உருவாக்குகிறார்.
3. இளைஞர்களின் உள்ளத்தைக் கெடுக்கின்றார்.

இக்குற்றச்சாட்டுகள் அர்த்தமற்றவை. சாக்ரட்டீஸ் கடவுள் நிராகரிப்பாளர் அல்லர். ஷெனோபன் கூற்றுப்படி பல கடவுள்களை வணங்குவதையும் பிரபஞ்சத்தைப் படைத்து ஆளுகை செய்யும் ஓர் இறைவனை வணங்குவதையும் அவர் வேறுபடுத்தி விளக்கமளித்தார். தனக்குள் ஒலிக்கும் 'ஒரு தெய்வீகக் குரலின் வழிகாட்டுதல்' தனக்கிருப்பதாக அவர் கூறினார். இதன் நிமித்தம் அவர் புதிய கடவுளை உருவாக்குவதாகச் சொல்லி அவர்மீது குற்றம் சுமத்தினர். இளைஞர்களிடம் அவருடைய சிந்தனைகளுக்கிருந்த செல்வாக்கை சாக்ரட்டீஸ் இளைஞர்களைக் கெடுப்பதாக, தமது நோக்கில் விளக்கப்படுத்திக்கொண்டனர்.

கி.மு. 399இல் அவர் கைது செய்யப்பட்டார். முப்பது ஆண்டுகளுக்கு மேலாக அவர்மீது சில பிரிவினர் கொண்டிருந்த வெறுப்பின் ஆழம் அவரைக் குற்றவாளியாக்கியதிலும் அதற்கான நீதிமன்ற விசாரணைகளிலும் வெளிப்பட்டது. விசாரணை முடிவில் அவருக்கு மரண தண்டனை விதிக்கப்பட்டது. தீர்ப்புக்கும் தண்டனை நிறைவேற்றப் படுவதற்கும் இரண்டு மாத இடைவெளி இருந்தது. அவர் சிறையில் இருந்து எளிதாகத் தப்பிச் செல்லச் சந்தர்ப்பங்களும் இருந்தன. அவரது நண்பர்கள் அதற்காக உதவக் காத்திருந்தனர். ஆனால் அவர் அதற்கு இணங்கவில்லை. தவறான சட்டமாக இருந்தாலும் மரணத்தின் கதவுகள் திறக்கப்பட்டிருந்த போதும் சட்டத்திற்குப் பணிவது தமது கடமை என்ற உறுதியில் இருந்து அவர் கடைசிவரை தளரவில்லை. இறுதியில் தமக்கு விதிக்கப்பட்டபடி சாக்ரட்டீஸ் விஷம் அருந்தி மரணத்தை ஏற்றுக்கொண்டார்.

பிளேட்டோ

தொன்மைக்காலம், மத்தியகாலம், நவீனகாலம் உள்பட எல்லாக் காலங்களிலும், எல்லா மெய்யியலாளர்களை விடவும் செல்வாக்குள்ள மெய்யியலாளர்களாக பிளேட்டோவும் அரிஸ்டாட்டிலும் விளங்குகின்றனர். அதிலும் அடுத்துவந்த காலப்பகுதிகளில் மிக அதிக செல்வாக்கைப் பிளேட்டோ பெற்றிருந்தார் (Russell, 1966). ரஸல் இதற்குப் பின்வரும் காரணங்களைக் கூறுகிறார்: அரிஸ்டாட்டில் பிளேட்டோவின் சிந்தனைகளின் வாரிசு. 13ஆம் நூற்றாண்டு வரைக்குமான கிறிஸ்தவ இறையியலும் மெய்யியலும் எவ்விதத்தில் நோக்கினாலும் அரிஸ்டாட்டிலியச் சிந்தனையைவிட பிளேட்டோனியச் சிந்தனைகளுக்கே அதிகம் கடன்பட்டிருந்தன.

பிளேட்டோவின் எழுத்துகள் உரையாடல் வடிவில் அமைந்துள்ளன. இந்த உரையாடல்களைப் பிளேட்டோ நாடக பாணியில் உருவாக்கி

உள்ளார். இந்த உரையாடல் சாதாரண உரையாடல்களில் இருந்து வேறுபட்டவை. சாக்ரட்டீஸின் தத்துவார்த்த உரையாடல் பாணியின் பண்புகள் இவற்றில் பதிந்துள்ளன. இவ்வுரையாடல் நபர்களின் முதன்மைப் பாத்திரமாக சாக்ரட்டீஸ் விளங்குகிறார். குடியரசு நூலில் தலைமைப் பாத்திரமாக விளங்கும் சாக்ரட்டீஸ் மூலமாகவே பிளேட்டோ தமது சிந்தனைகளை முன்வைத்துள்ளார் என்று பொதுவாகக் கருதப்படுகிறது. பிளேட்டோவின் உரையாடல்கள் இலக்கியச் செறிவுடன் காணப்படுகின்றன. பல இடங்களில் தத்துவமும் கவித்துவமும் போட்டியிடுவதைக் காணலாம்.

பிளேட்டோவின் முக்கியமான உரையாடல் பகுதிகள் குடியரசில் காணப்படுகின்றன. குடியரசு பிளேட்டோவின் இலட்சிய அரசர் அல்லது இலட்சியச் சமூகத்தைப் பற்றிய சிந்தனை வடிவமாகும். ஓர் இலட்சிய அல்லது முழுநிறைவான பொதுநலவாயம் *(காமன்வெல்த்)* உருவாக்கப்படுவது பற்றி அவர் சிந்தித்தார். 'ஆட்சியாளர்கள் தத்துவஞானிகளாக இருக்க வேண்டும்' என்ற அவரது புகழ்பெற்ற கருத்து இங்கு முன்வைக்கப்பட்டது. குடியரசின் மொத்தக் குவிமையக் கருத்தும் நீதி பற்றிய விசாரணைதான் என்று சுருக்கமாகக் கூறலாம்.

குடியரசு நூலின் ஒரு பகுதி மெய்யியல் பற்றிய விளக்கத்தை ஆய்வுசெய்கின்றது. பிளேட்டோவின் மெய்யியல் தத்துவஞானிகள் அரசர்களாக வேண்டும் என்ற கருத்துடன் தூய மெய்யியல் பற்றிய கருத்தையும் கூறுகிறது.

சாக்ரட்டீஸ்: தத்துவஞானிகள் அரசர்களாகும் வரையிலும்... அரசியல் மேதைமையும் ஞானமும் ஒருவரிடம் சேர்ந்து காணப்படும் வரை யிலும்... நகரங்கள் அவற்றின் கேடுகளில் இருந்து ஓய்வு பெறாது. இல்லை மனித இனமே ஓய்வு பெறாது என்று நான் நம்புகிறேன்.
கிளாக்கன்: யார் உண்மையான தத்துவஞானிகள்?
சாக்ரட்டீஸ்: உண்மையின் தரிசனத்தை நேசிப்பவர்களே.

மெய்யியலாளர்கள் 'உண்மையின் தரிசனத்தை' நேசிப்பவர்கள் என்று குடியரசு கூறுகிறது. மெய்ஞ்ஞானியின் தன்மைகளில் ஒன்று அறிவு வேட்கையாகும். அவ்வேட்கை நிலைத்த உண்மையையும் மாறாத அழியாத உண்மையையும் விளக்குவதாகும். மேலும் அவர்கள் பொருள்களின் உண்மை நிலையை விழைகின்றனர். தத்துவஞானி உண்மையை நேசிப்பவன். அறிவுடன் தொடர்புள்ளவற்றில் உண்மையை விட நெருங்கிய பொருள் வேறொன்றுமில்லை எனக் *குடியரசு* கூறுகிறது.

பிளேட்டோ (கி.மு. 428-347)

பிளேட்டோ எப்போது பிறந்தார் என்பது பற்றி ஐயங்கள் உள்ளன. கி.மு.427 அல்லது 429 பெரும்பாலும் ஏற்றுக்கொள்ளப் படும் ஆண்டாகும். புகழ்பெற்ற ஏதென்ஸ் குடும்பத்தில் பிறந்தார். அவரது இயற்பெயர் அரிஸ்டோட்டோக்கிளஸ். உடல் உறுதியும் அழகும் கொண்ட அவரது தோற்றத்திற் காக 'பரந்த மார்பழகன்' என்ற பொருள் படும் 'பிளேட்டோ' என்று அழைக்கப் பட்டார். அன்றிருந்த சிறந்த கல்வியைப் பெறும் வாய்ப்பு அவருக்கு இருந்தது. அவர் ஹெராக்ளிட்டஸின் சீடரான கார்ட்டிரலஸிடம் மெய்யியலைக் கற்றார். அனெக்ஸிகோரஸின் நூல்களையும் அவர் கற்றார்.

சாக்ரட்டீஸின் கடைசி 8 ஆண்டுகால வாழ்வில் பிளேட்டோ அவரது மாணவராகவும் நண்பராகவும் விளங்கினார். சாக்ரட்டீஸை பிளேட்டோ சந்திக்கும்போது அவரது வயது 20. சாக்ரட்டீஸின் அறிவுத் தூண்டுதல் பிளேட்டோவின் சிந்தனைகளில் பெரும் செல்வாக்கைப் பெற்றிருந்தது. கி.மு.399இல் சாக்ரட்டீஸ் கொல்லப் பட்டதும் பிளேட்டோ ஏதென்ஸ் நகரிலிருந்து வெளியேறிவிட்டார். தனது அன்புக்குப் பாத்திரமான ஆசான் கொல்லப்பட்ட வேதனை அதற்குக் காரணமாக இருந்தது. பல நாடுகளுக்குப் பயணம் செய்து கல்வி கற்பதில் ஈடுபட்டார்.

அவரது பயணக் காலத்தில் இத்தாலியில் பிதாகரவாதிகளிடம் பாடம் கேட்டதாகச் சில தகவல்கள் கூறுகின்றன. பயணத்திலிருந்து திரும்பிய பிளேட்டோ ஏதென்ஸில் தமது 'அகாடெமி'யை 388இல் ஆரம்பித்தார். ஐரோப்பாவின் முதலாவது பல்கலைக்கழகமாக இது கருதப்படுகிறது. கி.மு. 404இல் அரசியலில் இருந்த அவரது உறவினர்கள் அன்றைய அரசியலில் சேருமாறு அழைத்தனர். ஆனால் சாக்ரட்டீஸின் மரணத்திற்குக் காரணமான அந்த ஆட்சி யைப் பிளேட்டோ வெறுத்தார். சாக்ரட்டீஸின் கொலைக்கு வழிவகுத்தவர்கள் என்று காரணம் காட்டி, ஜனநாயகவாதி களையும் அவர் வெறுத்தார். சாக்ரட்டீஸைத் தண்டிப்பதற்காக நடத்தப்பட்ட வழக்கு விசாரணையின்போது பிளேட்டோவும் வருகை தந்திருந்தார்.

பிளேட்டோவின் அகாடெமியில் மெய்யியல் முதன்மைப் பாடமாகப் போதிக்கப்பட்டது. கணிதம், பௌதிகம், வானவியல் போன்ற விஞ்ஞானப் பாடங்களும் அங்குக் கற்பிக்கப்பட்டன. உலகின் பல பாகங்களில் இருந்தும் அங்குக் கல்விக்காக மக்கள் ஒன்றுகூடினர். இது பிளேட்டோவின் வாழ்வின் மூன்றாவது கட்டமாகும். அகாடெமியில் தொழில்முறை ஆசிரியராகவும் மெய்யியலாளராகவும் தனது அறிவு ஆர்வத்தை அவர் நிறைவேற்றினார்.

சாக்ரட்டீஸின் கொள்கைகளில் அவருக்குக் கருத்து முரண்பாடுகள் இருந்த போதும் தனது கல்விப் போதனைகளுக்காக ஊதியம் பெற்றுக்கொள்ளாததன் மூலம் தனது ஆசான் மீதான பற்றுதலை அவர் நிரூபித்தார். *குடியரசு* நூலில் தான் இலட்சியக் குறிக்கோளாகச் சித்திரித்த அரசு தனது வாழ்நாளில் காணக்கூடியது அல்ல என்று அவர் உணர்ந்திருந்தார். ஆனால், அதற்காக சீர்திருத்த நடவடிக்கைகள் ஆரம்பமாக வேண்டும் என்று விரும்பினார். சில முயற்சிகளை அவர் ஆரம்பித்தபோதும் அவை வெற்றியளிக்கவில்லை. அதனால், அவர் தமது 70ஆம் வயதில் நாடு திரும்பி தனது அகாடெமியின் வளர்ச்சியில் முழு மூச்சாக ஈடுபட்டார். மிகவும் அமைதியாகவும் மகிழ்ச்சியாகவும் கல்விப் பணியில் தனது வாழ்வைச் செலவிட்டு 82 ஆம் வயதில் காலமானார்.

புரோட்டகோரஸ் உள்ளிட்ட ஸோபிஸ்டுகள் அனைவருமே அறிவு புலக்காட்சி எனக் கூறினர். ஒவ்வொரு தனிமனிதருக்கும் எது சரியாகத் தோன்றுகிறதோ அது சரி. ஆனால் புலக்காட்சி முரண்பட்ட தரவுகளைத் தரக்கூடியது. ஒரே பொருள் புலனுக்கு வித்தியாசமான அளவுகளில் தென்படலாம். தூரம் மாறுபடும்போது அதன் அளவும் மாறுபடும். ஒரே பொருள் வெளிச்சத்தில் ஒரு நிறத்தையும் இருளில் இன்னொரு நிறத்தையும் காட்டலாம். இவற்றுள் எது உண்மையானது? இது உண்மையான அறிவைப் பெறுதற்குப் பொருத்தமான முறையாக இல்லை. பிளேட்டோவின் உரையாடல்களில் புரோட்டகோரஸின் கோட்பாடு முரண்நிலையானது என்பது இவ்வாறு எடுத்துக் காட்டப்படுகிறது.

புரோட்டகோரஸின் கோட்பாடு உண்மையில் புறவயத் தன்மையை அகற்றிவிடுகிறது. எனக்கு உண்மையாக இருப்பது மற்றவனுக்குப் பொய்யாக இருக்கலாம். ஒரே விடயம் ஒரே சமயத்தில் உண்மையாகவும் பொய்யாகவும் இருக்கலாம். அதுபோல் கருத்து அறிவு ஆக முடியாது

என்றார். தவறான கருத்தும் அறிவல்ல. பிளேட்டோ *குடியரசில்* அறிவு, கருத்து பற்றிய உரையாடலில் கூறியுள்ளவற்றை இங்கு பார்க்கலாம்.

சாக்ரட்டீஸ்: அறிபவனுடைய மனது அறிவைப் பெறுகிறது என்றும், கருத்து உள்ளவனின் மனது கருத்தைக் கொண்டுள்ளது என்றும் கூறலாமா?

கிளாக்கன்: நிச்சயமாக.

சாக்ரட்டீஸ்: கருத்து என்று ஒன்று உண்டு நாம் ஒத்துக்கொள் கிறோமா?

கிளாக்கன்: சந்தேகத்திற்கு இடமில்லாமல்.

சாக்ரட்டீஸ்: அது அறிவோடு சேர்ந்ததா அல்லது மற்றொரு சக்தியோடு இணைந்ததா?

இறுதியாக சாக்ரட்டீஸ், அறிவும் கருத்தும் வெவ்வேறு சக்திகளைச் சேர்ந்தவை எனக் கூறி அறிவின் சக்தி எல்லாச் சக்திகளையும் விட வலிமை கூடியது என அவ்வுரையாடலை நடத்திச் செல்கிறார். அறிவு பகுத்தறிவில் நிலைபெற்றிருக்கும் என்பதையும் *குடியரசு* வலியுறுத்துகிறது.

அறிவு என்றால் என்ன என்பது பற்றி சாக்ரட்டீஸ் அடிக்கடி கேள்வி எழுப்பினார். இதைப் பிளேட்டோ தனது மெய்யியல் சிந்தனைத் திட்டத்திற்குரியவாறு அதற்கு ஒரு பௌதிக அடித்தளத்தை வழங்கினார். அது பிளேட்டோவின் அறிவுக் கோட்பாட்டில் 'கருத்துக் கோட்பாடு' ஆகியது. அவரது கருத்துக் கோட்பாடு எண்ணக்கருக் களின் புறவயக் கோட்பாடுமாகும்.

பிளேட்டோவின் இக்கோட்பாடு அவரது முதன்மை மெய்யியல் பங்களிப்பாகக் கருதப்படுகிறது. இது கருத்துகளின் அல்லது வடிவங் களின் கோட்பாடு என்று கூறப்படுகிறது. பெர்ட்ரண்டு ரஸல் *(1966)* இதன் ஒருபகுதி அளவையியலாகவும் இன்னொரு பகுதி பௌதிக மாகவும் அமைந்துள்ளது எனக் கூறுகிறார். எண்ணக்கரு பற்றிய மெய்யியல் விளக்கத்திலிருந்து இப்பிரச்சினை எழுகிறது. எண்ணக்கரு என்பது மனத்தில் இருக்கும் வெறும் கருத்து அல்ல. அதற்கு எனப் புற யதார்த்தம் ஒன்று உள்ளது. அது மனத்தைச் சாராதது. அறிவு என்பது உண்மையின் அறிவாகும். எனது மனத்தில் உள்ள சிந்தனைதான் அறிவு என்றால் அது வெளியே (புறவயத்தில்) இருக்கும் ஒரு பொருளின் பிரதியைப் பற்றியது. இந்த அர்த்தத்தில் அறிவு என்பது எண்ணக் கருக்கள் பற்றிய அறிவாகும். இது உண்மையாவதற்கு அதற்குரிய புறவய யதார்த்தம் இருப்பது இன்றியமையாதது. அதனால் பொதுவான எண்ணக்கருக்கள் நமது மனத்திற்கு வெளியே இருக்கின்றன.

ரஸல் கூறும் இதன் அளவையியல் பகுதியை அவரது உதாரணத்தி லிருந்தே பார்க்கலாம். ‘இது பூனை’ என்பது பல மிருகங்களில் தனிப்பட்ட ஒன்றாகும். ‘பூனை’ எனும் சொல் வெவ்வேறான விலங்கு களிலிருந்து வேறுபட்ட ஒன்றைக் கூறுகிறது. ‘பூனை’ ஒரு விலங்கு என்பது எல்லாப் பூனைகளுக்கும் பொதுவானதாகும். ‘பூனை’ போன்ற பொதுச் சொற்கள் இல்லாமல் அறிவு (மொழி) சாத்தியமற்றுப் போகும். இவ்வகைச் சொற்கள் அர்த்தமற்றவை அல்ல. ஆனால் ‘பூனை’ என்ற (பொது) சொல் குறிப்பிட்ட எந்த ஒரு பூனையையும் குறிக்காத ஒரு சொல்லாக இருந்தால் அங்கு ஒருவகை ‘பொதுமையான பூனைத் துவம்’ உருவாகிறது. இப்பூனை ஒரு குறித்த பூனையைப் போல் பிறப்பதும் இல்லை, ஒரு பூனை இறப்பதுபோல் இந்தப் பூனை இறப்பதும் இல்லை. இதற்கு வெளியோ காலமோ கிடையாது. அது ‘நிரந்தரமானது’. இதுதான் பிளேட்டோ முன்வைக்கும் கோட்பாட்டின் அளவையியல் பகுதியாகும்.

நீதி

பிளேட்டோவின் முக்கியமான அரசியல் நூல்கள் *குடியரசு* (கி.பி 380-370), *அரசியல் மேதை* (கி.பி 360), *சட்டங்கள்* (கி.பி 350) ஆகியவை ஆகும்.

அரசியலிலும் ஒழுக்கவியலிலும் பயிலப்படும் அடிப்படையான எண்ணக்கருக்களில் ஒன்று நீதியாகும். இது சிக்கலான, தெளிவற்ற பதம். நீதியின் அர்த்தம் பற்றி *குடியரசு* ஆராய்கிறது. குடியரசின் பெரும் பாலான பகுதிகள் ‘நீதி’ பற்றிய விளக்கங்களுக்கும் பகுப்பாய் விற்கும் முக்கியத்துவம் தந்துள்ளது. சிறந்த அரசியல் ஒழுங்கிற்கான அடிப்படை யாக பிளேட்டோ ‘நீதி’ எண்ணக்கருவைப் பயன்படுத்தியுள்ளார்.

பிளேட்டோவின் தந்தையின் வம்சவழி ஏதெனிய மன்னர் பரம்பரை யுடன் தொடர்புடையது. தாய் வழி சோலோனின் வம்சத்தோடு தொடர்புடையது. அவர் ஏதேனிய அரசியல் சாசனத்தைத் திருத்தம் செய்து அரசியலில் முக்கியப் பங்கேற்ற ஒருவர். ஆனால், இந்த இரு பிரிவைச் சேர்ந்த மன்னர்களின் கொள்கைகளைப் பின்பற்றுபவராகப் பிளேட்டோ இருக்கவில்லை. நாம் எல்லோரும் அறிந்திருப்பது போல் அவர் சாக்ரட்டீஸின் மாணவர்.

சாக்ரட்டீஸை தம் காலத்தின் மிகப்பெரும் நீதியாளராக பிளேட்டோ மதித்தார். கி.மு. 399இல் சாக்ரட்டீஸ் மீது கிரேக்க அரசு வழங்கிய கருத்து வேறுபாட்டிற்குரிய கொலைத் தண்டனையைப் பிளேட்டோ நிராகரித்தார். அது சாக்ரட்டீஸ் மீது நடத்தப்பட்ட

அநீதியான தாக்குதல் என்று பிளேட்டோ கருதினார். நடைமுறையில் உள்ள எல்லா அரசாங்கங்களுமே பிழையானவை, விடுதலை செய்யப் பட வேண்டியவை என்று அரசாங்க அமைப்புக்களை அவர் குற்றம் சாட்டினார்.

பழைய மற்றும் சாதாரண மக்களின் நடைமுறை செயற்பாடு எல்லாவற்றையும் கவனத்தில் கொண்டு பிளேட்டோ நீதி எண்ணக் கருவை ஆராய்கின்றார். உண்மையைப் பேசுவது, வாங்கியவற்றைத் திருப்பிக் கொடுப்பது என்ற நீதி பற்றி குடியரசின் செபாலஸ் பாத்திரம் கூறுகிறது. இது பாரம்பரிய ஒழுக்க வழக்கம் ஒன்றைக் குறிக்கின்றது. அதாவது நேர்மையுடனும் நன்மையுடனும் நீதி தொடர்புபடுத்தப் படுகிறது. ஆனால், இந்த விடயங்கள் எவையும் நீதியை விளக்குபவை யாக பிளேட்டோ கருதவில்லை. *குடியரசில்* நீண்ட விவாதத்தினூடாக நண்பரை நல்லவிதமாக நடத்துவதும் பகைவரைத் தீயவிதமாக நடத்துவதுமே நீதி என்று மற்றொரு விளக்கம் முன்வைக்கப்படுகிறது. சாக்ரட்டீஸ் பாத்திரம் இதை நிராகரிக்கிறது. மற்றவர்களுக்கு தீங்கிழைப்பதைப் பிளேட்டோ நீதி எனக் கொள்ளவில்லை. பிளேட்டோவின் பாத்திரமான சாக்ரட்டீஸின் கருத்தில் நீதி அநீதியை உருவாக்காது.

நீதிக்கு விளக்கம் அளிப்பது கடினமானது. அது ஓர் ஆழமான 'சொல்' என்பதை வலியுறுத்தும் நோக்கத்தைப் பிளேட்டோ தனது உரையாடல்களில் வெளிப்படுத்தி உள்ளார். மெய்யியல் ரீதியான அணுகுமுறையும் மொழியியல் ரீதியான அணுகுமுறையும் அத்தோடு சமத்துவக் கருதுகோளும் இன்றி நீதியை இலகுவில் விளக்க முடியாது என்பதைப் பிளேட்டோவின் எழுத்துகள் தெளிவாக வலியுறுத்து கின்றன.

ஆனால் நீதி பற்றிக் குடியரசில் பயன்படுத்தப்படும் ஒவ்வொரு வாக்கியமும் கருத்தும் நீதியை நாம் அறிந்து கொள்ளக்கூடிய பாதைக்கு வழிகாட்டும் வகையிலேயே அமைந்துள்ளன. பிளேட்டோவின் உரையாடல்களில் நீதி பற்றிய விளக்கங்கள் தத்துவச் செறிவானவை மட்டுமல்ல நீதி பற்றிய ஆய்வுக்கான கல்விமுறை வழிகாட்டுதலாகவும் அமைந்துள்ளன.

ஆயினும் நீதியும் அரசியல் தத்துவமும் ஒன்றிணைக்கப்படும் விதமும் நோக்கமும்தான் பிளேட்டோ முன்வைக்கும் முக்கிய விடய மாகும். 'நல்ல நாடு' என்பதும் 'நல்ல ஆட்சி' என்பதும் 'நீதியான ஆட்சி' என்ற கருத்துடன் தொடர்புடையதாக உணரப்பட வேண்டும். அது நாட்டின் ஐக்கியத்தையும் நலனையும் உறுதிப்படுத்துகின்றது.

இதனைக் குடியரசில் எதிர்மறையாக விளக்குவதைப் பல இடங்களில் பார்க்கலாம்:

அநீதி உள்நாட்டு போர்களைத் தோற்றுவிக்கும். அது வெறுப்பையும் சண்டையையும் உருவாக்கும். ஆனால், நீதி நட்பை வளர்க்கும் என்று பிளேட்டோ கூறியுள்ளார். 'வலிமையுள்ளவனுக்கு நன்மை பயப்பதே நீதி' என்று கிரேக்கத்தில் வழங்கி வந்த கருத்தைப் பிளேட்டோ விமர்சித்தார். இது எவ்வாறு ஓர் *அரசாட்சியில் பிரதிபலிக்கும்* என்பதை குடியரசு பின்வருமாறு கூறுகின்றது:

திராசிமாக்கஸ்: ஒவ்வொரு (அரசாட்சி) முறையிலும் அரசாங்கம் தான் நாட்டை ஆளும் சக்தி என்பது தெரியுமா?

சாக்ரட்டீஸ்: தெரியும்.

திராசிமாக்கஸ்: அந்தந்த அரசு முறைகள் தத்தம் முறைகளுக்கேற்ற வகையிலும் தங்கள் நலத்திற்கெனவும் சட்டங்களை இயற்று கின்றன. இவ்வாறு தங்கள் நலத்திற்கு தங்களால் ஆக்கப்பட்ட சட்டங்களே குடிமக்களுக்கு அவர்கள் வழங்கும் நீதி எனப்படு கின்றது. அச்சட்டங்களை மீறுகின்றவனை சட்டவிரோதி எனவும் நீதியற்றவன் எனவும் அவர்கள் தண்டிக்கிறார்கள். அரசாங்கத் திற்கு நன்மை பயப்பது எதுவோ அதுவே நீதி. இது எல்லா அரசு களுக்கும் பொருந்தும். மேலும் அரசு சக்திவாய்ந்தது. ஆதலால் வலிமையுள்ளவனுக்கு நன்மை பயப்பதே நீதி என்ற கருத்தே எங்கும் நிலவுகின்றது என்பதே நியாயமான முடிவு. *(குடியரசு 25, 26)*

பிளேட்டோவின் நீதியையும் அரசியல் ஒழுங்கமைப்பையும் அறிவதற்கு மெய்யியல் யுகத்திற்கு சற்று முன்னர் மன்னன் சோலோனின் கூறிய அரசியல் கருத்துகளை ஒப்பிட்டு நோக்கலாம். (www.iep.utm.edu/plato pol/-27.1.13) *சோலோனின் காலம் கி.மு. 593. பிளேட்டோவிற்கு 150 வருடங்கள் முற்பட்டது.* கி.மு 6ஆம் நூற்றாண்டளவில் ஏதேன்ஸ் நகரில் ஏழை செல்வந்தன் என்ற பாகுபாடு பெரிய அளவில் சமூக அரசியல் பதற்றங்களை உருவாக்கி வந்தது. பொருளாதார நெருக்கடி யினால் மக்கள் வறுமைக்கும் கடனுக்கும் பலியாயினர். கடன் கொடுத்தும் அதனால் கிடைக்கும் வட்டியைச் சேகரித்தும் செல்வந்தர் இலகுவாகப் பெரும் இலாபங்களை ஈட்டினர்.

செல்வந்தர் தமது தனியுடமைச் செல்வத்தை வளர்ப்பதில் குறியாக இருந்தனர். இதனால் செல்வந்தரும் ஏழைகளும் போர் செய்வதற்கும் அந்நிய நாட்டினர் இப்பகைமையைப் பயன்படுத்திக் கொள்வதற்கு மான சந்தர்ப்பங்கள் அதிகரித்த வண்ணமிருந்தன. உண்மையில் பொருளாதார ரீதியில் கிரேக்கம் வீழ்ச்சி அடைந்து கொண்டிருந்தது.

52 மெய்யியல்

இப்பிரச்சினையைச் சீர் செய்வதற்காகப் பெற்ற கடனுக்காக மனிதர் களைப் பிணைவைக்கும் முறையை மன்னன் சோலோன் ரத்து செய்தான். வட்டிக்காக மக்கள் வழங்கிய தொகையைக் குறைத்தான். எல்லா கடன்களையும் ரத்துச் செய்தான். அதன் மூலம் பிணைக்காக பிடிக்கப் பட்டிருந்த அடிமைகளுக்கு விடுதலை அளித்தான். ஆனால், சோலோனின் சீர்திருத்தங்கள் அவனுக்கு நற்பெயரை ஈட்டித் தரவில்லை.

இலாபமீட்டும் வாயில்களை மன்னன் தடுத்து விட்டான் என செல்வந்தர் அவனை வெறுத்தனர். கிளர்ச்சிகள் மூலம் செல்வந்தர்களைப் பணிய வைத்துப் பணம், நிலம் என்பவற்றின் சமத்துவ பங்கீட்டிற்கு தாம் எடுத்து வந்த முயற்சிகளை சோலோன் தடுத்துவிட்டான் என ஏழைகள் குற்றம் சாட்டினர். எவ்வாறாயினும் சோலோன் நீதியற்ற முறையில் எந்தப் பகுதியினரும் வெற்றிபெற வாய்ப்பில்லாத பாதுகாப்புக் கேடயம் ஒன்றை உருவாக்கியிருந்ததாக வரலாறு கூறுகிறது.

இந்த முன்னுதாரணங்களைப் பிளேட்டோ நன்கு உணர்ந்திருந்தார். சமூகப் பிளவுகளும் முரண்பட்ட நலன்களும் சிறந்த அரசியல் ஒழுங்கிற்கு எவ்வாறு தீமையாக ஆகலாம் என்பதை பிளேட்டோ ஆராய்ந்தார். அரசியல் சமூகம் வெவ்வேறு அரசியல் வர்க்கங்களாகப் பிரிக்கப்பட்டுள்ளது. ஏழை, செல்வந்தன், பிரபுக்கள் என்று இப்பிரிவுகள் அமைந்திருந்தன. ஒவ்வொரு பிரிவும் ஒவ்வொரு வர்க்கமும் தத்தமது நலன்கள் பெறுமானங்கள் என்பவற்றிற்காகப் பிரச்சினைகளை உருவாக்குகின்றன. ஆட்சிகளைக் கைப்பற்றவும் முயல்கின்றன. இதனால் ஏற்படும் சிவில் யுத்தம் மோசமானதென்றும் அது அந்நிய தேசங்கள் ஒரு நாட்டின் மீது தொடுக்கும் யுத்தங்களைவிட மோசமானதென்றும் பிளேட்டோ கூறுகின்றார்.

இவ்வாறான வர்க்கப் போரிலிருந்து உருவாக்கப்படும் ஆட்சி சமாதானத்தைக் கொண்டுவரக்கூடியதல்ல எனப் பிளேட்டோ கருது கின்றார். அதாவது எதிர்வாதிகளை அழிப்பது சிறந்த அரசியல் யுக்தி அல்ல என்பது பிளேட்டோவின் கருத்து. அது சமாதானத்தை அழித்து விடக்கூடியது என்பதுதான் அதன் உட்கிடை. ஒரு பிரிவினரின் அல்லது வகுப்பினரின் வெற்றி அல்ல, மாறாக சமூகப் பிரிவுகளுக்கிடையிலான சமாதானம் ஆகும். 'யுத்தமோ பிரிவினையோ அல்ல, ஆனால் சமாதானமும் நல்லெண்ணமுமாகும்' என்பதுதான் பிளேட்டோ முன்வைக்கும் சமாதான அரசியலுக்கான வழிமுறையாகும்.

அரசின் இலக்கு என்ன? எதற்காக அரசு? அரசு என்பது மனிதனின் வாழ்வை நெறிப்படுத்தி உயர்ந்த மனநிலையை மனிதனுக்குத் தருவதை நோக்கமாகக் கொண்ட ஓர் அமைப்பு. ஒழுக்கமும் மகிழ்ச்சியும் அரசின்

மாறாத இலக்குகள் எனக் கருதலாம். ஆனால், ஒழுக்கமும் மகிழ்ச்சியும் இலகுவில் கிடைக்கக்கூடியதல்ல. கல்வியும் பேரறிவும் என்ற பாதை யில் முதலில் அரசு தன்னை அர்ப்பணித்துக் கொள்ளவேண்டும். அதனிலும் முக்கியமானது அரசு பகுத்தறிவை அடிப்படையாகக் கொண்டிருப்பதாகும்.

பிளேட்டோவின் மெய்யியலில் நீதி தனி மனிதனுக்கு மட்டுமான தல்ல. நல்ல சமூகத்தின் அல்லது அரசின் உண்மையான உயர்ந்த பண்பை வரையறுப்பதும் ஒழுங்கமைப்பதும் நீதியான செயற்பாட்டிற்கு உரியதாகும் எனப் பிளேட்டோ வலியுறுத்துகிறார்.

மேற்கூறிய பிரச்சினைகளோடு அழியாமைக் கோட்பாடு, கலை, ஒழுக்கவியல், அரசியல், மெய்யியல், உளவியல், இறையியல் என்று பல்வேறு துறைகளிலும் தனது மெய்யியல் விசாரணைகளை அவர் நிகழ்த்தினார். பிளேட்டோ மெய்யியலின் துறைகளைப் பரந்த எல்லைகளுக்கு விரிவுபடுத்தினார். மெய்யியலைக் கூட்டொருமைப் படுத்துவதற்கு முதலில் முயன்ற மெய்யியலாளராகவும் பிளேட்டோ கருதப்படுகிறார். அடுத்துவந்த காலப்பிரிவுகள் அனைத்திலும் பிளேட்டோவின் சிந்தனைகள் பாரிய செல்வாக்கைச் செலுத்தின. அரிஸ்டாட்டிலில் இருந்து அவரது சிந்தனைச் செல்வாக்கு வெவ்வேறு வடிவங்களில் சாதகமாகவும் விமர்சனங்களாகவும் வெளிப்பட்டன.

அரிஸ்டாட்டில்

அரிஸ்டாட்டில் 400 நூல்களை எழுதியதாகக் கூறப்படுகின்றது. இவற்றுள் மூன்றில் ஒரு பகுதி அழிந்துவிட்டன. எனினும் அரிஸ்டாட்டிலின் முதன்மையான மெய்யியல் முறைமையைக் கண்டறியக்கூடிய அளவுக்கான நூல்களும் எழுத்துகளின் முதன்மையான பாகங்களும் நல்வாய்ப்பாக அழிவிலிருந்து பாதுகாக்கப்பட்டுள்ளன. பிளேட்டோ தம் எழுத்துப் பணிகளை 50 ஆண்டுகள் தொடர்ந்தார். அவரது மெய்யியல், தொடர்ச்சியான வளர்ச்சிநிலையில் இருந்தது. ஆனால், கிடைத்துள்ள அரிஸ்டாட்டிலின் நூல்கள் அவரது வாழ்நாளின் இறுதி 13 ஆண்டுகளில் எழுதப்பட்டவை. அப்போது அவர் ஏதென்ஸ் நகரில் இருந்தார். அப்போதைய அவரது வயது ஐம்பது. அதனால், கிடைத் துள்ள எழுத்துகளைக் கவனிக்கும்போது அரிஸ்டாட்டிலின் சிந்தனை முறைமை பெருமளவு நிறைவானதாகவும் முழுமை பெற்றதாகவும் அமைந்துள்ளதாகக் கருதலாம்.

ஆயினும் கிடைத்துள்ள முதன்மையான நூல்களின் பகுதிகள் மிகுந்த கவனத்துடன் வாசிக்கப்பட வேண்டியவை. அவரது பௌதிக

வதீதம்/மீமெய்யியல் (மெடா∴பிசிக்ஸ்) அல்லது *நிக்கோமாக்கியன் ஒழுக்கவியல் (நிக்கோமக்கியன் எதிக்ஸ்)* என்ற நூல்கள் காண்ட்டின் *கிரிட்டிக் ஆஃப் பியூர் ரீசன்* அல்லது டேக்கார்ட்டின் *மெடிட்டேஷன்ஸ்* போன்றவை அல்ல. பிந்தைய பதிப்பாளர்கள் தொகுத்த பல எழுத்துருவங் களின் நூல் தொகுதியே இவை. உண்மையில் அவை அரிஸ்டாட்டில் தனது சொந்தத் தேவைக்காக எழுதிய மூல எழுத்துப் பிரதிகளாகும். அதாவது அவை அரிஸ்டாட்டில் தயாரித்த அவரது எழுத்துப் படைப்பு களுக்கான மூலப்பிரதிகளின் தொகுப்பாகும். எவ்வாறாயினும் நாம் வாசிப்பது அரிஸ்டாட்டிலின் சொந்தப் படைப்புகள் என்பது ஐயமற்றது (Jonathan Barnes 1995).

விமர்சனங்களுக்கு இடமிருந்தபோதும் அரிஸ்டாட்டிலின் அளவுக்குத் தீட்சண்யமும் பரந்த அறிவும் கொண்ட ஒரு சிந்தனையாளரைக் கடந்த இரண்டாயிரம் ஆண்டுகளாக உலகம் பெற்றுள்ளதா என்று ஐயம் எழுப்பப்படுகிறது. இருண்ட யுகம் என்று அழைக்கப்படும் மத்திய காலத்திலும் ரோமப் பேரரசின் வீழ்ச்சி நிகழ்ந்த யுகத்திலும் அவரது அனைத்து நூல்களையும் அரபுச் சிந்தனையாளர்கள் அழிவின் அபாயத்தி லிருந்து பாதுகாத்தனர். மத்திய காலத்தின் இறுதிப் பகுதியில் அரேபியர் ஊடாக அவை ஐரோப்பாவை வந்து சேர்ந்தன. நவீன அறிவுக்கு மனிதன் வந்து சேரும்வரை விஞ்ஞானத்தின் பெரும்பகுதியான அறிவு அரிஸ்டாட்டிலின் சிந்தனைகளிலேயே தங்கியிருந்தது. 19ஆம் நூற்றாண்டுவரை அவரது உயிரியலுக்கே முக்கியத்துவம் தரப்பட்டது.

வெர்னர் ஜீகெர், *அரிஸ்டாட்டில்: ∴பண்டமென்டல் ஆஃப் ஹிஸ் டெவலப்மெண்ட்* (1923) எனும் நூலில் அரிஸ்டாட்டிலின் பங்களிப்பு களை இரண்டு பகுதிகளாகப் பிரிக்கின்றார். முதலாவது: அரிஸ்டாட்டில் பிளேட்டோவின் மாணவர். பிளேட்டோவின் அகாடெமியில் இருபது ஆண்டுகளை அவர் செலவிட்டுள்ளார். இரண்டாவது: பிளேட்டோவின் மரணத்திற்குப் பிறகு அனுபவ விஞ்ஞான ஆய்வுகளில் குறிப்பாக உயிரியல் ஆய்வில் ஈடுபடுகிறார். இவ்வாறு அரிஸ்டாட்டில் பிளேட்டோ வாதத்தில் இருந்து அனுபவவாதத்திற்கு மாறுகிறார்.

பிளேட்டோ வாதத்தினால் ஆட்கொள்ளப்பட்டு, கடந்த நிலைக் கருத்துவாதத்திலும் ஏனைய பிளேட்டோனிய சிந்தனைகளிலும் அரிஸ்டாட்டில் ஈடுபட்டிருந்தார். ஆனால் பிற்காலத்தில் பிளேட்டோவின் மீமெய்யியல் (பௌதிகவதீத) கருத்துகளில் அதிருப்தியுற்றுத் தனது சிந்தனைச் செயற்பாடுகளில் மாற்றங்களை ஏற்படுத்தினாரா? என்ற கேள்விக்கு இடமுள்ளது. முறையியல் நோக்கங்களினாலும் மெய்யிய லாக்கத்தை உண்மையாகச் செய்யும் பயிற்சியினாலும் அரிஸ்டாட்டி லிடம் இந்த மாற்றம் நிகழ்ந்திருக்கலாம் (Jonathan Barnes 1995).

இந்த நிலை மேலும் மேலும் அவரை அனுபவவாதியாக அதாவது அறிவியல் துறை ஆய்வாளராக மாற்றியது. அவருடைய அனுபவமுறை, அவதானத்தை அறிமுகப்படுத்தியது. அனுபவவாத அறிவாராய்ச்சி யியலில் நமது எல்லா எண்ணக்கருக்களும், அறிவும் அடிப்படையில் புலக்காட்சி தரும் தரவுகளில் அமைகின்றன. கிழக்கு ஏஜியனில் வாழ்ந்தபோது விலங்கியல் ஆய்வுகளில் ஈடுபட்டதிலிருந்து அனுபவ வாதத்தின் செல்வாக்கை அவரது வாழ்வில் எளிதாக ஊகிக்க முடியும்.

ஜீகொர் கூறியவை பற்றிப் பல்வேறு வகையான வாதப்பிரதி வாதங்கள் நடந்து வந்தன. ஆயினும் அரிஸ்டாட்டிலின் மொத்த மெய்யியல் பங்களிப்பைப் பொறுத்து தனித்துவமிக்கச் சிந்தனை மாற்றங்களுக்கு அரிஸ்டாட்டில் ஆளாகியிருப்பது தெளிவானதாகும். அரிஸ்டாட்டில் ஒரு துடிப்புள்ள இளைஞராகத் தமது ஆசானின் மீமெய்யியல் அறிவு வாதத்தை எதிர்த்து அனுபவவாத சிந்தனையை வழிமுறையாக்கிக் கொண்டார். ஆனால், பின்னர் அவருடைய பக்குவமும், ஆசானின் சிந்தனைகளை மீளநோக்கியதில் ஏற்பட்ட மாற்றங்களும் முக்கிய மானவை. பிளேட்டோவின் மெய்யியல் தாம் கருதிய அளவு தவறான தல்ல என்ற முடிவிற்கு அவர் வந்தார். பிளேட்டோ வாதத்திலிருந்து அனுபவவாதத்திற்கு அல்ல, உண்மையில் இந்த மாற்றம் அனுபவ வாதத்திலிருந்து பிளேட்டோ வாதத்திற்கான மாற்றமாக ஆகியது. ஆசானின் கருத்துகளால் அரிஸ்டாட்டில் ஆழமாகப் பாதிக்கப்பட்டி ருந்தார். மிக மங்கலாக, ஆனால் மிக முக்கியத்துவமுடையதாக அரிஸ்டாட்டிலின் மெய்யியல் பிளேட்டோவின் மெய்யியல் சிந்தனை களால் அதன் நிர்ணயத்தையும் வடிவமைப்பையும் பெற்றுக்கொண்டது.

அரிஸ்டாட்டில் மெய்யியலாளரும் விஞ்ஞானியுமாவார். அதே வேளை பல்வேறு பாடத்துறைகளை முதலில் ஆரம்பித்தவர், கையாண்டவர் என்ற பாராட்டும் அவருக்குரியது. அவர் கருத்துருவச் சிந்தனையாளராக இருந்த அதே அளவு பௌதிக விஞ்ஞானங்களை அவதான முறையிலும் பரிசோதனை முறையிலும் அணுகும் பயிற்சியைப் பெற்றவராகவும் இருந்தார். அரிஸ்டாட்டில் குறைந்தது இரண்டு விஞ்ஞானத் துறைகளை நிறுவியுள்ளார். அவை அளவையியலிலும் விலங்கியலும் ஆகும்.

ஆன் த ஹெவன்ஸ் என்ற தலைப்பில் வானவியல் பற்றி எழுதினார். விலங்குகளின் வாழ்க்கை பற்றியும் நூல்கள் எழுதினார். விலங்குகளின் பாகங்கள், அவற்றின் இயக்கங்கள் பற்றி, விலங்கு ஆய்வு என்ற தலைப்புகளில் எழுதினார். ஏராளமான தரவுகள் சேகரிக்கப்பட்டுத் தமது ஆய்வை அவர் நிகழ்த்தியிருந்தார். இவற்றுள் பல ஆதாரமற்றவை,

அரிஸ்டாட்டில் (கி.மு. 384-322)

அரிஸ்டாட்டில் பிறப்பினால் ஏதென்ஸ் வாசி அல்ல. கிரேக்கக் காலனியான மெஸெடோனிய ஸ்ட்ரெஜிராவில் கி.மு 384இல் பிறந்தார். அவரது தந்தை நிக்கோமாக்கஸ் மெஸெடோனிய மன்னரின் அரச வைத்தியர். இதன் மூலமாக அரிஸ்டாட்டில் மெஸெடோனிய அரசவைத் தொடர்பை மிக நீண்டகாலமாகவே பெற்றிருந்தார்.

அரிஸ்டாட்டிலின் தந்தை இயற்கை விஞ்ஞானத்தை நேசித்தார். அவர் ஒரு விலங்குக் கூடத்தையும் நிறுவியிருந்தார். 17ஆவது வயதில் அரிஸ்டாட்டில் ஏதென்ஸ் நகருக்கு வந்து பிளேட்டோவின் அகாடெமியில் மாணவராகச் சேர்ந்தார். கி.மு. 368இல் இருந்து 20 வருடங்கள் அங்குக் கல்வி கற்றார். பிளேட்டோவின் மாணவராக இருந்தபோதும் சிந்தனைச் சுதந்திரத்திற்கே அவர் அதிக மதிப்பளித்தார். 'நான் பிளேட்டோவின் நண்பன்; ஆனால் உண்மைக்கு அதைவிட அதிக நண்பன்' என்று அவர் கூறியுள்ளார்.

பிளேட்டோவின் மரணத்தைத் தொடர்ந்து அவர் ஏதென்ஸ் நகரை விட்டு வெளியேறினார். மெஸெடொனிய மன்னனின் வேண்டுகோளுக்கிணங்க (மகா) அலெக்ஸாண்டருக்கு முதன்மைக் குருவாக இருந்தார். அலெக்ஸாண்டரின் நிர்வாகம் அரிஸ்டாட்டிலின் இயற்கை இயல் ஆய்வுகளுக்குத் தேவையான பொருளுதவிகளைச் செய்தது.

பிளேட்டோவின் மரணத்தின் பின்னர் அவரது மருமகன் ஸ்பியனிப்பஸ் அகாடெமிக்குப் பொறுப்பேற்றார். அரிஸ்டாட்டில் ஏதென்ஸ் வந்தபோதும் அகாடெமியில் சேர விரும்பவில்லை. அரிஸ்டாட்டில் லைசிம் *என்னும் கலைக்கூடத்தை ஆரம்பித்தார். இதை ஆரம்பித்து நடத்தி வந்த காலத்தில் அரிஸ்டாட்டிலின் மெய்யியலும் விஞ்ஞான ஆய்வுகளும் பெரும் முன்னேற்றத்தை அடைந்தன. தனி ஒரு மனிதனாக வானவியல், உயிரியல், உடலியல், உடற்செயலியல், ஒழுக்கவியல், அரசியல், அளவையியல் எனப் பலத் துறைகளைத் தனது அறிவினால் அவர் விரிவு படுத்தினார்.*

கி.மு.323இல் மகா அலெக்ஸாண்டர் திடீரெனக் காலமானார். அவரின் மரணத்துடன் மெஸெடோனியருக்கும் ஏதென்ஸ்காரருக்கும் இடையே பகைமை உணர்வுகள் பரவின. அலெக்ஸாண்டர் விஷம் கொடுத்துக் கொல்லப்பட்டதாக உருவான கதைகளுக்கு மத்தியில் மெஸெடோனியாவிற்கு எதிராகக் கிளர்ச்சிகள் தோன்றின. மெஸெடோனிய அரசவையுடன் நெருங்கிய தொடர்பு கொண்டிருந்த அரிஸ்டாட்டில் கிளர்ச்சியாளர்களால் சந்தேகிக்கப்பட்டார். அவருக்கு எதிராகக் குற்றப்பத்திரிகைகள் தயாரிக்கப்பட்டன. அரிஸ்டாட்டில் நாட்டை விட்டுத் தப்பிச் சென்றார். ஏதென்ஸ் வாசிகள் ஏற்கெனவே சாக்ரட்டீஸிற்குச் செய்ததைப் போலவே மற்றொரு பாவத்தை மெய்யியலுக்கு அவர்கள் செய்யாதிருப்பதற்காகவே அங்கிருந்து மரணத்தைத் தழுவாது தண்டனையில் இருந்து அவர் தப்பிச் சென்றார். அடுத்த ஆண்டு தான் தப்பிச் சென்று வாழ்ந்த சாலிக்ஸ் நகரில் கி.மு. 322இல் காலமானார்.

கற்பிதமானவை என்று பின்னர் நிரூபிக்கப்பட்ட போதும் அவை அந்தத் துறை சார்ந்த உறுதியான ஆரம்பம் என்பதில் ஐயம் இல்லை.

பௌதிகவியல், விண்ணுலகம் பற்றி ஆகிய இரு நூல்களும் மிக நெருக்கமான தொடர்புடையவை. கலிலியோவின் காலம் வரை இந்த இரு நூல்களும் அறிவுலகில் மிகுந்த செல்வாக்கைச் செலுத்தின (Russell 1966).

மீமெய்யியல் (மெடாஃபிசிக்ஸ்)

பிளேட்டோவின் அகாடெமியில் அரிஸ்டாட்டில் கல்வி கற்கும் போது ‘அகாடெமியின் சிந்தனை’ என்று அரிஸ்டாட்டிலைப் பிளேட்டோ அழைத்தார். பிளேட்டோவின் உண்மையான வாரிசாக அரிஸ்டாட்டில் ஏற்றுக்கொள்ளப்படுவதில் கருத்துவேறுபாடுகள் இல்லை. அதேவேளை அவர் பிளேட்டோவின் விமர்சகராகவும் விளங்கினார். அறிவைத் திசைமுகப்படுத்துவதிலும் பார்வையிலும் பிளேட்டோவைவிட அரிஸ்டாட்டிலின் இயல்புகள் வேறுபட்டவை. அரிஸ்டாட்டில் விஞ்ஞானி, அளவையியலாளர், பல்துறை அறிவாளி. பிளேட்டோ கணிதவாதி. மாறாக அரிஸ்டாட்டில் அளவையியல்வாதி. அரிஸ்டாட்டில் தமது மீமெய்யியல் கருத்துகளையும் வாதங்களையும் *மீமெய்யியல் (மெடாபிசிக்ஸ்)* என்னும் நூலில் விரிவாகப் பேசியுள்ளார்.

மூலப் பொருளை அல்லது பதார்த்தத்தை *(சப்ஸ்டன்ஸ்)* எவ்வாறு வரையறை செய்யலாம் என்பது செந்நெறி மெய்யியலின் மைய

ஆய்வாகும். பதார்த்தம் (மூலப்பொருள்) என்பது அடிப்படை யதார்த்த மாகும். அந்த யதார்த்தத்தில் வேறு வகையான எதுவும் ஒன்று சேர்வ தில்லை. அதில் இருக்கக்கூடிய எல்லாவற்றுக்குமான அடிப்படை யான மூலப்பொருள் அது. அதற்கு வடிவம் உண்டு. அதற்கு பௌதிக யதார்த்தமும் உண்டு. பதார்த்தம் என்பது சாரமும் அதாவது வடிவமும் பொருளுமாகும். அல்லது அது வடிவமாகவும் சடமாகவும் இணைந்து காணப்படும் பொருள். பதார்த்தம் உண்மைப் பொருளின் யதார்த்த நிலைகளால் ஆக்கப்படுபவை. ஒவ்வொரு தனியான பொருள் களுக்குமான பாதார்த்தம்தான் அந்தந்தப் பொருள்கள் குறித்த இயல்பாகின்றது.

அரிஸ்டாட்டில் மூன்று விதமான பதார்த்தங்களை அறிமுகம் செய்துள்ளார். முதலிரு பதார்த்தங்களும் சடரீதியானவை. அவை இயங்கும், மாறும், அவை அழியக்கூடியவை அல்லது அழியாதவை. மூன்றாவது பதார்த்தம் பௌதிகம் அல்லாதது, சடமற்றது, எல்லை யில்லாதது, மாறாதது, இயங்காதது. சடமற்ற பொருள்களாகக் கணிதமும் கருத்துக்களும் உள்ளன. முடிவற்ற பொருள்கள் மூலக்கூறுகளினால், தனிமங்களினால் ஆக்கப்படாதவை. தனிமங்கள் என்றைக்கும் நிலைக்கக்கூடியதல்ல. அரிஸ்டாட்டிலின் கருத்தில் காரணகாரிய அறிவும் பொருள்களின் அடிப்படைகள் பற்றிய அறிவும்தான் பேரறிவு. முதல் அடிப்படை பற்றிய விஞ்ஞானம்தான் ‘பேரறிவு’. பதார்த்தங்கள் தனிக்கூறுகளாக இருப்பவை; பொது அடிப்படைகள் பல, அவை பொருள்களுக்கு மூலமாக இருப்பவை.

அறிஞர்கள் கூறியவற்றை முற்றிலும் பரிசீலிப்பது அல்லது கருத்துக்கு உட்படுத்துவது அரிஸ்டாட்டிலின் பிரதான அறிவுப் பயிற்சியாகும். காரணங்களும் அடிப்படைகளும் அவரது முதல் மெய்யியலில் விடயப் பொருள்களாக அமைந்திருந்தன. உண்மையில் இக்கலையைக் கற்பது பௌதிகவியலைக் (இயற்பியலை) கற்ற பின்னர் நிகழ வேண்டும். அதாவது, இயற்கையைக் கற்றதன் பின்னர். மேலும் ‘பௌதிகவியலின் பின்னர் வருவது’ என்றும் இது கூறப்பட்டது.

பிளேட்டோவின் வடிவக் கோட்பாடு அல்லது கருத்துக் கோட்பாடு பௌதிகமல்லாத கருத்தைக் கூறுகின்றது. மிகவும் அடிப்படையான யதார்த்தத்தை அது முன்வைக்கின்றது. பிளேட்டோ பொதுமைகளின் பிரச்சினைகளைத் தீர்ப்பதற்காக வடிவக் கருத்தை முன்வைக்கின்றார்.

வடிவம் என்பதற்கான கிரேக்க எண்ணக்கரு பார்வையுடன் தொடர்புபட்டதாக இருந்தது. பொருள் ஒன்றின் தோற்றமாகவும் அது அறியப்பட்டது. அதன் மையச்சொல் ‘எய்டோஸ்’ அல்லது ‘கருத்துகள்’

என்பதற்குரிய வேர்ச்சொல் (இந்தோ ஐரோப்பிய மொழியில்) 'பார்த்தல்' என்ற பொருளைக் குறிப்பதாகக் கூறப்படுகின்றது.

ஹோமர் காலத்துக்குரியதாக இருந்த இச்சொற்கள் கால ஓட்டத்தில் மேலதிக மெய்யியல் அர்த்தங்களைப் பெற்றுக்கொண்டன. இவ்வாறாக கவே சடமும் வடிவமும் பிறந்துள்ளன எனலாம். ஆனால், வடிவங்கள் எதைக் குறிக்கின்றன? எல்லாப் பொருள்களுக்கும் வடிவங்கள் உள்ளன. குதிரை, பூனை, மேசை, மனிதன், நாற்காலி ஆகிய ஒவ்வொன்றும் வடிவங்களாகும். இந்த வடிவங்கள் பல்வேறு பொருட்களின் சாரங் களாகும். எது இன்றி அந்தப் பொருள் அதே பொருளாக இருக்காதோ அது. உலகில் பல மேசைகள் இருக்கலாம். ஆனால் மேசைத் தன்மை என்பது ஒன்றுதான். *குடியரசில்* பிளேட்டோவின் பாத்திரமான சாக்ரட்டீஸ் 'வடிவங்களின் உலகம் நமது உலகிற்கு அப்பாலான உலகம்' எனக் கூறுகின்றார். அது தான் யதார்த்தத்தின் சாரமாகும் என்பது பிளேட்டோ காணும் விளக்கமாகும் என்று முன்னர் கூறிய கருத்து வாசகர்களுக்கு நினைவிருக்கலாம்.

மீமெய்யியலின் மையநோக்கு பருப்பொருளை (பதார்த்தத்தை) அறிதலாகும். அதாவது பொருளின் அத்தியாவசியமான இயல்பை அறிதலாகும். பதார்த்தம் என்பது நாம் ஒன்றின் அடிப்படையை அறிந்திருப்பதாகும். நாம் ஒன்றை விளக்க முயன்றாலும் அது பற்றி எதையும் கூறுவதற்கு முன்னராக அதன் சாரத்தை அறிந்து கொள் கிறோம். மேசையையும் பூனையையும் நாம் அவற்றின் சாரமாகத்தான் உணர்கிறோம். அதாவது அவற்றில் பொதிந்துள்ள வேறு விடயங்களுக்கு முன்னால் நமது கவனத்திற்கு வருபவை என இதனைக் கூறலாம்.

உண்மையான பல மேசைகள் பலவிதமாக இருந்தாலும் நாம் அவற்றின் மேசைத் தன்மையை அறிவோம். பல மேசைகளில் இருந்து அவற்றை நாம் அதைப் பிரித்துத் தனிப்படுத்திப் பார்க்கிறோம் (அதாவது உணர்கிறோம்). அதனால் நாம் ஒரு பொதுமையான சாரத்தை பார்க்கக்கூடியதாக உள்ளது. ஒரு சாரத்தை எது சாரமாக்கு கிறது என்பது முக்கியமான கேள்வியாகும்.

அரிஸ்டாட்டில் சடத்தையும் வடிவத்தையும் பிரித்த போதும் வடிவம் இல்லாமல் சடத்தையோ சடமில்லாமல் வடிவத்தையோ நாம் பார்ப்பது சாத்தியமில்லை என்றார். உறுதியான இருப்பைப் பெற்றுள்ள எந்தவொரு (தனியனான) பொருளும் அதன் சடம் வடிவம் என்ற உறவைப் பெற்றுள்ளது. வடிவம் எல்லையற்றது என்று பிளேட்டோ கருதினார். அவரது கருத்தில் அது பொதுமையாக (சாரமாக) உள்ளது. பிளேட்டோவிற்கு வடிவம் பொதுமையாகும். எந்தத் தனி ஒரு

பொருளில் இருந்தும் அது வேறுபட்டு நிலவக் கூடியது என்பதாக அவரது கருத்து அமைந்திருந்தது.

தனிப்பட்ட பொருள்கள் ஒவ்வொன்றிலிருந்தும் 'வடிவம்' வேறுபட்டு உள்ளது என்ற பிளேட்டோவின் கருத்தை அரிஸ்டாட்டில் மறுத்தார். பொதுமைகள் உள்ளன. ஆனால் மேசை, குதிரை போன்ற பொதுமைகள் 'அகவய எண்ணங்கள்' என்றார். கருத்துகள் பொருள் களின் சாரமாகும். அந்த சாரம் பொருள் சார்ந்ததாக இருப்பவை. பொருளுக்கு வெளியில் இருப்பவை அல்ல. பிளேட்டோ கருத்து களைப் பொருளிலிருந்து வேறுபடுத்தினார் (வேறுபட்டது தான் என்பதில் கருத்துப் பேதம் இல்லை). ஆனால் அது ஒரு மர்ம உலகில் பிரத்தியேகமாக நிலை கொண்டுள்ளதாக முன்வைக்கப்படும் எண்ணம் என்பதில்தான் பிரச்சினை எழுகின்றது.

பொதுமை என்ற நிலையில் கருத்தானது பொருள்கள் சார்ந்ததாகவே இருக்கலாம். யதார்த்தத்தில் எல்லா மனிதர்களும் என்பது பொதுமை மனிதன்தான். ஆனால் பொதுமை மனிதன் பொதுமைக் குதிரை புற உலகிலோ, வெளியிலோ, மர்மமான உலகிலோ இருப்புடையன அல்ல. யதார்த்தம் என்றால் என்ன, பதார்த்தம் என்றால் என்ன? இவைதான் பௌதிகவதீதவாதிகளின்/மீமெய்யியல்வாதிகளின் அடிப்படைக் கேள்விகளாகும்.

பருப்பொருள்கள் சுதந்திர இருப்புடையவை. அவை பயனிலை களாக ஆவதும் இல்லை என்று இது எடுத்துக் கொள்ளப்படுகிறது. ஸ்டேஸ் கூறும் ஓர் உதராணத்தையும் அதற்கான விளக்கத்தையும் இங்கு நோக்கலாம். 'தங்கம் பாரமானது'. தங்கம் எழுவாய் அல்லது பருப்பொருள். 'பாரம்' அதன் பயனிலை. பாரத்திற்கான இருப்பு தங்கத்தில் தங்கியுள்ளது. இதனால் பருப்பொருள் என்பது பாரமல்ல, தங்கமாகும்.

பிளேட்டோ பொதுமையைப் பதார்த்தமாக அல்லது பருப்பொரு ளாகக் கருதுகிறார் என்பதி லிருந்துதான் அரிஸ்டாட்டில் தனது வாதங்களை ஆரம்பித்து அதற்குத் தீர்வு காண முற்படுகிறார். பொதுமை பொதுவான பயனிலை. அது பல பொருள்களின் 'வகுப்பை' பிரதி பலிக்கின்றது. 'மனிதன்' என்ற எண்ணக்கரு 'எல்லா மனிதரும்' என்பதற்கான பொது எண்ணக்கரு ஆகும்.

ஒழுக்கவியல்

பிளேட்டோவின் ஒழுக்கவியல் மனித வாழ்வின் சாதாரண வரையறை களுக்கு அப்பால் முழு நிறை இலட்சியவாதத்தில் நிலைபெற்றிருந்தது.

அரிஸ்டாட்டில் மனிதரின் சாதாரண வாழ்வுக்கும் மண்ணுலக அனுபவத்திற்கு ஏற்றதுமான ஒழுக்கக் கருத்துகளைத் தனது ஒழுக்கச் சிந்தனையாக முன்வைத்தார். அரிஸ்டாட்டில் ஒழுக்கவியலைத் தனிக் கலையாகப் பார்க்கவில்லை. நற்பண்புகள் பற்றிய ஆய்வாகவே அதை அவர் அனுமானித்தார்.

முழுமையான அரசியல் விஞ்ஞானம் இருபாகங்களைக் கொண்டுள்ளது. அது ஒழுக்கவியலும் அரசியலுமாகும். அரிஸ்டாட்டிலின் ஒழுக்கவியல் சமூகச் சார்பானது. அவரது அரசியல், ஒழுக்கம் சார்ந்தது. ஒழுக்கவியலில் தனிமனிதர் சமூகத்தின் உறுப்பினர். அரசியலில், அரசின் நல்வாழ்வு, அதன் குடிமகனின் நல்வாழ்வில் தங்கியுள்ளது.

'நன்மை' என்பது 'மகிழ்ச்சி' என்று கூறப்படுகிறது. ஒழுக்கவியலின் முதல் அம்சம் 'சும்மும் போனும்' அதாவது 'உயர் நன்மை' ஆகும். எல்லா மனித நடவடிக்கைகளின் முடிவும் 'உயர் நன்மை'யாக உள்ளது. அது மகிழ்ச்சி. மனித நடவடிக்கைகளின் இறுதி இலட்சியம் (இறுதி இலக்கு) மகிழ்ச்சி. ஒழுக்கச் செயற்பாடு அகவயத் துய்ப்பினை அல்லது மகிழ்வுணர்ச்சியைத் தருவதாகவும் நவீன அர்த்தத்தில் மகிழ்ச்சி என்பது மகிழ்வுணர்ச்சியையே குறிப்பிடுவதாகவும் கருதலாம். கிரேக்கர்களைப் பொறுத்தவரை அந்தச் சொல்லின் பொருள் ஒழுக்க நடவடிக்கையையே உணர்த்தும் (W.T. Stace 1950). அரிஸ்டாட்டில் 'மகிழ்ச்சி'யை முடிவுக் கருத்தாக ஏற்றுக்கொள்கிறார். 'யூடைமோனியா' என்பது மகிழ்ச்சி என்ற இன்ப உணர்ச்சியாக அர்த்தப்படுத்தப்பட்டாலும் 'யூடைமோனியா' ஒருவகைச் செயற்பாடு என்று அரிஸ்டாட்டில் வலியுறுத்துகிறார்.

மனிதன் தனக்கான ஒரு செயலை அல்லது வாழ்வை நிர்ணயித்துக் கொள்ளும்போது அதில் உயர்ந்த நன்மை என்பது இலக்காக்கப் படுகிறது. மனிதச் செயலின் முதல் கோட்பாடு இதுதான். ஒருவரின் அதிஉயர் நன்மைதான் பொதுவானதும் மிக முதன்மையானதுமாகும். இதுதான் மனிதன் நாடவேண்டிய அல்லது உலகம் நாட விரும்புகிற இலக்கு. அந்த உயர் நன்மை 'யூடைமோனியா' ஆகும். இக்கிரேக்க சொல்லுக்கான பொருள் நல்வாய்ப்பை நோக்கி ஆற்றுப்படுத்தும் ஒரு செயல் என்பதாகும். இது மறுவார்த்தைகளில் இன்பம், முன்னேற்றம் என்பனவற்றையும் அர்த்தப்படுத்தக் கூடியது.

'யூடைமோனியா' செயற்பாட்டில் பூர்த்தி பெற வேண்டிய கருத்து. மனிதன் தனக்குரிய பொருத்தமான தொழிற்பாடுகளின் மூலம் தாவரங்களிலிருந்தும், விலங்குகளிலிருந்தும் வேறுபடுகிறான். அது அறிவுரீதியான அவனது ஆன்மிகச் செயற்பாடாகவும் அமைகிறது.

அது ஒழுக்கத்திற்கேற்ற ஆன்மாவின் நடவடிக்கையாகவும் முழு வாழ்க்கைக்குமான நடவடிக்கையாகவும் அமைகிறது என்றும் அரிஸ்டாட்டில் கூறுகிறார். குறிப்பிட்ட சில நாட்கள் அல்ல ஒரு முழுமையான வாழ்வுக் காலம் இந்த உயர்ந்த இலக்கை அடைவதற்கு அவசியமாக உள்ளது (Joseph Owens 1959:339, 340).

பயன்பாட்டுவாதிகளின் கோட்பாடு துய்ப்பு (மகிழ்ச்சி)தான் ஒழுக்கப் பெறுமானத்திற்கான தளம் என்று கூறுகிறது. ஆனால் அரிஸ்டாட்டிலின் கோட்பாடு ஒழுக்கப் பெறுமானத்தின் விளைவுதான் மகிழ்ச்சி என்று கூறுகிறது. மகிழ்ச்சிதான் உயர்ந்த நன்மை என்று கூறும்போது அதன் இயல்பு பற்றி விளக்கங்கள் தரவில்லை. அது மேலும் விசாரிக்கப்பட வேண்டியதாகவே இருக்கின்றது. மனிதனுக்கான நன்மை (குட்) மகிழ்ச்சியில் (ஹாப்பினஸ்) அல்லது இன்பநுகர்வில் (பிலெஸ்ஸர்) தங்கி யிருப்பதில்லை. இன்பநுகர்வு விலங்குகளுக்குமுரியதாகும். அதனால் அது அதைவிட உயர்ந்ததாக இருக்க வேண்டும். மனிதனின் பகுத்தறிவுக் குரிய இடம் விலங்குகளைவிட வேறுபட்டதாகும் அல்லது அதன் முக்கியத்துவம் உயர்வானது. ஆகவே முடிவுப் பொருளான 'உயர் நன்மை' (சும்மும் போணும்) என்பது பகுத்தறிவு பூர்வமான நடவடிக்கை; மனிதனின் நன்மைக்குரியது என்று கொள்ளப்பட வேண்டும்.

இப்பிரச்சினைக்கான அரிஸ்டாட்டிலின் தீர்வு அவரது பொது மெய்யியலோடு தொடர்புடையதாகும். உயிருள்ள ஒவ்வொன்றுக்கும் அதற்குரிய பொருத்தமான முடிவு உள்ளது. அதை அடைவது அதன் இலக்காகவோ தொழிற்பாடாகவோ அமைகின்றது. அரிஸ்டாட்டிலின் நோக்கில் முழுமையான வாழ்வில் இருந்து மகிழ்ச்சி பெறப்பட வேண்டும். ஒழுக்கப் பண்புகள் சீரான முறையில் நிறைவு செய்யப் படும் போதுதான் உண்மையான மகிழ்வு வெளிப்படுகிறது. இங்கு பிளேட்டோவைவிட வேறுபட்ட விதத்தில் அதற்கான புறவய ஒழுங்கு களை முதன்மையான இடத்திற்கு அரிஸ்டாட்டில் முன்மொழிவதை அவதானிக்க முடிகிறது.

ஒழுக்கப் பெறுமானங்களினால் வரக்கூடிய மனித மகிழ்வுக்கான புறநிலையான நிபந்தனைகள் பற்றி அரிஸ்டாட்டில் பேசுகிறார். வறுமை, நோய், போதிய வாய்ப்புகள் அற்ற நிலை காணப்படும்போது அங்கு மகிழ்ச்சி தோன்றுவதில்லை. செல்வம், உடல்நலம், உடற்பலம், போதிய வாய்ப்புகள் என்பன மகிழ்வை உருவாக்குவதற்கு அவசியமான புறநிலையான நிபந்தனைகளாகும்.

மகிழ்ச்சி புறநிலைமான சட நிபந்தனைகளால் மட்டுமல்ல பகுத்தறிவு, ஒழுக்கம் ஆகிய இரண்டின் செயற்பாடுகளின் விளைவாக இருப்பதை

அரிஸ்டாட்டிலின் மெய்யியல் முன்வைக்கின்றது. இங்கு அவர் மகிழ்ச்சிக்கும் பகுத்தறிவிற்கும் இடையிலான உறவை மகிழ்ச்சியும் ஒழுக்க வாழ்வும் என்பதன் மூலம் ஓர் இணக்கத்தை உருவாக்குகிறார். பகுத்தறிவிலிருந்து மகிழ்ச்சி அதாவது ஒழுக்க வாழ்வே தன்னளவில் நன்மையானது என்ற கருத்திற்கு அது இட்டுச்செல்கிறது.

புலனுணர்வுக்குரிய நடைமுறை உலகில் ஒழுக்கம் அல்லது முடிவுப் பொருளான மகிழ்ச்சி எவ்வாறு சாத்தியம் என்பதைத்தான் அரிஸ்டாட்டில் விசாரணைக்குட்படுத்துகிறார். இதனால் அரிஸ்டாட்டிலின் ஒழுக்கப் பண்பு எண்ணக்கரு பிளேட்டோவின் ஒழுக்க எண்ணக் கருவைவிட தெளிவிலும் யதார்த்தத்தை அணுகுவதிலும் பெறுமானம் கூடியது எனக் கருதலாம். ஒழுக்கம் உடன்பிறந்த ஒன்றல்ல; அது புறத்தில், பழக்க வழக்கங்களிலிருந்து வடிவமையக்கூடியது என்பது அரிஸ்டாட்டிலின் சிந்தனைகளில் வலியுறுத்தப்பட்டது.

மத்திய பாதை

ஒரு நல்லொழுக்கம் இரு தீமைகளுக்கு நடுவில் இருப்பதாகச் சிலர் வாதிடுகின்றனர். துணிவு எனும் ஒழுக்கம் முரட்டுத்தனத்திற்கும் கோழைத்தனத்திற்கும் இடையிலானது; இரு தீமைகளுக்கு நடுவே அமைவது. அரிஸ்டாட்டில் இவ்வாறு கருதினாரா? ஆனால், இரு தீவிரப் போக்குகளுக்கிடையில் ஒரு 'மத்திய பாதையை' (நடுவழியை) அவர் இதற்கான மார்க்கமாகக் கருதினார். தாராள மனப்பான்மை என்பது அளவுமீறி வாரி வழங்குவதற்கும் எதையும் வழங்காத கருமித் தனத்திற்கும் இடைப்பட்டதாகும். நாணம் என்பது வெட்கத்திற்கும் வெட்கமின்மைக்கும் இடைப்பட்டதாகும். இங்கு அரிஸ்டாட்டிலிய ஒழுக்கவியலின் நோக்கம் இரு முனைப்பட்ட தீவிரவாதத்தன்மை பற்றியது அல்ல. ஆனால் சமநிலையான ஆளுமை; பொருத்தத்தையும் இசைவையும் நாடும் கிரேக்கச் சிந்தனையுடன் இது மிக நெருங்கிக் காணப்படுகிறது. 'அளவுக்கு மீறினால் அமிர்தமும் நஞ்சு' என்று தமிழில் காணப்படுவது போல் கிரேக்க மொழியில் 'அளவுக்கு மிஞ்சி எதுவும் கூடாது' என்று ஓர் உரை கூறுகிறது.

பிளேட்டோவின் 'தன்னடக்கம்' என்ற கருத்து இதனுடன் ஒன்றிணைந்து செல்லக்கூடியதாக இருப்பதையும் நோக்கலாம். வில்லியம் லில்லி *(1964)* கூறுவது போல் அரிஸ்டாட்டில் தமக்கே உரிய வகையில் ஒவ்வொரு நல்லொழுக்கத்தின் எல்லையையும் மிகுந்த நுட்பத்துடன் வரையறை செய்ய விரும்பினார். இரு தீமைகளுக் கிடையே நல்லொழுக்கம் அமைவதைக் காண விரும்பினார். இதுபற்றி விமர்சனங்கள் இருந்தாலும் துணிவு (தீரம்) எனும் நல்லொழுக்கம்

முரட்டுத் துணிச்சலும் கோழைத்தனமும் கலந்த ஒன்றல்ல. அதற்கு மாறாக அது கடுமையான சகிப்புத்தன்மையும் கவனமான முன்னறிவும் கலந்த ஒன்றாகும். மேலும், இவ்விரண்டையும் மனத்தின் நன்மை பயக்கும் இரு நிலைகள் எனக் கூறலாம். சுருக்கமாகக் கூறுவதானால் இம்மன உணர்வுகளில் நடுவழி எங்கிருக்கிறது என்று அறிவதைத்தான் அரிஸ்டாட்டிலின் 'மத்திய பாதை' கருத்து வலியுறுத்துகிறது (வில்லியம் லில்லி *1964*).

கவிதை இயல்

கவிதை இயல் ஆராய்ச்சி அவரது சிறப்புக் கவனத்தைப் பெற்றிருந்தது. அவரது கவிதை இயல் நூல் கவிதை, நாடகம் பற்றிய துண்டு துண்டான விடயங்களின் தொகுப்பாக உள்ளது. கவிதை இயலில் அரிஸ்டாட்டில் நாடகத்திற்கு முக்கிய இடம் தந்துள்ளார். கவிதை இயல் இரசனை இயலை இரண்டாக வகுத்துள்ளது. முதலாவது, இயற்கையும் கலையின் முக்கியத்துவமும் பற்றியது; மற்றது, இவற்றைக் கவிதைக் கலைக்கு விரிவான முறையில் பயன்படுத்துதல் பற்றியது. இவ்விரு அம்சங்களும் முக்கியமாக எடுத்துக்கொள்ளப்பட்டுள்ளன.

கலை உருவாக்கப்படுகிறது. இயற்கையின் நடவடிக்கைகளிலிருந்து அது வேறுபட்டது. உயிரிகள் தமது இனத்தைத் தமது இனமாகப் பிறப்பிக்கிறது. தாவரம் தாவரத்தை, விலங்கு விலங்கைப் பிறப்பிக் கிறது. ஆனால், கலைஞர் படைப்பது வேறு ஒன்றை. சிற்பம், கவிதை, சித்திரம், சினிமா என மனிதன் கலைகளைப் படைக்கிறான். நவீன உலகில் நுண்கலைகள் என்று கூறப்படுவதை அரிஸ்டாட்டில் 'போன்மைக் கலை' *(இமிடேடிவ் ஆர்ட்)* எனக் கூறுகிறார். ஆனால், பிளேட்டோ எல்லாக் கலைகளையுமே போன்மைக் கலை எனக் கூறுகிறார். பிளேட்டோ பயன்படுத்திய அதே 'போன்மை' என்ற சொல்லைப் பெரும்பாலும் அவரிடமிருந்து அரிஸ்டாட்டில் பெற்றிருக் கலாம். ஆயினும் பிளேட்டோவைப் போல் அரிஸ்டாட்டில் இதை நோக்கவில்லை.

ஓர் ஓவியர் தனது படைப்பில் மரம், செடி, வீதி, வீடு போன்வற்றைப் போலச் செய்து அல்லது வரைந்து காட்டலாம். இசை அவ்வாறு எதையும் பிரதி செய்வது அல்ல. இயற்கையில் எளிதில் ஒப்பீடு செய்யமுடியாதவற்றையே இசைக் கலைஞர் படைக்கின்றார். கலைஞர் புலனுணர்வு விடயங்களைப் பிரதி செய்வதில்லை. ஆனால் கருத்தைப் படைக்கின்றார் என அரிஸ்டாட்டிலின் கலைக் கருத்து கூறுகிறது. பிளேட்டோ கலைப் படைப்பைப் 'பிரதியின் பிரதி' என்று கூறினார். அவரது கருத்தில் இது போலியாகும். இதுபற்றி பிளேட்டோ

குடியரசு நூலில் **10**ஆம் புத்தகத்தில் கூறியுள்ளதன் சுருக்கத்தை இங்கு நோக்கலாம்:

கிளாக்கன்: உங்கள் விளக்கங்களைக் கேளுங்கள்.

சாக்ரட்டீஸ்: போலி என்றால் என்ன என்று சொல்வாயா?

கிளாக்கன்: நீங்களே அதை ஆராயுங்கள்.

சாக்ரட்டீஸ்: ஏதாவது ஓர் எளிய உதாரணத்தை எடுத்துக் கொள்வோம். இவ்வுலகில் மிக அதிகமான மேசைகளும் படுக்கைகளும் உள்ளன அல்லவா? அவற்றைப் பற்றி இருவகை எண்ணங்கள் உள்ளன. ஒன்று படுக்கையைப் பற்றியது; மற்றொன்று மேசையைப் பற்றியது. அவற்றைச் செய்பவர் நமது பயன்பாட்டிற்காகச் செய்கிறார். தொழிலாளர் எவரும் அந்த எண்ணங்களைத் தாமாக ஏற்படுத்துவதில்லை.

கிளாக்கன்: முடியாது.

சாக்ரட்டீஸ்: இன்னுமொரு கலைஞரும் உள்ளார்.

கிளாக்கன்: அவர் யார்?

சாக்ரட்டீஸ்: அவர் எல்லாத் தொழிலாளிகளுடைய வேலைகளையும் செய்யக்கூடியவர். கடவுளரையும் அவரே செய்கிறார். ஓவியர் பல தோற்றங்களை உருவாக்குபவர். ஆனால் அவர் உருவாக்குவது உண்மையற்றது. ஓவியரும் படுக்கையைச் செய்பவரே. ஆனால் உண்மை உருவத்தை அவரால் செய்ய முடியாது. உள்ளது போன்ற ஒன்றையே அவர் செய்ய வல்லவர். இப்போது மூன்று படுக்கைகள் உள்ளன. ஒன்று கடவுளால் செய்யப்பட்டது; இயல்பானது; வேறு யாராலும் செய்ய முடியாதது. மற்றொன்று தச்சனால் செய்யப்பட்டது (பிரதி). மூன்றாவது ஓவியரால் செய்யப்பட்டது. ஓவியரை நீ சிருஷ்டிகர்த்தா என்பாயா?

கிளாக்கன்: நிச்சயமாக இல்லை.

சாக்ரட்டீஸ்: இயற்கையின் கீழ் மூன்றாம் படியில் உள்ள அந்த ஓவியக் கலைஞர் போலிக் கலைஞர். ஓவியங்கள் உண்மையைப் பொறுத்தவை அல்ல; தோற்றங்களைப் பொறுத்தவை. ஓவியர் என்ற போலியானவர் வெகுதொலைவில் இருக்கின்றார்.

அரிஸ்டாட்டிலைப் பொறுத்தவரை பிளேட்டோவின் இக்கருத்து திருப்தியானதல்ல. கலைஞரின் படைப்பு மூன்றாவது (போலிப்) பிரதியல்ல; மூலப் பொருளின் பிரதி. அதன் பொருள் அந்த அல்லது இந்தக் குறிப்பிட்ட ஏதோ ஒரு பொருளைப் பற்றியதல்ல. ஆனால் பொதுமையானது. தனித்தனி விடயங்களை அது தனது படைப்பாக்கிய போதும் அங்குத் தனித்த பொருள் அல்ல, அதில் பிரதிபலிப்பவை பொதுமையின் அம்சங்களாகும்.

அரசியல்

அரிஸ்டாட்டிலின் *அரசியல்* என்னும் நூல் பிளேட்டோவின் *குடியரசைப்* போல் கவர்ச்சியான உரையாடலையும் கவித்துவ நடையையும் கொண்ட நூல் அல்ல. ஆனால் ஒழுங்கு முறைமை, பகுப்பாய்வு கொண்டது. இது இரண்டாயிரம் வருடங்களாக அரசியலுக்கான பாட நூலாக இருந்து வருகிறது (W.Ebenstein 1960). 'மனிதன் ஓர் அரசியல் மிருகம்' என்ற கருத்தின் பிறப்பிடமாக அந்த நூல் அமைந்துள்ளது. அரிஸ்டாட்டிலின் கருத்தில் அரசு ஒரு சமுதாயம். அரசை ஒரு சமூக மாக அரிஸ்டாட்டிலுக்கு முன்னரே சிலர் குறிப்பிட்டிருந்த போதும் அரசை ஓர் உயிர்ப் பொருட்கூறாக எடுத்துக் காட்டும் சிந்தனைக்கான அடித்தளம் அரிஸ்டாட்டிலினால் இடப்பட்டது.

மனிதன் பேசும் ஆற்றல் பெற்றிருப்பதனால் அது அவனது அரசியல் இயல்புக்கான நிரூபணம் என்று அரிஸ்டாட்டில் கூறினார். அரிஸ்டாட்டில் அரசை இயற்கையானதென்றும் அது குடும்பம், கிராமம், நகர அரசு என்று சமூகப் பரிணாமத்தினூடாக வளர்ச்சி பெற்ற தென்றும் கருதுகிறார். வரலாற்று நோக்கில் அரசு என்பது மனித உறவுகளின் வளர்ச்சியில் இயற்கையானது மட்டுமல்ல, முடிவானது மாகும். அரிஸ்டாட்டில் அரசு ஒரு சமுதாயம் மட்டும் என்று கூறவில்லை. உயர்ந்த நலனை நோக்காகக் கொண்ட உயர்வான சமூகம் என்று கூறுகிறார்.

குடும்பம், கிராமம் என்பன வாழ்வுக்கான பாதுகாப்பு அரண்களாய் அமைகின்றன. ஆனால், அரசு நல்வாழ்வுக்கான அமைப்பாக மலர்ச்சி பெறுகிறது. அரசு அதி உயர் அமைப்பாகும். சமூக ரீதியான நிறுவனம் என்ற கருத்து அரசுக்கான இலக்கை விளக்கப் போதுமானதன்று. தேவைகளை நிறைவேற்றுவதும் சிறந்த துணையாக இருப்பதும் அதன் பண்புகளின் ஒரு பாகம் மட்டுமே. அரசின் உண்மையான முழு நிறைக் குறிக்கோள் மனிதன் முழு அக நிலை வளர்ச்சியிலும் பூரண நிலையை எய்துவதாகும். அரிஸ்டாட்டிலின் இக்கொள்கையை நடைமுறைக் கருத்திற்குப் பரிமாற்றம் செய்தால் அரசு மனிதனுக்கான உலகியல் ரீதியான, கலாச்சார ரீதியான, ஆன்மிக ஒழுக்க ரீதி யான இலட்சியங்களைப் பூர்த்தி செய்யும் உயர் சங்கம் அல்லது அமைப்பாகும்.

பிளேட்டோ கருதியதைப் போலவே அரசின் நோக்கம் குடிமக்களின் ஒழுக்கமும் மகிழ்வுமாகும் என்பதையே அரிஸ்டாட்டிலும் வலியுறுத் தினார். தனிமனிதரின் முடிவாக அரசு அமைகிறது. அரசின் செயல்பாடுகள் மனிதனின் அத்தியாவசிய செயற்பாடுகளின் முக்கியமான அங்கமாக

இருக்கிறது. அரசுதான் அவனது ஒழுக்கத்திற்கும் கல்விக்கும் பொறுப்பாக இருக்கின்றது.

அரசின்றி மனிதனை மனிதனாக உயர்த்த வேறு சாதனம் கிடையாது எனும் அளவுக்கு அரசின் முக்கியத்துவத்தை அரிஸ்டாட்டில் வலியுறுத்துகிறார். அதனால் அரசு மனிதப் பெறுமானங்களுக்கும் நலன்களுக்கும் தன்னை அர்ப்பணிக்க வேண்டும். இது நிறைவேற வேண்டுமானால் அரசு சக்தி உள்ளதாக இருக்க வேண்டும். அதற்கு சமத்துவமான சமூகப் பொருளாதார ஒழுங்கு முதன்மை இடத்தை வகிக்க வேண்டும். 'புரட்சிக்கும் குற்றங்களுக்கும் வறுமைதான் தாய்' என்று அரிஸ்டாட்டில் கூறுகிறார்.

4

இந்திய மெய்யியல் தோற்றமும் தன்மைகளும்

இந்திய ஞானம்

ஒவ்வோர் இனமும் தனது ஆன்ம விலாசத்தையும் ஆன்ம அனுபவத் தையும் வெளிப்படுத்தும் போக்கிலே உலக நாகரிகத்துக்கு அவசியமான சில அம்சங்களை நல்குகின்றது. தனக்குச் சொந்தமான பிரச்சினை களைத் தீர்க்கும் போதும் இன்னல்களை அனுபவிக்கும் போதும் உருவாகும் பண்பே உலகுக்கு வழங்கப்படும் ஒரு கொடை எனலாம் (ஆனந்த குமார சுவாமி, 1980: 01) என்ற ஆனந்த குமாரசுவாமியின் கருத்து இந்திய மெய்யியலின் இயல்பையும் உலகுக்கான அதன் சிறப்புப் பங்களிப்பையும் சுருக்கமாக எடுத்துக்காட்டுவதாகக் கூறலாம்.

'வாழ்வின் உறுதிப் பொருளையும் அதன் முடிவான நோக்கத்தையும் அறிந்துகொள்வதற்கு நடைபெற்றுவந்த இடையறா முயற்சியே அதன் தத்துவச் சிந்தனை' (1980: 03) என இந்தியத் தத்துவமரபு பற்றி ஆனந்த குமாரசுவாமியின் கருத்து விளக்குகிறது. 'தன்னைத் தன் இயல்புத் தன்மையோடும் தன்னுடன் வாழும் மக்களோடும், பரம் பொருளோடும் இணைத்துக் காட்டுகின்ற ஆளுமை ஒன்றிப்பை அடைதலையே இந்துவானவன் தனது சமய இலட்சியமாகக் கொள்கிறான்' என்பார் எஸ்.ராதாகிருஷ்ணன் (டி.எம்.பி. மகாதேவன், 1946: 04).

இந்துசமயமும் இந்தியத் தத்துவ ஞானமும் கூறும் அடிப்படை இலட்சியம் ஒரு பண்பினதாய் உள்ளது சிறப்புக் கவனத்திற்குரியதாகும். இந்தியாவில் மெய்யியலுக்கு (தத்துவ இயலுக்கு) முன்வைக்கப்படும் அதிகப்படியான விளக்கம் என்ன? ஆனந்த குமாரசுவாமி பின்வருமாறு கூறுகிறார்:

தத்துவ ஞானத்தின் பயன் என்ன? இக்கால ஐரோப்பிய மக்களிடையே பொதுப்படையாக உள்ள தத்துவப்பயன் பற்றிய கருத்துக்கும்

இந்தியர் கருத்துக்கும் வித்தியாசம் உண்டு. ஐரோப்பாவிலும் அமெரிக்காவிலும் தத்துவஞான ஆராய்ச்சி வேறு பயன் கருதாது பயிலப்படுகிறது. அதனால் அத்தகைய ஆராய்ச்சியால் சாதாரண மக்களுக்கு அத்துணைப் பயன் கிட்டுவதில்லை. இந்தியாவில் தத்துவ ஞானம் சிந்தனைப் பயிற்சிக்காக மாத்திரம் பயிலப்படுவ தில்லை. பரம்பொருளின் காட்சியை மறைத்துக் கொண்டிருக்கும் அவிச்சையிலிருந்து விடுதலை பெறுவதே அதன் பயன் என மிக்க பயபக்தியோடு கருதப்படுகிறது (1980:03).

வாழ்க்கை எனும் பாடத்தைச் சரியாகப் படித்தறிந்து கொள்வதற்கும் வாழ்வின் உறுதிப்பொருளை (பிரம்மத்தை) விளக்குவதற்கும் அந்தப் பொருளை அடைவதற்குமான மார்க்கத்தையும் அது கூறுகிறது. ஆனந்த குமாரசுவாமி இவ்வகையில்தான் இந்திய சமயத்தின் அல்லது தத்துவ ஞானத்தின் நோக்கத்தை விளக்குகிறார். இந்தியாவில் சமயத்திற்கும் மெய்யியலுக்குமுள்ள நெருங்கிய உறவு பகுத்தறிவையும் கடவுளைப் பற்றி உணர்த்தப்பட்ட அறிவையும் (இறைவாக்கு) இணைத்து நிற்கிறது; இதன் விளக்கமாக ஆனந்த குமார சுவாமியின் மேற்கூறிய கருத்தை எடுத்துக்கொள்ளலாம்.

கீழ்நாடுகளில் (இந்தியாவில்) மெய்யியல் என்பது வாழ்க்கை நெறியாகவும் ஆன்மிக உணர்வைப் பெறுவதற்கான ஒரு பாதையாகவும் சத்தியத்தைப் பற்றிய ஆராய்ச்சியாகவும் அமைந்துள்ளது. சத்தியத்தை, உண்மையைப் பற்றிய ஆராய்ச்சி என்பது மோட்சத்திற்குரிய அல்லது முக்திக்குரிய வழியாகக் கொள்ளப்படுகிறது. சமயமும் மெய்யியலும் மனநிறைவுக்கும் பேரின்பத்திற்கும் வழிவகுக்கும் இறுதி நிலையான ஒளிமயமான ஆன்மாவைக் காண்பதற்கும் ஆதாரமாய் அமைகின்றன. இவ்வாறு சமயத்தை அடைவதற்குரிய பாதையாக இந்தியாவில் தத்துவ ஞானம் அமைந்திருக்கின்றது (1964: 14, 15).

சமயமும் தத்துவமும்

சமயமும், மெய்யியலும் திரும்பத் திரும்ப ஒன்றிணைத்துப் பேசப் படுவதை, இந்திய சமயச் சிந்தனை மரபுக்குரிய, இந்திய மெய்யியல் சிந்தனை மரபுக்குரிய பொதுப் பண்பாகக் கொள்ளலாம். கிரேக்கத்தில் மெய்யியலின் தோற்றம் சமயத்திலிருந்தும் புராணங்களிலிருந்தும் அவற்றின் வரையறைகளுக்கு வெளியே பிரவேசித்த சுதந்திர அறிவுத் தேடலின் விளைவாக நிகழ்கின்றது. இந்தியாவில் மெய்யியலின் தோற்றத்தை அல்லது மெய்யியல் சார்ந்த சிந்தனைக் கூறுகளைச் சமயங் களின் தொடர்பிலும் வளர்ச்சியிலும் இருந்தே பார்க்க முடிகிறது. 'ஹிந்து சமயம் மெய்யியல் சிந்தனை தொடர்புபட்டதாக வளர்ந்தது.

மறுபுறமாகக் கூறுவதாயின் இந்திய மெய்யியல் இந்திய சமய நெறியுடன் தொடர்புபட்டதாக வளர்ந்தது (N.K. Devaraja, 1975:04) எனக் கூறலாம். ஜைனம், பௌத்தம் உள்பட எல்லாச் சமயங்களுக்கும் இது பொருந்தும். சில மெய்யியல் சிந்தனைகளை இவை கொண்டிருந்தாலும் இவை சமயங்களாகும். மேற்கத்திய மெய்யியல் கருத்தோட்டத்துடன் பார்க்கும்போது இது விவாதத்துக்குரிய விடயமாகும்.

ஹிந்து சமயம் இவ்விடயத்தில் இரு பிரிவுகளைக் கொண்டிருந்தது. ஒன்று: வெகுசன நெறி, இரண்டு: மெய்யியல் ஹிந்து வாதம். வெகுசன ஹிந்து மதம் பொதுமக்களிடத்திலும் மெய்யியல் ஹிந்துவாதம் உயர் அறிஞர்களிடத்திலும், வளர்ச்சி பெற்றவர்கள் அல்லது புத்திஜீவி களிடத்திலும் செல்வாக்குப் பெற்றது. செந்நெறி ஹிந்து மதச் சிந்தனை களில் பரிச்சயமுள்ளவர்கள் மெய்யியல் ஹிந்துவாதத்தைப் போற்றினர் *(1975: 04)*.

இந்திய மெய்யியல் என்பது ஹிந்துக்கள் ஹிந்து அல்லாதவர் ஆகிய இருதரப்பினரின் தொன்மை, நவீன மரபுகள் அனைத்தையும் உள்ளடக்கிய (இந்தியர்களின்) மெய்யியல் சிந்தனைகளைக் குறிக்கிறது. 'ஹிந்து மெய்யியல்' என்ற தொடரும் இதனையே குறிக்க வேண்டும். அது 'இந்தியா' அல்லது 'ஹிந்து' என்ற புவியியல் பரப்பை அடிப்படை யாகக் கொண்டதாக இருக்கலாமே தவிர குறிப்பிட்ட (ஹிந்து) சமயத்தை மட்டும் சுட்டுவதாக இருக்கலாகாது. அது தவறான வழிநடத்துகையாகும். ஹிந்து மெய்யியல் சிந்தனையாளர்களின் தொன்மை எழுத்துகளை நோக்கும்போது மாத்துவாச்சாரியாரின் சர்வதர்சன சங்கிரங்கங்களிலும் 'சர்வ' அதாவது எல்லா மெய்யியல் பள்ளிகளும் என்ற கொள்கை அங்கு முன்வைக்கப்பட்டுள்ளதைக் காணலாம் (S. Chattergee D Datta, 1950 : 03).

இந்திய சமயம்

மனித சமுதாயத்தின் பூர்வீக காலகட்டத்தில் மெய்யியலோ சமயமோ அவற்றுக்குரிய சரியான பொருளில் இருக்கவில்லை. உணவு சேகரித்து வேட்டையாடி வாழ்ந்த மக்கள் குலத்தினரிடையே ஆதி கற்காலத்தில் கடவுள், வழிபாடு, பிரார்த்தனை என்பன ஆரம்பமாகி இருக்க வில்லை. வாழ்க்கைத் தேவைகளை நிறைவேற்றும் எண்ணம்தான் அவர்களின் இலட்சியமாக இருந்தது. வாழ்வு அவர்களுக்கு இயற்கை யுடனான போராட்டத்தை அல்லது கொடுக்கல் வாங்கலைக் கொண்டதாக இருந்தது. அவர்கள் ஆன்மிகவாதிகளாகவோ கருத்து முதல்வாதிகளாகவோ இருக்கவில்லை. ஆனால், இயற்கை சடப் பொருள்வாதிகளாக இருந்தனர் (K. Damodaran, 1967).

பூர்வீககால மனிதர்கள் உடனடித் தேவைகளுக்காகவே செயல் பட்டனர். அவர்கள் படிப்படியாக இயற்கையையும் சூழலையும் அறிந்துகொள்ள முற்பட்டபோது இயற்கை பற்றிய அவர்களின் அறிவில் சிறு முன்னேற்றங்கள் நிகழ்ந்தன. ஆயினும் 'அறிவு' என்ற இறுக்கமான பொருளில் முன்னேற அவர்கள் இன்னும் அனுபவங் களைச் சேகரிக்க வேண்டியிருந்தது. தம்மையும் தம்மை உள்ளடக்கி யிருந்த சுற்றாடலையும் விலங்குகளையும் பறவை இனங்களையும், இயற்கையின் பருவகால மாற்றங்களையும் பயந்த நிலையில் அணுகும் தன்மையே அவர்களிடம் காணப்பட்டது.

அவர்கள் எந்த ஒரு விஷயம் குறித்தும் அறியாதவர்களாகவே இருந்தனர். குறிப்பாக மனித உணர்வுக்கும் சட உலகுக்கும் இடை யிலான தொடர்பு பற்றியும் அவர்கள் அறிவு பெற்றிருக்கவில்லை. இந்த அறியாமைக் காலகட்டத்தில்தான் 'மாயவித்தை', 'குலக்குறியீடு', 'ஆவிஉலகக் கோட்பாடு' போன்ற சமயத்திற்கு முற்பட்ட நம்பிக்கை களிலும் சம்பிரதாயங்களிலும் மனிதர்கள் சம்பந்தப்பட்டிருந்தனர். தமது உணர்வுகள், கனவுகள், கருத்துகள், விவரிக்க முடியாத ஒரு சக்தியின் செயல் என்றும் அது மனித உடலில் தங்கியிருப்ப தாகவும் நம்பினர். உலகம் சடங்குகளினால் மட்டுமல்ல விவரிக்க முடியாத ஆன்மாக்களாலும் நிறைந்துள்ளது என்ற கருத்து வளர்ச்சிக்கு இது இட்டுச் சென்றது. இயற்கை கடந்த சக்திகள் பற்றிய (ஆன்மிக) கருத்து வளர்ச்சியின் தொடக்க வடிவங்களாக இவை அமைந்தன. இயற்கை ஆற்றல்களுடன் போராட வேண்டியிருந்த நிலையில் மாயவித்தை அவனுக்கு நம்பிக்கை தரும் - சமய - சம்பிரதாய மாகியது.

மனிதன் இயல்பில் பெற்றிருந்த இயற்கையுடனான சடப்பொருள் வாதக் கொள்கையுடன் உயிர்ப்பொருள் வணக்கம், குலக்குறி வழிபாடு, மாயவித்தை போன்ற ஆதிசமயக் கூறுகளும் உடன் இணைந்து கொண்டன. இயற்கையை அறிவதிலும் அதைக் கையாள்வதிலும் மனிதனிடம் பலவீனங்களும் இயலாமையும் காணப்பட்டன. அவை சமயம் மற்றும் இயற்கை கடந்த நம்பிக்கைகளுக்கு அல்லது கருத்து முதல்வாதப் பார்வைக்கு அவனை இட்டுச்சென்றன. பூர்வீக இந்திய மக்களிடையே - இயற்கையுடன் நடைமுறை ரீதியில் பெற்ற சடப் பொருள்வாதப் பார்வையும் இயற்கை கடந்த ஆற்றல்கள் பற்றிய நம்பிக்கைகளும் காணப்பட்டன என்று கூறலாம். 'உற்பத்திச் சக்திகளின் வளர்ச்சி, விவசாயத் தொழில்நுட்பத்தில் ஏற்பட்ட முன்னேற்றம் என்பன சடப்பொருள்வாத எண்ணங்களிலும் சமயக் கருத்துகளிலும் பாரிய மாற்றங்களை ஏற்படுத்தின. மனிதனின் இயற்கை பற்றிய அறிவு

விரிவடைந்தது. அதேபோல் புதிய கடவுளர்களும் புதிய வழிபாட்டு வடிவங்களும் வந்து சேர்ந்தன' (1967 :27).

சிந்துவெளி வழிபாடு

சிந்துவெளி நாகரிகத்தின் வழிபாடும் கடவுள் நம்பிக்கைகளும் உள்நாட்டு சமய முறைகளாகக் கருதப்படுகின்றன. மொஹஞ்சதாரோ விலும் ஹரப்பாவிலும் பல வழிபாட்டு உருவங்களும் சிற்பங்களும் கண்டெடுக்கப்பட்டுள்ளன. சிந்து வெளியில் பெண் சிற்பங்கள் பல கிடைத்துள்ளன. பண்டைய மக்கள் தமக்கு உணவுப் பொருள்களை வழங்கி வந்த பூமியைப் பெண் தெய்வமாக வழிபட்டனர். இத்தகைய பெண் சிற்பங்கள் பலுசிஸ்தானம் முதல் கிரீஸ் வரையில் உள்ள எல்லா இடங்களிலும் கிடைத்துள்ளன. இவை பூமிப் பெண் தெய்வம் எனக் கொள்ளப்பட்டன. இன்று கிராமந் தோறும் காணப்படும் கிராம தேவதைகள் அனைத்தும் பூமிப் பெண் தெய்வத்தின் பிரதிநிதிகளாவர் (மா. இராசமாணிக்கம் பிள்ளை 1952).

சிந்துவெளியில் விலங்கு வழிபாடு முக்கிய இடத்தைப் பெற்றிருந்தது. எருதுக்கு முதலிடம் தரப்பட்டது. சிந்துவெளி மக்களின் வாணிபத்திற்கு எருது பேருதவியாக இருந்தது. காட்டெருமை, யானை, வேங்கை, கரடி, மான், காண்டாமிருகம், முயல், வெள்ளாடு போன்ற விலங்கு களையும் மக்கள் வழிபட்டனர். பாம்பு மற்றொரு வணக்கப் பொருளாகும். பூமிப் பெண் தேவதைகளுடன் புறாக்கள் இணைக்கப் பட்டு வழிபடப்பட்டன. மயில் தெய்வீகச் சிறப்புள்ள பறவையாகக் கருதப்பட்டது. கருடனையும் வழிபட்டனர். சிந்துவெளி மக்கள் மரங்களையும் அவற்றில் உறையும் தெய்வங்களையும் வழிபட்டனர். அரசமரமும் வேப்பமரமும் தெய்வீகத் தன்மை கொண்ட மரங்களாகப் போற்றப்பட்டன. மரதேவதைகள் மரங்களில் உறங்குவதாக அவர்கள் நம்பினர். ஆற்று வணக்கமும் அவர்களிடம் காணப்பட்டது.

சிந்துவெளி மக்கள் மரதேவதைகளுக்கும் பிற கடவுளர்களுக்கும் வெள்ளாடு, எருமை முதலியவற்றைப் பலியிட்டனர். பூமிப் பெண் தெய்வங்களுக்கு நரபலி கொடுக்கும் வழக்கமும் இருந்திருக்கலாம் என்ற கருத்தும் உண்டு. சிந்துவெளி மக்கள் லிங்க வணக்கத்தினர் என்பதற்கு அங்குக் கண்டெடுக்கப்பட்ட லிங்கங்கள் சான்றாக விளங்குகின்றன. ஹரப்பாவில் மட்டும் 600க்கு மேற்பட்ட லிங்கங்கள் கிடைத்துள்ளன என்பர். ஆரியர்கள் நுழைந்தபோது இந்தியாவின் தொன்மை நாகரிகத்தில் காணப்பட்ட சமய முறைமையின் பண்பு களாக இவை அமைந்திருந்தன எனலாம்.

வேதகாலம்

இந்திய மெய்யியல் நீண்ட வரலாற்றுக் காலப்பகுதியை உள்ளடக்கியது. வேதகாலம் இதன் தோற்றமாகும். ஆரிய கலாச்சாரமும் சமய, மெய்யியல் சிந்தனைகளும் வளர்ச்சி பெற்ற காலமாக இது கருதப் படுகிறது. கி.மு. **1500** இதன் ஆரம்பக் காலப்பகுதி எனக் கணிப்பிடப் படுகிறது. இக்காலப் பகுதியை இறுக்கமான பொருளில் 'மெய்யியல்' காலம் என்று கூறுவது கடினம். சடங்கு, சமயம், மந்திரம், வசியம், மெய்யியல் யாவும் ஒன்று கலந்ததாக இக்காலம் காணப்பட்டது. நீண்ட காலமாக இந்தியாவில் சமயத்ினூடாக மனித அனுபவங்கள் பற்றிய கருத்துகளும் பரவி வந்துள்ளன.

வேதங்களின் சடங்குகளிலும் சமயத்திலிருந்தும் மெல்ல உருவாகி வளர்ந்ததே இந்திய மெய்யியல். பிந்தைய காலத்தில் பெரிய அளவில் தூய மெய்யியல் என்று கூறக்கூடிய பிரச்சினைகளை அது கையாண்டிருந்த போதும் அது எந்தச் சந்தர்ப்பத்திலும் அதன் சமயப் போக்கிலிருந்து விடுபடவில்லை (Surendranath Dasgupta, 1933:01). வேதங்களில் முதன்மையானதாகக் கருதப்படும் ரிக் வேதத்தின் பாசுரங்கள் அல்லது துதிப் பாடல்கள் இயற்கைக் கடவுள்களுக்காக அர்ப்பணிக்கப்பட்டவை. இயற்கைச் சக்திகளிலிருந்து மனிதன் கடவுளைக் கற்பனை செய்தான்; பிறகு மனித உணர்ச்சிகளையும் இலட்சணங்களையும் கொண்டதாக அதற்கு மனித பண்பேற்றம் *(பர்சோனிஃபிகேஷன்)* செய்தான். இதனைச் சிறந்த முறையில் விளக்கும் விவரணச் சித்திரமாகவும் ரிக் வேதம் அமைந்துள்ளது.

சமயத்தோற்றமும் கடவுளரும்

இயற்கை பற்றிய மிகப் பழமையான விவரிப்பையும், சமயத்தின் ஆதித் தோற்றம் பற்றிய அறிவையும், மக்களின் தத்துவ அறிவாகச் சமயம் செயல்பட்ட விதத்தையும் அறிந்துகொள்வதற்கு ரிக் வேதத்தைவிட அதிக விவரங்களை வேறு எந்த நூலும் தரும் எனக் கருத முடியாது (Paul Deussen, 1907:7). ரிக் வேதம் புராதன காலத்துக் கடவுள் விவரிப்பிலிருந்து தொடங்குகிறது. டெயூஸ் (வானக்கடவுள்), ப்ரித்வி (பூமிக் கடவுள்) பற்றி மிகக் குறைவாகவே ரிக் வேதம் கூறுகிறது. 'வருணன்' முதன்மையான கடவுளாகக் கொள்ளப்படுகிறான். ஆனால் 'இந்திர' கடவுள் 'வருண' கடவுளை ஒடுக்குதலுக்குள்ளாக்கி வந்தான். அதாவது கால ஓட்டத்தில் வருணனைவிட இந்திரனுக்கு அதிகபட்ச ஆதரவு கிடைத்தது. 'இந்திரன்' ஆரியர்களின் பழங்குடிக் கடவுளாவான். ரிக் வேதத்தின் சில பாசுரங்கள் இந்திரக் கடவுளுக்கு முதலிடம் தருவதாக அமைந்துள்ளன. ரிக் வேத சமயம்கூட முன்னேறிய நிலைகளில்

இருந்ததற்கான அடையாளங்களாகவே இவற்றைக் கொள்ள வேண்டும் (Paul Deussen 1907).

கடவுள் தொடர்பாகத் தரப்படும் பெயர்கள் சொல்லியல் ரீதியிலும், புராணவியல் ரீதியிலும் ஒன்றிணைந்து காணப்படுவது மனித அனுபவங்கள் பற்றிய கருத்துகளின் ஒரு சிறப்புப் பண்பாகும். இது கடவுளைக் குறிக்கும் ஒரு பெயரின் மூலப்பொருளை விளங்கிக் கொள்ள உதவியாக உள்ளது. மனிதப் பண்பேற்றம் செய்யப்பட்ட இயற்கை ஆற்றல்களை அவை அடையாளப்படுத்துகின்றன. வருணன் மனிதப் பண்பு வழங்கப்பட்ட வானக்கடவுளாவான். வருணன் இரவு நேர ஆகாயமாக மனித நிலைப்படுத்தப்படுகிறான். இந்தியர்களின் தொன்மை ஒற்றைக் கடவுளாகவும் வருணன் கருதப்படுகிறான். டெயூஸ் (கிரேக்க Zeusக்கு அண்மித்த சொல்) பகல்நேர ஆகாயத்தை மனித நிலைப்படுத்துகிறான். வருணன், இந்திரன் ஆகிய கடவுள்களின் இணைவு இடியையும், மழை மேகங்களையும் மனித நிலைப்படுத்திய - பிரஜன்ய என்ற தெய்வமாகக் கருதப்பட்டது. வருணன் பின்னர் நீர்க் கடவுளாகவும் மாற்றம் பெற்றான்.

சூர்யா என்பது மனிதப் பண்பேற்றம் செய்யப்பட்ட சூரியனாகும். சாவித்ரி (சவித்தார்) மீளாக்கம் செய்யும் கடவுள். புஸான் சூரிய ஒளியின் வெப்பமாகும். அவன் மக்களுக்கும் கால்நடைகளுக்கும் பாதுகாவலனாவான். விஷ்ணு உயிர்ப்பிக்கும் ஆற்றல் உள்ளவன். மித்ர கடவுள் மக்களைப் பாதுகாப்பவன், தயாளத்தன்மை கொண்டவன். அஸ்வினி என்ற ஒரு சோடி, தேவையான போது உதவிக்கு வரும் கடவுள்கள். உஷாஸ் காலை உதயக்கடவுள். அது காலையை அழகாக்கு கின்றது. விஷ்ணு, சூரியக்கடவுள் குழுவுடன் தொடர்புடையவன். வேதத்தில் விஷ்ணுவிற்குச் சிறு பங்கே வழங்கப்பட்டிருந்தது. இக்கடவுள்களில் பெரும்பான்மையானவை வானத்தைச் சேர்ந்தவை. அதற்கு அடுத்ததாக விண்ணுக்கும் மண்ணுக்கும் இடைநிலைப்பட்ட (அந்தர்கதம்) கடவுள்கள் இடம்பெற்றிருப்பதைக் காணலாம். வாயு (வாத்த) காற்றுக் கடவுளாகும். பிரஜன்யன் மழைக் கடவுள். ருத்ரன் கடூரமானவன், அழிவுக்கு அடையாளமாக இருப்பவன். அடுத்ததாக மண்ணிற்குரிய கடவுளர்கள். அக்னி, தீக்கடவுள்; அழிவுக்கும் பயனுக்கும் உரியவர்கள்.

உலகின் வேறு இடங்களில் காணப்பட்டது போல தொன்மை இந்தியர்களும் இயற்கை ஆற்றல்களையும் இயற்கைத் தோற்றப்பாடு களையும் மனிதப் பண்புள்ள கடவுளாகக் கருதினர். மனிதன் தனது விலங்கு உணர்வுகளில் இருந்து மீண்டுவந்த காலகட்டங்களில் அவன் தன்னைச் சூழ உள்ள இயற்கை ஆற்றல்களால் கட்டுப்படுத்தப்

பட்டிருப்பதை உணர்ந்தான். வாழ்வுக்குரிய வசதிகள் அவற்றிலிருந்து கிடைப்பதையும் அவன் அவதானித்தான். போஷிக்கும் பூமி, வளமளிக்கும் வானம், பயிர்களைக் காக்கும் மழை என்ற இவ்வியற்கை ஆற்றல்களைப் பாதுகாப்பளிப்பவர்களாகவும் ஒரு கட்டுப்பாட்டில் இயங்குபவையாகவும் ரிக் வேத மக்கள் உணர்ந்தனர். ரிக் வேதத்தின் கடவுள் பற்றிய அணுகுமுறையில் புராணவியலும் ஒழுக்கவிதிகளும் ஒன்று கலந்து இயல்பாக அமைந்திருப்பதைக் காண முடியும். 'அதனால் ரிக் வேதக் கடவுளர்கள் ஒழுக்கத்தின் காவலர்கள் என்ற பெயரையும் பெற்றார்கள்' (Paul Deussen 1907).

வேதங்களில் இத்தகைய கருத்துகள் தலைதூக்கிய பின்னர் பழமை யான வேத வணக்கமுறைகள் கைவிடப்பட்டு ஒழுக்க விடயங்களும் கடவுள் நம்பிக்கைக் கருத்துகளும் வளர்ச்சி பெற்றன. இந்த வளர்ச்சி, தத்துவக் கருத்துகளுக்கும் இடம் தருவதாய் அமைந்தது.

இக்காலத்தில் இந்தியாவில் பலதெய்வ வணக்கம் வழக்கில் இருந்தது. 33 கடவுள்கள் இருந்ததாகக் குறிப்பிடப்படுகிறது. வேதங்கள் மூவாயிரத் திற்கும் மேற்பட்ட கடவுள்களைக் குறிப்பிடுகின்றன என்பர். குறிப்பாக அந்தச் சந்தர்ப்பத்தில் அல்லது காலகட்டத்தில் ஏனையவற்றைவிட முதன்நிலையில் உள்ள கடவுளுக்கு முக்கியத்துவம் அளிக்கப்பட்டது. இதைத் 'தலைக்கடவுள் கோட்பாடு' *(ஹெனோதியிஸம்)* என்பர். பிற தெய்வங்களை ஒதுக்காது ஒரு தலைமைக் கடவுளை நம்பும் கோட்பாடாகும் இது. இக்கோட்பாடு நிலவிய காலத்தில் பழங்குடிக் கடவுள்களே பெரிதும் காணப்பட்டன (Sergi Tokavery, 1989 : 163).

பிரார்த்தனை

ரிக் வேதம் பெரிய வேதநூல். இது கி.மு. 1500க்கும் 900க்கும் இடைப்பட்ட காலத்தில் இயற்றப்பட்டிருக்கலாம் என்று கருதப்படுகிறது. நூற்றுக்கணக்கான பாசுரங்களும் மந்திரங்களும் அதில் உள்ளன. ரிக்வேதம் என்பது உயர் குடிப்பிறந்த ஆரியரின் வழிபாட்டு வேள்விகளில் பயன்பட்ட பாசுரங்களின் தொகுதியாகும் (ஏ.எல். பாசம் 1963).

இவற்றில் அதிக அளவிலான மந்திரங்கள் கடவுளுக்காகப் பாடப் பட்டவை. அவை பெரும்பாலும் பிரார்த்தனைகளும் கோரிக்கைகளும் ஆகும். பலம் பொருந்திய இந்திரனுக்கு அதிக அளவு பாடல்கள் உள்ளன. அடுத்த இடத்தை 'அக்னி' தெய்வம் பெறுகிறது. வேதகால இனக் குழுவினரின் பிரார்த்தனைகள் எந்த உலக சமயங்களின் பிரார்த்தனை களுக்கும் குறைவானவையல்ல. ஆயினும் உலக வாழ்விற்கான தேவைகளையும் அவற்றைப் பெறுவதற்கான பலத்தையும் அவர்கள்

கடவுளிடம் பிரார்த்தித்தார்கள். செல்வம், வெற்றி, வீர மைந்தர்கள், நீடித்த ஆயுள், உடல்நலம் ஆகியவற்றோடு தாம் நேர்வழியில் வாழ வழிகாட்டுமாறும் வருணனிடம் அவர்கள் விண்ணப்பித்தனர். அழியாமையையும், புகழையும் வேண்டிச் செய்த விண்ணப்பங்களும் அவற்றில் இருந்தன. வேத சமயங்களில் பிரார்த்தனை ஒரு 'வழிபாடு' என்று கூறுமளவு சிறப்பான இடத்தைப் பெற்றிருந்தது.

ரிதம்

வேதம் பயன்படுத்தும் 'ரிதம்' என்ற எண்ணக்கருவுக்கும் விரிவான பொருள் தரப்படுகிறது. ரிதம் ஆரம்பத்தில் ஒழுங்கைக் குறிக்கும் சொல்லாக இருந்தது. தெய்வங்கள் பற்றிய வர்ணனையில் ரிதத்தைக் காப்போர், ரிதம் பயில்வோர் என்ற சொல் பயன்படுத்தப்படுகிறது. மிகத் தொன்மைக் காலத்தில் தோன்றியதாகக் கருதப்படும் இச்சொல் இயற்கையின் ஒரே தன்மையை, இயற்கையில் இரவு பகல்கள் ஓர் ஒழுங்கில் மாறி மாறிவரும் போக்கினைக் குறிக்கிறது (ஹிரியண்ணா 1966).

மந்திரங்களில் இதற்கு 'அற ஒழுங்கு' என்ற ஒழுக்கப் பொருள் இருப்பதாகவும் எடுத்துக்காட்டப்படுகிறது. எனவே வேதக் கடவுளர்கள் பிரபஞ்சத்தைச் சூழ்ந்துள்ள இயற்கை ஒழுங்கை, அதேவேளை ஒழுக்க வாழ்வுக்கான நியதிகளைக் காப்பவர்களாகவும் உள்ளனர் என்ற கருத்து இதில் வெளிப்படுத்தப்படுகிறது. ரிதமின் (ரித்த) காப்பாளராக இருப்பது இந்திரக் கடவுள்.

இறப்பிற்குப் பிந்தைய வாழ்க்கை வேத சமயங்களில் மிகவும் மங்கலாகக் காணப்படுகிறது. வேதகால மனிதன் தான் வாழும் கண் முன்னாலான வாழ்வில் அதிகம் தனது எண்ணங்களைத் தொடர்பு படுத்தி இருந்தான். பெண் கடவுளர்க்கான இடமும் மிக அரிதாகக் காணப்பட்டது. வேதங்களில் புனித இடங்கள், கோயில்கள் பற்றிய விவரிப்புகள் இல்லை. வேள்விகள் வீட்டில் அல்லது வெளியிடத்தில் நடத்தப்பட்டன.

ஆரியர்கள்

வேதங்களுக்குப் பொறுப்பானவர்கள் ஆரியர்கள் என்று அடிக்கடி எடுத்துக்காட்டப்படுகிறது. ஆரிய இனத்தவர்களின் ஆதித் தாயகம் எது என்பது இன்னும் முடிவு கட்டப்படாத ஒன்றாகவே உள்ளது. இந்தியா விற்குள் நாகரிகத்தைக் கொண்டு வந்து பண்பாட்டு வளர்ச்சியில் மாற்றங்களை உருவாக்கிய இனத்தவர்களாக ஆரிய இனத்தினர்

கருதப்படுகின்றனர். இவர்கள் ஐரோப்பா, பாரசீகம், இந்தியா உள்பட பல நாடுகளில் குடியேறி வாழ்ந்தனர். 'ஆரியமக்கள் என்று கருதப்படக் கூடியவர்கள் பண்டைய ஈரானியர்களும் இந்தோ ஆரியர்களும்தான். அவர்களே தங்களை ஆரியர்கள் என்று அழைத்துக்கொண்டார்கள்' (கொ.அ.அந்தனோவா, கி.ம.போன்காரத் லேவின், *1987:43*).

பண்டைய ஈரானியர்களும் பண்டைய இந்தியர்களும் ஒரு காலத்தில் ஒன்றாக ஒரு நிலப்பரப்பில் வாழ்ந்தனர். அவர்கள் வாழ்ந்த நிலப்பரப்பு மத்திய ஆசியா என்று சில அறிஞர்களும் தெற்கு ரஷ்ய ஸ்தெப்பி நிலப்பரப்பு என்று வேறு சில அறிஞர்களும் கருதுகின்றனர். இந்தோ ஆரியர்களின் எழுத்து மூலங்களை ஆதாரமாகக் கொண்டு இந்தியா விற்குள் நுழைந்த ஆரியர்கள் கிழக்குப் பஞ்சாபிலும் யமுனை, கங்கை ஆற்றுப் பகுதிகளிலும் வசித்தார்கள் என்றும் கி.மு. 1500க்குப் பிற்பட்ட காலத்தில்தான் அவர்கள் கங்கைச் சமவெளியில் புகுந்தனர் என்றும் வரலாற்றாய்வாளர்கள் கருதுகின்றனர். ஆரியர்கள் பஞ்சாபில் தங்கி யிருந்தபோது ரிக் வேதத்தின் பெரும்பகுதி பாடப்பட்டிருக்கலாம் என்றும் ரிக் வேதத்தில் கூறப்படும் இடங்களின் மூலம் ஆப்கானிஸ்தான், பஞ்சாப், காஷ்மீர் இந்து நதிப்பகுதிகள், இராஜபுதானப்பகுதிகள், கங்கை நதியின் மேற்பகுதி போன்றவை குறிப்பிடப்பட்டிருப்பதும் சுட்டிக்காட்டப்படுகிறது (மா.இராசமாணிக்கம் பிள்ளை, 1952:232).

இவ்வாறு இந்தியாவிற்குள் குடிபுகுந்த இவ்வினத்தினர் தம்மை ஆரியர்கள் என்று அழைத்துக்கொண்டனர். தாங்கள் வசித்த பகுதிகளை ஆரியவர்த்தம் அல்லது ஆரியபூமி என அழைத்தனர். வேதகாலத்தில் 'ஆரிய' என்ற சொல்லுக்கு வெளிநாட்டவர்கள், வேற்றாள் என்று பொருள். பிற்காலத்தில் 'நல்குடிப்பிறந்தவன்' என்று இதற்குப் பொருள் கூறப்பட்டது (1987:43). இவர்கள் இரும்பைப் பயன்படுத்தினர்; போருக்குரிய உயர்படைக்கலங்களைப் பெற்றிருந்தனர்; சம்ஸ்கிருத மொழியைப் பேசினர். இவர்களின் சமயவழிபாடு தீ வளர்த்து வேள்விச் சடங்குகளில் ஈடுபடுவதை அடிப்படையாகக் கொண்டிருந்தது.

வேள்விச் சடங்குகள்

வேதத்தின் முற்பகுதிகள் ஒரு வேள்விச் சமயத்தையே போதிப்பதாக அமைந்துள்ளன. ஆறு தத்துவமுறைகளுள் ஒன்றாகிய பூர்வ மீமாம்ஸை, சடங்குமுறைகளை வேதத்தின் விளக்கமாக வெளிப்படுத்துகிறது என்பர். வேத காலத்தில் தெய்வத்தை மகிழ்விப்பதற்காக வேள்விச் சடங்குகள் நடத்தப்பட்டன. இது 'யக்ஞம்' எனப்பட்டது. வேள்விச் சடங்கில் தானியம், எண்ணெய், சோமரஸம் என்பன படைக்கப் பட்டன. மிருகப் பலிகளும் நடந்தன. இந்திரன், வருணன், மித்திரன்

போன்ற கடவுளர்கள் வேள்வி மூலம் திருப்தி செய்யப்பட்டனர். கொடுக்கப்படும் பலிகள், வேள்வித்தீக்கு இரையாக்கப்படும். இது 'அக்னி' கடவுளின் முக்கியத்துவத்தை உணர்த்துகிறது.

ஒவ்வொரு வேதச் சடங்கும் எளிமையானதாக இருந்தது. கடவுள்கள் இயற்கை ஆற்றல்களைப் பிரதிபலித்தனர். பால், தானியம், உணவு வகைகள் கடவுளர்க்குக் காணிக்கையாகத் தரப்பட்டன. மக்கட்பேறு, கால்நடைகளின் விருத்தி, வாழ்க்கை வசதிகள் ஆகியவற்றைப் பெறுவதற்காகவும் பகைவர்களை அழிப்பதற்காகவும் இவ்வேள்விகள் நடத்தப்பட்டன. வேள்வி உணவை உண்ணும்போது தெய்வத்துடன் தொடர்பு ஏற்படுவதாகவும் மக்கள் கருதினர். பாசுரங்களினால் கடவுளர் போற்றப்பட்டனர். இந்தப் பாக்கள் ஒருவகை மந்திரங்கள். வானம், நிலம், இடைவானம் என உலகு பிரிக்கப்பட்டது. அவை ஒவ்வொன்றிற்கும் ரிக் வேதத்தில் ஒரு கடவுள் திட்டம் காணப்படுகிறது. இதனை (மீண்டும்) சுருக்கமாகப் பின்வருமாறு கூறலாம்: சூரியன்: வெயிற் கடவுள், உஷஸ்: காலைத்தேவி, வருணன்: பிரபஞ்சத்தில் ஒழுங்கை நிலை நிறுத்துபவன் இவர்கள் வானக் கடவுளர்கள். அக்னி: நெருப்புக் கடவுள். சோமன்: வெறியூட்டும் பானத்திற்குரியவன். இவர்கள் நிலக் கடவுளர்கள். ருத்ரன்: இடிப் புயலின் கடவுள். வாயு: காற்றுக் கடவுள். இந்திரன்: வீரமிக்க தெய்வம். இவர்கள் 'அந்தரிட்ச' என்ற இடைவானக் கடவுளர்கள்.

அனேக இந்தோ-ஐரோப்பிய நாகரிகங்களிலும் இதுபோன்ற கருத்து பரவியிருந்தது. சில வேதகாலக் கடவுளர்கள் கிரேக்கக் கடவுளர்களை ஒத்தவர்கள். அக்காலத்து ஆரியர்களால் வழிபடப்பட்டோர் தேவர் எனப்பட்டனர். இச்சொல் இலத்தீன் மொழியில் உள்ள தியூஸ் என்பதை ஒத்தது. அடிச்சொல்லான திவ் என்பதற்கு ஒளி, சுடர் என்று பொருள் கூறப்படுகிறது. எனவே தேவர் என்போர் ஒளியுடையோர் ஆவர். ஆரியர் வழிபட்ட ஆதிக் கடவுளர் கிரேக்கரின் கடவுளரைப் போன்றே வானத்துடன் தொடர்புடையவர்களாக இருந்தனர். இவர்கள் பெரும்பான்மையினர் ஆண் கடவுளர்கள். ரிக் வேதத்தில் சில பெண் கடவுளர்களும் காணப்படுகின்றனர். நிலத்தின் உருவமாகக் கருதப்பட்ட பிருத்வி நிலமகளாவாள் (ஏ.எல். பாசம், **1963: 324**).

இந்தோ ஆரியர்களைப் போல கிரேக்கர்களும் ஏராளமான தெய்வங்களை வணங்கினர். ஸெயூஸ் எல்லாக் கடவுளிலும் பெரிய கடவுளாகக் கருதப்பட்டான். நல்லோரைக் காப்பதும் தீயோரைத் தண்டிப்பதும் இவனது பணி. அவன் தனது வலக்கையில் இடியையும் இடக்கையில் செங்கோலையும் வைத்திருந்தான். ஸெயூஸின் குழந்தை சூரியக்

கடவுளாக (அபோலோ) வழிபடப்பட்டான். ஸெயூஸின் மற்றொரு பிள்ளையான ஏரிஸ், போர்க் கடவுளாவான். உலகம், கடல், வானம் என்பன கிரேக்கர்களுக்கும் கடவுள்களாக இருந்தன.

வானக் கடவுளான தியூசும் கிரேக்கக் கடவுளான ஸெயூசும், ரோமானிய ஐரோப்பியக் கடவுளர்களுடன் ஒப்பிடக்கூடியவர்கள். வேத காலத்து அக்னி, நெருப்பின் கடவுள். பாரஸீக அஹீரா, வெளிச்சத்தின் கடவுள். இது முதன்மைக் கடவுளாக பாரசீகர்களால் போற்றப்பட்டது. அனைத்தா கடவுளை அவர்கள் பூமாதேவி என்றனர். மெஸப்பொடோமிய நாகரிகத்தின் சூரியக் கடவுளின் பெயர் ஷமாஸ். பூமாதேவியை அவர்கள் பால் என்று அழைத்தனர். அனைத்துக் கடவு ளுக்கும் தலைமைக் கடவுளான 'மார்டொக்', எகிப்தியர் வழிபட்ட 'றே' என்பன சூரிய தெய்வங்களாகும். கிரேக்க ஸெயூஸ், ரோமரின் ஜூபிட்டர் என்பன வானத் தெய்வங்களாகும். வெயிற் கடவுள் சூரியன் ஆவான். இதற்கான கிரேக்கக் கடவுள் ஹிலியோஸ். வருணன்-உரேனஸ். காலைத்தேவி உஷஸ் கிரேக்கரினால் ரயோஸ் எனப்பட்டது. இவை பெயர் ஒப்பீடுகள் மட்டுமல்ல. ஆளியல்பு சார்ந்த கருத்துகளும் இலட்சணங்களும் ஆதிகால மனிதர்களால் இவ்வியற்கைச் சக்தி களுக்கு எவ்வாறு பொதுவில் வழங்கப்பட்டன என்பதையும் அவை கடவுளாக்கம் செய்யப்பட்ட தன்மையையும் இவை விளக்குகின்றன.

ரிக் வேதச் சடங்குகளில் ருத்ரனுக்கு இரண்டாம் இடம் அளிக்கப் பட்டிருந்தது. வட்டார இனக்குழுவிடமிருந்து ஆரியர் பெற்றுக்கொண்ட கடவுள் ருத்ரன் எனக் கருதப்படுகிறான். முந்தைய ஆரியர்கள் ஆரியர் அல்லாதவர்களின் கடவுளருக்கு முக்கியத்துவம் தரவில்லை. லிங்க வழிபாடு ஆரியர் அல்லாதவர்களின் ஆண்வழிபாட்டின் ஓர் அங்கமாகச் சிந்துவெளி மக்களிடையே பரவியிருந்தது. 'நமது புனித வழிபாட்டில் அவர்களின் தெய்வமான லிங்கம் ஊடுருவ இடம் தரக்கூடாது' என்று ரிக் வேத பாசுரம் ஒன்று கூறுகிறது (K. Damodaran 1967).

சிந்து கங்கை வெளி மக்கள் ஆரியரை எதிர்த்து நின்றனர். இரு சாராருக்கும் நாகரிகம், வழிபாட்டு விடயங்களில் வேறுபாடுகள் இருந்தன. சிந்துவெளி மக்கள் இந்திர வணக்கத்தையும் அக்னி வணக்கத்தையும் அறியாதவர் என்று கூறப்படுகிறது. ஆரியர் பஞ்சாபில் குடியேறியபோது அங்கு வாழ்ந்து கொண்டிருந்த மக்களுடன் பகைமை பாராட்டினர். போர்களும் நடந்தன. அறாலியர், கருநிறத்தவர், மாறுபட்ட வழிபாட்டை உடையவர், சுயநலம் கொண்டவர், கால்நடை வளர்ப்பவர், ஆரியரின் பசுக்களைக் களவாடுபவர் என்று ரிக் வேதத்தில் ஆரியரல்லாதவர்கள் பற்றிப் பல்வேறு எதிர்க் கருத்துகள் முன்வைக்கப் பட்டுள்ளன. 'மாண்புமிக்க இந்திரன் பகைவரை அழிக்கிறான்; நாம்

செய்யும் தூய காரியங்களை அக்னி தேவர் (லிங்க வழிபாட்டினர்) அணுகாதொழிவாராக', 'இந்திரனே, லிங்க வழிபாட்டாளரை அழி' என்று சில பாசுரங்கள் கூறுகின்றன (மா.இராசமாணிக்கம் பிள்ளை 1952).

நம்பிக்கைகள்

வேதகால இனக் குழுக்களின் மத, சடங்கு நம்பிக்கைகள் மிக நீண்ட காலத் தொடர்ச்சியைப் பெற்றவை. அதனால்தானோ என்னவோ இவர்களிடையே வெவ்வேறு நம்பிக்கைகள் காணப்படுகின்றன. சில மிகப் பழைய காலத்தைப் பிரதிபலிப்பவை. பழைய இந்தோ-ஐரோப்பிய, இந்தோ-ஈரானிய பண்பாட்டிற்குரிய நம்பிக்கைகளும் இடம்பெற்றுள்ளன. அவை மட்டுமின்றி ஆரியர் குடியேறிய சிந்துவெளி நாகரிகத்திற்குரிய கடவுள் நம்பிக்கைகளும் இவற்றுள் இடம்பெற்றுள்ளன. ரிக் வேதத்தின் பூகோள விவரங்களை ஆராய்ந்த அறிஞர்கள் ரிக் வேதப் பண்பாட்டில் பஞ்சாப், வட கிழக்கு வட்டாரங்கள் பற்றி எடுத்துக் காட்டியுள்ளனர். அதனால் ஆரியர்கள் தமது சுயசாதனைகளோடு வட்டாரப் பண்பாட்டுச் செல்வாக்கையும் தம்முள் உட்படுத்திக் கொண்ட ஆரியப் பண்பாட்டை உருவாக்கினர் எனக் கருதலாம். ஆரிய ரிக் வேத காலம் கி.மு. 11-10ஆம் நூற்றாண்டுகள் எனக் குறிப்பிடப்படுகிறது. சுருக்கமாகக் கூறின் இது கி.மு. பத்தாம் நூற்றாண்டைச் சேர்ந்த இந்தியப் பண்பாட்டைப் பிரதிபலித்தது எனலாம் (பார்க்க: 1987:49).

வேத கால மக்களின் முக்கிய தொழில்கள் விவசாயமும் கால்நடை வளர்ப்பும் ஆகும். வேத நூல்கள் உழவு, விதைப்பு, அறுவடை போன்ற பயிர்த்தொழில் தொடர்பான வேலைகளைக் குறிப்பிடுகின்றன. ரிக் வேதத்தில் இரும்பைக் குறிக்க 'சியாமா' என்ற சொல் பயன்படுத்தப் பட்டுள்ளது. கால்நடைகள் மனிதனின் தலையாய செல்வம் என்று வேத நூல்கள் கூறுகின்றன. கால்நடைகளைப் பாதுகாக்கவும் விளைச்சலில் வெற்றி காணவும் சிறப்புச் சடங்குகள் நடத்தப்பட்டன. பசு புனித விலங்காகக் கருதப்படும் வழக்கமும் வளர்ச்சி பெற்றது.

புரோகிதர் தோற்றம்

வேதகால-இனக்குழுவினர் ஆவிகளையும், தாவரங்களையும், நதி களையும், மலைகளையும் வழிபட்டனர். தெய்வ வழிபாடு வேள்விச் சடங்குடன் பிணைக்கப்பட்டிருந்தது. வேள்விச் சடங்குகள் படிப்படி யாகச் சிக்கல் நிலைக்கு வளர்ந்த பின்னர் புரோகிதக் குழுவினர் உருவாகினர். அவர்கள் வழிபாட்டுச் சடங்குகளை நடத்தவும் அவற்றுக் குரிய விதிகளை எடுத்துக்கூறவும் உரிமை உள்ளவர்களாயினர்.

இது சமூகத்தில் அவர்களின் சமய முக்கியத்துவத்தை அதிகரித்தது. குழந்தைப் பிறப்பு, திருமணம், மரணம் போன்ற சடங்குகளிலும் அவர்கள் பங்கேற்கத் தொடங்கினர்.

புரோகிதப் பிராமணர்கள் வேள்விச் சடங்குகளுக்கு முக்கியத்துவம் தந்தார்கள். வேள்வி நடத்துவது இன்றியமையாதக் கடமையாக வலியுறுத்தப்பட்டது. மனிதர்களும் தேவர்களும் வாழ வேள்வி இன்றியமையாதது என மக்கள் கருதினர். வேத காலத்திற்குரிய தன்மை மெல்ல மறைந்து சென்றதற்கு இது அடையாளமாகியது. வேள்வியில் பயன்படுத்தப்படும் எந்தச் சாதாரணப் பொருளும் ஆற்றல் மிகுந்த தெய்வாம்சப் பொருளாகக் கருதப்பட்டது. கடவுளை விடவும் வேள்வியின் மகத்துவம் அதிகரித்தது.

இயற்கை ஆற்றல்கள்: கடவுள்கள்

வேதகாலக் கடவுளர்களுக்கு 'மனிதப் பண்பேற்றம்' செய்யப் பட்டிருந்தது. மனிதனுக்கிருந்த ஆற்றல்கள் மஹாபரிமாணத்தில் கடவுளுக்காக உயர்த்திக் காட்டப்பட்டன. இந்திரன் வீரனாகச் சித்திரிக்கப்பட்டான். அவன் ஆயிரக்கணக்கான பகைவர்களை எதிர்த்து அழித்தான். வருணன் பிரபஞ்ச ஒழுங்கைப் பாதுகாத்தான். வானவெளிகள் அனைத்தும் அவனது ஆட்சிக்கு உட்பட்டவையாயின. வேதங்களில் ஒவ்வொரு கடவுளின் செயல்களும் இறுக்கமாக வரையறுக்கப்படவில்லை. வேதப் பாக்கள் இயற்கை ஆற்றல்களை இயற்கை ஆற்றல்களாக அன்றி தெய்வங்களாகக் குறிப்பிட்டன. காற்று, இடி போன்ற இயற்கைச் சக்திகளுக்கு மனிதப் பண்பேற்றம் செய்யப் பட்டு சக்திமிக்க தெய்வங்களாக்கப்பட்டன. ஒரே ஒரு தனிப்பெரும் கடவுள் வணங்கப்படவில்லை.

வேதகாலச் சமயத்தின் தொடக்கநிலையில் காணப்பட்ட பல கடவுள் நம்பிக்கை (பலதெய்வக் கோட்பாடு) அதன் செல்வாக்கை இழந்தது. இயற்கை நிகழ்ச்சிகள் அனைத்தையும் அடக்கி ஆளும் ஒரு கடவுளைக் கண்டுபிடிக்கவும் வேதகால இந்தியர் உந்தப்பட்டார்கள் *(ஹிரியண்ணா, 1966:30)*. எல்லாவற்றையும் உள்ளடக்கிய ஒருவகை யான இயல்பு எல்லாக் கடவுளர்க்கும் வழங்கப்பட்டது. ஏதாவது ஒரு கடவுள் துதிக்கப்படும்போது அவன் ஒருவனே நிலவுவதாகக் கூறப்பட்டது. பிற கடவுளர்க்கு என்று சொல்லப்பட்ட சக்திகளும் செயல்களும் அவனுக்கும் சொல்லப்பட்டன. தாங்கள் போற்றி வணங்கும் குறிப்பிட்ட ஒரு கடவுளின் முதன்மை விரிவுபடுத்தப் பட்டது. இது, வேதகாலத்தில் காணப்பட்ட 'ஹெனோதியிஸம்' எனும் தலைமைக் கடவுள் கோட்பாடு ஆகும் ***(1966:30)***.

பல கடவுள் கொள்கையில் இருந்து ஒற்றைக் கடவுள் கொள்கைக்கு முன்னேறியதை அடையாளப்படுத்தும் கட்டங்கள் இருந்தன என்பதற்குத் தலைமைக் கடவுள் கோட்பாடு ஒரு சான்றாக உள்ளது. மேலும் வேத கால ஆரிய இனத்தாரின் சமயம் பல கடவுளர் சமயமாக இருந்தது என்ற பொதுவான கருத்திற்கு அப்பால் கடவுள் கருத்தில் அபிவிருத்தி இருந்தது. அதாவது தனிமுதல் கடவுள் எண்ணக் கருவை அவர்கள் உணர்ந்திருந்தார்கள் எனக் கருதலாம். இதற்காக, 'இருப்பது ஒரே ஓர் உண்மைதான்; ஞானியர் அதைப் பல்வேறு பெயர்களால் அழைக்கின்றனர்' எனும் புகழ்பெற்ற வேதப்பாடலை இங்குச் சுட்டிக் காட்டலாம். எனினும் முழுமுதற் கடவுள் சார்பான வழிபாட்டு அமைப்புகளில் மேலும் மாற்றங்கள் ஏற்பட வேண்டியிருந்தன.

மிகவும் மேம்பட்ட கடவுளைத் தலைமையான தனி ஒரு கடவுள் நிலைக்கு உயர்த்தி ஓரிறைவாதத்துக்கு மாற வேதகால இந்தியருக்குச் சந்தர்ப்பங்கள் இருந்தன. வருணனும், இந்திரனும் அந்த நிலைக்கு மிக அண்மையில் இருந்தனர். ஆயினும், முழுமுதல் அல்லது ஆளுமைமிக்க தனிப்பெரும் கடவுளர்களாக இவர்கள் (வருணன், இந்திரன்) பற்றிய நம்பிக்கை வளர்ச்சி பெறவில்லை.

இந்திய மெய்யியல் பள்ளிகள்

வைதிக ஹிந்து சிந்தனையாளர்களின் நோக்கில் இந்திய மெய்யியல் (I) ஆத்திகம் (II) நாத்திகம் எனும் இருபெரும் பிரிவுகளில் அடக்கப் பட்டுள்ளது. பிரிவு (I)இல் ஆறு சிந்தனைப் பள்ளிகள் அல்லது சமய ஒழுங்கமைப்புகள் உள்ளன. இவை 'சத்தர்ஸன்' எனப்படுகிறது. இவை *மீம்மாம்ஸம், வேதாந்தம், ஷாங்க்யம், யோகம், நியாயம், வைஷேஷிகம்* என்பனவாகும். கடவுளை நம்பும் பள்ளிகள் அல்லது சமயங்கள் என்பதால் மட்டுமல்ல, வேதங்களை அதிகாரமாக எடுத்துக்கொண்ட பிரிவுகள் என்ற காரணத்தினாலேயே அவை வைதிக அல்லது ஆத்திக என்னும் அடைமொழிக்கு உரியவையாகின்றன.

ஆத்திக, நாத்திக என்பவற்றுக்குத் தற்காலத்தில் ஆத்திகம், நாத்திகம் என்று கூறப்பட்டுவருவது போன்ற பொருளை சம்ஸ்கிருத மெய்யியல் இலக்கியங்கள் தரவில்லை. ஆத்திகர் என்றால் வேதங்களின் அதிகாரத்தை ஏற்றுக்கொள்பவர் (இறப்பிற்குப் பிந்தைய வாழ்வை ஏற்றுக்கொள்பவர்) என்பதே பொருள். நாத்திகர் என்றால் இவற்றுக்கு எதிர்நிலையில் சிந்திப்பவர் அதாவது வேத அதிகாரங்களை நிராகரிப்பவர் என்று பொருள் (எஸ். சட்டர்ஜி, டி. தத்தா, 1986). 'மரணத்திற்குப் பிந்தைய வாழ்வு உண்டு' என்று ஜைனரும் பௌத்தரும் நம்பிக்கை கொண்டிருப்பதனால் அவர்களும் பழைய கருத்தில் ஆத்திகராவர்.

ஆனால் நவீன கருத்தில் அவர்கள் நாத்திகர்களாய்க் கருதப்படுகின்றனர். நவீன கருத்தின் படியும் *சார்வாகர்* (உலகாயதவாதிகள்) நாத்திகர் என்றே குறிப்பிடப்படுகின்றனர்.

மீமாம்ஸவாதிகளும் ஷாங்கியரும் உலகைப் படைத்தவன் இறைவன் என்பதை நம்புவதில்லை. ஆயினும் அவர்கள் ஆத்திகர்களாகவே கருதப் படுகின்றனர். வேதத்தைத் தமது அதிகாரமாக ஏற்றுக்கொண்டுள்ளதால் அவர்கள் இத்தகுதியைப் பெறுகின்றனர். வேத அதிகாரத்தின் மீது நம்பிக்கை கொள்ளாத காரணத்தினால் சார்வாக, பௌத்த, ஜைன பள்ளிகள் நாத்திகப் பிரிவுக்குள்ளாக்கப்பட்டன.

வேதம்

இந்திய இலக்கியங்களில் கிடைக்கக் கூடிய தொன்மையான நூல் வேதம். இந்தியத் தத்துவக் கருத்துகள் ஆரம்பமாகும் முதன்மை ஊற்றாக இது காணப்படுகிறது. சில சிந்தனைப் பள்ளிகள் முன்னர் கூறியது போல் வேத அதிகாரத்தை ஏற்றுக்கொண்டன. சில சிந்தனைப் பள்ளிகள் அதை எதிர்த்தன. மீமாம்ஸ பள்ளியும் வேதாந்தமும் வேதத்தின் நேர் தொடர்ச்சிகளாகும். பூர்வ மீமாம்ஸ கர்மத்தை, சடங்குகளைச் செய்வதையே வேதத்தின் விளக்கமாகக் கொண்டுள்ளது. மீமாம்ஸகர் சமயச் சடங்குகளுக்கே முக்கியத்துவம் அளித்தனர். அதாவது கடவுளரைவிட சமயச் சடங்குகளுக்கு முக்கியத்துவம் அளித்தனர்.

வேத மரபில் இருபகுதிகள் உள்ளன. ஒன்று, கர்மம் (சடங்கு சார்ந்தது) மற்றது ஞானம் (ஊகம் சார்ந்தது). மீமாம்ஸ பள்ளியானது சடங்கு (கர்ம) அம்சத்தை வலியுறுத்துகிறது. வேதக் கலாச்சாரத்தின் சடங்குகளைத் தொடர்ந்து மேற்கொள்வதை மெய்யியல்ரீதியாக அது நியாயப்படுத்துகிறது. வேதாந்தம் என்பதற்கு வேதத்தின் இறுதி என்று பொருள்.

உபநிடதச் சிந்தனைகள்

வேத இலக்கியத்தின் இறுதிப்பகுதி உபநிடதங்களாகும். வேத காலப் புராணக்கதைத் தொகுதிகளையும், சடங்கு, வேள்வி, மத, தத்துவ நோக்கில் முனிவர்கள் தரும் போதனைகள் ஆகியவற்றின் தொகுப்பு களையும் உபநிடதங்கள் எனக் கொள்ளலாம். தத்துவார்த்த அல்லது மீமெய்யியல் கருத்துகள் உபநிடதங்களில் முக்கியத்துவம் பெற்றிருந்தன. உபநிடத ரிஷிகளில் பலர் சடங்குகளுக்கும் வேள்வி களுக்கும் குறைவான முக்கியத்துவம் வழங்கி தத்துவ விசாரணைகளுக்கு முன்னுரிமை தந்தனர். ஆயினும் வேதகால வேள்விகள் தொடர்ந்து

நடந்து வந்தன. எவ்வாறாயினும் சடங்கு மரபின் வளர்ச்சிக்கும் தத்துவார்த்தச் சிந்தனைகளின் வளர்ச்சிக்கும் மூலங்களாக வேதச் சிந்தனைகளே இருந்தன.

இந்தியச் சமய மரபிலும் சிந்தனை மரபிலும் உபநிடதங்கள் முக்கிய இடத்தை வகிக்கின்றன. உபநிடதங்கள் வேதங்களின் ஒரு பகுதியாகும். வேதங்களை மந்திரப்பகுதி, பிரமாணப் பகுதி, உபநிடதப் பகுதி என மூன்று பகுதிகளாகக் காண்பது மரபு. வேதத்தின் சாரத்தை அல்லது அடிப்படைச் சிந்தனைகளை உபநிடதங்கள் முன்வைக்கின்றன. உபநிடதங்களை இறையியல் போதனை உரைகள் என்று கூறலாம். பிரமாணங்கள் பிரஹ்மணிய மதாச்சாரியர்களை உருவாக்கின. தத்துவ விளக்கங்களைக் கூறிய உபநிடதங்களில் மன்னர்களுக்கும் முக்கிய பங்கிருந்தது. பல்வேறு வர்க்கங்கள் (வர்ண) வடிவமைப்புப் பெற்றுக் கொண்டிருந்தபோது, பழங்குடிகள் ஒருங்கிணைந்த அமைப்பைப் பெற்று வந்தபோது உபநிடதங்களும் தோன்றுகின்றன. பிராமணர்கள் மன்னர்களுக்கு ஆதரவளித்து வந்தனர். உபநிடத கால மன்னர்கள் பலர் உபநிடத தத்துவ ஆசான்களின் நண்பர்களாக இருந்தனர்.

இந்தியச் சிந்தனை மரபின்படி வேதங்களின் இறுதி உபநிடதங் களாகும். உபநிடதச் சிந்தனைகள் 'வேதாந்தம்' என்றும் வழங்கப் படுகின்றன. வேத அந்தம் என்பதில் அந்தம் என்ற சொல் இறுதியையும் இலட்சியத்தையும் குறிக்கிறது. எவ்வாறாயினும் உபநிடதங்கள் வேதங்களின் உட்பிரிவாக அல்லது வேதங்களின் உட்கிடையைக் கொண்டதாகக் கொள்ளப்படுகின்றன.

குருவுக்கும் சீடனுக்கும் இடையில் நடந்த உரையாடல் வடிவத்தில் உபநிடத உரை அமைப்புக் காணப்படுகிறது. சமய ஞானியர் அல்லது முனிவர்கள் பல்வேறு சந்தர்ப்பங்களில் தமது சீடர்களுக்கு வழங்கிய போதனைகளாகவும், பதிகங்களாகவும் அவை அமைந்துள்ளன. பல்வேறு முனிவர்கள் பல்வேறு விடயங்கள் குறித்துப் பல்வேறு கருத்துகளை இதில் தந்துள்ளனர். ஒரு விடயத்தைப் பற்றியே பற்பல கருத்துகளை முனிவர்கள் முன்வைத்துள்ளனர். 108 உபநிடதங்கள் உள்ளதாகக் கூறும் மரபு இருந்த போதும் 200க்கும் மேற்பட்ட உபநிடதங்கள் இருந்துள்ளன. இவற்றுள் 13 உபநிடதங்களே தத்துவ ஞான நோக்கில் முக்கியத்துவம் உடையன. இவ்வுபநிடதங்களை முனிவர்கள் கூறியிருந்தாலும் இவை தெய்வீகமாக (இறைவாக்காக) உணர்த்தப் பட்டவை என்று கருதப்படுகின்றன.

வேள்விகளைப் பற்றி பிரமாணங்களில் உள்ள போதனைகளுக்கு மாறான கொள்கைகள் உபநிடதங்களில் உள்ளன. வேள்விகளையும்

இந்திய மெய்யியல்

சடங்குகளையும் உபநிடதங்கள் எதிர்ப்பதாக ஆய்வாளர்கள் சுட்டிக் காட்டுகின்றனர். எனினும் மன்னர்கள் மதகுருக்கள் மூலம் யக்ஞங்கள், சடங்குகள் செய்யும் விவரங்களையும், வேள்விகளுக்கு மதிப்பளிக்கும் போதனைகளையும் உபநிடதங்களில் காணமுடியும். எவ்வாறாயினும் சடங்கு, வேள்விகளை மெய்யியல் ஆய்வுகளுக்குக் கீழானவையாக உபநிடதங்கள் கூறுகின்றன என்ற கருத்தும் முன்வைக்கப்படுகிறது.

இவ்வுபநிடதங்கள் அனைத்துக்கும் அடிப்படைகளாக உள்ள சில வாய்ப்பாடுகளைச் சுருக்கமாகப் பின்வருமாறு கூறலாம்: (I) 'தத்வம் அஸி' (நீ அதுவாகிறாய்), ஜீவாத்மாவும் (சிற்றுயிரும்) பரமாத்மாவும் (பேருயிரும்) ஒன்று. (II) 'ஆன்மாதான் பிரம்மம், பிரம்மம்தான் ஆன்மா.' உலக விவகாரங்களில் தலையிடாதவனும் உலகின் அதிர்ச்சி களையும் ஆபாசங்களையும் பொருட்படுத்தாதவனும் முற்றும் துறந்தவனுமான முனிவரே உபநிடதங்களின் ஆதர்சமாவார். 'அது நீ ஆனாய்', 'நான் பிரம்மம்', 'பிரஹ்மனும் ஆத்மனும் சமம்', 'தனியாள் உலகம் இரண்டுமே ஓர் உண்மையின் புறத்தோற்றங்களாகும். புற இயற்கைக்கும் மனிதனுக்கும் கடவுளுக்கும் இடையே பிரிவு இல்லை' (ஹிரியண்ணா, 1966) என்பனவற்றை உபநிடதங்கள் தமது மையக் கருத்துகளாகக் கொண்டிருந்தன.

உண்மையில் உபநிடத முனிவர்கள் அகவய - ஆன்மிகத் தேடலில் இறங்கினர் எனக் கருதலாம். புலனுணர்வுக்கு அப்பால் உள்ள மனித உண்மை பற்றி பல்வேறு விளக்கங்களை அவர்கள் வெளியிட்டனர். பிரஹ்மன் பிரபஞ்ச ஆன்மா. மனிதன் அவனது அக ஆத்மன். மனிதன் (ஆத்மன்), உடல் உள்ளம் அறிதல் என்பனவற்றினால் சிறைப்படுத்தப் பட்டுள்ளான். முக்தி அல்லது மோட்சம் தனிமனிதருக்கு இச்சிறை வாழ்க்கையிலிருந்து விடுதலையளிக்கிறது. மோட்சத்தை அடைவதுதான் மனிதனின் உண்மையான முடிவும் இலக்குமாகும். கர்மவிதிக் கொள்கை களும் மறுபிறப்புக் கருத்துகளும் உபநிடதக் காலத்திலேயே வளர்ச்சி யடைந்தன.

கருத்துமுதல்வாதம்

தேவி பிரசாத் சட்டோபாத்யாயவின் (1976) கருத்துகளின் ஒளியில் இப்பிரச்சினையின் மர்மமிக்க பகுதிகளைப் பின்வருமாறு சீர்செய்து விளக்கலாம்.

ஹெகலின் மர்மமான தத்துவ விசாரணைச் சொற்றொடர்களி லிருந்து அவர் கருதிய மர்மப்பொருளின் உண்மை வடிவத்தை ஃபாயர்பாஹூம் பின்னர் மார்க்சும் வெளிப்படையான உலகியல்

வடிவத்தில் எடுத்துச் சொன்னது போன்றது இது எனலாம். இந்தியத் தத்துவவாதிகளில் ஒரு பிரிவினர் இறுதியான உண்மை என்பது தூய ஆன்மா என்று நிரூபிக்க முயன்றனர். அந்தத் தூய ஆன்மா, மனிதனுக்குள் இருக்கும் *அந்தராத்மா* என்றும், வெறும் உணர்வு என்றும், இன்னது என விரித்துக் கூற இயலாத, சார்பற்ற, பிரிக்க முடியாத முழுமை என்றும் அவர்கள் கருதினர். இவ்வாறு கூறுபவர்கள் கருத்துமுதல்வாதிகள் ஆவர்.

உபநிடதங்களில் முழுமுதல் உண்மைக்கு வழங்கும் பெயர் 'பிரஹ்மம்' ஆகும். விவரித்துக் கூற இயலாத, 'அனிர்வசனீயம்' இது என்பர். ஆனால், ஒருவகையாக 'தான்' அல்லது 'தன் உணர்வு' என்றுதான் இதற்குப் பொருள்தர முடியும். உபநிடதம் இதனை 'ஆத்மா' எனக் கூறுகிறது. உபநிடத போதனை பிரஹ்மத்தை ஆன்மாவுக்குச் சமமாக்குகிறது. பிரம்மமும் ஆன்மாவும் ஒன்று என்பது இதன் பொருள். தூய ஆன்மாவே பிரம்ம சத்யம் என்று இது கூறுகின்றது. பௌதிக உலகின் உண்மை யான இயல்பு மறுக்கப்படுவது இப்போதனையின் மற்றொரு பக்கமாக உள்ளது.

இந்த உலகம் *பிம்ப* என்றோ கனவு உலகமாகவோ விவரிக்கப் படுகிறது. கருத்துமுதல்வாதத்தின் தொடக்கநிலை இது என்றும் இந்தக் கட்டத்தில் இச்சிந்தனைக்குத் தத்துவப் பின்னணிகள் தரப்பட்டிருக்க வில்லை என்றும் தேவி பிரசாத் சட்டோபாத்யாயா கூறுகிறார்.

இந்திய மெய்யியலை நுட்பமாகக் கையாள்பவர்கள் இரு முக்கிய பிரச்சினைகளைச் சுட்டிக்காட்டுகின்றனர். இந்தியச் சிந்தனையில் புறப்பொருள்வாதம் *(ரியலிஸம்)*, கருத்துவாதம் *(ஐடியலிஸம்)* என்று இப்பிரச்சினைகள் இனங் காட்டப்படுகின்றன. புறப்பொருள் வாதம் புறஉலகம் யதார்த்தம் என்றும், மனித உணர்வுக்கு அப்பால் அது உள்ளதென்றும் கூறுகிறது. மனித உணர்வுக்கு (மனதிற்கு) அப்பால் புறஉலகம் உள்ளது என்பதை கருத்துவாதம் ஏற்பதில்லை. புற உலகம் மனம் சார்ந்தது என்று அது கூறுகிறது.

கி.மு. முதல் ஆயிரமாம் ஆண்டில் இந்தியாவில் அனேகமாக எல்லாச் சிந்தனையாளர்களுமே புறஉலகத்தின் யதார்த்தத்தை ஏற்றுக் கொண்டிருந்தனர். ஆதி வேதாந்த சிந்தனையாளர்கள்கூட இந்த யதார்த்த மெய்யியலையே ஆதரித்தனர். அதாவது புற உலகின் இருப்பை அவர்கள் மறுக்கவில்லை (K. Damodaran 1967). சிலர் உலகம் சடத்திலிருந்து தோன்றியதாகக் கருதினர். சிலர் உலகம் பிரஹ்மனில் இருந்து தோன்றியதாகக் கூறினர். சடத்தைவிட உணர்வே முந்தையது என்று கருதியவர்கள் கருத்துமுதல்வாதிகளாவர். இந்தக் கருத்தின்படி வேதாந்தப் பள்ளி கருத்துவாதத்தை முன்னிறுத்துவதாகும்.

மெய்யியல் நோக்கு: தர்ஸன

மெய்யியல் இந்தியாவில் சமய ஆன்மிகப் பெறுமானங்களோடு இரண்டறக் கலந்திருந்தது. அறிவு ஆர்வத்தை நிறைவு செய்தலே ஞானத்தின் உன்னத வெளிப்பாடு என்ற மேற்கத்திய இலட்சியம் இந்திய மெய்யியலுக்குள் அடங்கவில்லை. மேற்கில் மெய்யியல் சமயத்தைச் சாராது சுதந்திரத் துறையாக வளர்ச்சியடைந்தது. எஸ்.சட்டர்ஜி, டி. தாத்தா கூறும் பின்வரும் கூற்றை இங்கு நினைவு படுத்தலாம்: மெய்யியல் அறிவின், முதன்மையான நோக்கம் அறிவு தேடும் பேரவாவை நிறைவு செய்துகொள்வதல்ல; உண்மையான அகநோக்குகளினால் வாழ்வை ஒளிமயப்படுத்துவதாகும். மேற்கத்திய மரபில் ‘வாழ்வை ஒளிமயப்படுத்தும்’ இலட்சியத்தைவிட அறிவைத் தெளிவுபடுத்தி ஒளிமயமாக்கும் நோக்கமே மேம்பட்டிருப்பதைக் காணலாம்.

எவ்வாறாயினும் இந்தியாவின் சமய-மெய்யியல் அறிவிற்கான ஊற்றாக வேதங்கள் விளங்குகின்றன. வேத காலத்திற்குப் பின்னர் சமய-மெய்யியல் இயக்கங்கள் இந்தியாவில் தோன்றுவதற்கும் நவீன மறுமலர்ச்சிச் சிந்தனைகள் மலர்வதற்கும் பாடுபட்டவர்கள் வேதங் களையே மூலாதாரங்களாக எடுத்துக்கொண்டனர்.

இந்திய மெய்யியலுக்கு என்று ஒருமித்த கருத்தாகக் குறிப்பிட்ட கோட்பாட்டை அல்லது முறையை எடுத்துக்காட்ட முடியாதுள்ளது (S.Radhakrishnan 1957). ஆயினும் சில ஒருமைப்பாடுகளை, இந்தியத் தன்மைகளைச் சுட்டிக்காட்ட வாய்ப்புகள் உள்ளன. இந்திய மெய்யியலின் முதன்மையான அடையாளம் அதன் ஆன்மிக அடித்தள மாகும். வாழ்க்கையிலும் மெய்யியல் சிந்தனையிலும் இந்தியாவில் ஆன்மிக மனப்பாங்குதான் (சார்வாகர்களைத் தவிர்த்து) இன்றும் செல்வாக்குச் செலுத்துகிறது.

இந்தியாவில் வாழ்க்கைக்கும் மெய்யியலுக்கும் இடையில் நெருங்கிய தொடர்புள்ளதாகவும் இந்தியாவின் ஒவ்வொரு மெய்யியல் சிந்தனைப் பள்ளியிலும் வாழ்க்கைத் தொடர்பான அம்சங்கள் காணப்படுவ தாகவும் ராதாகிருஷ்ணன் (1957) கூறுகிறார். பயன்பாட்டு ரீதியில் எல்லா இந்திய மெய்யியல்களும் வேத காலம் தொடங்கித் தற்காலம் வரை நாட்டின் சமூக - ஆன்மிக மெய்யியல் முன்னேற்றத்திற்குப் பங்காற்றி வந்துள்ளன. இந்தியாவின் மெய்யியல் வெறும் அறிவுப் பயிற்சி அல்ல. இந்தியச் சிந்தனையில் கோட்பாடும் வாழ்வும் ஒன்றாகவே காணப்பட்டுள்ளன. ஒவ்வொரு இந்தியச் சிந்தனைப் பள்ளியும் உண்மையைத் தேடுவதாக உள்ளது. வாழ்க்கைப் பிரச்சினைகளில்

இருந்தே உண்மை தேடும் முயற்சி ஆரம்பமாகிறது. மனிதனை அவனது பிரச்சினைகளிலிருந்தும் அழுத்தங்களிலிருந்தும் விடுதலை செய்வதே இதன் நோக்கம். இதற்காகத் தனிமனிதர் வாழ்வை இவை மாற்றியமைத்து அந்த முயற்சியில் அவனை ஈடுபடுத்துகிறது என ராதாகிருஷ்ணன் விளக்கமளிக்கின்றார்.

இந்தியாவில், மெய்யியல் வாழ்க்கைக்காக; வாழ்க்கைக்காகவே மெய்யியல் உள்ளது எனலாம். அது வாழ்வதற்கான உண்மையைக் காண்பது அல்ல, உண்மை வாழ வேண்டும் என்று அது கருதுகின்றது. இந்திய மெய்யியலின் இலக்கு அடிப்படையை அறிவதல்ல; அதனுள் ஒன்றாக ஆவது. பகுத்தறிவின் பயன்பாட்டை இந்திய மெய்யியல் விரிவான முறையில் நோக்குகின்றது. ஆனால் உள்ளுணர்வுதான் ஒரே ஒரு முறையாக ஏற்றுக்கொள்ளப்பட்டுள்ளது. அடிப்படை உண்மையை அறியக்கூடிய ஆற்றல் உள்ளுணர்வுக்கு இருப்பதாக இந்திய மெய்யியல் கருதுவதால் இந்த அங்கீகாரம் உள்ளுணர்வுக்குரியதாகிறது.

இந்திய மெய்யியலில் உண்மை அறியப்படுவதல்ல உணரப்படுவது. பகுத்தறிவினால் உண்மையை விவரிக்க முடியும். அதனால் உண்மையை அடைய முடியாது. இந்திய மெய்யியல் 'தர்ஸன' என்றே தனக்குப் பெயர் குறித்துள்ளது. தர்ஸனவின் வேர்ச்சொல்லிற்குப் பார்த்தல் என்பது பொருள். அதாவது ஒரு பொருளை உள்ளுணர்வின் அனுபவத்தால் பார்ப்பது. இந்திய மெய்யியல் உள்ளுணர்வின் மீதுதான் மையப்படுத்தப்பட்டுள்ளது (Radhakrishnan 1966). இவை கருத்து முதல்வாத நோக்கிலான விவரிப்பாகும். இந்திய மெய்யியல் பற்றித் திரும்பத் திரும்பக் கூறப்படுவனவற்றின் சாராம்சமும் இவைதாம்.

ஸ்டேஸ் எழுப்பும் மற்றொரு ஐயமும் கவனத்தில் கொள்ளக் கூடியதாகும். இந்தியா எப்போதாவது மெய்யியலைப் பெற்றிருந்ததா? இவ்வினாவிற்கு பல்வேறு விதமான விடைகள் தரப்படலாம். உபநிடதங்களில் சமய-மெய்யியல் ரீதியான ஒரு வகைச் சிந்தனை காணப்படுவது உண்மை. அதன் பின்னர் ஆறு இந்திய மெய்யியல் பள்ளிகள் பற்றிய விபரங்கள் உள்ளன.

ஆனால், முக்கியமான கேள்வி, வாழ்க்கையில் நடைமுறைத் தேவைகளும் சமயமும் எப்போதாவது இந்தியாவில் பிரித்துப் பார்க்கப் பட்டதா? அறிவு நடவடிக்கைகள் வாழ்க்கை நடவடிக்கைகள் எல்லாமே மத அனுஷ்டானங்களோடும், சமய மரபுகளோடும் பெற்றிருந்த இணைப்பில் அங்கு எந்த வேறுபாடுகளும் நிகழவில்லை. மேலும் இந்தியச் சமயங்களில் அல்லது சமயத் தத்துவங்களின் இறுதி இலக்கு விடுதலை அல்லது 'முக்தி' ஆகும் (W.T. Stace 1950: 13).

மனித வாழ்வு பற்றி விரிபொருள் தரக்கூடிய பல சிந்தனைகளை இந்திய சமயங்கள் கொண்டிருக்கலாம். விமர்சனப் பகுப்பாய்வின் அடிப்படையில் அவற்றின் கருத்துருவாக்கம் நடைபெற்றதாகக் கூற முடியாது. மேலும் சமயங்கள் விமர்சனங்களின் பேரில் சகிப்புத் தன்மையைக் கொண்டிருப்பனவும் அல்ல. அடிப்படைக் கேள்விகளுக்கு அவை ஆதரவு தருவதும் இல்லை. இந்த இருவேறுபட்ட போக்குகள் (இந்திய) சமயங்களையும் மெய்யியலின் அடிப்படை நோக்கங்களையும் ஒருமுகப்படுத்துவதற்கு சாதகமாக அமையவில்லை.

விஞ்ஞானம் ஒரு முறையியல் சார் துறை. வேதியியல், இயற்பியல், உயிரியல், உளவியல் போன்ற துறைகளில் எழும் கேள்விகளுக்கு விஞ்ஞானமானது. பரிசோதனை, அவதானம் மூலம் சரியான விடையைத் தருகிறது. எனினும் விஞ்ஞானத்திற்கு அதற்கென்ற வரையறைகள் உள்ளன. நீதி, நல்லது, அழகு, அரசு, உரிமை பற்றிய எண்ணக் கருக்களுக்கான விளக்கங்களையோ மதிப்பீடுகளையோ விஞ்ஞான முறைகளினூடாகப் பெறமுடியாது.

இக்கருத்துகள் மேற்கத்திய மெய்யியலையும், கீழைத்தேய (இந்திய) மெய்யியலையும் வேறுபடுத்தும் எல்லைக்கோடு போல் அமைந்துள்ளன. மேற்கத்திய மெய்யியல் சமயத்திலிருந்து விஞ்ஞானத்தையும் விஞ்ஞானத்திலிருந்து விஞ்ஞான மெய்யியலையும் நோக்குகிறது; அதேபோல் சாதாரண உலக வாழ்வின் சிந்தனைகளையும் பிரச்சினைகளையும் சாதாரண உலக அறிவுக்குரியதாக நோக்குகிறது. இந்திய மெய்யியல் வாழ்க்கையை உள்ளுணர்வு மெய்மைக்கு உட்படுத்தி ஆன்மிக உண்மையைத் தேடுவதையும் அடைவதையும் நோக்காகக் கொண்ட போக்கை அங்கீகரித்துள்ளது. இதுவே ராதாகிருஷ்ணனின் கருத்திலிருந்து பெறக்கூடிய சாரமாகும். 'மோட்சம்' (ஈடேற்றம்) என்ற கருத்து இந்திய மெய்யியலில் முன்வைக்கப்பட்ட போதும் அது இவ்வுலகம் சாராத சமய ஆன்மிகக் கொள்கை என்றே கருத வேண்டும். மேற்கத்திய மெய்யியல் நோக்கில் (மெய்யியலுக்காக) இதை 'அறிவு மோட்சம்' அதாவது 'அறிவில் விளக்கம் பெறுதல்' என்று பொருள்பட எடுத்துக்கொள்ளலாம். மீமாம்ஸவாதிகளின் கருத்தில் மோட்சம் என்பது சுவர்க்கத்தைக் குறிக்கிறது. இதுபோல் மாறுபட்ட அல்லது உலக மறுப்புச் சிந்தனைகள் இந்திய மெய்யியலிலிருந்து அடிக்கடி எடுத்துக்காட்டப்படுகின்றன.

உலகாயதவாதம்

'இந்திய மெய்யியல் கட்டாயமாகவே ஆன்மிகமயமானது', 'இந்தியா ஆன்மிகத்தின் தாயகம்' போன்ற கருத்துகளை ராதாகிருஷ்ணன்

உள்ளிட்ட பல அறிஞர்கள் மீண்டும் மீண்டும் வலியுறுத்தியுள்ளனர். ஆயினும் இந்த 'ஆன்மிக வாதம்', இந்தியச் சிந்தனை மரபு என்ற பலதொகுதிகளின் ஓர் அம்சமாகக் கொள்ளப்பட வேண்டும் (K.K. Mitta 1974). ஆன்மிக வாதம் மட்டும் அல்ல; சடப்பொருள்வாதமும் உலகியல் சார்ந்த கொள்கைகளும் இந்திய மெய்யியல் மரபின் குறிப்பிடத்தக்க பாகங்களாக விளங்குகின்றன. *சார்வாக்க* என்ற உலகாயதவாதம் அதில் முக்கிய இடத்தைப் பெறுகின்றது.

இந்தியாவில் உலகாயதவாதம் *சார்வாக்க* எனப்படும் பொருள்முதல் வாதம் வேதங்களின் இயற்கைச் சமயத்திற்கும் சடங்குகளுக்கும் வேள்வி முறைகளுக்கும் எதிராக இந்தியாவில் தோன்றிய ஒரு சிந்தனைப் பள்ளி யாகும். கி.மு. 7ஆம் நூற்றாண்டு அளவில் அதன் தோற்றம் கணிக்கப் படுகிறது. எனினும் கி.மு. 10, 11ஆம் நூற்றாண்டுகளிலும் பொருள் முதல்வாதக் கருத்துகள் இந்தியச் சிந்தனை மரபில் இடம்பெற்றிருப்பதை ஆய்வாளர் எடுத்துக்காட்டுகின்றனர். வேதங்களிலும் உபநிடதங்களிலும் பொருள்முதல்வாதச் சிந்தனைப் போக்குகள் குறிப்பிடப்பட்டிருப்பது இனங்காணப்பட்டுள்ளது. பௌத்த சமயத்தின் தோற்றத்திற்கு முன்னரே இது இந்தியச் சிந்தனையின் ஓர் அம்சமாக இடம்பெறத் தொடங்கி விட்டது.

ரிக் வேதத்தின் பிரஹஸ்பதி லங்கா, இந்தியப் பொருள்முதல் வாதத்தின் நிறுவனராக இருக்கலாம் என்று கருதப்படுகிறது. அவர்தாம் முதலில் 'சடம்'*(மேட்டர்)*தான் அடிப்படை மூலப்பொருள் என்று கூறினார். அவரும் அவரது சகாக்களும் கடவுளை நிராகரித்தனர். அழியாத ஆன்மா என்ற கருத்தையும் நிராகரித்தனர். சவக் கிடங்கிற்கு அப்பால் ஒரு மறுஉலக வாழ்க்கை உண்டென்பதையும் அவர்கள் மறுத்தனர். 'பிர்கு' என்ற முக்கிய சடப்பொருள்வாதி பின்வருமாறு குறிப்பிட்டார்: 'சடமே முடிவானது: சடத்திலிருந்து தான் எல்லாம் தோன்றுகின்றன. சடத்தில்தான் எல்லாம் நிலைத்துள்ளன; எல்லாம் சடத்தில் தொடங்கி சடத்திற்குத் திரும்புகின்றன.'

உலகாயதர்கள் *(சார்வாகர்கள்)* உடலையே ஆத்மாவாகக் கொள் கிறார்கள். மண்ணில் உணர்வு இல்லை. மண், நீர், காற்று, தீ முதலிய பூதங்கள் ஒன்று சேரும் போது அங்கு உணர்வு தோற்றம் பெறுகிறது. உடம்பில் ஆத்மா இருப்பதால்தான் உணர்வு ஏற்படுகிறது என்பதையும் ஆத்மா உடலிலிருந்து வேறுபட்ட ஒன்று என்பதையும் அதன் இறுதி விடுதலையாக 'மோட்சம்' பெறுகிறது என்பதையும் சார்வாகர்கள் மறுத்தனர். உணர்வு ஆத்மாவில் உள்ளது என்பதை அவர்கள் ஏற்றுக் கொள்ளவில்லை. உணர்வு உடலின் இயல்பு என்று வாதிட்டனர். தெய்வங்களையும் இயற்கை கடந்த சக்திகளையும் அவர்கள் நம்பவில்லை.

உலகைத் தவிர வேறு உலகம் அவர்களது கருத்திற்கு ஏற்புடையதாயிருக்க வில்லை. அவர்கள் மறுபிறப்பையும், மோட்சத்தையும் அழியாத ஆன்மா என்ற கோட்பாடுகளையும் நம்ப மறுத்துவிட்டனர். (பார்க்க, எம்.எஸ்.எம்.அனஸ், *பண்டைய இந்தியாவின் பொருள்முதல்வாதச் சிந்தனைகள்*, 2005.)

'காட்சி'யை அறிவின் வலிமையான மூலமாக அவர்கள் வர்ணித்தனர். 'பார்க்கப்படுவனவே இருக்கின்றன' என்றனர். 'காட்சி'க்கு உட்படாத அறிவுகள் தவறான வழிநடத்தல்கள் என்றனர். காண்பனவே நம்பத் தகுந்தவை. 'காட்சி' கூட உலகைப் பற்றித்தான் கூறுகிறது. நீர், தீ, நிலம், காற்று, ஆகாயம் என்பன புலன் உணர்வுகளால் அறியப்படக்கூடியவை. உலகமும் உலகில் உள்ள பொருள்களும் இந்த மூலக் கூறுகளால்தான் ஆக்கப்பட்டுள்ளன என்றனர்.

சார்வாக்க சிந்தனையாளர்கள் புரோகிதர்களையும் அவர்களின் சமயச் செயற்பாடுகளையும் கடுமையாக விமர்சித்தனர். புரோகிதர்கள் சடங்குகளிலும் வேள்விகளிலும் ஓதும் மந்திர உச்சாடனங்களில் எவ்விதத் தெய்வீகத் தன்மையும் இல்லை என்றனர். வேதச் சடங்கு களும், மிருகப்பலிகளும் அர்த்தமற்ற சமயக்கிரியைகள் என்றனர்.

சார்வாக்க என்ற சொல் - சாரு: கவர்ச்சி, வாக்: வார்த்தை - கவர்ச்சி யான பேச்சு - என்று பொருள்படும். பாமர மக்களைத் தமது வார்த்தை ஜாலங்களால் இவர்கள் மயக்குகிறார்கள் என்ற பொருளில் சார்வாக்க என்ற பெயரை அவர்களின் கருத்துகளுக்கு எதிரானவர்கள், அவர்களுக்கு வழங்கியிருக்க வேண்டும். 'லோக்காயத்த' என்பது 'இந்த உலகை அடிப்படையாகக் கொண்ட தத்துவம்' என்று பொருள்படும் என்பர். ஜைன மெய்யியலாளர் ஹரிப்பத்ர, லோக்காயதர் பற்றி விளக்கும்போது உலகம் (லோக்க) என்பது புலன் உணர்வுகளால் காணக்கூடிய சட உலகையே குறிப்பிடுகிறது என்று கூறுகிறார் (K Damodaran 1967).

இந்தியச் சிந்தனை

'இந்தியா எப்போதாவது மெய்யியலைப் பெற்றிருந்ததா' என்ற கேள்வி எழும் சந்தர்ப்பங்கள் உள்ளன. உபநிடதங்களின் சமய- மெய்யியல் சிந்தனைகளை அல்லது ஆறு இந்தியச் சிந்தனைப் பள்ளிகளை அவ்வாறு கூறமுடியுமா என்ற கேள்வியை ஸ்டேஸ் (1950) எழுப்பினார். மெய்யியல் வரலாற்று நூல்களில் இந்தியச் சிந்தனை பெரும்பாலும் கைவிடப்படுவதற்குச் சில காரணங்களை அவர் முன்வைத்தார்.

சமயம், நடைமுறைத் தேவைகள் என்பனவற்றிலிருந்து இந்தியாவில் மெய்யியல் விடுபடவில்லை. மெய்யியலுக்குரிய சுயமான ஆய்வு என்ற

கொள்கையை இங்குக் காண்பது அரிதாக உள்ளது. அறிவு இந்தியச் சமயப் பள்ளிகளில் முக்தியை அடைவதற்கான கருவியாகத்தான் பயன் படுத்தப்படுகிறது. விடயங்களை அறிவதற்காகவும் அவற்றின் உண்மை களைப் புரிந்துகொள்வதற்காகவும் அறிவைச் செயல்படுத்த வேண்டும்; அதில்தான் மெய்யியல், விஞ்ஞானம் ஆகியவற்றின் மூலவேர்கள் தங்கி உள்ளன என்று அரிஸ்டாட்டில் வலியுறுத்துகிறார். ஆனால், இந்தியச் சிந்தனையின் மூலவேர்கள் தனிமனிதன் தனது வாழ்வில் ஏற்படும் பெருந்துன்பங்களிலிருந்து தப்புவதற்கும் ஆன்ம விமோசனம் பெறுவதற்கும் உரிய வகையில்தான் அமைந்துள்ளன. இது விஞ்ஞான ரீதியானது அல்ல. இது சமயத் தோற்றத்துக்கும் அதன் இலட்சியங் களுக்கும் சாதகமானது; மெய்யியலுக்கு அல்ல.

மெய்யியலும் சமயமும் முற்றுமுழுதாகப் பிரிந்து நிற்பவை என்று கருதுவது தவறு. அதேவேளை அவை வேறுபட்ட இரு துறைகளாகும். மெய்யியல் அதன் விடயப்பொருளை விஞ்ஞான ரீதியாக அணுகுகிறது. அதற்கு, அது தூய அறிவில், யதார்த்தச் சிந்தனையில் நம்பிக்கை வைத்துள்ளது. சமயங்களின் அணுகுமுறைகள் உணர்வுபூர்வமானவை, புராணவியல் *(மித்ஸ்)*, படிமங்கள் *(இமேஜஸ்)*, குறியீடுகள் *(சிம்பொல்ஸ்)* என்பன வற்றில் தங்கி இருப்பவை. பகுத்தறிவுச் சிந்தனைகளோடு இணங்கிச் செல்வதைச் சமயங்கள் எதிர்க்கின்றன அல்லது தவிர்த்துக் கொள்கின்றன.

இந்தியச் சிந்தனை, மெய்யியல் என்பதைவிட சமயம் என்று கூறுவதற்கு மற்றொரு வாதமும் முன்வைக்கப்படுகிறது. உணர்வுச் சார்பில் இருந்து இந்தியச் சிந்தனை தூய சிந்தனை என்ற நிபந்தனையை மிகக்குறைவாகப் பூர்த்தி செய்கிறது அல்லது பூர்த்தி செய்யவில்லை. அது விஞ்ஞான ரீதியானது என்பதைவிட கவிதை ரீதியானதாக உள்ளது. உண்மையைக் கவனிப்பதற்குப் பகுத்தறிவு விளக்கங்களைவிட குறியீடு களிலும் உருவகங்களிலும் அது பெரிதும் தங்கியுள்ளது. உண்மைகள் சமய விவரணங்களினால் அன்றி மெய்யியல் ரீதியாக முன்வைக்கப்படும் சந்தர்ப்பங்களும் அரிதாகும். உதாரணமாக பிரஹ்மன் அல்லது பரமாத்மனில் இருந்துதான் முழுப் பிரபஞ்சமும் தோன்றியதாக உபநிடதங்கள் கூறுகின்றன. 'நிலையான பொருளிலிருந்து எல்லாம் தோன்றுகின்றன. பின்னர் அனைத்தும் அதனையே சேர்கின்றன' என்பது போன்ற கவித்துவ உருவக, படிம முறைகள் மூலம் உலகின் தோற்றம் குறித்த முக்கியமான கேள்விக்குப் பதில் கிடைப்பதில்லை. இவை சமய ஆன்மிக உணர்வுகளைத் திருப்தி செய்யக்கூடியவை. ஆனால் பிரபஞ்சத் தோற்றம் பற்றிய பகுத்தறிவு ரீதியான அறிவுத் தேவையை அவை பூர்த்தி செய்யவில்லை (W.T. Stace 1950).

ஆதியிலிருந்து தூய சிந்தனை, பகுத்தறிவு நோக்கு, விசாரணை, மொழிப் பகுப்பாய்வு ஆகியவற்றின் எல்லைகளுக்கு உட்பட்ட சிந்தனை வடிவங்களையே மெய்யியலாக மெய்யியல் வரலாறு அங்கீகரிக்கிறது. பல்வேறு சிந்தனைச் செல்வாக்குகள், கலவைகள் காணப்பட்ட போதும் மெய்யியலுக்கான மையக்கருத்தில் அதற்குரிய அணுகுமுறையைப் பற்றிய விசாரணை எப்போதும் இருந்து வருகிறது. மெய்யியலுக்குரிய அடிப்படை அணுகுமுறைகளிலிருந்து விலகிச் செல்வது கடினமாகும்.

இந்திய மெய்யியல் காங்கிரஸின் **29**ஆம் அமர்வின் ***(1954)*** ஆவணத் தொகுதியில் ஜி.ஆர்.மல்கானி என்பவர் ஸ்டேஸின் கருத்துகளுக்கு மிகவும் நெருக்கமான கருத்துகளை வெளியிட்டார். *'இந்தியாவில் இன்று நாம் தூய மெய்யியலைப் பெற்றிருக்கிறோமா அல்லது கலப்பு வகையா? ஒரு பகுதி மெய்யியல் மறுபகுதி சமயம். கலப்புள்ள எதுவும் மெய்யியல் ஆகாது'* (G.R. Malkani 1954).

இந்தியாவில் மெய்யியல் மேற்கத்திய மெய்யியல் பயிற்சி அல்லது கற்றலில்தான் தங்கி உள்ளது. எனினும் இந்தியாவில் ஐரோப்பிய மரபையும் இந்திய மரபையும் ஒன்றிணைக்கும் முயற்சி நடைபெறு கிறது. ஆனால் படைப்பாற்றல் உள்ள மெய்யியல் வளர்ச்சிக்கு இது உதவக் கூடியதல்ல. ஐரோப்பிய மெய்யியலே தூய மெய்யியல் என்று ஏற்றுக்கொள்வதாக இருந்தால் ஏன் இணைப்பு முறை அனுசரிக்கப்பட வேண்டும் என ஜி.ஆர்.மல்கானி கேள்வி எழுப்புகிறார். ஐரோப்பிய மெய்யியல் தூய மெய்யியல் என்பதன் பொருள் அது முறையாக தூய நியாயத்தை அல்லது தூய மெய்யறிவை தூய சிந்தனையை ஏற்றுக் கொண்டுள்ளது என்பதாகும். இதில் சித்தாந்தங்களுக்கும் அதிகாரங் களுக்கும் இடம் கிடையாது. எல்லா அனுமானங்களையும் எடுகோள் களையும் அது விமர்சிக்கிறது.

மனிதன் அனுபவத்தையும் மெய்யறிவையும் (பகுத்தறிவையும்) பெற்றுள்ளான். இவற்றின் அடிப்படையில்தான் மனிதன் தனது விடை களை யதார்த்தத்துடன் காணமுற்படுவதை ஐரோப்பிய மெய்யியல் வலியுறுத்துகிறது. இந்திய மெய்யியலில் முறை ஒன்றைக் காண்பதாயின் அதனை இறைவனால் உணர்த்தப்பட்ட 'சுருத்தி' என்றுதான் கூற வேண்டும். பகுத்தறிவினால் ஆதரவளிக்கப்பட்ட முறையாகச் சுருத்தி யைக் குறிக்கலாம். ஆயினும் பகுத்தறிவுக்கு எதிரான எந்த அதிகாரத் தையும் 'சுருத்தி' எதிர்ப்பதாக இருக்கக்கூடாது. அப்போதுதான் தூய மெய்யியல் சாத்தியம். எனினும் இந்திய மெய்யியலில் இது மெய்யியல் விசாரணைக்காக அன்றி இறைவனால் உணர்த்தப்பட்டது (சுருத்தி)

என்பது ஆன்மிக அல்லது மீமெய்யியல் விழிப்புணர்விற்கான உள்ளுணர்வு முறையாகத்தான் முன்வைக்கப்படுகிறது. சுருத்தி *(நமது)* அறிவுமுறையாக இருக்கலாம். ஆனால் உறுதியான அறிவை விரிவு படுத்தும் செயல்முறையாக பகுத்தறிவுதான் இருக்க வேண்டும் என்று மல்கானி வாதிடுகிறார்.

ஐரோப்பிய மெய்யியலுக்கும் இந்திய மெய்யியலுக்கும் இடை யிலான வேறுபாடு, முறையை மட்டும் சார்ந்ததல்ல. அவற்றின் இலக்கு, அடைவு என்பனவற்றிலும் அவ்வேறுபாடு உள்ளது (G.R. Malkani 1954). 'ஞானம்' *(விஸ்டொம்)* என்பதைக் கிரேக்கர் எடுத்துக்கொண்டதைப் போல் இந்தியர் எடுத்துக்கொள்ளவில்லை. மெய்யியல், இந்தியனுக்கு உயர்ந்த கண்ணியமான வாழ்வை, வாழ்வின் உயர்ந்த இலக்கை அடைவதற்கான 'ஞானம்' தொடர்பானது. முழுமையான விடுதலைக்கு அல்லது மோட்சத்திற்குத் தடையாக உள்ள அறியாமை எனும் பற்றுக் களை விட்டுவிடுவதுதான் இதன் மைய அம்சம் என இந்திய ஞானி கருதுகிறான். யதார்த்த வாழ்க்கை விடயத்தில் ஐரோப்பிய மெய்யியல் நேரடியாகத் தலையிடுவதில்லை. சமயம் மனித வாழ்வில் நேரடியாகத் தலையிடுகிறது. வாழ்வில் பெரிய தாக்கங்களை ஏற்படுத்துகிறது. சமயம் ஓர் இலக்காக மோட்சத்தைக் குறிவைத்துச் செயல்படுகிறது. அதற்காக மனித வாழ்வை வழிப்படுத்துகிறது. வெறும் மெய்யியலாக இந்திய மெய்யியல் இல்லை; அது சமயமாக மனித வாழ்வில் சம்பந்தப் பட்டுள்ளது.

5

இஸ்லாமிய மெய்யியல்: அல்-கிந்தி

புலமைவாதம் பற்றிப் பேசும் போது மத்தியகாலக் கிறிஸ்தவச் சிந்தனையை மட்டும் எடுத்துக்கொள்ளும் மரபு காணப்படுகிறது. இது ஐரோப்பியமயவாதத்திலிருந்து எழுந்த தவறாகும். உலக வரலாற்றையும் உலகப் பண்பாட்டு வரலாற்றையும் ஆய்வுக்கு எடுத்துக்கொள்ளும் போது அட்லாண்டிக், வடகடல், மத்தியதரை, ஆசியா மைனர் போன்ற பகுதிகளை மட்டுமே ஐரோப்பிய எழுத்தாளர்கள் கவனத்தில் கொண்டனர். ஆனால், உலகின் ஏனைய பாகங்களில் உள்ள மக்களும் உயர்ந்த பெறுமானங்களைக் கொண்ட கலாச்சாரத்தை உலகத்திற்கு வழங்கி உள்ளனர் (M.B. Mondin, 1991 : 205).

மத்தியகால மெய்யியலில், இறையியல் எழுத்துகளும் போதனை முறைகளும் கொண்ட ஒரு தனித்துவமான முறை புலமைவாதம் என அழைக்கப்பட்டது. புலமைவாதி ஒருவர் இலக்கணம், இயக்கவியல், பேச்சலங்காரக் கலை போன்றவற்றிலும் எண்கணிதம், வடிவ கணிதம், இசை, வானவியல் போன்ற துறைகளிலும் இறையியலிலும் தேர்ச்சி பெற்றிருந்தார். பொதுவாக, மத்தியகாலக் கிறிஸ்தவத்துடனேயே புலமைவாதம் தொடர்புபடுத்தப்படுகிறது; ஆயினும் முஸ்லிம், யூத மெய்யியலாளர்களின் அல்லது புலமைவாதிகளின் பங்களிப்பு தனித்துவமான வரலாற்றையும் உட்கருத்து வளத்தையும் கொண்டதாக விளங்குகின்றது.

பிளேட்டோனிய, நவ-பிளேட்டோனிய, அரிஸ்டாட்டிலிய சிந்தனைகளின் அடிப்படையில் சமய நம்பிக்கையின் பகுத்தறிவு வாதச் சிந்தனையாகப் புலமைவாதம் மறுவடிவம் பெற்றது. புலமைவாதம் அதற்குரிய அர்த்தத்தில் முதலில் முஸ்லிம்களிடமும் அதனைத் தொடர்ந்து யூதர்களிடமும் பின்னரே கிறிஸ்தவர்களிடமும் அதன் வரலாற்று ரீதியான தொடர்பைப் பெற்றுக்கொண்டது (B. Mondin, 1991 : 205). எனினும் இந்த மூன்று சிந்தனைப் பிரிவுகளிடையேயும் பரஸ்பர சிந்தனைத் தாக்கங்கள் இருந்தன.

இஸ்லாம்

இஸ்லாம் சமயத்தின் திருத்தூதர் முஹம்மத் நபி (ஸல்) இறந்து குறுகிய காலத்திற்குள் உலகின் நாகரிகங்களுக்கு உரிமை கோரக்கூடிய பல நாடுகள் அரேபியர்களால் வெற்றி கொள்ளப்பட்டன. ஹிஜ்ரி பத்தாம் ஆண்டு (கி.பி. 632) நபிகள் நாயகம் இறுதி ஹஜ்ஜை நிகழ்த்திய போது சிரிய எல்லையில் இருந்து ஏமன் தேசம் வரையும், செங்கடல் தீரத்தையும் பாரசீகக் குடாவையும் கொண்ட அரேபியத் தீபகற்பம் பெரும்பாலும் இஸ்லாமியப் பேரரசின் கட்டுப்பாட்டிற்குள் வந்து விட்டது. நபி முஹம்மத் (ஸல்) மரணத்திலிருந்து (கி.பி. 632) அடுத்த சில பத்தாண்டுகளில் அரேபியர்களுக்குப் படைபலத்துடன் கூடிய அரசியல் வெற்றிகள் கிடைத்தன. இதனால் முழு மத்திய கிழக்கிலும், வடக்கே துருக்கி வரை, கிழக்கே இந்தியா வரை, வட ஆப்பிரிக்கா, ஸ்பெயின் வரை இஸ்லாம் பரவியது. மகா அலெக்ஸாண்டர் பெற்றிருந்ததைவிட பெரிய பேரரசை முஸ்லிம்கள் நிறுவினர். சிலி கைப்பற்றப்பட்டதோடு ரோமாபுரியும் முஸ்லிம்களின் அச்சுறுத்தலுக்கு ஆளாகியிருந்தது.

வட ஆப்பிரிக்கா, எகிப்து, சிரியா, ஆசியா மைனர் போன்ற வெற்றி கொள்ளப்பட்ட பல நாடுகளில் கிறிஸ்தவர்கள் பலர் இஸ்லாம் சமயத்தைத் தழுவினர். பால்கன் நாடுகளில் பல்கேரியா, மெஸடோனியா, அல்பேனியா, போஸ்னியா போன்ற நாடுகளிலும் இம்மத மாற்றங்கள் நிகழ்ந்தன.

முஹம்மது நபி கி.பி. 570இல் அரேபியாவின் வணிகக் கேந்திர நிலையமான மக்கா நகரில் பிறந்தார். அவர் நூல்கள் எதையும் எழுதவில்லை. அவர் அறிஞராகவோ கவிஞராகவோ தம்மைப் பிரகடனப் படுத்தவில்லை. அவர் எழுதப் படிக்கத் தெரியாதவர். அவர் குறைஷ் என்ற உயர் குலத்தில் பிறந்திருந்த போதும், அவருடைய வாழ்க்கை எளிமையும் வறுமையும் கலந்ததாக இருந்தது. அவருடைய நாற்பதாவது வயதில் இறைத் தூதுத்துவத்தைப் பெற்று நபி என அழைக்கப்படலானார். அவர் இவ்வாறு பெற்றுக்கொண்ட நபித்துவத்தினூடாக *வஹி* எனும் இறைவாக்குகளை (அருளப்படுதல்களை) வெளிப்படுத்தி மக்களை நல்வழிப்படுத்தினார்.

வஹி மூலமாக குர்ஆன் எனும் வேதநூல் முஹம்மது நபிக்கு அருளப்பட்டது. முஹம்மத் நபியின் வாழ்க்கை நடைமுறைகளையும் அவரது பொதுவான போதனைகளையும் உள்ளடக்கிய தொகுதி ‘ஹதீஸ்’ எனக் கூறப்படுகிறது. குர்ஆன், ஹதீஸ் எனும் இவ்விரு மூலங் களைக் கொண்டே இஸ்லாமிய ஷரீஆ, சமயச் சட்டங்கள் இயற்றப்

படுகின்றன. இஸ்லாமியச் சிந்தனைகளுக்கும் தத்துவார்த்தக் கருத்து களுக்கும் அடிப்படை மூலாதாரங்களாய் இவை இருந்து வருகின்றன.

முஹம்மது நபி, தம்மைத் தெய்வம் என்று கூறவில்லை. அல்லாஹ் எனும் ஏக இறைவனை வணங்குமாறு அவர் மக்களுக்கு அழைப்பு விடுத்தார். இஸ்லாம் ஓரிறைவாத அல்லது ஏகத்துவ சமயம் *(மேனோதீஸம்)* ஆகும். வறண்ட பாலைவனத்தில் நாடோடி வாழ்க்கை நடத்தி வந்த அரபுத் தீபகற்ப பழங்குடி மக்களிடையே பாரிய கல்விக் கருத்துகளோ மெய்யியல் அறிவோ அன்று காணப்படவில்லை. குர்ஆனிலும் நபி முஹம்மதின் போதனைகளிலும்கூட சமூக, தனிமனிதச் சட்டங்கள், சமயப் போதனைகள், ஒழுக்க நெறிகள் என்பனவே முதன்மை நிலையில் இருந்தன. மெய்யியல் சாராத அடிப்படையில் இவை இயங்கின. எனினும் புதிய சிந்தனை, கல்வி, மெய்யியல் கருத்துகளுக்குத் தூண்டுதல் தரக்கூடிய சொற்களும் கருத்துச் செறிவான வாக்கியங்களும் இவற்றிடையே இல்லை என்று கூறமுடியாது.

மெய்யியல் தொடர்பு

கி.பி. 7ஆம் நூற்றாண்டு வரை மெய்யியல் கலையை அரபு உலகம் அறிந்திருக்கவில்லை. மெய்யியல், அளவையியல் ஆகிய இரண்டின் நேரடியான முதல் தொடர்பை முஸ்லிம்கள் சிரியாவில் இருந்தே பெற்றுக்கொள்கின்றனர். எனினும், வியக்கத்தக்கவாறு கி.பி. 8ஆம் நூற்றாண்டு முடிவதற்குள் மெய்யியலில் தமது ஆழமான ஈடுபாட்டை யும் அர்ப்பணிப்பையும் முஸ்லிம்கள் நிரூபித்தனர். பிளேட்டோ, அரிஸ்டாட்டில், நவ-பிதாகரியம், புளோட்டினஸ், நவ-பிளேட்டோனியம் முதல் அல்-கிந்தி, அல்-பாரபி, இப்னு சீனா, இப்னு துபைல், இப்னு ருஷ்த், இப்னு கல்தூன் வரை ஒரு தொடர் வரிசையை கி.பி. 8ஆம் நூற்றாண்டிலிருந்து அவர்களால் மெய்யியல் வரலாற்றிற்கு வழங்க முடிந்தது. இது முஸ்லிம் மெய்யியலுக்கு மட்டுமின்றி ஐரோப்பிய மெய்யியல் வளர்ச்சிக்கு அரேபியரின் கொடையாகவும் திகழ்ந்தது.

அலெக்ஸாண்ட்ரியாவின் நவ-பிளேட்டோனியவாதம் இஸ்லாமிய அறிவுக் கலாச்சாரத்தில் முக்கிய தாக்கத்தைச் செலுத்தியது. முஸ்லிம் சூஃபிகளும், முஹ்தஸிலாக்களும், இறையியலாளர்களும் இச்சிந்தனை களை ஆர்வத்துடன் கற்றனர். நவ-பிளேட்டோனியத்தின் முதல்வரான புளோட்டினஸை அரேபியர் நேரடியாக அறிந்திருக்கவில்லை. அலெக்ஸாண்ட்ரியப் பள்ளிகள் ஊடாகவே இந்த அறிமுகம் அவர் களுக்குக் கிடைத்தது.

அலெக்ஸாண்ட்ரியாவில் ஹெலனியத் தொடர்பு யூத சமயத்தோடும் கிறிஸ்தவ சமயத்தோடும் ஆரம்பமாகியது. சமயங்களுக்கிடையே இங்கு ஏற்பட்ட மோதல்களில் கிறிஸ்தவம் வெற்றி பெற்றது. கிறிஸ்தவமானது மெய்யியல் சிந்தனை என்ற வகையில் பிளேட்டோவாதத்தை அதிகம் பயன்படுத்தியது. புளோட்டினஸின் மாணவர்கள் கிறிஸ்தவத்தையும் ஹெலனியத்தையும் ஒன்று கலக்கச் செய்ததோடு மெய்யியல் இறையியலையும் அவர்கள் வளர்த்தனர். பின்னர் இம்மரபு படிப்படியாக அலெக்ஸாண்ட்ரியாவுக்கு வெளியே பலஸ்தீனம், ஆசிய மைனர் வரை பரவியது.

அறிவுப் பள்ளிகள் சிரிய மொழி பேசுவோரிடையேயும் ஆரம்பிக்கப்பட்டன. இறையியல் நூல்கள் உள்ளூர் மக்களுக்காக சிரிய மொழியில் மொழிபெயர்க்கப்பட்டன. இதில் நெஸ்டோரியக் கிறிஸ்தவர்கள் (கிறிஸ்து, மனித வடிவெடுத்து மனித இயல்பற்றவர் என நம்புவோர்) முக்கிய இடத்தை வகித்தனர். சிரிய, அரபு மொழிகளைப் பேசும் மக்கள் இடையே இவ்வகையான 25 பள்ளிகள் இருந்தன. சிரியர்கள் அலெக்ஸாண்ட்ரிய, கிரேக்கத் திருச்சபைகளை எதிர்த்ததோடு கிரேக்க மொழியைக் கைவிட்டு சிரிய மொழியில் நூல்களை எழுதினர். கிரேக்க மொழி நூல்கள் சிரிய மொழியில் மொழிபெயர்க்கப்பட்டன. அத்துடன் சிரிய நாட்டு அறிவாளிகள் கிரேக்க நூல்களுக்கான விளக்கங்களை வரவேற்றனர். முஸ்லிம்கள் கிரேக்க அறிவைப் பெற்றுக்கொள்ளவும் அரபு மொழியில் கிரேக்க மெய்யியல் நூல்கள் மொழிபெயர்க்கப்படவும் சிரிய மொழி ஒரு முதன்மை ஊடகமாகச் செயல்பட்டது.

சிரிய கலாச்சாரம்

சிரிய நாடு இலக்கியங்களின் தொட்டிலாக இருந்தது. ரோமரின் ஆட்சி சிரியாவில் ஆரம்பமான போது அங்குக் கிரேக்க மொழி செல்வாக்குப் பெறத் தொடங்கியது. இஸ்லாமியர் சிரியாவைக் கைப்பற்றிய பின்னர் சிரியாவில் அரபு மொழி செல்வாக்குப் பெற்றது. ஏழாம் நூற்றாண்டில் முஸ்லிம்கள் சிரியாவைக் கைப்பற்றினர். அதன் பின்னர் அங்கு அரபுமொழி ஆட்சி மொழியாகியது. இருந்தும் இஸ்லாமியக் கலாச்சாரத்தில் சிரிய மொழியும் கிரேக்க மொழியும் குறிப்பிடத்தக்க செல்வாக்கைச் செலுத்தின. சிரிய மொழி அறிஞரான யாக்கூப் அல்ரஹாவி (கி.பி. 640-708) அதிக அளவிலான கிரேக்க நூல்களின் மொழிபெயர்ப்பிற்குப் பொறுப்பாக இருந்தார்.

எனினும், சிரியாவிற்கும் அரேபியருக்கும் இடையிலான தொடர்பு முஸ்லிம்களின் வெற்றிக்கும் முற்பட்டதாகும். ஜாஹிலியாக் காலத்தில் மருத்துவக் கலையைக் கற்பதற்காக சிரியா சென்ற அல்-கிஃப்தி

அல்-ஹாரித் இப்னு கலாபா பற்றி அஹ்பார் அல் ஹுருக்மா என்ற நூல் கூறுகிறது. அவர் நாடு திரும்பி மருத்துவ சேவையில் ஈடுபட்ட காலத்தில் கொடிய நோய்களால் பாதிக்கப்பட்டவர்களை அவரிடம் சென்று மருத்துவம் செய்துகொள்ளுமாறு நபி முஹம்மது (ஸல்) ஆலோசனை வழங்கினார். சிரியாவின் கலாச்சாரம் அதன் இலக்கிய எல்லைகளையும் கடந்ததாகும் (A. Iqbal, 1967).

தனித்தன்மை வாய்ந்த இஸ்லாமியக் கலாச்சாரம், சிரியாவில் தோன்றி அது கிழக்கிலும் விரைவில் மேற்கிலும் பாரசீகம் முதல் ஸ்பெயின் வரை பரவியது என்ற ரஸலின் *(1966)* கூற்று பெரிதும் கவனத்தில் கொள்ளக்கூடியதாகும். இது முஸ்லிம்களின் சிரிய நாட்டுப் பிரவேசத்திலிருந்து தொடங்குகிறது. சிரியர்களை முஸ்லிம்கள் வெற்றி கொள்ளும்போது அவர்கள் அரிஸ்டாட்டிலிய மெய்யியலின் ஆர்வலர் களாக இருந்தனர் *(1966 : 423)*.

இஸ்லாத்தினால் வெற்றிகொள்ளப்பட்ட நாடுகளில் சிரியா முக்கியமானதாகும். பல தொன்மை நாகரிகங்களின் கேந்திர பூமியாக அது இருந்தது. பீனிஷியர், எமேரிட்டஸ், கானான்கள், எகிப்திய பாரோஹ்கள், கிரேக்கர், ரோமர் என்று இத்தொடர்பு விரிவானதாக இருந்தது. முஸ்லிம்கள் சிரியாவைக் கைப்பற்றிய போது சிரியா ரோமப் பேரரசின் ஒரு மாகாணமாக இருந்தது. அங்கு கிறிஸ்தவம் அரச சமய மாக இருந்ததோடு ரோமக் கலாச்சாரம் முதன்மையான இடத்தைப் பெற்றிருந்தது. ஆர்மேனியர்களும் யூதர்களும், ரோமர்களும் சில அரேபியப் பழங்குடிகளும் இங்கு வாழ்ந்து வந்த குடிமக்களாவர்.

முஸ்லிம்கள் கைப்பற்றிய நாடுகள் பலவற்றில் பல்வேறு சமயப் பிரிவுகளைச் சேர்ந்த கிறிஸ்தவ சமூகத்தினர் வாழ்ந்தனர். இவர்களுள் ஜெக்கோபியரும் நெஸ்டோரியரும் முக்கிய பிரிவினர். ஜெக்கோபியர் கிறிஸ்துவைத் தெய்வமாகக் கருதினர். மனிதனும் கடவுளும் ஓர் இயல்பில் ஒன்று கலந்திருக்கின்றார்கள் என இவர்கள் கருதினர். நெஸ்டோரியர் இதனை ஏற்றுக்கொள்ளவில்லை. ஒரே இயல்பு அல்ல; மாறாகத் தனித் தனியான இரு வேறு இயல்புகள், ஒன்று கடவுள் மற்றது மனிதன். தண்ணீரும் எண்ணெயும் போல் கலக்காத இரு பொருள்கள் போன்றது இது எனத் தமது கருத்திற்கு உதாரணம் காட்டினர். மெலக்னிட்டஸ் என்ற பிரிவினர் தெய்வீக ஐக்கியமும் மனிதப் பண்புகளும் கிறிஸ்து என்பவரில் காணப்படுகின்றன. அது சூடாக்கப்பட்ட இரும்பில் தீ கலந்திருப்பதைப் போன்றது என்று அவர்கள் உதாரணங்காட்டினர்.

அவர்கள் மேலும் பல கேள்விகளை எழுப்பினர். உயிர்கள் மீள எழுப்பப்படும் நாளில் கிறிஸ்துவும் தோன்றுவாரா? இறுதித் தீர்ப்பு

நாளில் செயல்களுக்குரிய விளைவுகளை ஏற்பது உடல் மட்டுமா அல்லது ஆன்மா மட்டுமா அல்லது இரண்டுமா? தனது விருப்பத்திற்கேற்பச் செயல்படும் சுதந்திரம் மனிதனுக்கு இருக்கின்றதா? அல்லது நிர்ணய வாதத்தினால் மனிதன் கட்டுப்படுத்தப்பட்டுள்ளானா? இந்தக் கேள்விகளுக்கு ஒவ்வொரு பிரிவினரும் வெவ்வேறு விடைகளை வழங்கினர். மேலும் இக்கேள்விகளுக்கும், பிரச்சினைகளுக்குமுரிய அறிவுபூர்வமான விடைகளையும் தீர்வுகளையும் தேடுவதற்கு கிரேக்க மெய்யியலை நாடவேண்டிய தேவை அவர்களுக்கு இயல்பாகவே ஏற்பட்டது.

கிழக்கும் மேற்கும் சந்திக்கும் இடமாக இருந்த அலெக்ஸாண்ட்ரியாவில் வணிகர்களும் சிந்தனையாளர்களும் போதகர்களும் கவிஞர்களும் ஒன்று கூடினர். உலகின் பல்வேறு பாகங்களில் இருந்து வந்தவர்கள் நைல் நதி ஓரத்தில் புதிய கருத்துகளைப் பகிர்ந்துகொண்டனர். கிழக்குத் தேசச் சிந்தனைகளுடன் கிரேக்க நாட்டுச் சிந்தனைகள் சுதந்திரமாக ஒன்று கலந்தன. பழைய சமயக் கருத்துகள் புதிய கருத்துகளால் கவரப்பட்டன. கிரேக்கரின் விமர்சன ஆய்வு முறையும் விசாரணை முறைகளும் கிழக்குச் சமயப் போதனையாளரிடத்தில் பொறி போல் பற்றிக் கொண்டன.

ஆறாம் நூற்றாண்டில் ரோமர்கள் அரிஸ்டாட்டிலின் சிந்தனையை போத்தியஸ் என்ற ரோமச் சிந்தனையாளர் மூலம் பெற்றுக்கொண்டனர். அப்போது கிறிஸ்தவம் அரச சமயமாக இருந்தது. நெஸ்டோரியர் சிரிய மொழியைத் தமது போதனைகளுக்குப் பயன்படுத்தினர். கிரேக்க நூல்களைச் சிரிய மொழிக்கு மொழிமாற்றம் செய்தனர். அவர்கள் தமது சமயக் கருத்துகளுக்கும் இறையியலுக்கும் கிரேக்க மெய்யியல் அறிவை ஓர் அறிவார்ந்த அடிப்படையாகத் தருவதற்கு முயன்றனர். சிரிய மொழியிலிருந்து பல நூல்களை அரபுமொழிக்கு மொழிமாற்றம் செய்வதில் நெஸ்டோரிய மொழி பெயர்ப்பாளர்கள் முக்கியப் பங்கேற்றனர். இதன் மூலம் ஹெலனிய மெய்யியல் அரபுமொழிக்கு வந்து சேர்ந்தது.

நெஸ்டோரியர்கள் அரிஸ்டாட்டிலின் சிந்தனைகளிலும் அவர் பற்றிய விளக்கங்களிலுமே அதிக கவனம் செலுத்தினர். அவரது அளவையியலுக்கும் முக்கியத்துவம் தந்தனர். நெஸ்டோரியரின் செல்வாக்குக் காரணமாக அரபுச் சிந்தனையாளர்களும் அளவையியலைக் கற்பதில் ஆர்வம் காட்டினர். பின்னர் அரிஸ்டாட்டிலின் மீமெய்யியல், ஆன்மா (டி எனிமா) போன்ற பெரிய நூல்களையும் அவர்கள் கற்றனர்.

கத்தோலிக்கப் பிரிவினர் பிளேட்டோவை அதிகம் விரும்பினர். நெஸ்டோரியர் அதே அளவு அரிஸ்டாட்டிலை விரும்பினர். சிரியாவில் நெஸ்டோரியர் போன்ற புதிய எழுச்சியாளர்கள் அரிஸ்டாட்டிலின்

இஸ்லாமிய மெய்யியல் 101

மெய்யியலை ஆர்வத்துடன் வரவேற்றனர். இவ்வாறு சிரியர்களி னூடாகவே அரேபியர் கிரேக்க மெய்யியலைப் பெற்றனர். இதனால் ஆரம்பத்திலிருந்தே அரபு முஸ்லிம்கள் பிளேட்டோவைவிட அரிஸ்டாட்டிலின் சிந்தனைகளில் அதிக கவனம் செலுத்தினர். ஆயினும், 'நவ-பிளேட்டோனிய ஆடை அணிந்தவராகவே முஸ்லிம்களிடம் அரிஸ்டாட்டில் அறிமுகமானார்' (Russel 1963:423).

முஸ்லிம்களின் மெய்யியல் தொடர்பு சிரியாவில் நிகழ்ந்த மொழி பெயர்ப்புக்களினூடாகவே தொடங்கியது. ஆயினும் படிப்படியாக ஆனால், விரைவாக முஸ்லிம் சிந்தனையாளர்கள் கிரேக்க மெய்யியலின் மொழிபெயர்ப்பாளர்களாக மாறினார்; மட்டுமின்றி கிரேக்க மெய்யியலை விவரிப்பவர்களாகவும் சுயபடைப்புகளைத் தருபவர் களாகவும் மெய்யியல் சிந்தனையில் வரலாற்று ரீதியான தமது சாதனை களை அரேபியரும் முஸ்லிம்களும் நிலைநாட்டினர்.

புதிய அறிவின் தோற்றம்

கிரேக்க அறிவு இஸ்லாமியக் கல்விக் கலாச்சாரத்திற்குள் சம்பந்தப்பட்ட போது முஸ்லிம்கள் பெரும் ஆர்வத்துடன் அதில் தம்மை ஈடுபடுத்திக் கொண்டனர். புதிய அறிவுப் போக்குகள் அவர்களின் சிந்தனைத் தூண்டல்களுக்கு இடமளித்தன. இஸ்லாமிய ஏகத்துவக் கோட்பாட்டில் நுண்ணாய்வுகளை அவர்கள் ஆரம்பித்தனர். சமய ஆன்மிக விளக்கங் களால் மட்டும் சூழப்பட்டிருந்த இறையியலானது மெய்யியல் மொழிக்கும் பகுத்தறிவு நோக்கிற்கும் உள்ளாகும் இறையியல் கல்வியாக மாற்றம் பெற்றது. 8ஆம் நூற்றாண்டின் முன்பாதியில், புகழ்பெற்ற இறையியல்வாதி பஸ்ராவைச் சேர்ந்த ஹஸனின் மாணவர் வாஸில் இப்னு அத்தா என்பவருடன் முஹ்தஸிலிஸம் – பகுத்தறிவாளர் பிரிவு ஆரம்பமாகியமை இதன் முக்கிய அடையாளம் எனலாம்.

முஹ்தஸிலாக்களின் முதன்மைப் பங்காளரும் நிறுவனருமான வாஸில் இப்ன் அத்தா (கி.பி. 699 - 748) கடவுள் பேரில் முன்வைக்கப் பட்டுவந்த 'பண்புகளை' ஏற்கவில்லை. ஆற்றல், சித்தம் போன்றவை கடவுளின் சாரம் என்று அவர் ஏற்கிறார். கடவுளின் பண்புகள் நிலையானவை என்று நாம் ஏற்றுக்கொண்டால் அங்கு எல்லையற்ற பன்மைத்துவம் உருவாகிறது. ஆகவே, கடவுளின் ஐக்கிய நிலை பொய்யாகிறது. மேலும் இறைவன் அறிவுள்ளவனும் நீதியாளனுமாக இருப்பதனால் தீமையும் அநீதியும் அவனது பண்புகளில் இடம்பெறுவ தில்லை. தனது பண்புகளுக்கு மாறான ஒன்றைத் தனது அடியார்களுக்கு இறைவன் எவ்வாறு ஆணையிடக்கூடும். உண்மையில் நன்மையும் தீமையும் நம்பிக்கையும் நம்பிக்கையின்மையும் பாவமும் பாவ

மின்மையும் மனிதச் செயல்களின் விளைவுகள். இச்செயல்களுக்கு அதிகாரமுடையவன் மனிதன்தான் என்ற கருத்தை வாஸில் இப்னு அத்தா வலியுறுத்துகிறார்.

கடவுளின் சாரம் முழுமையான ஒன்று அது எவ்விதத்திலும் பன்மையானதன்று என மற்றொரு மூத்த நிறுவனர் அபூ அல்-ஹுதைல் அல்லாவ் (கி.பி. 748-840) கூறுகிறார். இறைப் பண்புகள் என்பன இறைசாரம்தான். அவற்றை அதிலிருந்து வேறுபடுத்த முடியாது. வாஸில் கூறியதைவிட அல்லாவ் சற்று தளர்ச்சியுடன் தன் சாரக்கருத்தை முன்வைத்துள்ளார் எனலாம். அல்லாவ் பண்புகளை கடவுளின் சாரமாக ஏற்றுக்கொள்கிறார். சாரம் பண்புகளுடன் சமம் ஆக்கப்படுவதாக இதனைக் கூறலாம் என்பர். அவ்வாறு செய்தால் அது ஏகத்துவத்திற்கு ஊறு விளைவிக்கும் என்றனர். இறைவனின் பண்புகள் இறைவனின் சாரத்துடன் சம்பந்தப்பட்டவையல்ல என்றால் எல்லையற்ற பன்மைத் தனம் என்ற கருத்திற்கு அது இட்டுச் செல்லும் என்றும் கூறினர்.

மனிதன் அவனது செயல்களுக்குப் பொறுப்பாளன் என்று எல்லாம் வல்ல இறைவனின் நீதி வலியுறுத்துகிறது. மனிதன் அவனது செயல் களுக்குப் பொறுப்புடையவன். அவனது செயல் சுதந்திரமானது. கதாறிகளும் அவ்வாறுதான் கூறினர். கதாறிகள் போல முஹ்தஸிலாக் களும் எதிர்-நிர்ணயவாதத்தையே தமது கொள்கையாக ஏற்றிருந்தனர். மனிதன் அவனது செயல்களுக்குப் பொறுப்புள்ளவன் அல்ல. யாவும் இறைவனின் படைப்பாற்றல் என்றால் மனிதன் எவ்வாறு அவனது செயல்களுக்குரிய பொறுப்பை ஏற்பது? அவனது பாவச் செயல்களுக் கான தண்டனைகள் எவ்வாறு அவனுக்குரியவையாகும். மனிதனை இறைவன் ஆதரவற்ற நிலையில் படைத்துவிட்டு மனிதனே பாவங் களுக்குப் பொறுப்பேற்க வேண்டும் என்று கூறுவதும் அவனுக்காக நரகத்தைத் தயார்படுத்துவதும் சரியானதா? இறைவன் தன்சார்பில் நீதியாக நடந்துகொள்ளவில்லை என்ற நிலையை இது உருவாக்காதா என்று முஹ்தஸிலாக்கள் கேள்வி எழுப்பினர்.

மனிதன் தன் செயல்களுக்கு அதிகாரியாக இருந்தால் மனிதன் செய்யும் நன்மைகளுக்கு இறைவன் பரிசளிப்பது அவசியமானதாகும்.

இன்னொருபுறம் கதாறிகள் சுதந்திர விருப்பத் தீர்மானத்தை முன்வைத்தார்கள். இக்கோட்பாடு முதலில் மாபாட் அல்-யுஹானி யால் முன்வைக்கப்பட்டதாகக் கருதப்படுகிறது. இவரை பாரஸீக சின்புயாவின் மாணவராகக் கொள்வர். இந்தக் கருத்துகளுக்காக சின்புயா கலீஃபா அப்துல் மலீக்கினால் கொல்லப்பட்டார் (Delacy O'lery-2001).

ஜபாரிகள் என்ற மற்றொரு பிரிவினர் இறுக்கமான நிர்ணய வாதத்தைப் பேசிவந்தனர். முஹ்தஸிலாக்கள் அனைவருக்குமான தலைவராக மதீனாவைச் சேர்ந்த வாஸில் பின் அத்தா *(80/699-131/748)* விளங்கினார் (M.M. Sharif (I) 1963:200). பொதுவாக முஹ்தஸிலாக்கள் வாஸில் கட்சியினர் என்றும் அழைக்கப்பட்டனர். பின்னர் இவர்கள் ஒருமைப் பாட்டிற்கும் நீதிக்குமானவர்கள் *(அஹ்ல் அல்-தவ்ஹீத் வல் அத்ல்)* என்று அழைக்கப்பட்டனர். ஐக்கியம் என்பதன் பொருள் தெய்வீகப் பண்புகள் என்பதை அவர்கள் மறுத்தார்கள். கடவுள் 'வல்லமை உள்ளவன்', 'பேரறிவாளன்', 'பார்ப்பவன்' என்ற பண்பு களை அவர்கள் சந்தேகத்திற்கிடமின்றி ஏற்றுக்கொண்டார்கள். அதனால் இந்தப் பண்புகள் இறைவனின் (பொதுச்) சாரத்தில் இருந்து வேறுபட்டது என்பதை அவர்கள் ஏற்க மறுத்துவிட்டனர்.

வாஸில் இரண்டையும் வேறுபடுத்தவில்லை. இரண்டையும் ஒன்றாக அவர் அடையாளப்படுத்தினார். கடவுள் அறிபவன் என்றால் அறிவு கடவுளின் சாரத்தில் காணப்படுகிறது என்பதல்ல; அறிவு அவனது சார மாகும் (Mir Valiuddin 1963). அல்லாவ் கடவுளின் பண்புகளை கடவுளின் சாரத்திலிருந்து வேறுபடுத்துவதை எவ்வகையிலும் ஏற்றுக்கொள்ள வில்லை.

அல்-நஸ்ஸாம் (இற. கி.பி. *845)* பாவம் தீமை என்பவற்றில் இறைவனுக்கு எந்த அதிகாரமும் இல்லை என்று கூறுகிறார். சில முஹ்தஸிலா வாதிகள் தீமை மீது கடவுளுக்கு அதிகாரம் உண்டென்று ஏற்கின்றனர். ஆனால், தீமைகளை அவன் படைக்கிறான் என்பதை மறுக்கின்றனர். நீதியாளனும் நல்லவனும் ஆன கடவுள் தீமையைப் படைப்பவன் என ஏற்கமுடியாது என அல் நஸ்ஸாம் கூறுகிறார். தீமை மீது அவன் அதிகாரம் பெற்றுள்ளான் என்பதையும் அவர் ஏற்கவில்லை. பஸ்ராவைச் சேர்ந்த அபுல்-ஹவூதைல் அல்-அல்லாவ் கிரேக்க மெய்யியல் மிகுந்த ஆர்வத்துடன் ஏற்கப்பட்ட காலத்தில் வாழ்ந்தார். ஏற்கெனவே கிறிஸ்தவ இறையியல் அறிஞர்களும் இதே பாணியில் கடவுள் பண்புகள் பற்றிய விவாதங்களை ஆரம்பித் திருந்தனர். கடவுளின் பண்புகள் புறவயமானது அல்ல. ஆனால், அவை இறை சாரத்தின் அம்சமாகும் என்று அவர்கள் கூறிவந்தனர்.

அல்-கிந்தி: முஸ்லிம் மெய்யியலின் முதல் நிறுவனர்

இஸ்லாமியக் கலாச்சாரத்தில் மெய்யியலின் தொடர்பு அல்-கிந்தியில் இருந்து ஆரம்பமாகிறது. ஹெலனியப் பாரம்பரியத்தை இஸ்லாமியத் தோடு முன்வைத்ததன் மூலம் அல்-கிந்தி ஒரு புதிய மெய்யியலைத் தோற்றுவித்தார். அக்காலத்தில் நிலவிய எல்லாப் பிரதான விஞ்ஞான

அறிவுத்துறைகளிலும் அல்-கிந்தி தேர்ச்சி பெற்றிருந்தார். இப்ன் அல்-நாதிமின் அல்-கிந்தி வாழ்க்கைக் குறிப்பு பின்வருமாறு கூறுகின்றது:

> அல்-கிந்தி அவரது காலத்தின் மிகச் சிறந்த மனிதர். எல்லாத் தொன்மை விஞ்ஞானங்களிலும் அவர் நிபுணத்துவம் பெற்றிருந்தார். அவரை நாம் ஓர் இயற்கை மெய்யியலாளர் என்று கூறுவதற்குக் காரணம் விஞ்ஞானத்தில் அவர் பெற்றிருந்த சிறந்த அறிவாகும் (Ahmed Fouad El Ehawany, 1963 : 424).

முதல் மெய்யியல் என்னும் தமது கட்டுரை நூலில் மெய்யியல் பற்றி அல்-கிந்தி பின்வருமாறு கூறுகிறார்: 'மெய்யியல் என்பது பொருள் களின் யதார்த்தத்தைப் பற்றிய அறிவாகும்'. மேலும் 'உண்மையை அறிதல் மெய்யியலின் நோக்கமாகும்'. அல்கிந்தியின் கருத்தின்படி மெய்யியல் என்பது கோட்பாடும் நடைமுறையும் ஆகும். இந்த இரு பாகங்களையும் பௌதிகம், கணிதம், இறையியல் என்று வகுக்கலாம். மெய்யியல் விஞ்ஞானங்கள் மூன்று வகையின. முதலாவது கணிதம், இயற்கையின் இடைநிலை. இரண்டாவது பௌதிகம், இயற்கையின் இறுதி நிலை. மூன்றாவது இறையியல், இது இயற்கையின் உயர்நிலை. தொலமியின் 'அல்மாகெஸ்ட்டில்' தரப்பட்ட விஞ்ஞான வகையீட்டை யும் அரிஸ்டாட்டில் வழங்கிய கணிதத்திற்கான முக்கியத்துவத்தையும் உள்ளடக்கியதாக அல்-கிந்தியின் வகையீடு காணப்படுகிறது.

முதல் மெய்யியல் அல்லது மீமெய்யியல் என்பது முதற் காரணம் பற்றியதாகும். எல்லா மெய்யியல் பாகங்களும் இதில் இணைந்துள்ள தாகக் கருதப்பட்டது. முதல் மெய்யியலுக்கான முறை அளவை யியலாகும். உண்மையைத் தேடும் மெய்யியலாளர்களின் முயற்சியில் அளவையியல் ஒரு முக்கிய கருவியாகச் செயல்படுகிறது. அல்-கிந்தி யின் இந்த மெய்யியல் வரைவிலக்கணமும் பாட வகையீடும் முஸ்லிம் மெய்யியலின் முதன்மை மரபுகளாய் விளங்கின (A. F. EL & Ehwany 1963). அல்-கிந்தி, முஸ்லிம் மெய்யியலை மெய்யியலுக்கும் சமயத்திற்கும் இடையில் ஓர் உடன்பாட்டைக் காண்பதற்கான பாதையில் இட்டுச் சென்றார். மெய்யியலைப் பற்றி சமயவாதிகள் கொண்டிருந்த தவறான கருத்துகளைக் கிந்தி ஏற்கவில்லை. 'பொருள்களின் யதார்த்தம் தொடர்பான அறிவைப் பெறுதல் நாத்திகவாதம்' என்று கூறப்பட்டு வந்த கருத்தை அல்-கிந்தி நிராகரித்தார். மாற்றமாக அல்-கிந்தி அவ்வாறு கூறியவர்களைச் சமயவாதிகள் அல்லர் என்றும் அவர்கள் சமய வியாபாரிகள் என்றும் கண்டித்தார்.

அரிஸ்டாட்டில் தொடர்பான அவரது கட்டுரை ஒன்று சமயத்திற்கும் மெய்யியலுக்கும் இடையிலான முக்கிய வேறுபாடுகளை விளக்கு

அல்-கிந்தி (கி.பி. 801-873)

அல்-கிந்தி முதலாவது முஸ்லிம் மெய்யிய லாளர். மேலும் அரபு முஸ்லிம் என்பதால் அல்-கிந்தி மெய்யியல் கற்ற 'அரேபியர் களின் முதல் மெய்யியலாளர்' என்று அழைக்கப்படுகிறார். கிந்தாஹ் என்பது இஸ்லாத்திற்கு முந்தைய அரபுப் பழங்குடி ஒன்றின் பெயராகும். அவரது பாட்டனார் அல்-அஷா அத் இப்ன் கைஸ் முஹம்மது நபி (ஸல்) அவர்களின் தோழர்களில் ஒருவர். அல்-அஷா அத், கூபாவில் குடியேறினார். கூபா, பஸ்ரா நகரங்கள் கி.பி. 8, 9ஆம் நூற்றாண்டுகளில் இஸ்லாமியப் பண்பாட்டின் முதன்மை மையங்களாக விளங்கின. அல்-கிந்தி கிரேக்க சிரிய மொழிகளைக் கற்றார். இம்மொழிகளின் உதவியின்றி அன்று கிரேக்க விஞ்ஞானத்தையும் மெய்யியலையும் கற்க வழியிருக்க வில்லை. சிரிய மொழியில் அவர் பல நூல்களை மொழிபெயர்த்தார். புளோட்டினஸின் *என்னீட்ஸ்* என்னும் மொழிபெயர்ப்பைத் திருத்தி ஒழுங்குபடுத்தினார். அது அரிஸ்டாட்டிலின் படைப்பாக அரபு மக்களிடையே சென்றடைந்தது.

அல்-கிந்தி சிறந்த மருத்துவர். அவரது சொந்த நூல்நிலையம் பெரும் நூல் களஞ்சியமாகக் கருதப்பட்டது. அறிவில் உயர்ந்தவர் களை விரும்பாத அல்-முத்தவக்கில் என்ற ஆட்சியாளர் அல்-கிந்தியைத் துன்புறுத்தி அவரது நூல்நிலையத்தையும் கைப் பற்றினார். அல்-கிந்தி இசையினால் நோய்களைச் சுகப்படுத்திய தாகக் கூறப்படுகிறது. அல்-கிந்தி கலைக்களஞ்சிய அறிவாளி. அவர் எழுதிய 300 நூல்கள் 17 தலைப்புகளில் தொகுக்கப்பட்டிருந்தன. இவற்றுள் பெரும்பாலானவை அழிந்து விட்டன. மெய்யியல், அளவையியல், இசையியல், வானவியல், வடிவவியல் கணிதம், மருத்துவவியல், இயக்கவியல், உளவியல், அரசியல் முதலிய துறைகளில் அவர் நூல்கள் எழுதினார்.

கிறது. இக்கட்டுரை ஊடாக அவர் இஸ்லாமியக் கோட்பாட்டை அரிஸ்டாட்டிலிய மெய்யியலுடன் ஒப்பிடுவதில் ஆர்வம் காட்டினார். தெய்வீக விஞ்ஞானத்தை அவர் மெய்யியலிலிருந்து வேறுபடுத்தினார். இறையியல் மெய்யியலின் ஒரு பாகமாகும். சமயம்: இறை விஞ்ஞானம்,

மெய்யியல்: மனிதனுக்குரிய அறிவு. அந்த வகையில் சமயம் நம்பிக்கைக் குரியது. மெய்யியல் பகுத்தறிவு சார்ந்தது. திருத்தூதர்களின் அறிவு அகத்தூண்டலினால் நிகழ்வது. மெய்யியலாளர்களின் அறிவு அளவை யியல் அறிவு, முறையியலுடன் நிகழ்வது என்று கிந்தி மெய்யியல் சமயம் இரண்டிற்கும் இடையிலான வேறுபாட்டை விவரிக்கிறார்.

இறைவிஞ்ஞானம் ஆராய்ச்சிகளால் வருவதன்று. கணிதம், அளவையியல் எதுவுமில்லாமல் வருவது. நபிமார்களுக்கான அக வெளிப்பாட்டிலிருந்து இதன் உண்மைகளும் கொள்கைகளும் வெளி வருகின்றன. இது எல்லா மனிதருக்கும் தரப்பட்ட ஆற்றல் அல்ல. நபிமார்கள் மட்டுமே இச்சிறப்பாற்றலைப் பெற்றுள்ளனர். இது தனித்துவமான அக ஆற்றல். மனிதர்கள் கணிதம், அளவையியல்கள் உள்ளடங்கிய ஆய்வு முறைகளின் மூலம்தான் தமது ஞானத்தை விருத்தி செய்ய முடியும். குர்ஆனின் வாதங்கள் கணிதத்தினால் உருவானவை அல்ல. ஆனால், மெய்யியல் வாதங்களைவிட உறுதியாக நம்பத்தக்கவை.

மெய்யியல் வாதங்கள் மனிதனின் வாதங்கள். மனித வாதங்களை விட குர்ஆனின் வாதம் உறுதியானது. இஸ்லாம் சமயத்தைச் சாராத ஒருவர் எலும்புகள் தூசுகளாக்கப்பட்ட பின்னரும் அவற்றிற்கு உயிர் கொடுக்கப்படுமா? என்று சிலர் கேள்வி எழுப்பினர். 'அவர்களை முதலில் யார் படைத்தானோ அவன் அவர்களுக்கு மீண்டும் உயிர் தருகிறான்.' என்று குர்ஆனிலிருந்து விளக்கங்களை முன்வைக்கும் முறை அல்-கிந்தியினால் ஆரம்பிக்கப்பட்டது. இதன்மூலம், இஸ்லாமிய மரபுக்கும் மெய்யியலுக்கும் இடையிலான ஒத்த விடயங்களை ஆராய்வதற்கான வாயில்களை அல்-கிந்தி திறந்து வைத்தார்.

கல்விக் கலாச்சாரம்

அல்-கிந்தியின் இறையியல் கல்விச் சிந்தனை கூபா நகரின் கல்விக் கலாச்சாரத்தோடு தொடர்புபட்டிருந்தது. அப்போது இஸ்லாமியக் கல்வியின் கேந்திர நிலையமாகக் கூபாநகர் விளங்கியது. இறையியலில் முரண்பாடான கருத்துகளுக்கும்கூட மதிப்பளிக்கும் மரபு அங்கு காணப்பட்டது. பகுத்தறிவிற்கும், இறையியலில் பகுத்தறிவு ரீதியான அணுகுமுறைகளுக்கும் இடமளிக்கப்பட்டது. ஒவ்வொரு முஸ்லிம் சிறுவரையும் போல அல்-கிந்தியின் கல்வி வாழ்க்கை குர்ஆனைக் கற்பதில் இருந்து தொடங்கியது. குர்ஆனை மனனம் செய்ததோடு, மார்க்கக் கல்வியிலும் ஹதீஸ் கலையிலும் அரபு இலக்கியத்திலும் அவர் தேர்ச்சி பெற்றார்.

கூபாவில் காணப்பட்ட பல்துறைக் கல்விக் கலாச்சாரத்தோடு அறிவைத் தேடும் அவருடைய ஆவல் ஒன்று கலந்ததால் மார்க்க, இலக்கிய அறிவிற்கு அப்பால் கணிதவியல், வானவியல், இசையியல், மருத்துவ இயல், மெய்யியல், ஒழுக்கவியல், கவிதையியல், ஒளியியல் போன்ற பல துறைகளில் தமது அறிவை வளர்த்துக் கொண்டார். கூபா வாசிகள் அறிவைச் சமய அறிவாக மட்டுமின்றி சமூகம், பொருளா தாரம், இயக்கவியல், மெய்யியல் ஆகிய அனைத்தையும் கொண்ட பல்வடிவமாகக் கருதினார்கள்.

முஃதஸிலாக்கள்

அல்-கிந்தி அரேபியரிடையே தோன்றிய முதல் முஸ்லிம் மெய்யிய லாளராக இருந்தபோதும் அவருக்கும் முன்னரே கிரேக்க மெய்யியல் கருத்துகளை அறிந்தவர்கள் முஸ்லிம்களிடையே இருந்தனர். கிரேக்க மெய்யியலுடனான முஸ்லிம்களின் தொடர்பு முஃதஸிலாக்களில் இருந்து ஆரம்பமாவதாகக் கருதலாம். முஃதஸிலா வாதம் இஸ்லாத்தில் தோன்றிய காலப்பகுதி முஹம்மத் நபி (ஸல்) அவர்களின் தோழர்களின் இறுதிப் பிரிவினரின் காலமாகும். இந்நபித் தோழர்களில் சில பிரிவினர் இஸ்லாம் சமயத்தின் நடைமுறைகளையும் கோட்பாடுகளையும் பகுத் தறிவு நோக்கில் பார்த்து அவற்றின் முக்கியத்துவத்தை அறிய முயன்றனர். இவ்வகையில் உருவான இச்சிந்தனைப் பிரிவு இஸ்லாத்தில் அவ்வப் போது தோன்றிய ஏனைய பள்ளிகளையும், சமயப் பிரிவுகளையும் போல மற்றொரு பள்ளியாக உருவாகியது. கதாறிகள் எனும் நிர்ணய வாதிகளே முஃதஸிலாக்களின் முன்னோடிகளாக இருந்துள்ளனர். இதுபற்றி முந்தைய பகுதியில் சற்று விளக்கமாகப் பார்த்தோம்.

சுய விருப்பத் தீர்மானம்

'சுயாதீன சித்தம்' அல்லது 'சுயவிருப்பத் தீர்மானம்' *(ஃப்ரீ வில்)* பற்றிய பிரச்சினை அல்-கிந்தியின், கதாறிகளின் பகுத்தறிவுவாதத் தூண்டுதலுக்கு முக்கிய காரணமாக இருந்துள்ளது. உமையாக்களின் அரசாட்சியில் ஆட்சியாளர்கள் தமது சர்வாதிகார நடவடிக்கைகளுக்கு நிர்ணய வாதத்தைக் காரணங்காட்டித் தமது செயற்பாடுகளை நியாயப்படுத்தி வந்தனர். மன்னர்களுக்கு எதிரான கிளர்ச்சி மனப்பான்மையை அது உருவாக்கியது. சுயவிருப்பத் தீர்மானம் ஆதரிக்கப்பட்டதற்கான அரசியல் காரணி இது எனக் கூறலாம் (பார்க்க: எம்.எஸ்.எம். அனஸ், *மெய்யியல், அறிமுக உரைகள்*, **2003:43**).

அதிகாரிகள் செய்யும் தீமைகளை மறைக்கும் நோக்கில், இறைவனால் எல்லாமே தீர்மானிக்கப்பட்டு முடிவு காணப்பட்டிருக்குமானால் தாம்

செய்யும் (பாவச்) செயல்களுக்குத் தாம் பொறுப்புதாரிகள் அல்லர் என்று அரசு அதிகாரிகள் கூறிவந்ததைக் கதார்வாதிகள் எதிர்த்தனர். அரசாங்கம் அநீதியாக நடக்கும் சந்தர்ப்பங்களிலும் இக்கோட்பாட்டின் மூலம் அரசாங்கத்தைப் பாதுகாக்கும் முயற்சிகள் நடந்தன. பல அறிஞர்கள் இரத்தம் சிந்துவதற்கும் கொலை செய்யப்படுவதற்கும் இக்கோட்பாடு வழிவகுத்தது.

இறைவன் நீதியானவன். மனிதர்களின் தீய செயல்களுக்காக அவர்கள் பெற்றுள்ள பொறுப்பின் பேரில் இறைவன் அவர்களைத் தண்டிப்பான். மனிதன் செய்யும் தீய செயல்களுக்கு மனிதனே பொறுப்பாளன் ஆவான். இந்தப் பொறுப்பைக் கடவுள்மீது சுமத்த முடியாது என்று வாதாடியோர் கதார்வாதிகள் எனப்பட்டனர். கதார் என்பதற்கு 'முன்னேற்பாடு' அல்லது 'கடவுளின் ஆற்றல்' என்று பொருள் கூறப்பட்டது. 'கதார்' என்பது நிர்ணயவாதத்தைப் பிரதி பலித்தபோதும் கதார்வாதிகள் நிர்ணயவாதத்திற்கு எதிராகவே போராடினர். இவர்கள் இறைவனின் நீதி பற்றிப் பேசியதால் அதாலியத்வாதிகள்/ நீதிவாதிகள் என்றும் அழைக்கப்பட்டனர்.

நிர்ணயவாதம் இறைவனின் ஆணையாகும். அது சில விடயங் களைச் செய்வதற்கும் சில விடயங்களைச் செய்யாதிருப்பதற்குமான இறை ஆணை எனக் கதார்வாதத்தின் மூத்த அறிஞரான அல்-ஹஸன் அல்-பசரி (இற. கி.பி. 728) கூறுகிறார். ஆனால், முஸ்லிம்களின் இரத்தத்தைச் சிந்த வைப்பதற்கும், தீய செயல்களை நியாயப்படுத்து வதற்கும் அரசு அதிகாரிகள் இதனைப் பயன்படுத்திவந்துள்ளனர். இறைவனின் தீர்மானம் என்று அநீதிகளை அவர்கள் தமக்குச் சார்பான முறையில் அர்த்தப்படுத்தினர். அதனால் அவர்கள் பொய்யர்கள் என்று ஹஸன் அல்-பசரி கூறினார்.

முஹ்தஸிலாக்களுக்கு முன்னோடிகளாக இந்தக் கதார்வாதிகளே இருந்துள்ளனர். கதார்வாதிகள் சுய ஒழுக்கத்தை வலியுறுத்தினர். ஒழுக்கச் செயலுக்கான பொறுப்பு மனிதனுக்கு உண்டு என்று அவர்கள் கூறினர். இச்செயல்களுக்கான நன்மை தீமைகளை இறைவனின் நீதி தீர்மானிக்கும். அதனால், மனிதன் அவனது செயல்களின் பொறுப்பி லிருந்து தப்பமுடியாது என்பதையே அவர்கள் இதன்மூலம் விளக்கினர். சுய விருப்பத் தீர்மானம் பற்றிய கலந்துரையாடல்களுக்கான முக்கிய இடமாக அன்று சிரியா விளங்கி வந்தது.

கதார்வாதிகள் முதல் அறிஞராக மஆத் அல்-ஹான் என்பவரே கருதப்படுகிறார். இவர் உமையா ஆட்சிக் காலத்தின் ஆரம்ப காலத்தில் வாழ்ந்தார். கதார்வாதத்தை அவர் வெளிப்படையாகப் பேசி வந்ததால்

இஸ்லாமிய மெய்யியல் 109

ஆட்சியாளர்கள் அவரை (ஹிஜ்ரி 80இல்) படுகொலை செய்தனர். ஜாப் பின் திர்ஹாம், கைலான், அல் திமஷ்க்கி போன்றோர் நிர்ணயவாதத் திற்கு எதிரான, பகுத்தறிவுக் கருத்துகளுக்காகக் கொலை செய்யப் பட்டனர். இந்தப் பின்னணியில் இருந்துதான் முஹ்தஸிலாக்கள் தோற்றம் பெறுகின்றனர். குறிப்பாகக் கதார்வாதிகளின் படுகொலை களைத் தொடர்ந்து ஹஸன் அல்-பசரின் மாணவர்கள் முஹ்தஸிலா வாதத்தை முன்னெடுத்துச் சென்றனர்.

முஹ்தஸிலாக்களின் கொள்கைகளையும் வாதங்களையும் அறிவதற்கும் படிப்பதற்கும் ஆயிரக்கணக்கில் மக்கள் முன்வந்தனர். அப்பாஸிய ஆட்சியாளர்கள் முஹ்தஸிலாவாதிகளுக்கு ஆதரவளித்தனர். கலீஃபா மன்சூர் முஹ்தஸிலாக்களின் கருத்துகளால் கவரப்பட்டார். கலை, விஞ்ஞானம், மெய்யியல் போன்ற புதிய துறைகளில் கலீஃபா மன்சூர் ஆர்வம் காட்டுவதற்கு முஹ்தஸிலாக்களுடன் அவருக்கிருந்த தொடர்பையும் ஒரு காரணமாகக் கருதலாம். கலீஃபா அல் மாமூன் காலத்திலும் முஹ்தஸிலாக்களின் கருத்துகளுக்கு வரவேற்பிருந்தது. முஹ்தஸிலாக்களின் பகுத்தறிவுரீதியான விவாதங்களுக்கும் அவர்களின் சுதந்திரச் சிந்தனைப் போக்கிற்கும் அவர் இடமளித்தார்.

முஹ்தஸிலாக்கள் பகுத்தறிவிற்கு முக்கியத்துவம் தந்ததோடு சமயக் கருத்துகளைப் பகுத்தறிவு நோக்கிலிருந்து விவரித்து வந்தனர். முஹ்தஸிலாவாதிகளிடம் கிரேக்க சிந்தனைச் செல்வாக்குக் காணப்பட்ட போதும், தாம் எடுத்துக்கொண்ட பிரச்சினைகளின் அளவிற்கே அதனை அவர்கள் பயன்படுத்தினர். இவர்களில் யாரும் கிரேக்க மெய்யியலை முழுமையான புலமைவாதமாக வளர்ப்பதற்கோ விளக்குவதற்கோ முற்படவில்லை. இத்தகைய மரபு அல்-கிந்தியில் இருந்தே ஆரம்பமாகிறது.

விஞ்ஞானம், மெய்யியல் மற்றும் புதிய அறிவுத்துறைகளின் வளர்ச்சிக்கு முஸ்லிம் கலீஃபாக்கள் காட்டிய ஆதரவும் ஊக்கமும் உலக அறிவுக் கலாச்சாரத்தின் பாரிய அறிவுத் தொகுதியை அரபு உலகம் பெற்றுக்கொள்வதற்கு உதவியது. அதேவேளை இஸ்லாமிய மெய்யியல் என்ற மரபை இஸ்லாமியப் பண்பாடு உள்வாங்கிக் கொள்வதற்குரிய சிந்தனைத் தூண்டுதலும் இங்குதான் நிகழ்ந்தது. குறிப்பாக முழுக் கிரேக்க மெய்யியலும், பாரசீக மெய்யியலும் இந்திய மெய்யியலின் பல பாகங்களும் அரபு மொழிக்குள் கொண்டு வரப்பட்டன. இந்த உலக அறிவுத் தொகுதிகளின் உள்வருகையே முஸ்லிம்களிடையே புலமை வாதிகளின் தோற்றத்திற்குரிய சிறந்த சூழ்நிலையாகவும் ஆகியது. இவ்வாறு கி.பி. 8ஆம் நூற்றாண்டில் ஆரம்பமான மெய்யியல் முஸ்லிம் களால் கிரேக்க மொழி ஒலியுடன் 'பலாஸிபா' என்றே அழைக்கப்

பட்டது. பலாஸிபாவின் முதல் அரபு அறிஞராக அல்-கிந்தி குறிப்பிடப் பட்டார்.

இஸ்லாமிய மெய்யியல் நாடக அரங்கின் முதல்நெறியாளர் அல்-கிந்தி ஆவார். முஸ்லிம் இறையியலாளர்களான 'முத்தக்கல்லி மூன்கள்' கூறிவந்த மீமெய்யியல் அல்லது மரபுமுறை இறையியலை மெய்யியல் அணுகுமுறைக்குள் அல்-கிந்தி கொண்டுவந்தார். இன்னொரு வகையில் கிரேக்க மெய்யியல் பற்றிய முஸ்லிம்களுக்கான விளக்கத்தை அல்-கிந்தி வழங்கினார். அவரே முதல் முஸ்லிம் அரபு மெய்யியலாளருமாவார். அரபு மக்களின் மெய்யியலாளர் 'ஃபைலாசிபுல் அறப்' என்று அரபுலகம் அவரைப் போற்றியது.

நவ-பிளேட்டோனிய வடிவத்தைப் பெற்றிருந்த அரிஸ்டாட்டிலியத்தை அவர் வளர்த்தார். வஹி என்ற இறைவாக்கிற்கும் பகுத்தறிவிற்கும் ஓர் இசைவாக்கத்தை ஏற்படுத்த அவர் முயன்றார். இறையியல் அதுவரை கையாளத் தவறிய மனித அறிவிற்கான இடத்தை அல்-கிந்தி, மெய்யியல் மூலமாக மீண்டும் நிலைநிறுத்துவதற்கான சிந்தனைகளை ஆரம்பித்தார்.

'ஒன்றும் இல்லாததில் இருந்து இவ்வுலகம் படைக்கப்பட்டது' என்று முஸ்லிம் இறையியலாளர்கள் விவாதிப்பதற்கோ விளக்கம் தருவதற்கோ கூட மெய்யியல் அறிவு அவசியம் என்றார். இறை நம்பிக்கையை உண்மை என்று நிரூபிப்பதற்கும் ஏதாவதொன்றைப் பற்றிய உண்மையை அறிவதற்கும் பகுத்தறிவு ரீதியான சிந்தனை இன்றியமையாதது என்று அல்-கிந்தி வலியுறுத்தினார்.

இறைவாக்கையும் பகுத்தறிவின் உறுதித்தன்மையையும் ஒப்பீடு செய்வதில் அவரது சில கருத்துகள், சமய நோக்கில் கருத்து முரண்பாட்டிற்கு இட்டுச் செல்பவையாக இருந்தன. எனினும் திருத்தூதுத்துவத்தினால் பெற்றுக்கொள்ளப்பட்ட புனித இறைவாக்குகள் மனித அறிவினால் பெறப்பட்டவற்றைவிட உயர்வானவை என்பதைக் கிந்தி விமர்சனத் திற்கிடமின்றி ஏற்றுக்கொண்டார் (F.C. Copleston, 1972: 120).

பல மெய்யியல் நூல்களை அல்-கிந்தி மொழிபெயர்த்துள்ளதோடு கிரேக்க மெய்யியல் கோட்பாடுகள் பலவற்றிற்கு விளக்கங்களும் எழுதினார். சுமார் 300 நூல்களை அவர் எழுதியுள்ளார். அவர் ஒரு கலைக்களஞ்சிய அறிவாளி. மெய்யியல், கணிதம், அளவையியல், ஒழுக்கவியல், பௌதிகவியல், கணிதவியல், வானவியல், ஒளியியல், இசையியல், புவியியல், தோற்றப்பாட்டியல், நாகரிகத்தின் வரலாறு, இறையியல் போன்ற பல்வேறு துறைகளில் நூல்களை எழுதியிருக்கிறார். மத்தியகாலச் சிந்தனையாளர்களால் அல்-கிந்தி பெரிதும் கௌரவிக்கப்

பட்ட அறிஞர். அவர் எழுதியவற்றுள் 10 சதவீதமான நூல்களே இன்று கிடைக்கும் நிலையில் உள்ளன. அவற்றுள் சில அரபு மொழியிலும், அதிகமானவை இலத்தீன் மொழிபெயர்ப்புகளுமாக உள்ளன.

கி.பி. 9ஆம் நூற்றாண்டின் ஆரம்பத்தில் அல்-கிந்தி பிறந்தார். பஸ்ராவிலும் பக்தாத் நகரிலும் அவர் கல்வி கற்றபோது பாரசீக, கிரேக்க, இந்தியச் சிந்தனை மரபுகளை அறியும் வாய்ப்பைப் பெற்றார். மெய்யியலோடு கணிதம், பௌதிகவியல், மருத்துவம் ஆகிய துறைகளிலும் அவர் படிப்பை மேற்கொண்டார். நவ-பிளேட்டோனியவாதமும், நவ-பிதாகரியவாதமும் அவரது மெய்யியல் கல்வியில் முக்கிய இடத்தைப் பெற்றிருந்தன. அல்-கிந்தி அப்பாஸிய அரசவையினால் பரிபாலிக்கப்பட்ட கிரேக்க நூல்களை மொழிபெயர்ப்பதிலும் பதிப்பிப்பதிலும் பங்காற்றி வந்த பைத் அல்-ஹிக்மாவின் அதிபராகவும் பணியாற்றினார். இளவரசர்களுக்குக் கல்வி போதித்து வந்ததோடு அரசவை வானவியலாளராகவும் பணியாற்றினார்.

அல்மாமூன் கலீஃபாவின் பின்னர் பதவி ஏற்ற முத்தவக்கில் என்பவர் அல்-கிந்தியின் கருத்துகள் முஃதஸிலாக்களின் கருத்துகளுக்குச் சார்பானவை எனக் கூறி அவரோடு முரண்பட்டார். அதனால் அல்-கிந்தி அரச ஆதரவை இழந்தார். அதிகாரிகள் அவர் மீது குற்றம் சுமத்தி, அவர் பாதுகாத்து வந்த பெறுமதி வாய்ந்த அவரது நூலகத்தையும் பறிமுதல் செய்தனர்.

சாக்ரட்டீஸ், பிளேட்டோ, அரிஸ்டாட்டில் போன்றவர்களின் மெய்யியல் சிந்தனைகளை அல்-கிந்தி நன்கறிந்திருந்தார். அவருடைய காலத்தில் மலர்ச்சி பெற்றிருந்த பகுத்தறிவுவாத இறையியல்வாதிகளான முஃதஸிலாவாதிகளின் கொள்கைகளுடனும் அவருக்குத் தொடர்புகள் இருந்தன.

விஞ்ஞானமும் மெய்யியலும்

பிதாகரஸுக்கும் பிளேட்டோவிற்கும் பின்னர் விஞ்ஞானத்தையும் மெய்யியலையும் வலியுறுத்திய முக்கிய மெய்யியலாளராக அல்-கிந்தி கருதப்படுகிறார். கணிதத்தில் நிபுணத்துவம் பெற்றிருந்ததோடு மருத்துவம், ஒளியியல் *(ஒப்டிக்ஸ்)*, இசையியல் துறைகளில் கணிதத்தின் உதவியுடன் அளவீட்டிற்குரிய முறைகளையும் அவர் அறிமுகப்படுத்தினார். அளவீட்டு முறையின் முக்கியத்துவம் விஞ்ஞான வரலாற்றில் முதலில் முஸ்லிம்களாலேயே முன்வைக்கப்பட்டது என்ற கருத்திற்கு மூலகர்த்தாவாக விளங்கியவர் அல் கிந்தியே. பிறிபோல்ட்டின் பதிவுகள் இதை உறுதி செய்கின்றன (M. Saeed Sheikh, 1994: 56).

மருத்துவவியலில் கணிதமுறைப் பயன்பாட்டின் வெற்றிக்கு முதன்மைப் பங்காளியாக அல்-கிந்தி பாராட்டப்படுகிறார். மருத்துவத்தில் பயனுள்ள முடிவுகளைப் பெறுவதற்குக் கணிதம் பயன்படுத்தப்படுவது அவசியம் என்றும் இசையில் காணப்படுவது போல் தாக்கமான கலவைமுறை மருந்துகளிலும் இருக்க வேண்டும் என்றும் அவர் கூறினார். சூடு, குளிர், வறட்சி என்ற புலன்களுக்குரிய அளவுகள் வடிவ கணித ரீதியான விகித சமன்பாடுகளைப் பொறுத்து அமைதல் வேண்டும். மருந்துக் கலவையில் மருத்துவர்கள் மேலும் நல்ல பயனைப் பெற அல்-கிந்தியின் கணித அணுகுமுறை உதவியது. உடலியல் ரீதியான ஒளியியலில் கணித அணுகுமுறையைச் சரியாகக் கையாண்டதற்காக 13ஆம் நூற்றாண்டில் வாழ்ந்த ரோஜர் பேக்கன் அல்-கிந்தியை மனந்திறந்து பாராட்டினார்.

மீமெய்யியல் (பௌதிகவதீதம்)

கடவுளுக்கும் உலகிற்கும் இடையிலான தொடர்பு சமய மெய்யியலில் இன்று வரையும் ஆராயப்படும் முக்கிய பிரச்சினைகளில் ஒன்றாகும். உலகத் தோற்றம் பற்றிய கருத்திற்கு அல்-கிந்தி நவ-பிளேட்டோனியத்தின் வெளிப்படுதல், இயற்கையான மலர்ச்சி என்ற கோட்பாட்டை முன்வைக்கின்றார். கடவுள் உலகைத் தனது விருப்பத்தால் படைக்கவில்லை. முழுமுதல் என்ற கருத்திற்கு 'விரும்புதல்' பொருத்தமான சொல் அல்ல. இது கடவுளுக்கு விருப்பம் இருப்பதாகக் கூறுவதாகும். முழுமுதற் பொருள் ஆர்வம் கடந்தது. கிந்தி உலகை ஒரு வெளிப்பாடாகவே கருதினார். எல்லையற்ற உள்பொருளின் தவிர்க்கமுடியாத ஒரு வெளிப்பாட்டு நிகழ்வாக இதை அவர் எடுத்துக்காட்டினார். சூரியனில் இருந்து ஒளி வெளிப்படுவதுபோல கடவுளிலிருந்து பிரபஞ்சம் தோற்றமாகிறது என அவர் கூறுகிறார்.

உலகம் கடவுளின் படைப்பு என்பதை அல்-கிந்தி மறுக்கவில்லை. ஆனால், ஒரு விசேட காரண காரிய ஒழுங்கிலிருந்து அதை ஒரு வெளிப்பாடாக அவர் விளக்குகிறார். கடவுளும் உலகப் படைப்பும் பற்றிய எளிமையான கற்பிதத்தை அதே விதமாகக் கிந்தி எடுத்துக்கொள்ளவில்லை. உலகம் கடவுளிலிருந்து அதன் படைத்தல் செயற்பாட்டைப் பெற்றுக்கொள்ளவில்லை. நடுவர் போலச் செயல்படும் ஆன்மிக முகவரினால் இது நிகழ்கிறது. மேல் உலகம் கீழ் உலகம் என்ற பல படித்தரங்களில் இது காணப்படுகிறது. இங்கு அல்-கிந்தி முதற்காரணி பற்றிய அரிஸ்டாட்டிலியக் கடவுள் கருத்தை ஏற்றுக்கொண்டு, 'வெளிப்பாடு' என்ற தமது கருத்தாக்கத்திற்கு இசைவாக உலகப் படைப்பைக் காரணகாரியவாதத்தினால் விளக்குகிறார் எனக் கருதலாம்.

மேல் உலகம்: ஆன்மா, அறிவு. கீழ் உலகம்: படைத்தல், சடம் முதலியன. உயர் ஒழுங்கு, தாழ் ஒழுங்கு என்றும் இது கூறப்படுகிறது. இதன் ஊடாகவே கடவுளின் செயற்பாடு கடத்தப்படுகிறது. உயர் வானது, தாழ்வானது எதுவாயினும் எல்லாமே காரணகாரியச் சங்கிலி யால் பிணைக்கப்பட்டுள்ளன. உலகில் ஒரு முறைமை காணப்படுகிறது. அது ஒன்றுடன் ஒன்றாக இணைந்த நிலையில் உள்ளது. உயர்வானது, தாழ்வானதில் தாக்கத்தை ஏற்படுத்துகிறது. ஆனால், தாழ்வானது உயர்வானதில் தாக்கத்தை ஏற்படுத்துவதில்லை. உயர்வானதைக் காரணம் என்றும் தாழ்வானதைக் காரியம் என்றும் அவர் கருதுகிறார். இருப்புடையன அனைத்தும் காரணகாரியத்தினால் கட்டுண்டுள்ளன.

ஆகவே, நாம் காரணகாரியக் கருத்தை அறிந்துகொள்ள முடியு மாயின் காரியத்தை இன்னதென அறிந்துகொள்ளலாம். 'படைத்தல்' என்று பிரித்து அணுகாது இவ்வுலகானது காரணகாரியத் தொடர்ச்சி என்ற முறைமை ஒழுங்கில் தங்கியுள்ளது என்று காரணகாரிய ரீதியாக அணுகுவதற்கே அவர் முதன்மையான இடத்தை வழங்கினார்.

அறிவாராய்ச்சியியல்

அறிவுநிலை *(இன்டலெக்ட்)* அல்லது பகுத்தறிவு மிக உயர்வானது. அது கடவுளிலிருந்து வெளிப்படுகிறது. சட உலகிற்கு என்று எந்தச் சக்தியு மில்லை. அறிவு நிலையில் இருந்தே அதற்கான நடவடிக்கைகளை அது செயல்படுத்துகிறது. அவர் சடவாதத்தை ஏற்றுக்கொள்ளவில்லை. செயற்பாட்டு அறிவு நிலை என்ற கிந்தியின் எண்ணக்கரு புளோட்டினஸ், பிளேட்டோவின் பொதுமை எண்ணக்கருக்களுடன் சமமாக எண்ணத் தக்கதாகும்.

கடவுளை அறிவினால் விவரிக்க முடியாது என அல்-கிந்தி கூறுகிறார். கடவுளை எதிர்மறையாக விவரிப்பதுதான் சாத்தியம். கடவுள் மூலக்கூறு அல்ல. அதற்குத் தோற்றம் இல்லை. பாகங்கள் இல்லை. அது தனிநபரும் அல்ல. இவ்வாறு எதிர்மறையாகத்தான் கடவுள் விவரிக்கப்படுகிறார். 'இல்லாததையே நாம் கூறுகிறோம் இருப்பதை நாம் கூறுவதில்லை' என்ற புளோட்டினஸின் கூற்றை இங்கு நோக்கலாம். 'அவனுக்கு ஒப்பானது எதுவுமில்லை' *(42:11)* எனக் குர்ஆன் கூறுகிறது.

அல்-கிந்தியின் அறிவாராய்ச்சியியல் அவரது ஆன்மக் கோட்பாட்டுடன் தொடர்புடையது. 'அக்ல்' என்ற அறிவிற்கும் சட உலகிற்கும் இடையில் ஆன்ம உலகு உள்ளது. மனித ஆன்மா ஆன்ம உலகின் வெளிப்பாடு ஆகும். உயர்வானது, தாழ்வானது என்ற இரு தராதரங்கள் மனித ஆன்மாவிற்கு இருக்கின்றன. ஆன்மா உடலுடன் இணைந்துள்ளது.

ஆயினும், அதன் ஆன்மிக சாரம் அதிஉயர் உணர்வுக்கு உரியது. உடலி லிருந்து ஆன்மா வேறுபட்டதாகும். மேலும், ஆன்மா அழிவற்றது. அது உடலுடன் தொடர்பற்றதாக இருப்பதால் அது பாகங்கள் அற்றது. அதனால் அது எளிமையான அழியாத பொருள்.

உடலில் அது பெற்றுள்ள தொடர்பின் மூலம் உடல் செயற் படுகிறது. அங்குப் புலனுணர்வு உலகுடன் தொடர்பு ஏற்படுகிறது. இதன் மூலம் அது உயர்ந்த பகுத்தறிவு உலகுடன் அதன் தொடர்பைப் பெற்றுக்கொள்கிறது. அதனால் அது புலனறிவையும் பகுத்துணரும் அறிவையும் பெற்றுக்கொள்கிறது. இதனை ஆன்மாவின் அல்லது அறிவின் படித்தரங்களைப் பற்றிய அவரது கோட்பாடு எனலாம்.

எவ்வாறாயினும் ஆன்மாவைப் பற்றிய அவரது மீமெய்யியல் கருத்து சமயக் கருத்துகளில் இருந்து வேறுபட்டதாக இருக்கவில்லை. ஆன்மா எப்போதும் அதன் முந்தைய இருப்பையே விரும்புகிறது. இவ்வுலகில் மனித ஆன்மா தனது சொந்த இடத்தில் இருப்பதுபோல உணருவதில்லை. உடல் ஆவல்கள் பூர்த்தி செய்யப்பட்டாலும் அது திருப்தி அடைவதில்லை. அது நிரந்தரமான, முடிவில்லாத நிலையைப் பெறுவதையே நோக்காகக் கொண்டுள்ளது.

சடம், அணு என்பன பற்றி முஹ்தஸிலா இறையியல்வாதிகளுக்கும் அல்-கிந்திக்கும் இடையில் ஒத்த கருத்துகள் இருக்கவில்லை. சடத்தின் கட்டமைப்பு சிறியதும் பிரிக்கப்படக் கூடியதுமான சிறிய துகள்களால் ஆனதென முஹ்தஸிலாவாதிகள் கூறினர். அதாவது சடம் அணுக்களால் ஆக்கப்பட்டதாகக் கூறினர். இது முடிவுள்ள பொருள். எவ்வாறா யினும், அவர்கள் அணுவின் இருப்பை ஏற்றுக்கொண்டனர். அல்-கிந்தி சடத்தின் அணுக் கட்டமைப்பை ஏற்றுக்கொள்ளவில்லை. பருப் பொருள் இருக்கின்றது. அது பிரிக்கப்படக் கூடியது என யாரேனும் நம்பினால் அது தவறான முடிவாகும் எனக் கூறுகிறார். இந்த விடயத்தில் சடத்தின் தொடர்ச்சியான கட்டமைப்புப் பற்றிய அரிஸ்டாட்டிலின் கோட்பாட்டையே அவர் ஏற்கின்றார்.

அரிஸ்டாட்டிலின் கொள்கை

இவ்வுலகை எப்படி விளக்குவது? அதன் சாரம் என்ன? இப்பிரச்சினையை விளக்குவதற்கு அரிஸ்டாட்டில் அணுவாதிகளின் சடப் பொருள் வாதக் கோட்பாட்டையும் கருத்துவாதத்தையும் பிளேட்டோவின் கருத்துக் கோட்பாட்டையும் ஒன்றிணைத்தார். அணுவாதியான டெமோக்ரட்டஸ், இயங்கும் சடப்பொருளான அணுவின் மூலம் உலகை விளக்கினார். பிளேட்டோ கடந்த நிலைக் கருத்துகள் மூலம் வடிவமற்ற சடம் என்ற

கோட்பாட்டை முன்வைத்தார். அரிஸ்டாட்டில் தனிப்பட்ட பொருளின் பன்மைத் தன்மையை ஏற்றுக்கொண்டார். ஒருமைவாதம் என்பதைவிட அவரது பௌதிகவாத நிலைப்பாடு பன்மைவாதமாகும்.

ஒவ்வொரு பொருளிலும் வடிவமும், சடமும் கலந்து காணப்படு கின்றன. பிளேட்டோ பொருளை வடிவத்திலிருந்து பிரித்துப் பார்க் கிறார். பொதுமையும் தனியன்களும் ஒவ்வொரு பொருளிலும் கலந்து முழுமையான ஒருமைப்பாட்டை உருவாக்குகின்றன. பொருள்கள் மாற்றம் அடைகின்றன. சடத்தை அதன் வடிவத்திலிருந்து பிரித்துப் பார்க்க முடியாது. ஒரு பொருள் அதன் வடிவத்தை மாற்றுகின்றது என்றால் வடிவம் தானாக மாற்றமடைகிறது என்று பொருள் அல்ல. பொருள்கள் பல வடிவங்களை எடுக்கின்றன. தொடர்ச்சியாக வடிவங்கள் பொருள்களில் நிகழ்ந்த வண்ணமுள்ளன. பொருள் தோற்றம் பெறுவதோ மறைந்து போவதோ இல்லை. அவை பொருள் களின் முடிவில்லாத மாறுதல்களின் ஒழுங்குமுறைகளாகும்.

முஹ்தஸிலாக்களின் கொள்கை, அல்-கிந்தி ஏற்றுக்கொண்ட மேற்சொன்ன கருத்துகளுக்கு மாற்றமானவையாக இருந்தன. முஹ்தஸிலாக்களின் சடம் தொடர்ச்சியற்றது. வெறுமை நிலையில் இருப்பது. அல்-கிந்தி இடைவெளிகளோ, நிறுத்தல்களோ இல்லாததே சடம் என்றார். ஆனால், அது எல்லையற்றது; முடிவில்லாத தொடர்ச்சி உடையது என்று அவர் கூறவில்லை. அல்-கிந்தியின் சிந்தனையில் பிரபஞ்சத்திற்கு முடிவு உள்ளது. பிரபஞ்சம் முடிவுள்ளதாக இருப்பதால் அது சடம் அல்லாததில் இருந்து வேறாக்கப்படுகிறது. அதாவது அது ஆன்மாவின் உயர் உலகில் இருந்து வேறானதாகவோ கீழானதாகவோ ஆகின்றது.

பொருள்களின் இயல்பை அறியும் புலன்உணர்வு சார்ந்த அறிவைப் பெறுவதுதான் மெய்யியலின் முதன்மைப் பணி என்று அல்-கிந்தி கருதவில்லை. இறை அறிவும் இதில் அடங்குகிறது என்றார். பௌதிகத் தையும் மீமெய்யியலையும் விஞ்ஞானத்தையும் இறையியலையும் இணைக்கும் கருத்திற்கு அல்-கிந்தி ஆதரவளித்தார். ஆயினும் பின்னர் வந்த முஸ்லிம் சமய அறிஞர்கள் பலர் இதனை எதிர்த்தனர். இறையியல் அறிவை மதிப்பிடுவதற்குப் பகுத்தறிவிற்கு இடமளிக்கப்படக் கூடாது என்று இவர்கள் வாதிட்டனர். இவ்வாறு அல்-கிந்தியின் இயற்கை இறையியலானது சமய மரபுவாதிகளுக்கும் அறிவுஜீவிகளுக்கும் இடையில் கருத்து முரண்பாட்டைத் தோற்றுவித்தது.

இவ்விடயத்தில் அல்-கிந்தியின் வாதங்கள் வேறுபட்டனவாக இருந்தன. உண்மை பொதுவானதாயின் வாதங்கள் பகுத்தறிவிற்கும்

இறை அறிவிற்கும் மாறுபட்டதாக இருக்க முடியாது எனக் கிந்தி கருதினார். மெய்யியல் கூறும் உண்மைக்கும் சமயத்திற்கும் இடையில் முரண்பாடு இருக்கின்றது என்பது வெறும் கற்பனை என்றார். பொருள்கள் பற்றிய யதார்த்தமான அறிவை மனித அறிவினால் முடியுமானவரை பெற்றுக்கொள்வதற்கு மெய்யியல் உதவுகிறது. மேலும், மெய்யியல் மனிதனின் உயர்வான அறிவுநுட்பச் செயற்பாடு என்றும் அல்-கிந்தி கூறினார். உண்மையை மதிப்பீடு செய்வதற்கு நாம் பின் நிற்கக் கூடாது என்பது அவரது அடிப்படையான கருத்தாகும் (Majid Fakhry, 1988 : 04).

'உண்மை எந்த மூலங்களில் இருந்து, எந்தத் திசைகளில் இருந்து, நம்மைச் சேராத எந்த இனங்களில் இருந்து, தேசங்களில் இருந்து வருவதாக இருந்தாலும் அதை நாம் ஏற்றுக் கொள்ள வேண்டும். உண்மையைத் தேடுவோருக்கு உண்மையைவிட வேறு எதுவும் பெறுமதியானதல்ல' என்றும் அவர் கூறினார். மேலும் உண்மையை அறிவது கடினமான காரியம் என்றும் நமது முன்னோர் கண்டறிந் துள்ளவற்றை நாம் ஒதுக்கிவிடக் கூடாது என்றும் கூறினார். உண்மை யைத் தேடுவதை அவர்கள் எளிதாக்கியுள்ளனர் என்றும் உண்மை தேடும் முயற்சி மற்றவர் கருத்துகளின் துணையின்றி வெற்றி பெறாது என்றும் அவர் கூறினார் (அதே நூல், 1988:425). ஏனைய இனங்களின், தேசங்களின் அறிவுகளைப் படிப்பதையும் அவை சரியாயின் அவற்றை ஏற்றுக்கொள்வதையும் வலியுறுத்தும் அல்-கிந்தியின் இக்கருத்து அல்-கிந்தியின் காலத்தில் மட்டுமின்றி தற்காலத்திலும் புரட்சிகர மானதாகவே கருதப்பட வேண்டும்.

6

மத்தியகால மெய்யியல்: புனித அகஸ்தீன்

ஹெலனிய யுகத்தின் முடிவில் கடவுள், சமயம் என்ற விடயங்களில் மனிதர் அக்கறை செலுத்தினர். கடவுள் என்றால் என்ன? உலகத்துடன் அவருக்குள்ள தொடர்பு என்ன? நாம் மீண்டும் கடவுளிடம் செல்வது எவ்வாறு? என்ற கேள்விகள் பிந்தைய பிளேட்டோனியவாதத்தில் முக்கிய இடத்தைப் பெற்றிருந்தன. எம்மொனியா சக்காஸ் (கி.பி. 170-241) அலெக்ஸாண்ட்ரியாவில் முதலாவது பின்-பிளேட்டோனியப் பள்ளியை ஆரம்பித்தார். கோட்பாட்டு ரீதியாகப் பின்-பிளேட்டோனிய வாதம் பிலோவிலிருந்து (கி.மு. 30 முதல் கி.பி. 50 வரை) ஆரம்பமாகிறது. பிந்தைய பிளேட்டோனியவாதம் நிறுவப்படுவதற்குப் பல வருடங்கள் முன்னர் பிலோ வாழ்ந்தார். பிலோ அலெக்ஸாண்ட்ரிய யூத பாதிரிகள் குடும்பத்தைச் சேர்ந்தவர். அப்போது அலெக்ஸாண்ட்ரியா யூத-ஹெலனிய அறிவுத் தொடர்பின் மைய இடமாகத் திகழ்ந்தது.

பிலோ

பிலோ யூத சமயத்தையும் கிரேக்க மெய்யியலையும் இசைவாக்கம் செய்ய முயன்றார். பிலோ கிரேக்க மெய்யியலைக் கற்றதோடு ‘உண்மைகள்’ யூதர்களுடைய புனித நூல்களிலும் கிரேக்க மெய்யியலிலும் ஒன்றாகவே இருப்பதாகக் கருதினார். மோஸஸ் உள்படப் பல திருத்தூதர்கள் பேசும் உண்மைகள் பிதாகரஸ், பிளேட்டோ போன்ற கிரேக்க மெய்யியலாளர்களின் பகுத்தறிவுக் கொள்கைகளிலும் பேசப்படுகின்றன என்று கூறினார். இந்த ஒருமைப்பாட்டையும் மீறி இவை இரண்டிற்குமிடையில் முரண்பாடுகள் தோன்றினால் மெய்யியலாளர்களின் கோட்பாடுகளில் திருத்தங்கள் செய்வதன் மூலமோ புனித நூல்களில் காணப்படும் உருவகத் தொடர் விளக்கங்களின் மூலம் புதிய விளக்கங்களை வழங்குவதன் மூலமோ முரண்பாடுகளை அகற்ற முடியும் என்றார்.

பிலோ முன்வைத்த அமைப்பு முறைமையின் அடித்தளமாகக் கடவுள் கருத்து இருந்தது. கடவுள் முழுமையான, அப்பாலைத் தன்மையுடைய அல்லது கடந்த நிலைப்பொருள். கடவுளின் இருப்பை நாம் அறிந்துள்ளோம். நமது உயர் அறிவின் மூலம் அவனது இருப்பு அறியப்பட்டுள்ளது. கடவுள்தான் அனைத்திற்குமான மூலப்பொருள். அவன் எல்லாம் வல்லவன், நல்லவன்; பரிபூரணமானவன், முழுமை யான தயாளமும் தூய அறிவும் கொண்டவன் என இது விரிவாக விளக்கப்பட்டுள்ளது.

கடவுள் முடிவில்லா சடத்திலிருந்து உலகைப் படைத்தார். வெறுமை யிலிருந்து அல்ல. சடம் தீமையின் அம்சமாகும். இறைவனின் எல்லா ஆற்றல்களையும் பிலோ 'லோகோஸ்' என்பதனுள் அடக்குகிறார். அது தெய்வீக அறிவு ஆகும். எல்லாக் கருத்துகளும் இருக்கும் இடம் 'லோகோஸ்' ஆகும். அது தூய அறிவு. பிலோவின் லோகோஸ் ஸ்டாயிக் வாதிகளின் உலக ஆன்மா என்ற கருத்துடனும் பிளேட்டோவின் கருத்துலகம் (World of ideas) என்பதுடனும் ஒப்பிடப்படுகிறது. லோகோஸ் என்றால் கிரேக்க மொழியில் எண்ணக்கரு அல்லது கருத்து என்று பொருள்படும். உலகை விவரிப்பதற்கான ஒரு கருத்தாக இது பிலோவால் முன்வைக்கப்படுகிறது. 'லோகோஸ் கடவுளின் அறிவை யும் ஆற்றலையும் குறிக்கிறது. ஆயினும் பிலோ லோகோஸ்ஸைக் கடவுள் என்று கூறவில்லை' (Teodoro de la Torre, 1988: 73).

புளோட்டினஸ்

கிரேக்கச் சிந்தனையின் அடிப்படையில் சமய மெய்யியலைக் கட்டி யெழுப்பும் முயற்சி நவ-பிளேட்டோனியவாதத்தில் உச்சநிலையை அடைந்தது. நவ-பிளேட்டோனியவாதத்தை ஓர் அமைப்பு முறைமை யாக வடிவமைத்தவர் எம்மோனியா சக்காஸ். இவரது மாணவ ரான புளோட்டினஸ் (Plotinus, 204-269) எகிப்தில் பிறந்தார். அலெக்ஸாண்ட்ரியாவில் எம்மோனியா சக்காஸிடம் பதினொரு வருடங்கள் மெய்யியல் கற்றார். கி. பி. 245இல் ரோம் சென்று அங்கு அவரது கல்விக்கூடத்தை நிறுவினார். மெய்யியல் அவருக்கு விருப்ப மான கோட்பாட்டுத் துறையாகவும் இருந்தது. வாழ்நாள் முழுவதையும் அவர் அதற்கு அர்ப்பணிக்க முன்வந்தார்.

எல்லா இருப்புகளுக்கும் மூலமாக இருப்பவர் கடவுள். முரண் பாடுகள், வேறுபாடுகள், உள்ளம், உடல், வடிவம், சடம் அனைத்தும் அவரில் உள்ளன. ஆனால் கடவுள் எல்லாப் பன்மைத் தன்மைகளையும் கடந்தவர். முழுமையான 'ஒருமை' நிலையில் இருப்பவர். கடவுள்

மத்தியகால மெய்யியல்

அழகைவிட, நன்மையைவிட, உண்மையைவிட, உணர்வைவிட உயர்ந்தவர். இவை அனைத்தும் அவரில் தங்கியிருப்பவை.

கடவுளிடமிருந்து உலகம் தோன்றியிருந்தாலும் கடவுள் அதைப் படைக்கவில்லை. படைத்தலுக்கு உணர்வும் விருப்பமும் தேவை. அது இறைவனை வரையறைக்குட்படுத்துவதாகும். கடவுள் உலகைப் படைப்பது பற்றித் தீர்மானிக்கவில்லை. அத்துடன் உலகம் கடவுளிலிருந்து நிகழ்ந்த பரிணாமமும் அல்ல. கடவுள் மிகப் பரிபூரணமானவர். உலகம் படைக்கப்படவில்லை. ஆனால், உலகம் கடவுளிலிருந்து வெளிப்படுகிறது அல்லது இயற்கை மலர்ச்சியாகத் தோற்றம் பெறுகிறது என்ற கருத்து அவரால் முன்வைக்கப்பட்டது.

இயற்கை மலர்ச்சி அல்லது 'வெளிப்படுதல்' என்பது ஒரு கடினமான எண்ணக்கரு. ஆனால், பிரபஞ்சத் தோற்றத்தை விளக்கக்கூடிய சரியான சொல் என்று அவர் இதையே குறிப்பிடுகிறார். கடவுளில் இருந்து உலகம் வெளிப்பட்டது என்று கூறினாலும் கடவுளும் உலகமும் வேறுபட்டவை அல்ல என்ற தமது கருத்தை இயற்கை மலர்ச்சி (இமானேஷன்) எண்ணக்கரு சிறப்பாக அடையாளப்படுத்துகிறது எனப் புளோட்டினஸ் கருதினார். உயர் உணர்வான கடவுளையும் உயர்வான சடத்தையும் ஒன்றிணைக்கும் பாலம் ஒன்றை அமைப்பதற்கு இவ்வெண்ணக்கரு அவருக்கு உதவியதாகக் கருதலாம்.

அலெக்ஸாண்ட்ரியாவிலிருந்து நவ-பிளேட்டோனியவாதம் ஏனைய நகரங்களுக்கும் பரவின. நவ-பிளேட்டோனியவாதம் பிளேட்டோவிலிருந்து உருவாகியது. அதில் கீழைத்தேய சமயங்களும் மறைஞான நம்பிக்கைகளும் ஒன்று கலந்தன. பின்னர் அது நவ-பிதாகரியவாதமாக ரோமானிய - ஹெலனியத்தை வந்து சேர்ந்தது. அங்கு அது கிரேக்க மெய்யியலுடன் ஒன்று கலந்தது. நவ-பிளேட்டோனியவாதிகள் அரிஸ்டாட்டில் ஸ்டாயிக்வாதம் போன்ற வற்றிலிருந்தும் கருத்துகளைப் பெற்றனர். கிறிஸ்தவ சமயத்தின் கருத்துகளும் அவர்களிடம் வந்து சேர்ந்தன.

பிளேட்டோவும் மறைஞானமும்

நவ-பிளேட்டோனியம் என்றால் என்ன? அது பிளேட்டோ வாதத்தின் சரியான பிரதிநிதித்துவமா? என்ற கேள்விகள் எழுப்பப்பட்டுள்ளன. நவ-பிளேட்டோனியவாதம் உண்மையான பிளேட்டோவாதத்தின் புத்தாக்கம் அல்ல என ஸ்டேஸ் கூறுகிறார் (பார்க்க: W.T. Stace, 1950: 372) பிளேட்டோனியர்கள் ஐயத்துக்கிடமின்றி பிளேட்டோவின் குழந்தைகள்தாம்; ஆனால், அவர்கள் சட்டரீதியான குழந்தைகள்

அல்ல (1950:372). பிளேட்டோவின் மெய்யியலுக்காக பெரிய பங்களிப்பு நவ-பிளேட்டோனிய வாதத்தால் முன்னெடுத்துச் செல்லப் படவில்லை. அப்பங்களிப்பு அவரது பகுத்தறிவுவாதக் கருத்துமுதல் வாதமாகும். ஆனால், அவரிடம் தெளிவற்ற குறைபாடுள்ள பகுதிகள் பலவும் இருந்தன. அவை புராணவியல், மறைஞானம் (மிஸ்டிஸிஸம்) என்பனவற்றுடன் தொடர்புள்ளவை. நவ-பிளேட்டோனியவாதிகள் இக்குறைபாடுள்ள பகுதிகளையே பிளேட்டோனியக் கோட்பாடு களின் உண்மையான உள் இரகசியம் எனக் கொண்டு அதை வளர்த்தனர். அத்தோடு இவற்றைத் தெளிவற்ற கனவு போல் இருந்த கீழைத்தேய மெய்யியலுடனும் அவர்கள் ஒன்று கலந்தனர்.

இறைவனை அடைவதற்கு சாதாரண ஒழுக்க வழிமுறைகள் பயன்தராது. ஆசைகளைக் கட்டுப்படுத்துவதும் போதாது. ஆனால், ஆன்மா அதன் எல்லா உணர்ச்சிகளிலிருந்தும் தூய்மையானதாக வேண்டும். இதை விடவும் உயர்ந்த நிலைக்கு ஆன்மா செல்லவேண்டும். கோட்பாட்டு ரீதியான சிந்தனை நிலையை அது அடைய வேண்டும். நடைமுறையைவிட கருத்து முக்கியமானது. ஏனெனில், அது மனிதனைக் கடவுளின் அருகே கொண்டு செல்கிறது. எவ்வாறாயினும் மிக உயர்ந்த நிலை இறைவனில் கலத்தல், ஐக்கியமடைதல் ஆகும். இந்த நிலையை மனிதனின் சிந்தனையினால்கூட உணரமுடியாது. இது ஒரு பரவச உணர்வு நிலை என நவ-பிளேட்டோனியவாதம் கூறுகிறது. இதுதான் ஸ்டேஸ் கூறியதுபோல் கீழைத்தேய சமயமும் கிரேக்க மெய்யியலும் இணைவதில் இருந்து வெளிப்பட்ட மறைஞானம் தொடர்பான மையக் கருத்துகளாகும்.

திருச்சபை யுகம்

மத்தியகாலத்தில் சமயமும் மெய்யியலும் ஒன்றுகலந்தது. மெய்யியல் சமயத்திடம் புகலிடம் தேடிக்கொண்ட காலம் என்றும் இதனை வர்ணிப்பர். எப்பிக்கூரியர்கள் உலகை ஓர் இயந்திரிக முறையில் விவரித்தனர். உலகைத் தமது பயன்களுக்காக மாற்றி, முடிந்த வரை யிலான மகிழ்ச்சியை அடைந்துகொள்ளுமாறு கூறினர். ஸ்டாயிக் வாதிகள் உலகை இயல்திட்டக் கோட்பாட்டினூடாக விவரித்தனர். இயற்கையில் எழும் பிரச்சினைகளுக்குப் பதில்தர ஐயவாதிகள் மறுத்தனர். இவ்வித மெய்யியல் போக்குகள் எல்லோரையும் திருப்திப் படுத்துவதாக இருக்கவில்லை. சமயச் சார்பாளர்கள் உலகை இயந்திரக் கட்டமைப்பு ரீதியாகவோ அணுக்களின் கட்டமைப்பாகவோ பார்க்க விரும்பவில்லை. இந்த மனோநிலைக்குக் கிறிஸ்தவ சமய அறிவும், யூத அலெக்ஸாண்ட்ரியவாதமும், கீழைத்தேய மறைஞானமும்

கருத்துமுதல்வாத ஆன்மிகவாத நோக்குகளுமே சாதகமானவையாக இருந்தன.

அகஸ்தீன் காலத்திலிருந்து மறுமலர்ச்சி யுகம் வரை ஐரோப்பிய மெய்யியலில் கத்தோலிக்க மெய்யியல் ஆதிக்கம் செலுத்தியது. தேவாலயம் சக்தி பெற்ற நிறுவனமாக விளங்கியது. தேவாலயம் மெய்யியல் நம்பிக்கைகளை சமூகத்தோடும் அரசியலோடும் தொடர்பு படுத்தியது. இக்காலப் பகுதி கி.பி. 400இலிருந்து கி.பி. 1400 வரை நீடித்தது. மத நம்பிக்கை ஊடாக அதிகாரத்தையும் பொருள் வளத்தை யும் போதிய அளவில் அது பெற்று வந்தது. அதனுடன் போட்டியிட்ட சாதாரண மனித ஆட்சியாளர்கள் தோல்வியுற்றனர். மக்களின் சமய நம்பிக்கை திருச்சபையுடன் இணைக்கப்பட்டிருந்தது இதற்கு ஒரு காரணமாகும். இத்தாலிய ஜெர்மனிய அரசுகள் தேவாலயத்துடன் மோத எண்ணியிருந்தபோதும், அது சாத்தியமானதாய் இருக்கவில்லை.

கிறிஸ்தவ யுகத்தின் முதல் நூற்றாண்டுத் தொடக்கத்துடன் ரோம சாம்ராஜ்ய வீழ்ச்சி, கிரேக்க ரோமானிய அல்லது ஹெலனிய மெய்யியலின் வீழ்ச்சி என்பன ஆரம்பித்துவிட்டன. இந்நூற்றாண்டுகளில் கிறிஸ்தவ சமயம் வேரூன்ற ஆரம்பிக்கின்றது. அத்துடன் கோட்பாட்டு ரீதியாகவும் நிறுவன ரீதியாகவும் அது தன்னைப் பலப்படுத்திக் கொள் கிறது. மத்திய காலம் என்பது கிறிஸ்தவ சமயம் எல்லாவற்றிற்கும் மேலாக மேற்கு ஐரோப்பாவின் அறிவு நடவடிக்கைகளை ஆதிக்கம் செய்யத் தொடங்கிய காலப்பகுதி எனக் கூறலாம் (எம்.எஸ்.எம். அனஸ், 2003 :07).

மத்திய காலம்

கிரேக்க ரோமானியப் பொற்காலத்தைப் பிரித்துக் காட்டுவதற்காக 'மிடிவல்'/மத்தியகாலம் என்ற சொல் பிரயோகிக்கப்பட்டது. 'மீடியம் ஏவும்' என்பது இதற்கான இலத்தீன் சொல்லாகும். ரோம நாகரிகக் கலாச்சாரக் கட்டமைப்பின் சீர்குலைவு ஆரம்பமாகி 14ஆம் நூற்றாண்டில் மனித மையவாதிகளின் *(ஹியூமனிஸ்ட்)* எழுச்சி வரை யிலான (400-1400) ஆயிரம் வருடங்கள் மத்தியகாலப் பிரிவிற்குள் அடங்கும். ரோமரின் வீழ்ச்சியுடன், பிந்தைய-தொன்மைக் காலம் விட்டுச்சென்ற இரு அம்சங்கள் மத்தியகால மெய்யியலில் முக்கிய பங்கைச் செலுத்தின. ஒன்று, இலத்தீன் மொழி. மத்திய காலம் முழுக்க அறிவுத் தொடர்பில் இம்மொழி முக்கிய செல்வாக்கைச் செலுத்தி வந்தது. கிறிஸ்தவ தேவாலயங்களும் அவற்றின் கல்விக்கூடங்களும் அறிவுக் கலாச்சாரத்திற்கு வழங்கிய பங்களிப்பு இரண்டாவது இடத்தைப் பெறுகிறது. மத்தியகால மனத்தின் முதன்மைக் கூறுகளாகப்

பின்வரும் மூன்று அம்சங்களைக் கூறலாம்:
i. கிரேக்க, கிரேக்க-ரோமானிய கலாச்சாரங்கள் இலத்தீன் மொழி மூலாதாரங்களின் மூலமாகக் கடத்தப்படுதல்.
ii. கிரேக்க வடிவத்தைவிட கிறிஸ்தவம் இலத்தீன் வடிவத்தைப் பெறல்.
iii. மெய்யியல் நம்பிக்கைகளைத் தேவாலயம், சமூக அரசியல் தளத்தோடு நெருக்கமாகக் கொண்டு வருதல்.

சமயத் தொடர்பு

கிறிஸ்தவ நம்பிக்கைகளுக்கும் கிரேக்கர்களின் சமயம் சார்ந்த மெய்யியலுக்கும் ரோமர்களுக்குமிடையிலான சண்டை தவிர்க்க முடியாததாயிற்று. கிரேக்க மெய்யியலுக்கும் கிறிஸ்தவ மெய்யியலுக்கும் இடையிலான வேறுபாடு தெளிவானது. எனினும் இவ்விரு மெய்யியல் மரபுகளும் அக்கம்பக்கமாக நீண்ட காலமாக இருந்துவந்தன. தொன்மைக் கால மெய்யியலிலிருந்து மத்திய காலச் சிந்தனையை நோக்கி நிகழ்ந்த இடைமாறும் காலகட்டம் வரலாற்று நிகழ்ச்சிகளின் ஆதிக்கத்திற்குள்ளாகியிருந்தது.

மனிதன் உருவாக்கி வந்த மனித சிந்தனை வடிவத்திற்கு மாறாக கிறிஸ்தவ சமயச் சிந்தனை பங்கேற்று அதில் மாற்றத்தை நிகழ்த்துவதை இங்கு அவதானிக்க முடிகிறது. கிறிஸ்தவம் மட்டுமின்றி, மத்திய காலத்தின் நாகரிகத்தில் இஸ்லாமும், யூத சமயமும் சம்பந்தப்பட்டி ருந்தன. பொதுவாக, கிரேக்க, ஹெலனிய மெய்யியல் மரபுகளுடன் தொடர்புகளை வளர்த்துக்கொள்வதில் சமய இயக்கங்கள் அக்கறை காட்டின. இம்மூன்று சமயங்களும் தமக்கென்ற கோட்பாடுகளை வகுத்திருந்ததோடு, இன்னொரு கோணத்தில் பார்க்கும்போது இச்சமயங்களோடு மெய்யியலும் கைகோர்த்துச் சென்றமை இக்காலப் பிரிவின் முக்கிய தோற்றப்பாடெனக் கூறலாம்.

ரோமப் பேரரசின் வீழ்ச்சி

மத்தியகாலம் முழுக்க அதிகமான மக்கள் தொகையினர் நிலமானிய முறையினுள் வாழ்ந்தனர். கி.பி. 6ஆம் நூற்றாண்டளவில் குடும்ப நிலப்பரப்புகள் சமுதாய உறுப்பினர்களின் தனி உடைமையாகின. குடியானவர்களின் நிலங்கள் பிரபுக்களுக்கும் இராணுவத்தினருக்கும் கைமாறின. பெரும்பான்மையான விவசாயக் குடிகள் பெரும் வறுமைக்குள் தள்ளப்பட்டனர். ஒரு சிலரைத் தவிர பல விவசாயக் குடிகள் நிலக்கிழார்களுக்கு அடிமையாகும் நிலை ஏற்பட்டது.

நிலக்கிழார்களையும், பிரபுக்களையும் அரசனும் திருச்சபையும் ஆதரித்தன.

திருச்சபை சக்தியுள்ள நிறுவனமாக விளங்கியது. ஐரோப்பா முழுக்க அதன் ஆதிக்கம் பரவியிருந்தது. திருச்சபை, மக்களை ஒன்றாகப் பிணைத்ததோடு மதபோதனையின் மூலம் மக்களின் வாழ்க்கையைச் சீர்படுத்த முயன்றது. இவ்வுலக வாழ்வைவிட மறு உலக வாழ்வே மேன்மையானது என்றும், இவ்வுலகில் தன்னை ஒருவன் புனிதனாக்கிக் கொள்வதன் மூலம் பரலோக மோட்சத்தை அடையலாம் என்றும், அதுவே மனிதனின் ஒரே குறிக்கோளாக இருக்க வேண்டும் என்றும் போதித்தது.

ஐரோப்பாவிலேயே பாரிய செல்வவளமும் பாரிய நிலப் பரப்புக் களும் திருச்சபைக்குச் சொந்தமாக இருந்தன. நிலப் பகிர்வில் நிகழ்ந்த அநீதிகளாலும் போரின் கொடூர விளைவுகளாலும் எஜமான் அடிமை வேறுபாடுகளாலும் குழம்பியிருந்த மக்கள் திருச்சபையிலிருந்தே அற்புதங்களை எதிர்பார்த்தனர். பாதிக்கப்பட்ட மக்கள் சமயத்திடம் தஞ்சமடைந்தனர். பலர் தமது சாதாரண உலகியல் வாழ்வை மறுத்து பாதிரிகளாகத் துறவு வாழ்க்கையை ஏற்றுக்கொண்டனர். பலர் தமது செல்வங்களைத் திருச்சபைக்கு வழங்கினர்.

ஐந்தாம் நூற்றாண்டில் ரோம ஆதிபத்தியத்தின் வீழ்ச்சி அரசியல் புரட்சியைவிட அதிகமானதாகக் கருதப்படுகிறது. பெரும் நாகரிகத்தை ஜெர்மனியர் அழித்துத் தரைமட்டமாக்கினர். எனினும், மாற்றாகத் தருவதற்கு அவர்களிடம் நாகரிகம் இருக்கவில்லை. இது ஒரு நீண்டதும் துயர்தரக் கூடியதுமான வரலாற்று நிகழ்வாக வரலாற்றாய்வாளர் சுட்டிக்காட்டுகின்றனர். ரோமப் பேரரசின் வீழ்ச்சிக்கான காரணங்களில் சமயங்களும் சம்பந்தப்பட்டிருந்தன.

3ஆம் நூற்றாண்டின் இறுதிப் பகுதியில் ரோமர் கிறிஸ்தவ எதிர்ப்பு களைத் தவிர்த்துக் கொண்டனர். படிப்படியாக கிறிஸ்தவ சமயம் அரச சமயமாகியது. அதேவேளை உள்ளூர் சமயமான தொன்மை 'உருவ வழிபாட்டுச் சமயநெறி' (பேகனிஸம்) தடைசெய்யப்பட்டது. கிறிஸ்தவ எழுச்சிக்கும் ரோமப் பேரரசின் வீழ்ச்சிக்கும் இடையில் தொடர்பிருப்ப தாகத் தொன்மை உருவ வழிபாட்டுச் சமயவாதிகள் குற்றம்சாட்டினர். பாரம்பரிய ரோம உயர்வகுப்பினரின் கருத்துப்படி மறுஉலக சிந்தனை வளர்ச்சி பெற்றமை, நாட்டைப் பீடித்த அச்ச உணர்வு, பொதுநல நடவடிக்கைகள் மந்த நிலைக்குச் சென்றமை, உருவ வழிபாட்டிற்குரிய தேசிய தெய்வங்கள் அகற்றப்பட்டமை, ரோம அரசின்மீது தமது பணி வடக்கத்தைக் காட்ட முன்வராத கிறிஸ்தவ சமயத்தின் மேலாதிக்கம்,

124 மெய்யியல்

அரசைவிட மேலான இடத்தை ஆட்சியாளர் கிறிஸ்தவத்திற்கு அல்லது அந்நிய மதத்திற்குத் தந்தமை போன்ற விடயங்கள் வீழ்ச்சியுடன் சம்பந்தப்பட்டிருந்தன.

கிறிஸ்தவம் ஒரு சமயம் என்பதற்கும் மேலாக ரோமப் பேரரசுக்குள் மற்றொரு அரசாக உருவெடுத்திருந்தது. கிறிஸ்தவம் ஒன்றே உண்மையான சமயம் என்ற போதனையும் வலுவடைந்தது. இறுதியாக, கி.பி. 410ஆம் ஆண்டு ரோமப் பேரரசு வீழ்ச்சியடைந்தது. கிறிஸ்தவம் அரச சமயமாகிய வேகத்துடன் ஏன் ரோமப் பேரரசு வீழ்ந்தது? இது கிறிஸ்தவர்களிடையே அதிர்ச்சியையும் கவலையையும் தோற்றுவித்தது. கிறிஸ்தவ இறைநம்பிக்கைக்கும் கிரேக்க ரோமப் பேரரசின் தொன்மை உருவ வழிபாட்டுச் சமய மெய்யியலுக்கும் இடையில் மோதல் ஏற்படுவது தவிர்க்க முடியாததாக இருந்தது. இக்கால கட்டத்தில்தான் கிறிஸ்தவ மெய்யியல் மத்திய காலத்தில் அதன் தோற்றத்தைப் பெற்றுக்கொள்கிறது.

கிறிஸ்தவ மெய்யியல்

கிறிஸ்தவ மெய்யியலை இரு முதன்மையான வளர்ச்சிக் கட்டங்களாகப் பிரிக்கலாம்:

i. *திருச்சபை முதுவர் பிரிவு (பாட்ரிஸ்டிக்):* 1ஆம் நூற்றாண்டிலிருந்து 8ஆம் நூற்றாண்டு வரை.
ii. *புலமைவாதப் பிரிவு (ஸ்கோலாஸ்டிக்):* 9ஆம் நூற்றாண்டிலிருந்து 14ஆம் நூற்றாண்டு வரை.

மறுமலர்ச்சிக் காலம் தொடங்கியதும் புலமைவாதம் அறிவுரீதியாகப் பல சவால்களை எதிர்கொள்ள வேண்டியிருந்தது. ஆரம்பகாலக் கிறிஸ்தவ எழுத்தாளர்கள் திருச்சபை பாதிரிகளாகவோ முதுவர்களாகவோ இருந்ததனால் முதற்கட்ட மெய்யியல் முதுவர் பிரிவு என அழைக்கப்பட்டது.

ஆரம்பத்தில் திருச்சபைப் பிரிவினர் மெய்யியலை ஏற்றுக்கொள்ள தயக்கங்காட்டி வந்தனர். சமய நம்பிக்கைக்கு மட்டுமே விசுவாசமாக இருக்க வேண்டும் என்று அவர்கள் விரும்பினர். இறைவனின் ஆற்றலும் இறைவனின் அறிவும் கிறிஸ்துவே என்ற கருத்தை அவர்கள் அடிக்கடி வலியுறுத்தினர். எனினும், சிலர் தொன்மைச் சமய வழிபாட்டாளர்களிடமும் இயற்கையான அறிவு இருக்கலாம் என்று ஏற்றுக்கொண்டனர். எவ்வாறாயினும், புனித அகஸ்தீனின் வருகைக்குப் பின்னர்தான் மெய்யியல் சார்பாக சாதகமான போக்கு வளர ஆரம்பித்தது. கிறிஸ்தவர்கள் புனித நூல்களின் அதிகாரத்தை மாத்திரம்

பேசினால் போதாது; அவர்கள் ஏன் பொதுவான மனிதப் பகுத்தறிவையும் ஏற்றுக்கொள்ளக் கூடாது. மெய்யியலாளர்கள் கூறுவதில் உண்மை இருந்தால் ஏன் அதை நாம் ஏற்றுக்கொள்ளக் கூடாது என்று அவர் வினாவெழுப்பினார் (J. Hirschberger, 1976:52).

திருச்சபை பிரிவினர் அல்லது பாதிரிகள் மெய்யியல் நூல்களைப் படிக்கத் தொடங்கினர். கிறிஸ்தவத்தோடு நெருங்கிய கருத்துகளைக் கொண்டவை என அவர்கள் கருதிய பிளேட்டோவாதிகளையும், நவ-பிளேட்டோவாதிகளையும் கற்பதில் அதிக ஆர்வம் காட்டினர். அத்தோடு நவ-பிதாகரியவாதிகள் பிலோ, சிசரோ, ஸ்டாயிக்வாதிகள் போன்றோரையும் கற்றனர். அரிஸ்டாட்டில், எப்பிக்கூரியர் போன்றோரில் அவர்கள் அதிகம் கவனம் செலுத்தவில்லை ***(1976:52)***.

புனித அகஸ்தீன்

கிறிஸ்தவ பிளேட்டோவாதம்

திருச்சபை முதுவர் காலப்பிரிவிற்குரிய கிறிஸ்தவ மெய்யியலாளர்களில் புனித அகஸ்தீன் புகழ்பெற்ற சிந்தனையாளராவார். வேறு எந்த மெய்யியலாளரைவிடவும் பிளேட்டோவாதத்தையும் கிறிஸ்தவ சமயத்தையும் அவர் வெற்றிகரமாக ஒன்றிணைத்தார். அவரது சமய மெய்யியலும் இறையியல் கோட்பாடுகளும் மத்திய காலத்திலும் பின்னர் மறுமலர்ச்சிக் காலத்திலும் கிறிஸ்தவ சமய வளர்ச்சியில் முக்கிய செல்வாக்கைச் செலுத்தின. ரோமத் திருச்சபைக் கோட்பாடுகள் அகஸ்தீனின் கருத்துகள் இன்றி அதற்குரிய கருத்து விளக்கத்தைப் பெற்றுக் கொண்டதாக அன்று கருதப்படவில்லை. அகஸ்தீனின் சிந்தனைகளும் அவருடைய முறைகளும் புலமைவாத இறையியலிலும் குறிப்பிடத்தக்க தாக்கத்தைச் செலுத்தியுள்ளன.

புனித அகஸ்தீனின் சிந்தனைகள் பெரும்பாலான சந்தர்ப்பங்களில் மெய்யியலுடன் தொடர்பானவையல்ல. ஆனால் மெய்யியலுடன் தொடர்புபடும் சந்தர்ப்பங்களில் அவர் தமது ஆற்றலை நன்கு வெளிப்படுத்தி உள்ளார் என ரஸல் கூறுகிறார் (Russell, 1963 : 352). இறை வாக்கிலிருந்து உருவான கடவுள் கோட்பாடுகளுக்குப் பிளேட்டோனிய அடித்தளத்தை வழங்க முற்பட்டதிலேயே அவரது முதன்மையான மெய்யியல் தொடர்பை இனங்காண முடிகிறது.

அகஸ்தீன் ஒரு சிறப்பு நிலைப்பட்ட அரசியல், கலாச்சார, சமய காலத்தில் வாழ்ந்தார். அரச சமயமாக கிறிஸ்தவம் அங்கீகரிக்கப் பட்டதன் பின்னர் அரசியல் சமூக வாழ்வில் அதன் செல்வாக்கு

புனித அகஸ்தீன் (கி.பி. 354-430)

புனித அகஸ்தீன், செவ்வியல் தொன்மை உலக மரபிலிருந்து, மத்திய காலம் உருமாற்றம் பெறும் காலகட்டத்திற்குரிய முதன்மையான சிந்தனையாளர்களில் ஒருவர். அவர் தகஸ்டே (வட ஆப்பிரிக்கா)யில் பிறந்தார். 'ரோம சாம்ராஜ்ய வீழ்ச்சி' என்று வரலாறு பேசும் காலப் பகுதியில் அவரது நீண்ட 80 ஆண்டு வாழ்க்கை சாட்சியமாக இருந்தது. ரோமக் கலாச்சாரம் உருவ வழிபாட்டு மரபு அல்லது புறச்சமயத்திலிருந்து (பேகன் சமய மரபு) கிறிஸ்தவத்திற்கு மாறும் கட்டத்திலும் அவர் வாழ்க்கை சாட்சியாக இருந்தது. இக்காலத்தில் தான் ரோம அரசு கிறிஸ்தவ சமயத்தை அதிகாரப்பூர்வ சமயமாக ஏற்க முன்வந்தது. அகஸ்தீனின் சிந்தனைப் போக்கை வடிவமைப்பதில் பிற்காலத்துக்குரிய உரோமப் பழமைப் போக்கும், அதன் கல்வி, கலாச்சார முறைமைகளும் முக்கிய பங்குவகித்தன.

சொல் அலங்காரக்கலை ஆசிரியராக அகஸ்தீன் ஆப்பிரிக்கா விலிருந்து இத்தாலிக்கு வந்தார். அப்போது அவர் 'மென்ச்சியான்' சமயப்பிரிவில் இருந்தார். அதில் ஏற்பட்ட அதிருப்தியும் கிறிஸ்தவ நண்பர்களின் தொடர்பும் அவரை மதமாற்றத்திற்கு இட்டுச் சென்றது. கி.பி. 387 அளவில் அவர் ஞானஸ்நானம் பெற்றார். நவ-பிளேட்டோனியவாதிகளின் தொடர்பையும் அவர் இக்காலத்தில் பெற்றார். அக்காலப்பகுதியில் நவ-பிளேட்டோனியத்திற்கும் கிறிஸ்தவ சமயக் கோட்பாடுகளுக்கும் இடையில் அதிக வேறு பாடுகள் இல்லை என்று அவர் உணர்ந்தார்.

ஞானஸ்நானம் பெற்று தேவாலயத்தின் நடவடிக்கைகளில் தன்னை ஈடுபடுத்தினார். 395இல் அவர் ஹிப்போ என்ற இடத் திற்கான பிஷப் பதவியைப் பெற்றார். அகஸ்தீன் தமது புகழ்பெற்ற கடவுளின் நகரம் (De Civitate Dei) என்னும் நூலை 413இல் எழுத ஆரம்பித்தார்.

அகஸ்தீனின் சிந்தனைகளில் பிளேட்டோவின் கருத்துகள் முக்கிய இடத்தைப் பெற்றிருந்தன. அத்துடன் அரிஸ்டாட்டில், சிசரோ, ஸ்டாயிக்ஸ் போன்ற மெய்யியலாளர்களின் சிந்தனைச் செல்வாக்கும் அவரது எழுத்துகளில் பிரதிபலிக்கின்றது.

அதிகரித்தது. அத்துடன் இவரது காலத்தில் மேற்கத்திய ரோமப் பேரரசு வீழ்ச்சியடைந்து கொண்டிருந்தது. கிரேக்க நாகரிகத்தைச் சேராத அயல்நாட்டவர்கள் எல்லாத் திசைகளிலும் முற்றுகைகளில் ஈடுபட்டார்கள். அவர்கள் இத்தாலியையும் ஸ்பெயினையும் வட ஆப்பிரிக்காவையும் கைப்பற்றிக் கொண்டனர். கலாச்சார அம்சங்களைப் பொறுத்தவரை அவையும் வீழ்ச்சியிலேயே காணப்பட்டன.

படைப்புக் கோட்பாடு

'ஒன்றுமில்லாததில் இருந்து படைக்கப்பட்டதே இப்பிரபஞ்சம்' என்று பழைய ஏற்பாட்டில் கூறப்பட்டுள்ள கருத்து கிரேக்க மெய்யியலுக்குப் புதிய அல்லது அந்நியமான கருத்து. பிளேட்டோ, படைப்பைப் பற்றிப் பேசும்போது தொடக்க நிலையில் சடத்திற்குக் கடவுள் வடிவத்தைக் கொடுக்கிறார். அரிஸ்டாட்டிலும் இதே கருத்தையே கொண்டிருந்தார். பிளேட்டோவிற்குக் கடவுள் 'ஒரு படைப்பாளன்; உலக வடிவமைப்பாளன்' மற்றொருபுறம் 'வடிவமற்ற சடம்'.

முதலில் கடவுள் உலக ஆன்மாவைப் படைக்கிறான். இது கண்ணால் காணக்கூடியது அல்ல அதாவது ஸ்தூலமானதல்ல. ஆனால், வெளியில் அது இருக்கிறது. கோள்களும், நான்கு மூலக்கூறுகளும் அங்குச் சேர்க்கப்படுகின்றன. அத்துடன் உலக நிர்மாணிப்பு முடிகிறது. பிளேட்டோவின் உலகத் தோற்றம் பற்றிய இக்கருத்து ஒரு புராணக் கொள்கை. பிளேட்டோவும் இது ஒரு புராணம் என அறிந்திருந்தார். எவ்வாறாயினும் கடவுளைப் படைப்பாளன் என்றே கிரேக்கர் கருதினர். பதார்த்தம்/சடப்பொருள் (சப்ஸ்டன்ஸ்) முடிவற்றது என்று கருதப்பட்டது. அது படைக்கப்பட்டதன்று. வடிவம் இறைவனால் திட்டமிடப்பட்டது. ஆனால், அகஸ்தீன் எல்லா வைதீகக் கிறிஸ்தவர்களையும் போலவே கடவுள் ஒன்றுமில்லாததிலிருந்து உலகைப் படைத்தார் என்று கூறுகிறார். கிரேக்கரின் கருத்துப்படி ஒன்றுமில்லாததில் இருந்து படைப்புச் செயலை நிகழ்த்துவது சாத்தியமற்றது.

அனைத்திறைவாதமானது கடவுளும் உலகமும் வேறு வேறானதல்ல என்று கூறுகிறது. உலகில் உள்ள ஒவ்வொன்றும் கடவுளின் பாகம் ஆகும். ஸ்பினோஸா இக்கருத்தை விரிவாக விளக்கினார். மறை ஞானியர் (சூஃபிகள்) இதனைத் தமது அடிப்படைக் கொள்கை யாக ஏற்றுக்கொண்டனர். வைதீகவாதிகள் (மரபு நிலைப்பட்ட சமய வாதிகள்) இதை ஏற்க மறுத்தனர். கடவுளுக்குப் புறம்பாக அல்லது அப்பால் உலகம் இருக்கிறது என்பதை மறைஞானிகள் (சூஃபிகள்) ஏற்றுக்கொள்ள மறுத்துவிட்டனர்.

கடவுளும் ஆன்மாவும்

அகஸ்தீனின் மெய்யியலில் கடவுளும் ஆன்மாவும் முதன்மையான ஆய்வுப் பொருள்களாகும். மெய்யியலில் இரு பிரச்சினைகள் உள்ளன. ஒன்று ஆன்மா, மற்றது கடவுள். முதலாவது நம்மைப் பற்றிய அறிவுக்கு நம்மை இட்டுச் செல்கிறது. மற்றது நமது இருப்பைப் பற்றிய கோட்பாட்டிற்கு நம்மை இட்டுச் செல்கிறது. பகுத்தறிவு ரீதியாக மெய்யியல் மயப்படுத்தும் முறை இதுதான். இந்த அறிவு மூலம் மனிதன் பிரபஞ்சக் கோட்பாட்டின் இரு உலகங்களை வேறுபடுத்தும் விடயத்தை அறிந்து கொள்ளலாம்; பிரபஞ்சத்தை நிர்மாணித்தவனைப் பற்றியும் அறிந்து கொள்ளலாம். இதுவே அகஸ்தீனின் கடவுள் மற்றும் ஆன்மா பற்றிய அடிப்படை நோக்காகும். கடவுள், ஆன்மா என்ற இரு கருத்துகளும்தான் தனக்குள் பெரும் ஆர்வத்தை ஏற்படுத்துவதாக அகஸ்தீன் கூறுகிறார். எனினும், வேறு எந்த அம்சங்களையோ அறிவுத் துறைகளையோ அறிவதாயிருந்தாலும் அதற்கான திசைமுகப்படுத்தல் (தோற்ற ஆரம்பம்)கூட கடவுள், ஆன்மா என்ற இந்த இரண்டிலும் இருந்துதான் உருவாகின்றது என்கின்றார்.

கடவுளை அறிய வேண்டுமாயின், உண்மையை அறிய வேண்டும். மனிதன் எங்கிருக்கின்றானோ அங்கு கடவுளின் பிரசன்னமும் இருக்கிறது. ஒவ்வொரு மனிதனின் வாழ்வும் கடவுளின் படைப்புச் செயலுடன் ஆரம்பிக்கிறது. இறைவனை அடைவதில் அது முடிவுறு கிறது. அகஸ்தீனின் மெய்யியல் உள்முக மெய்யியல் என அழைக்கப் படுகிறது. இதற்குக் காரணம் அவர் அரிஸ்டாட்டிலைப் போல மெய்யியல் பிரச்சினைகளைத் தீர்ப்பதற்கு புறவய யதார்த்தத்தை ஆராயவில்லை. ஆனால் அதற்காக அவர் ஆன்மாவின் உட்புற உலகை ஆராய்கிறார் (Battista Mondin 1991 : 101).

காலக் கோட்பாடு

உலகத்தின் தோற்றம் படைப்பினால் விளைந்தது. ஆனால் படைப்பு எப்போது நடைபெற்றது. முடிவற்ற நிலையிலா அல்லது காலத்திலா? அகஸ்தீன் காலத்தை எல்லையற்றதின் பிம்பமாகக் கருதவில்லை; கணங்களின் அளவீடாகவும் எடுத்துக்கொள்ளவில்லை. உலகம் படைக்கப் பட்ட போது காலமும் படைக்கப்பட்டது. கடவுள் முடிவற்றது, எல்லை யற்றது. அதனால் அது காலம் கடந்தது. அதாவது அதற்குக் காலம் இல்லை. கடவுளுக்கு முந்தையது பிந்தையது என்று எதுவும் இல்லை. கடவுளின் முடிவற்ற நிலையில் நேரம் என்பதற்கு எந்த இடமும் இல்லை. கடவுள் காலத்திற்கு அப்பால் உள்ளான். இது நேரம் பற்றி அகஸ்தீன் உருவாக்கிய வரவேற்கத்தக்க சார்புக் கோட்பாடு என்று ரஸல் கூறுகிறார்.

அப்படியானால் காலம் என்பது என்ன? காலம் இருக்கின்றது என்பதை நாம் எவ்வாறு நிரூபிக்கலாம்? காலம் நமக்கு அப்பால் இல்லை. நமக்கு வெளியே இறந்த காலமும் இல்லை; எதிர்காலமும் இல்லை என அகஸ்தீன் கூறுகிறார். இருப்பது நிகழ்காலம் மட்டும் தான். எதிர்காலமும் இறந்தகாலமும் நிகழ்காலத்தில் உள்ள மனத்தில் தான் இருக்கின்றன. நிகழ்காலம் என்பது ஒரு கணப்பொழுது. அது கடந்து செல்லும்போது தான் காலத்தைக் கணிக்கலாம். இறந்த காலம், எதிர்காலம் என்பன காலத்தில் இருக்கின்றன என்றால் இங்கு ஒரு முரண்பாடு ஏற்படு கின்றது. இப்பிரச்சினையில் இருந்து விடுபட அகஸ்தீனினால் செய்யக் கூடியது ஒன்று மட்டுந்தான். அதாவது இறந்த காலமும் எதிர்காலமும் நிகழ்காலம் போல நினைவுகள்தான் என்ற தீர்வைத் தேடுவது.

இறந்த காலத்தை ஞாபகத்தினால் அடையாளப்படுத்தலாம். எதிர் காலத்தை எதிர்பார்ப்பினால் அடையாளப்படுத்தலாம். அகஸ்தீன் இதனைப் பின்வருமாறு கூறுகிறார்:

> மூன்று காலங்களையும் நாம் நமது ஆன்ம உணர்விலிருந்து அல்லாது வேறு வகையில் காணக்கூடியதாக இல்லை. அதாவது நிகழ்காலத்தின் கடந்த காலம், அல்லது ஞாபகம்; நிகழ்காலத்தின் நிகழ்காலம், அல்லது உள்ளுணர்வு; நிகழ்காலத்தின் எதிர்காலம் அல்லது எதிர் பார்ப்பு. காலம் எவ்வாறு அளவிடப்படுகிறது என்பதற்கு நாம் காலத்தை ஆன்மாவினால் அளக்கிறோம். காலம் அதிலிருந்து அகலும்போது, இறந்த காலமாக நமது மனப்பதிவு கூறுகிறது (பார்க்க: Battista Mondin, 1991 : 103). (கணங்களின் அளவீடே காலம் என்ற அரிஸ்டாட்டிலின் கருத்துக்கு இது மாற்றமானதாகும்.)

தீமைப் பிரச்சினை

எல்லாம் அறிந்தவன் இறைவன், எல்லாவற்றுக்கும் காரணமாயிருப் பவனும் இறைவன். இவ்விரு நிலைப்பாடுகளும் அதன் தூய நிலையில் இருக்க 'தீமை'யை எவ்வாறு விளக்குவது என்ற பிரச்சினைக்கு அகஸ்தீன் முகம் கொடுத்தார். இறைவன் நல்லவன் என்பதைப் பாதுகாப்பதாயின் உலகிலிருந்து 'தீமை'க் கருத்தை அகற்ற வேண்டும். எல்லாம் அறிந்த வனாக, எல்லாம் நல்லவனாக இறைவன் இருக்கும்போது தீமையை எவ்வாறு விளக்குவது என்பதே இப்பிரச்சினை எனலாம்.

தீமைக்கு இறைவன் காரணம் அல்ல என அகஸ்தீன் கூறுகிறார். அனைத்துப் படைப்பும் இறைவனின் நன்மையான பண்பின் வெளிப் பாடாகும். அதனால், இருக்கின்ற எல்லாமே நல்லவை. இவ்விடயத்தின் பெறுமானத்தை நாம் இறைவனின் உள்ளத்துடன் தொடர்புபடுத்தித்தான்

மதிப்பிட வேண்டுமே அன்றி மனிதப் பயன்பாடு என்ற நிலைப்பாட்டில் இருந்து அல்ல என அகஸ்தீன் அறிவுறுத்துகிறார்.

எல்லாவற்றுக்கும் இறைவனே காரணமாக இருந்தால் தீமையை எவ்வாறு விவரிக்கலாம்? புளோட்டினஸ் தீமை என்பதை இன்மை (ஆப்சென்ஸ்) என்று கூறினார். அதாவது நன்மையின் நல அழிவாக இதைப் புளோட்டினஸ் எடுத்துக்கொண்டார். ஏனைய தீமைக் கோட்பாடு களைவிட புளோட்டினஸின் கோட்பாட்டில் அதிகப் பொருத்தப்பாடு இருப்பதாக அகஸ்தீன் கருதினார். எனினும், தீமையைச் சடமாக அவர் எடுத்துக்கொள்ளவில்லை. சடமாக எடுத்தால் சடத்தைப் படைத்தவன் இறைவன் என்ற பிரச்சினை அங்கு எழுகிறது. தீமை தானாக நிலைத் திருக்கக்கூடிய ஒன்றல்ல. நன்மை என்ற பொருளில்தான் அதுவும் இருக்கிறது. ஓவியத்தை நிழல்கள் அழகுபடுத்துவது போல உலகின் நன்மையில் இருந்து தீமையை விலக்கிப் பார்க்க முடியாது. தீமை நல்லதல்ல. ஆனால், நன்மை இல்லாது தீமையில்லை. தீமை இன்றி நன்மை இருக்கும். நன்மை இன்றித் தீமை இருக்காது.

தீமை இருப்பது நல்லது அல்லது குறைபாடு உள்ளதாக இருக்கலாம். தீமை ஒரு நேர்முகமான யதார்த்தம் அல்ல. ஆனால், யதார்த்தத்தின் நல அழிவு என அதை அகஸ்தீன் கூறுகிறார். நன்மையின் விடுபடும் அம்சமாக அது கொள்ளப்பட வேண்டும். அதனால் தீமையை நன்மை யின் நல அழிவுக் கொள்கையாகத்தான் விவரிக்கலாம். தீமையின் நல அழிவுக் கோட்பாட்டின்படி தீமை நன்மையின் மறுப்பாகும். தமது இக்கொள்கையைப் பற்றி அகஸ்தீன் பின்வருமாறு கூறுகிறார்:

இருக்கும் பொருள் ஒன்று எவ்வளவுதான் சிறியதாக இருந்தாலும் இது அதனளவில் நன்மையானதே. எவ்வளவு சிறிய பொருளாயினும் அது குறைந்த தரத்தை உடையதாயினும் அதன் வடிவம் இறைவனிட மிருந்தே வருகின்றது. இறைவன் உண்மையில் அதி உயர் நல்லவன். அதி உயர் வடிவத்தை உடையவன். அதனால் ஒவ்வொரு நன்மையும் கடவுளில் இருந்தே வருகின்றது. தாழ்வான வடிவமும் அவனிட மிருந்தே வருகின்றது (Battista Mondin, 1991: 105).

அதனால், எல்லா அசுத்தமானவையும் இறப்பவையும் நல்லனவே. அவை தீமைகளாக இருந்தாலும் நல்லனவே எனக் கொள்ளப்பட வேண்டும். அகஸ்தீன் எல்லாத் தீமைகளையும் குறிப்பாக ஒழுக்கரீதியான தீமைகளையும் தமது நல அழிவுக் கோட்பாட்டின்கீழ் கொண்டுவந்தார்.

தீமை இரு வடிவங்களில் தன்னை வெளிப்படுத்துவதாக அகஸ்தீன் கூறுகிறார். அது துன்பமும், குற்றப்பழியுமாகும். இந்த இரண்டும் மிக நெருக்கமான எண்ணக்கருக்கள். குற்றப்பழிதான் துன்பத்திற்குக்

காரணம் ஆகிறது. தீமைப் பிரச்சினை இறுதியாக குற்றப்பழிப் பிரச்சினையாக இனக் குறைப்புச் செய்யப்படுகிறது. மனிதன் தனது பகுத்தறிவைத் தீவிர உணர்ச்சிகளுக்குப் பலியாக்குவதில் குற்றப்பழி ஆரம்பமாகிறது. இறைவனின் சட்டங்களையும் அதிஉயர் நன்மையையும் மனிதன் மீறிச் செயல்படும் போது அவன் குற்றப்பழிக்கு உள்ளாகிறான். அதனால் துன்பம் பாவத்தினால் ஏற்படுகிறது. பாவம் செய்தபின் மனிதன் பீதிக்கும் துயரத்திற்கும் உள்ளாகிறான். இதற்கு அவனே காரணம். ஒழுங்குகளை மீறியதும் பகுத்தறிவை மறந்ததும் அவனால் நடந்தவை யாகும்.

அறிவாராய்ச்சியியல்

நாம் நம்புபவற்றை அறிந்துகொள்வதும் நமது நம்பிக்கைகளுக்கான பகுத்தறிவு அடிப்படையைத் தெரிந்துகொள்வதும் அவசியம். 'நம்பு வதற்கு நீங்கள் அறிந்துகொள்ள வேண்டும். அறிந்துகொள்வதற்கு நீங்கள் நம்ப வேண்டும். நாம் அறிந்துகொள்ளாதவற்றைச் சில சந்தர்ப்பங்களில் நாம் நம்புவதில்லை. சிலவற்றை நம்பாதவரை அவற்றை அறிந்துகொள்ள முடியாது' என்று அகஸ்தீன் கூறுகிறார். இயல்பாக அறிவதற்கு அப்பால் இறைவெளிப்பாடுகள் மீதான நம்பிக்கை கடவுள் பற்றிய அறிவின் ஆதாரத்திலிருந்து எழுகிறது. 'நான் நம்புவதற்கு அறிந்துகொள்ள வேண்டும்' என்பது அவரது குறிக்கோள் வாக்கியமாக இருந்தது.

அகஸ்தீன் பகுத்தறிவுப்பூர்வமான அறிவை ஏற்றுக்கொண்டார். ஆயினும், சில அறிவுகள் இயற்கை கடந்தவை. அவற்றை நம்பிக்கை மூலம் மட்டுமே அறிந்துகொள்ள முடியும். சில இயற்கை அறிவுகளை, அவற்றை அறிந்துகொள்ள பகுத்தறிவு அவசியமாகும். நம்பிக்கை பற்றிய அறிவு முக்கியமானதாக இருந்தாலும், நம்பிக்கையை ஏற்றுக் கொள்ள பகுத்தறிவுரீதியான அறிவு தேவை என்பதை அவர் ஏற்றுக் கொள்கிறார்.

கடவுளின் நகரம்

ரோமானியப் பேரரசு வீழ்ச்சியடைந்த போது அகஸ்தீன் அவரது பெரிய நூல் தொகுதியான *கடவுளின் நகரத்தை* கி.பி. 413இல் எழுதினார். 22 பாகங்களாக வகுக்கப்பட்டிருந்த இந்நூல் வரலாற்று மெய்யியல் நூலாகவும் இறையியல் வரலாற்று நூலாகவும் கருதப்படுகிறது. மனிதனின் வரலாற்றையும் இந்நூல் கூறுகிறது. தெய்வீக அன்பு, இறைவனுக்குப் பணிதல் என்பன இந்நூலில் அடங்கியுள்ள ஏனைய விடயங்களாகும்.

கடவுளின் நகரம் இரு அன்புகளுக்கிடையிலான இயக்கவியலை அடிப்படையாகக் கொண்டுள்ளது. இந்த இரு அன்புகளுக்கும் இடையில் போராட்டம் நடக்கிறது. இதில் ஒன்று, இறைவன் மீதான அன்பு. இரண்டாவது தன் மீதான அன்பு.

I. மண் மீதான அன்பு: தன் மீதான அன்பு

II. விண் மீதான அன்பு: கடவுள் மீதான அன்பு

இவ்விரு அன்புகளும் இரு நகரங்களை உருவாக்குகின்றன. இறைவனின் விண்ணுலக நகரத்தைத் தன்மீதான அன்பு புறக்கணிக்கிறது. உலக நாகரிகத்தை உருவாக்குகிறது. தன்மீதான அன்பைச் சேர்ந்தவர்கள் உலக நாகரிகத்தைச் சேர்ந்தவர்கள். உலக நகரில் பாவங்களும், தீமைகளும் மலிந்து கிடக்கின்றன. விண்ணுலக நகரில் அன்பும் கருணையும் நிறைந்துள்ளன.

இவ்விரு நகரங்களுக்கிடையிலான முரண் எதிர் உரை *(அன்டி தீஸிஸ்)* முரண்பட்ட இரு அன்புகளைச் சார்ந்துள்ளது. இது முடிவற்ற வகையில் இருவகை வழிகளை நோக்கி முரண்நிலையில் இட்டுச் செல்கின்றது. உலக நகரம் சகோதரக் கொலையில் ஈடுபட்ட காபெலின் வரலாற்றிலிருந்து ஆரம்பமாகிறது. அங்கிருந்து பெரிய நாகரிகங்கள் பல கட்டியெழுப்பப்படுவது வரை அது வளர்கிறது. எல்லா நாகரிகங்களும் வன்முறைகளினால் உருவாக்கப்படுகின்றன. ரோமப் பேரரசிலும், இதுவே நடந்தது. ஆனால், கடவுளுடைய நகரத்தின் உருவாக்கமாக காபெலிலிருந்து ஆப்ரஹாம் தொடங்கி கிறிஸ்து வரையும் மற்றும் திருச்சபையின் தோற்றத்தையும் வளர்ச்சியையும் நன்மையின் வரலாறாக எடுத்துக் காட்டுகிறது.

இவற்றின் ஊடாக அகஸ்தீன் கிறிஸ்தவத்திற்கு எதிரான தொன்மை உருவ வழிபாட்டு வாதத்திற்கு, புறச்சமயவாதிகளுக்குப் பதில் தர முயன்றார். தொன்மை உருவ வழிபாட்டுவாதிகளின் கொள்கைகளையும் சடவாதத்தையும் சாரமற்ற கொள்கைகள் எனக் கடவுளின் நகரம் வர்ணித்தது. அத்தோடு உலக நாகரிக நகரத்தைவிட விண்ணுலக நகரின் உயர்வுகளை அது விளக்கிக் கூறுகிறது. இறையியல்வாதி என்ற வகையில் அகஸ்தீன் கடவுள், சமய நம்பிக்கை, முக்தி அடைதல் பற்றியே அதிகம் கவனம் செலுத்தினார். அரசு பற்றிக் கருத்துகள் முன்வைக்கப்பட்டிருந்தாலும் அது ஒழுங்கமைப்பான கருத்துகளாக வடிவம் பெறவில்லை.

மேலும், அகஸ்தீன் மக்கள் வாழும் வழிபற்றிக் கூறுகிறாரே அன்றி வாழ்க்கை ஒழுங்கமைப்புப் பற்றிக் கூறவில்லை. உலகில் நடக்கும் பெரும் போராட்டம் அரசுக்கும் திருச்சபைக்கும் இடையிலானதல்ல.

மாறாக இருவகையான - நன்மை, தீமைகளுக்கிடையிலான வாழ்க்கைப் போக்குகளின் மோதலே வரலாறாகும் என விளக்குகிறார்.

முடிவுரை

பிளேட்டோனிய மெய்யியல் மரபைக் கிறிஸ்தவத்துடன் கலக்கச் செய்யும் முயற்சியை அகஸ்தீனின் எழுத்துகள் சாத்தியமாக்கின. கிறிஸ்தவம் அதன் உண்மையான பொருளில் மெய்யியல் அல்ல. அதன் அடிப்படை நம்பிக்கைகள் மெய்யியல் என்பதைவிட வரலாற்றுத் தன்மையானவை என பிரையன் மெகி (1998) கூறுகிறார். கடவுள் உலகைப் படைத்தது, அத்துடன் ஆதமையும் ஏவாளையும் படைத்தது, ஆதமின் பாவச் செயல், இயேசுவின் பிறப்புச் செய்திகள், அவருடைய வாழ்க்கை வரலாறு என்பனவே கிறிஸ்தவத்தில் முதன்மையான இடத்தைப் பெறுகின்றன. நல்வாழ்வுக்கான போதனைகளில் இயேசு கவனம் செலுத்திய போதும் அங்கு மெய்யியல் பிரச்சினைகளுக்கும் கேள்விகளுக்கும் இடம் இருக்கவில்லை. அதனால், கிறிஸ்தவ சமயம் மெய்யியல் சாராத சமயமாகத்தான் காணப்படுகிறது.

அகஸ்தீன் இக்குறைபாட்டை நீக்க முயன்றார். பைபிளில் இருந்து தேர்ந்தெடுக்கப்பட்ட சில எண்ணக்கருக்களான படைத்தல், நன்மை, கடவுள், சடம், சுயவிருப்பத் தீர்மானம், நிர்ணயவாதம், தூய ஆன்மா போன்றவற்றுடன் அவர் மெய்யியல் கருத்துகளைத் தொடர்பு படுத்தினார். மேலும், பைபிளின் கருத்துகளுக்கு மெய்யியல் ரீதியில் விளக்கமளிக்கும் சிந்தனைக்கும் வழிவகுத்தார்.

7

நவீன மெய்யியலின் தோற்றம்: ரெனே டேக்கார்ட்

மாற்றம்

நவீன மெய்யியலின் தோற்றம் மத்திய காலக் கலாச்சாரத்தின் அடித் தளத்தை அசைத்தது; அதன் எல்லைகளை நிர்மூலம் செய்தது; நெருக்கடி யைத் தோற்றுவிக்கக் கூடிய எல்லா அம்சங்களையும் ஒன்றுசேர்த்து உலகம் பற்றிய முழுக்கருத்தையுமே அது உருமாற்றீடு செய்தது. நவீன காலத்தைத் தோற்றுவிப்பதற்கான புதிய கலாச்சாரத்திற்கான அடித்தளம் இவ்வாறுதான் இடப்பட்டது. நீண்டகாலத்திற்கு ஒருமுறை நிகழக் கூடிய விரிவான அடிப்படையான மாற்றத்தை இது வெளிப்படுத்தியது.

மத்தியகாலக் கருத்துகளால் வரையறுக்கப்பட்டிருந்த எண்ணங்கள் விடுதலை செய்யப்பட்டது உள்பட பல்வேறு மாற்றங்கள் இங்கு நிகழ்ந்தன. தேவாலயத்தின் ஆதிக்கம் குறைந்ததும் விஞ்ஞானம் எழுச்சி பெற்றதும் நவீன காலத்தை அடையாளப்படுத்திய இரு முக்கிய விடயங்களாக இருந்தன. நவீன காலத்தின் கலாச்சாரம் சமய குருமார்களின் கைகளிலிருந்து பொதுமனிதர்களின் கைகளுக்கு மாறியது. கலாச்சாரத்தைக் கட்டுப்படுத்தி வந்த தேவாலயத்தின் முக்கியத்துவத்தை அரசு தன்வசமாக்கியது. வரலாற்று ரீதியான, மானிட ரீதியான தன்மைகளும் அவற்றின் வளர்ச்சிகளும் தேவாலயங்களினால் இரகசிய மாக்கப்பட்டிருந்தன. சமய நம்பிக்கையை வளர்ப்பதில் தேவாலயங்கள் உறுதியாக இருந்தன.

மத்திய காலத்தில் மனித உலகமும் அதன் வரலாறும் பற்றிய அறிவு தேவாலயம் வரையறுத்த எல்லைகளுக்கு அப்பால் செல்லவில்லை. செந்நெறி அறிவுகளின் புத்தாக்கம் தேவாலயத்தின் அறிவுரீதியான இக்கட்டுப்பாடுகளை உடைத்தது. தொன்மை அறிவுகளிலிருந்து புது ஆக்கங்கள் பிறந்தன. மனித உறவுகள் கிறிஸ்தவத் தொடர்புகளினால் மட்டும் அல்ல முழுமனித உலகினாலும் ஆகக் கூடியவை என்ற விரிந்த மனப்பான்மை உருவாக்கம் பெற்றது (J.P. Gordy 1887). சிந்தனைகள்

இறையியல் சார்பிலிருந்து மனித மனப்பாங்குடையனவாக மாற்றம் பெற்றன.

தேவாலயத்திற்கும் அரசிற்கும் இடையிலான உறவுகள், பழமை யான மரபுகள், இறையியல்கள், சமய அதிகாரத்துவம் என்பனவற்றின் மீது குற்றங்காணும் காலமாக இது அமைந்திருந்தது. இது படிப்படியாக ஆரம்பித்து அதிகாரத்துவத்திற்கும் மரபுக்கும் எதிரான புரட்சியாகியது. கட்டளை வடிவமாக்கப்பட்டிருந்த உண்மைக்கு மாறாகப் பகுத்தறிவும், தேவாலய அமைப்பிற்கு மாற்றமாகத் தேசக் கட்டமைப்பும், கிறிஸ்தவமத அதிகாரக் கட்டாயப்படுத்தலுக்கு எதிராகத் தனிமனிதர் சுதந்திரமும் என்று இந்தப் புரட்சி வெடித்தது. தனிமனிதன் அறிவு ரீதியான சுதந்திரத்தைப் பெற்றான். தேவாலயத்திற்கும் அரசுக்கும் இடையிலான மோதலில் அரசு வெற்றிபெற்றது.

மரபுவாதங்களுக்கும் இறையியல் கொள்கைகளுக்கும் மெய்யியலில் தரப்பட்ட இடம் பகுத்தறிவை நோக்கித் திரும்பியது. உண்மையானது கட்டளையிடப்பட்ட ஆதிகால மரபுகளிலிருந்து அல்ல; சுதந்திரமான பாரபட்சமற்ற விசாரணைகளைக் கொண்ட அறிவுத் தேடலினாலேயே சாத்தியம் என்ற கருத்து வலிமை அடைந்தது.

மத்திய காலத்திற்கும் பின்-மத்தியகாலத்திற்கும் இடையில் அரசியல் சமூகத் தொடர்புகளின் தொடர்ச்சி காணப்பட்டது. தேசிய அரசுகள் படிப்படியாகத் தோற்றம் பெற்றன. மத்திய வகுப்பினரின் தோற்றத்தை யும் அவதானிக்க முடிந்தது. மத்திய காலத்தின் மந்தநிலை பற்றிப் பொதுவாகக் கூறப்பட்டு வந்தபோதும் விஞ்ஞானத்திலும் அனுபவ விஞ்ஞானத்திலும் மட்டுப்படுத்தப்பட்ட தொடர்ச்சிகள் இருந்தன (F. Copleston 1963:14). இத்தொடர்ச்சி மெய்யியலிலும் காணப்பட்டது. மத்திய காலத்தில் அங்கு நிலவிய பின்னடைவுகளுக்கு மத்தியிலும் மெய்யியல் தனி ஒரு கற்றல் துறையாக மலர்ச்சி பெறும் அடையாளங்கள் காணப்பட்டன. 14ஆம் நூற்றாண்டின் மெய்யியல் இயக்கங்கள் சில இதற்கு வலிமை சேர்த்தன. லீப்பினிட்ஸ், பிரான்சிஸ் பேக்கன், ரெனே டேக்கார்ட், லொக் போன்றவர்களின் மெய்யியல் சிந்தனைகளில் மத்தியகால மெய்யியல்களின் பாதிப்புகள் இருந்தன. ஐயத்திற்கிட மின்றி டேக்கார்ட் மத்தியகால புலமைவாதச் சிந்தனைகளின் பாதிப்பைப் பெற்றிருந்தார். ஆனால், நவீன மெய்யியலுக்கான அடித்தளம் அவரால் இடப்பட்டது.

அரசியல்

மறுமலர்ச்சிக் காலம் புதிய அரசியலுக்கு அல்லது அரசுக் கோட்

பாட்டுக்கும் வழிவகுத்தது. கிறிஸ்தவ அதிகார அமைப்பானது, அரசை தேவாலயத்தின் கீழ் வைத்திருந்த காலம் முடிவுறுவதை இது அறிவித்தது. தேவாலயம் தெய்வீக அமைவிடம். உலகில் அதுதான் இறைவனின் பிரதிநிதி. கிறிஸ்தவ சமயத்தைப் பரப்புவது அதன் பணி. அரசு, தேவாலயத்தின் கீழ்வரும் அலகு என்ற வரிசையில் மெய்யியலும் இறையியலின் கீழ் ஓர் அலகாகத் தேக்கமடைந்தது. எவ்வாறாயினும் புதிய சிந்தனைகள் இவற்றை எதிர்த்தன. மறுமலர்ச்சி யுகத்தில் கிறிஸ்தவத்தின் இக்கொள்கைகளுக்குப் பல எதிர்ப்புகள் உருவாகின. நவீனகாலத்தில் மலர்ச்சி பெற்ற புதிய கருத்துகளுக்கான அடிப்படைகள், அரசியல் சிந்தனைகளிலும் வெளிப்பட்டன. அரசு பற்றிய உலகியல் சார்ந்த கோட்பாடு உருவாக்கம் பெற்றது. அதன் பிரதானியாக மாக்கியவல்லி *(1469-1579)* விளங்கினார்.

இத்தாலியில் தேவாலயத்திலிருந்து முற்றாக விடுபட்ட சுதந்திரமான ஐக்கிய தேசத்தை மாக்கியவல்லி காண விரும்பினார். தமது காலத்தில் தேவாலய நடவடிக்கைகளால் ஊழல் மலிந்து கிடந்த அரசியலைத் தூய்மைப்படுத்தவும் சுதந்திரக் குடிமகனை உருவாக்கவும் அவர் முயன்றார். இறையியலுக்கும் தேவாலயத்திற்கும் கட்டுப்படாத தன்னாதிக்க அரசிற்கான சுதந்திர அரசியல் கோட்பாட்டை அவர் உருவாக்கினார்.

இது புதிய அரசியல் மெய்யியல் தோற்றத்திற்குரிய வாய்ப்பை வழங்கியது. சமூக ஒப்பந்தக் கோட்பாடு, வெகுசனத் தன்னாதிக்கம், ஆட்சியாளர் தன்னாதிக்கம், இயற்கைச் சட்டம், இயற்கை உரிமைகள் பற்றிய கருத்துகள் மலர்ச்சி பெற்றன. ஹொப்ஸ், லொக், ரூஸோ ஆகியோரின் அரசியல் மெய்யியல் பங்களிப்புகள் அரசுக் கோட்பாட்டிலும் அரசியல் மரபுகளிலும் பெரும் மாற்றங்களுக்கு வித்திடுபவையாக அமைந்தன. ஜீன்போடின் *(1530-1596)* அரசு, சமூக ஒப்பந்தத்தில் தங்கியிருப்பதாகக் கூறினார். ஜொஹான்ஸ் அல்தூஸியஸ் *(1557-1638)* மக்களின் தன்னாதிக்க அதிகாரம் அந்நியப்படுத்த முடியாத வல்லமையாகும் என்றார். தாமஸ் மோர் அவரது *உட்டோப்பியா*வில் (Utopia, 1516) அரசாங்கம் பற்றிய சமூக உடைமைக் கருத்தை விளக்கினார்.

மெய்யியலும் இறையியலும்

மெய்யியலைப் பொறுத்தவரை ஓர் இயக்கம் என்ற நோக்கில் 17ஆம் நூற்றாண்டு முக்கியத்துவம் உடையது. டேக்கார்ட் மெய்யியலைத் தமது காலத்தின் ஏனைய அறிவுத் துறைகளுடன் ஒப்பிடுகையில் அதன் முறையும் தாக்கமும் பலவீனமானதாக இருந்தன என்றார். டேக்கார்ட் இதனை அவதானித்தோடு கணிதம் கருத்துப் பேதத்திற்கு இடமற்ற,

அல்லது நிச்சய அறிவை வழங்கும் சக்தி பெற்றிருப்பதை அறிவுலகத்தின் கவனத்திற்குக் கொண்டுவந்தார்.

மத்தியகாலத்தில் இருந்து நவீன காலத்திற்கு கருத்துகள் மாறிவந்த காலப்பகுதியில் இறையியலிலிருந்து மெய்யியல் சுதந்திரம் அடையும் நிலை உருவாகியது. அக்வினாஸிற்கும் (மத்தியகாலம்) டேக்கார்ட் டிற்கும் (நவீன காலம்) இடையில் வெளிப்படையான வேறுபாடுகள் உள்ளன. டேக்கார்ட் கிறிஸ்தவ சமய நம்பிக்கையாளராக இருந்த போதும் அவர் இறையியலாளர் அல்லர், மெய்யியலாளர். அக்வினாஸ் மிகவும் முக்கியமாக ஓர் இறையியலாளர் ஆவார். மத்திய காலத்தின் அநேக மெய்யியலாளர்கள் இறையியலாளர்கள். மத்தியகாலத்தில் இறையியல் அதிஉயர் விஞ்ஞானமாக ஏற்றுக் கொள்ளப்பட்டிருந்தது.

17, 18ஆம் நூற்றாண்டுகளில் மெய்யியல் எடுத்துக்கொண்ட ஆய்வுப் பொருள்களுக்கும் மத்தியகால இறையியல் ஆர்வம் செலுத்திய விடயப் பொருள்களுக்கும் இடையில் வேறுபாடுகள் காணப்படுகின்றன. 17, 18ஆம் நூற்றாண்டுகளில் மெய்யியல் மத்தியகால இறையியல் விடயப் பொருள்களிலிருந்து விடுபட்டிருந்தது. டேக்கார்ட், லொக் போன்ற இக்கால மெய்யியலாளர்கள் கிறிஸ்தவ சமய நம்பிக்கை உள்ளவர்களாக இருந்தபோதும் இக்கால மெய்யியலாளர்கள் இறையியல் சார்பற்ற விதத்தில் மனித இயல்பு, மனித அறிவு, இயற்கை பற்றி ஆராய்ந்தனர்.

மறுமலர்ச்சி யுகத்திற்குரிய மனித மையவாதச் சிந்தனைகளையும் இதனுடன் இணைத்து நோக்கலாம். அதாவது மெய்யியலில் சமயக் கோட்பாடுகளின் சார்பற்ற மனித மையவாதச் சிந்தனைகள் (ஹியூமனிஸம்) செல்வாக்குப் பெற்றன. பிந்தைய-பிளேட்டோனிய மரபு இத்தாலிய மனித மையவாதத்தை ஏற்றிருந்தது. இத்தாலியப் பிளேட்டோனிய வாதம் மனித ஆளுமையின் ஒத்திசைவை வலியுறுத் தியது. அதேவேளை மத்தியகாலத்தை எதிர்க்கும் சிந்தனைகளும் அதில் இருந்தன. மத்திய காலத்தில் குவிமையம் பெற்றிருந்த சமயக் கருத்து களுக்கு மாறாக இயங்கு சக்திமிக்க ஐக்கியக் கருத்தாக இயற்கையை விளக்கும் கொள்கைகள் வளர்ச்சிபெற்றன.

பேக்கன்: விமர்சனப் பகுப்பாய்வு

இங்கிலாந்தில் பிரான்ஸிஸ் பேக்கன் (1561-1626) இயற்கை பற்றிய ஆய்வுக்குப் பெரும் தூண்டுதல் அளித்தார். மன்னர் முதலாம் ஜேம்ஸ் மூலமாக இதற்காக அரச நிறுவனம் ஒன்றை அவர் நிறுவ முயன்றார். பின்னர் அது பரிசோதனை விஞ்ஞானக் கல்வியகமாக வளர்ச்சி

பெற்றது. இரண்டாம் சார்ள்ஸ் (ஜேம்ஸின் பேரன்) காலத்தில் பேக்கனின் விஞ்ஞான அணுகுமுறையை முன்னெடுக்கும் அரச அமைப்பு 1662இல் பேக்கனியவாதிகளால் தோற்றுவிக்கப்பட்டது. இதனைத் தொடர்ந்து வந்த பிரித்தானியாவின் பெரிய விஞ்ஞானி களான நியூட்டன், டார்வின் போன்றவர்கள் பேக்கனின் சிந்தனை களுக்குத் தாம் கடன்பட்டிருப்பதாகக் குறிப்பிட்டனர்.

இயற்கையை மனித ஆற்றலினால் வெற்றிகொள்ளும் சக்தி விஞ்ஞான அறிவுக்கு இருப்பதாக முதலில் கூறியவர்களில் பேக்கனும் ஒருவர். மனிதனின் வாழ்க்கை முன்னேற்றத்திற்கு விஞ்ஞான வளர்ச்சி அவசியம் என்ற கருத்தை அவர் வலியுறுத்தினார். விஞ்ஞான வளர்ச்சிக் கான புதிய முறைகளின் வழிகாட்டியாக அவர் விளங்கினார். அறிவு முதல்வாதிகளின் சிந்தனைகள் கவர்ச்சியானவையாக இருந்த போதும் அவை புறவய யதார்த்தத்துடன் தொடர்பற்றிருப்பதாகக் குறிப் பிட்டார். அனுபவமுதல்வாதிகள் எறும்புகளைப் போல கவனமற்ற முறையில் எண்ணற்ற தரவுகளைச் சேர்த்து தமது சிந்தனைகளால் சிறிதளவு வெற்றியையே சாதித்துள்ளனர் என்றார். மேலும், அறிவு முதல்வாதிகளும் அனுபவமுதல்வாதிகளும் தமது அறிவுப் பணிகளில் வெற்றிபெற முடியாதிருந்ததை விமர்சித்தார்.

சரியான முறையியல் இல்லை என்ற கருத்தை நோக்கி பேக்கன் தமது தாக்குதலைத் தொடங்கினார். அவரது ‘முறையியல் விமர்சன நோக்கில்’ அரிஸ்டாட்டிலிய அளவையியல் கடும் தாக்குதலுக்குள்ளாகியது. அரிஸ்டாட்டிலின் பாரம்பரிய அளவையியல், கண்டுபிடிப்பிற்கு உதவாத கருவி என்றார். உண்மைக்கான சம்மதத்தைப் பெற அரிஸ்டாட்டிலிய அளவையியல் கட்டாயப்படுத்துகின்றதே அன்றி புதிதாக அது எதையும் கூறவில்லை. விஞ்ஞான அறிவு வளர்ச்சிக்கு எது தடை, எது ஆதரவானது என்ற உரையாடலை அவர் ஆரம்பித்தார்.

அவர் தோற்றுவித்த விஞ்ஞான முறை பற்றிய விளக்கமும் விவாதமும் 17ஆம் நூற்றாண்டிலிருந்து 20ஆம் நூற்றாண்டு வரையிலான விஞ்ஞான முறை விளக்கங்களில் பெரும் தாக்கத்தை ஏற்படுத்தின. பேக்கன் விஞ்ஞான அறிவுபற்றி மனித குலத்திற்குச் சரியான பாதையைக் காட்டியதாகப் பாராட்டப்பட்டார். 18ஆம் நூற்றாண்டில் வால்ட்டேயர் உள்பட பிரான்ஸ் தேசத்தின் பல சிந்தனையாளர்கள் விமர்சனப் பகுப்பாய்வையும் விஞ்ஞான ரீதியான சிந்தனையையும் பேக்கன் தொடக்கி வைத்ததாகக் கூறினர். ‘தூய பகுத்தறிவுப் பகுப்பாய்வு’ என்னும் தமது நூலில் காண்ட், பேக்கனின் கூற்றை முன்பக்கத்தில் பதிவுசெய்தார்.

பிரான்ஸிஸ் பேக்கன் (கி.பி. 1561-1626)

பிரான்சிஸ் பேக்கன் ஆங்கில அரசியல் ஞானி, விஞ்ஞான மெய்யியலாளர். ஜேம்ஸ் I ஆட்சியில் உயர்ந்த அரசியல் பதவியை அவர் வகித்தார். இத்தாலியில் சீர்திருத்த வாதத்திற்கு எதிராகச் சமயம் போர்க்கொடி உயர்த்தியபோது இங்கிலாந்தில் நவீன விஞ்ஞானத்தின் நிறுவனத் தந்தையாக பேக்கன் பணியாற்றினார். மிக இறுக்கமான பொருளில் அவர் ஒரு விஞ்ஞானி அல்ல. அவரிடம் ஆய்வுக் கூடங்கள் எதுவும் இருக்கவில்லை. ஆனால், அவர் நவீன அறிவியலின் திருத்தூதர். அவர் புகழ்பெற்ற குடும்பத்தில் பிறந்தார். அவரது தந்தையின் பெயர் சர்.நிக்கொலஸ் பேக்கன். 12ஆவது வயதில் கேம்பிரிட்ஜ் திரித்துவக் கல்லூரியில் கல்வி கற்றார்.

பிரான்ஸிஸ் பேக்கன் கேம்பிரிட்ஜில் (1575) 16 வயது மாணவனாக இருக்கும் போது இயற்கை ஆராய்ச்சியில் புதிய முறையை ஆரம்பித்தார். அரிஸ்டாட்டிலிய மெய்யியலில் தாம் அதிருப்தி அடைந்திருப்பதாகவும் அவர் மாபெரும் சிந்தனையாளராக இருந்த போதும் அவரது வழிமுறைகள் பயனற்றவை எனவும் கூறினார்.

1576இல் இளம் பேக்கன் சர் அமியாஸ் பவுல் உடன் பாரிஸ் சென்றார். அப்போது பிரான்ஸ் பல்வேறு அரசியல் பிரச்சினைகளின் கொதிப்பில் மூழ்கி இருந்தது. தவறான ஆட்சிமுறையை பேக்கன் அங்கு நன்கு அவதானித்தார். பேக்கன் சட்டம் பயின்று 1582இல் சட்டத்தரணியாகப் பதிவு செய்துகொண்டார். அதே வருடத்தில் 'மெய்யியலின் புதுமீட்பமைவு' என்ற தலைப்பில் அவரது முதல் கட்டுரையை எழுதினார். நடைமுறையில் இருந்த விஞ்ஞான முறைகளை அவர் விமர்சித்தார். மனித அறிவு வளர்ச்சிக்கும் மனித ஆற்றலின் மேம்பாட்டிற்கும் இந்த முறைகள் தடைகள் எனக் குற்றம் சாட்டினார்.

பேக்கனின் படைப்புகளை மெய்யியல் படைப்புகள், இலக்கிய மற்றும் தொழில்சார் படைப்புகள் என வகுக்கலாம். அவரது முதன்மையான மெய்யியல் நூலான *கற்றலின் முன்னேற்றம்* 1605இல் வெளிவந்தது. 1607இல் சட்டமா அதிபராக (அட்டர்னி ஜெனரல்) நியமனம் பெற்ற காலப் பகுதியில் தமது Novum Organum எனும் நூலை எழுதி முடிப்பதில் தீவிரமாக ஈடுபட்டிருந்தார். இது 1620இல்

லத்தீன் மொழியில் வெளியிடப்பட்டது. பேக்கன் சிறிது உடல்நலப் பாதிப்புக்குள்ளாகி இருந்தபோதும் வாய்ப்புக்கேடாக அவர் மரணம் எதிர்பாராத விதமாக நிகழ்ந்தது. மார்ச் 1626இல் ஹைகோட் பாதையில் பனிக்கட்டியில் வழுக்கி விழுந்து அதில் ஏற்பட்ட உடல்நலக் குறைவால் ஏப்ரல் 1626இல் மரணித்தார்.

பேக்கன் அடிப்படையில் ஒரு அனுபவவாதி. விரிவான கொள்கை விளக்கங்களுடன் அனுபவவாதத்தை அவர் வெளியிடாத போதும் அவர் அந்தப் பள்ளியைச் சேர்ந்தவர். இறைவாக்கைத் தவிர எல்லா அறிவும் புலன் அறிவு என்றார். அறிவுக்குப் புலன் ஆதாரமாக உள்ளது. புலன்களுக்கு வழங்கப்படும் பொருள்களைக் கொண்டு மனித அறிவு (மனித மனம்) செயல்படுகிறது என்பது அவரது கொள்கை.

நவீனகால பிரதான உயிர்ப்புச் சக்திகளில் பேக்கன் முக்கிய மானவர். அரிஸ்டாட்டில் முதல் எல்லா மரபுவாதச் சிந்தனைகளையும் அவர் விமர்சித்தார். கடந்த கால முறைகளிலும் அடித்தளங்களிலும் தவறுகள் உள்ளன; பிறப்புரிமை போல் தொடரும் தவறான முன்னெண்ணங்களில் இருந்து மனிதன் விடுதலைபெற வேண்டும் என்றார். கருத்துகளையும் மரபுகளையும் பின்பற்றிக் கொண்டி ருப்பதை விட்டு சொந்தச் சிந்தனைகளுக்கு மனிதனை அழைத்தார். இயற்கை விஞ்ஞானம், முறையியல் (தொகுத்தறிவு) இவைதாம் கண்டுபிடிப்புக் கலைக்கான இலக்கு என்றார்.

சரியான முறை பின்பற்றப்படாததால் கடந்த 2000 வருட அறிவுலக முன்னேற்ற முயற்சிகள் வீணடிக்கப்பட்டன என்றார். நாம் விஞ்ஞான அறிவில் (மனித அறிவுகளில்) மாற்றத்தையும் வளர்ச்சியையும் தோற்றுவிப்பதாயின் இவை புதிதாகக் கட்டியெழுப்பப்பட வேண்டும் என்றார். அவருடைய இந்தக் கருத்து விஞ்ஞான அறிவுவளர்ச்சிக்கான தூதாக அமைந்திருந்தது. இயற்கை வளர்ச்சியில் அறிவின் செயற்பாடும் பங்களிப்பும் சரியாகவும் வெற்றிகரமாகவும் அமைய வேண்டுமானால் அவதானம் (அனுபவம்) இன்றியமையாதது என்று வலியுறுத்தினார். இந்தக் கருத்து நவீன கால அறிவு வளர்ச்சிக்கு அவர் முன்வைத்த மற்றொரு முன்னேற்றமான சிந்தனையாகும். ‘அனுபவம் தான் உண்மையான செயல்முறை நிரூபணம்’ என்பது அவரது முக்கியமான கருத்துகளில் ஒன்றாகும்.

இயற்கையும் விஞ்ஞானமும்

அறிவொளிக் காலத்தில் இயற்கையை முதன்மை ஆய்வுப் பொருளாக்கும்

முயற்சிகள் ஆரம்பித்தன. இயற்கையை ஆராய்வதற்கு அவதானம், பரிசோதனை போன்ற யதார்த்தமான உலகியல் முறைகளைப் பயன்படுத்தியிருக்க வேண்டும். ஆனால் இயற்கை 'மர்மமானது' எனக் கருதப்பட்டது போல அதன் ஆய்வுமுறைகளும் மறைபொருள் அறிவாக இருந்தன. புதிய சிந்தனை உலகம் இதனை எதிர்த்தது. ஜியார்டானோ புரூனோவின் எழுத்துகளில் இக்கருத்துகள் பிரதி பலித்தன. அவர் முன்வைத்த இயற்கை பற்றிய மெய்யியல் ரீதியான கருத்துகள் நவீன காலத்தை நோக்கிச் செல்வதாக இருந்தன. கணித வல்லுநரும் இயற்பியல் அறிஞரும் விஞ்ஞானியுமான கிரோலாமோ கார்டானோ *(1501-1571)* எல்லாப் பொருள்களையும் இயற்கை ரீதியாக விளக்கினார். பெர்ணாடினோ டெலேஸியோ *(1508-1588)* அரிஸ்டாட்டிலிய மற்றும் தொன்மைச் சிந்தனையாளர்களின் கருத்துகளின் பிடியிலிருந்து இயற்கை விஞ்ஞானத்தை விடுவிக்கப் பாடுபட்டார்.

மத்தியகாலத்தில் புறஉலகு பற்றிக் கூறப்பட்டுவந்த கருத்துகள் விரைவில் விஞ்ஞான இயக்கமாக வடிவம் பெற்றன. லியனார்டோ டா வின்சி *(1452-1519)*, கோபர்னிகஸ் *(1473-1543)*, கலிலியோ *(1564-1641)*, கெப்ளர் *(1571-1630)*, நியூட்டன் *(1642-1727)* போன்றவர்களின் சிந்தனைகள் இதில் முதன்மை இடத்தை வகித்தன. இவர்கள் மறைபொருள்ரீதியான, மந்திரவித்தை ரீதியான தொடர்பு களிலிருந்து இயற்கை ஆராய்ச்சியை விடுவித்தனர். இயற்கையை இயற்கை யினால் ஆராயும் முறைக்கு அவர்கள் வலிமை சேர்த்தனர். டைக்கோ புரோஹி *(1546-1601)* அரிஸ்டாட்டிலிய விண்கோள்கள் பற்றிய கொள்கையைத் தவறென நிரூபித்தார். உலகுபற்றிய அரிஸ்டாட்டிலிய நோக்கு புவிமையக் கொள்கையாகவே இருந்தது. தொலமி இதற்கு ஆதரவு வழங்கியபோது புவியே பிரபஞ்சத்தின் மையம் என்பது மீண்டும் உறுதிப்படுத்தப்பட்டது. ஆனால், டைக்கோ புரோஹி கோள்கள் சூரியனைச் சுற்றிவருவதாகத் தமது கணிதக் கணிப்பீட்டின் மூலம் கண்டுபிடித்தார். அது வானவியலில் நவீன கருத்துக்கு வித்திட்டது. கெப்ளர் கோள்களின் வட்டவரையைக் கண்டுபிடித்தார். இதனால், வானசாஸ்திரம் வானவியலாகியது. ராபர்ட் பொய்ல் இரசாயன வியலில் அணுக்கோட்பாட்டை அறிமுகப்படுத்தினார். அதன் மூலம் ரஸவாதம் முற்றுப்பெற்று வேதியியல் (இரசாயனவியல்) ஆரம்பமாகியது.

கணித அறிவு வானவியலிலும் இயற்கை பற்றிய அறிவிலும் புரட்சி களை நிகழ்த்தியது. உருப்பெருக்கி, காந்தவியல், மின்சாரம் போன்ற கருவிகளும் புதிய விடயங்களும் கண்டுபிடிக்கப்பட்டன.

கலிலியோ கலீலி

அக்காலத்தில் நட்சத்திரங்களைப் பார்ப்பதற்கு சிறந்த கண்பார்வை அவசியமானதாக இருந்தது. மனிதக் கண்களால் சுமார் 5000 நட்சத்திரங் களைப் பார்க்க முடியும். ஆனால் தொலைநோக்கி மூலம் மில்லியன் கணக்கான நட்சத்திரங்களை ஒருவர் பார்க்கலாம். 1608இல் லிப்பெர்ஷே என்ற கண்ணாடித் தயாரிப்பாளர் இரு கண்ணாடி வில்லைகளுக்கு இடையில் இடைத்தூரம் விட்டு அவற்றின் ஊடாகப் பார்ப்பதன் மூலம் வெகுதூரத்தில் உள்ள பொருள்களையும் உருப்பெருக்கியோ விரிவாகவோ பார்க்க முடியும் என்று கண்டுபிடித்தார். கலிலியோ இதனை அறிந்து அதன் மூலம் நட்சத்திர ஆராய்ச்சியை விரிவுபடுத்தலாம் என்று நம்பினார்.

கலிலியோ பரிசோதனை செய்த பின்னரே எதையும் நம்பினார். இருவேறு நிலைகளைக் கொண்ட ஒரே பொருள் ஒரே அளவான உயரத்தில் இருந்து விழும்போது பாரம் கூடியது தரையை வேகமாக அடையும் என்ற அரிஸ்டாட்டிலின் கூற்றை கலிலியோ மறுத்தார். பீசா சாய்ந்த கோபுரத்திலிருந்து நிகழ்த்தப்பட்ட நேரடிச் சோதனைகள் மூலம் அது தவறென்பதைப் பல நூற்றாண்டுகளுக்குப் பின்னர் நிரூபித்தார். லிப்பர்ஷேயின் திருத்தமற்ற தொலைநோக்கி கருவியில் புதிய அம்சங்களை அறிமுகம் செய்து மேலும் தெளிவாகப் பொருள் களை உருப்பெருக்கம் செய்யக்கூடிய கண்ணாடியை உருவாக்கினார். அவரது தொலைநோக்கி வானவியலில் பல புதிய உண்மைகளை வெளிப்படுத்தியது.

பல விஞ்ஞானிகளின் ஆதரவைக் கலிலியோ பெற்ற போதும் சிலர் அதனை ஒரு வேடிக்கைப் பொருளாக மதித்தனர். தேவாலயப் பிரிவினர் அவரை எதிர்த்தனர். பைபிளின் அறிவுலக அதிகாரத்தைக் கலிலியோ குறைத்துவிட முயல்வதாக அவர்மீது குற்றம் சாட்டினர். அவரைத் தாக்குவதற்கும் ஆவல் கொண்டிருந்தனர். தேவாலய அதிகாரப் பிரிவினருக்குக் கலிலியோ எழுதிய கடிதத்தில் 'பைபிள் விஞ்ஞானத் தைப் போதிப்பதை நோக்கமாகக் கொண்டிருக்கவில்லை. மோட்சம் அடைவதற்கான வழிகளைச் சுட்டிக்காட்டுவதுதான் அதன் நோக்கம்' என்று குறிப்பிட்டார். ஆயினும், கலிலியோவின் கண்டுபிடிப்புகளால் அதிர்ச்சியடைந்த தேவாலய அதிகாரிகள் கலிலியோ மீது பல்வேறு குற்றச்சாட்டுகளைச் சுமத்தி நீதிமன்றத்தில் நிறுத்தினர். விஞ்ஞானத் தைப் பற்றி அறியாத, அரைகுறை அறிவைப் பெற்றிருந்த நீதிபதிகள் பூமி சூரியனைச் சுற்றி வருகிறது என்ற புதிய அறிவைக் கைவிட வேண்டும் அல்லது சிறை செல்லவேண்டும் எனக் கூறி இரண்டில் ஒன்றைத் தேர்வு செய்யும்படி அவரை வேண்டினர். கலிலியோ தமது

நவீன மெய்யியலின் தோற்றம்

கொள்கையை விட்டுக் கொடுக்காததால் மத விசாரணைக்கு உட்படுத்தப்பட்டு கலிலியோ சிறையில் அடைக்கப்பட்டார்.

கலிலியோவைத் தொடர்ந்து உலகு பற்றிய இயந்திரிக எண்ணக்கரு நியூட்டனின் சிந்தனைகளால் மேலும் விரிவு பெற்றது. குறிப்பாக மறுமலர்ச்சிக் கால விஞ்ஞான முன்னேற்றம் மெய்யியலின் புதிய இயக்கத்திற்கு இரத்தம் பாய்ச்சியது போல் அமைந்தது. 17ஆம் நூற்றாண்டை நோக்கி மெய்யியல் புதிய பிரவேசத்தை நிகழ்த்த விஞ்ஞானம் முக்கியமான பங்கை வழங்கியது.

கடவுள் நம்பிக்கையில் இருந்து இக்கால விஞ்ஞானிகள் அதிகம் தளராதபோதும் இயற்கையைத் தனிச்சக்திமிக்கத் தன்னியக்க, இயக்க விசை ஆற்றலாகக் கண்டார்கள். இறையியலின் துணையின்றி இயற்கையை அறிந்துகொள்ள முடியும் என்பதை அவர்கள் நிரூபித்தனர். இயற்கைக்கும் கடவுளுக்கும் இடையிலான உறவுபற்றி மத்தியகாலத்தில் காணப்பட்ட சிந்தனையில் இருந்து புதிய சிந்தனை மாறுபட்டதாக இருந்தது. இறைவனே இயற்கையைத் தோற்றுவித்தான் என்பதை மறுமலர்ச்சிக் கால விஞ்ஞானிகள் மறுக்கவில்லை. அறிவுள்ள படைப் பாளன் ஒருவன் இருக்கிறான் என்பதை உலகம் உணர்த்துகிறது என்று அவர்கள் ஏற்றுக்கொண்டிருந்தனர்.

நியூட்டனும் இதற்குச் சமமான கருத்தைக் கொண்டிருந்தார். ஆனால், மறுமலர்ச்சி யுக விஞ்ஞானிகள் இயற்கையை ஒன்றுமற்ற பண்டமாகவோ மரக்கட்டையாகவோ கருதவில்லை. மறுமலர்ச்சி யுகத்தின் இயற்கைக் கொள்கை இக்கால மெய்யியலிலும் பிரதிபலித்தது. 17ஆம் நூற்றாண்டு மெய்யியலின் இக்கருத்து மேலும் உறுதி பெற்ற சிந்தனையாக மலர்ந்தது. சுருக்கமாகக் கூறினால் 17ஆம் நூற்றாண்டின் கொள்கையானது விஞ்ஞானத்தை ஏற்பதாக அமைந்திருந்தது. புறஉலக ஆராய்ச்சியில் அதிக உண்மைகளைக் கண்டடைவதில் விஞ்ஞானமும் பிரச்சினைகளைக் கையாள்வதில் மெய்யியலும் செயல்பட்டன எனலாம்.

புற உலகை ஆராய்வதற்கான முதன்மை நோக்கம் அதன் அறிவு ரீதியான ஒழுங்கையும் ஒத்திசைவையும் காண்பதே ஆகும். அதைக் காணும் ஆற்றலைக் கடவுள் கணிதத்தில் தந்திருப்பதாகக் கெப்ளர் கூறினார். இக்கூற்று டேக்கார்ட்டிற்கு விரிவான பொருளைத் தந்தது. கெப்ளரின் கருத்தை மெய்யியலுக்கும் விரிவுபடுத்த டேக்கார்ட் முயன்றார். கணித அடிப்படையில் வகுக்கப்பட்ட புதிய முறையியல் மூலம் மெய்யியல் சீராக்கப்பட வேண்டும் என்ற இலட்சியத்தை நோக்கி டேக்கார்ட்டின் சிந்தனைகளை இது திருப்பியது.

மெய்யியலைச் செல்வாக்குள்ள துறையாகக் கருதுவதாயின் 17ஆம் நூற்றாண்டு ஒரு முக்கிய காலப்பகுதியாகும். டேக்கார்ட் அவரது காலத்தில் மெய்யியல் முறையும் மெய்யியலின் தாக்கமும் ஏனைய அறிவுத்துறைகளைவிட பலவீனமானதாக இருப்பதாக உணர்ந்தார். கருத்து வேறுபாட்டிற்கிடமற்ற ஏற்புடைமை கணிதத்தில் சாத்தியமாவதை அவர் அவதானித்தார்.

நவீன மெய்யியல், ரெனே டேக்கார்ட்டில் (1596-1650) இருந்து ஆரம்பமாகிறது. நவீனம் என்ற சொல் 17ஆம் நூற்றாண்டிற்காகப் பயன்படுத்தப்படுகிறது. மத்தியகால, பின்-மத்தியகால மெய்யியலின் பிளவை இது பிரதிபலிக்கிறது. தாம் செய்ய முயலும் மெய்யியலுக்கும் மத்தியகால மெய்யியலுக்கும் இடையே தீவிர வேறுபாடிருப்பதாக நவீனகால மெய்யியலாளர்கள் கருதினர். குறிப்பாக நவீன மெய்யியலின் தந்தை என வர்ணிக்கப்படும் ரெனே டேக்கார்ட் புதிய மெய்யியலுக்கான ஆரம்பத்தைத் தேடுவது பற்றிய உறுதியான உணர்வைப் பெற்றிருந்தார். டேக்கார்ட் புதிய முறையை அறிமுகப் படுத்தியதன் மூலம் மெய்யியலின் செல்வழி தீவிர மாற்றத்திற் குள்ளாகியது.

ரெனே டேக்கார்ட்

தமது காலத்தின் மெய்யியலைக் கடந்து சென்று புதிய மெய்யியலின் தோற்றத்துக்கு ரெனே டேக்கார்ட் (1596-1650) வழிவகுத்தார். மத்திய காலத்தில் ஆட்சி செய்த மரபுகளின் அதிகாரத்தையும் அரிஸ்டாட்டிலிய மெய்யியல் பள்ளியையும் புலன்களின் அதிகாரத்தை யும் அவர் நிராகரித்தார். மெய்யியலை மெய்யியலாக ஏற்பது அவரது முதன்மைக் குறிக்கோளாக இருந்தது. இதன் ஊடாகப் புதிய மெய்யியல் முறை ஒன்றை அவர் அறிமுகம் செய்தார்.

சிறுவயதில் டேக்கார்ட் மெய்யியலாளர் போல் கேள்விகள் கேட்டு வந்ததனால் அவரது தந்தை அவரை மெய்யியலாளர் என்று அழைத்ததாகக் கூறப்படுகிறது. அவரது ஆரம்பக் கல்வி முதல் உயர்கல்வி வரை உயர்கணிதமும் இயற்பியலும் அவரது விருப்பத்திற்குரிய துறை களாக விளங்கின. அவர் பல விஞ்ஞானக் கருத்துகளை முன்வைத்தார். எனினும், அவரது விஞ்ஞானக் கருத்துகள் அத்துணை வெற்றிபெற வில்லை. பிரபஞ்சம் பற்றி அவர் முன்வைத்த கருத்துகள் கணிதரீதியாகப் போதுமானவையாக இருந்தபோதும் கலிலியோவின் விவரிப்புக்களைப் போல அச்சமற்றவையாகவும் விடய விவரங்களைப் போதிய அளவு உள்ளடக்கியவையாகவும் இருக்கவில்லை.

நவீன மெய்யியலின் தோற்றம்

ஜெசூட் பாதிரிகளின் கூட்டு எதிர்ப்பு கோபர்னிகஸின் புதிய விஞ்ஞானக் கண்டுபிடிப்புகளுக்குப் பெரிய தடையாகியது. கோபர்னிகஸ் உருவாக்கிய விஞ்ஞானப் பின்னணியை வெற்றிகரமாக மாற்ற டேக்கார்ட்டிற்கு சந்தர்ப்பம் வழங்கப்படவில்லை. தமது நூல்களையும் கத்தோலிக்கப் பாதிரியார்கள் தடை செய்துவிடுவார்களோ என்று டேக்கார்ட் பயந்தார். கலிலியோ முகம் கொடுத்த கத்தோலிக்க அமைப்புகளின் கூட்டு எதிர்ப்புக்கும் துன்புறுத்தல்களுக்கும் ஆளாகாது தம்மைப் பாதுகாக்கும் முயற்சியை அவர் மேற்கொண்டதாகத் தெரிகிறது (A.D.P. Kalansuriya 1963). அதனால் அவர் ஒரு மத்திய பாதையைத் தேர்ந்தெடுக்க நிர்ப்பந்திக்கப்பட்டார். கோபர்னிகஸ், கலிலியோ போன்றோர் உருவாக்கிய நவீன விஞ்ஞான வளர்ச்சிப் பாதையில் அவர் பயணிப்பதில் தயக்கங்கள் காணப்பட்டன. எவ்வாறாயினும், டேக்கார்ட் கல்வி கற்றுத் தேறிய ஃப்லீச் கல்லூரியின் பாதிரிமார்களும் கத்தோலிக்க அமைப்புகளும் கூட்டுச்சேர்ந்து 1663இல் டேக்கார்ட்டின் நூல்களுக்குத் தடை விதித்தனர். சமயத்திற்கு அப்பால் மெய்யியலிலும் விஞ்ஞானத்திலும் கவனம் செலுத்த வேண்டும் என்ற டேக்கார்ட்டின் அழைப்பைக் கத்தோலிக்க அமைப்புகள் எதிர்த்தன.

டேக்கார்ட் ஒரு மெய்யியலாளர், கணித அறிஞர். அதனால் அவர் அறிவினால் தீர்க்கக்கூடிய பிரச்சினைகளையே பெரிதும் கவனத்தில் எடுத்துக்கொண்டார். தூய இறையியல் விடயங்களை ஆராய்வதை அவர் தவிர்த்துக் கொண்டார். பகுத்தறிவு ஊடாக 'மெய்யியல் உண்மையை' அடைவதுதான் அவரது நோக்கமாக இருந்தது. 'உண்மையை அறிவதில் முழுமையாகத் தம்மை அர்ப்பணித் திருப்பதாக' அவர் கூறினார் (F. Copleston 1963).

டேக்கார்ட்டின் நோக்கில் மெய்யியல் என்பது ஞானத்தைப் பற்றிய கல்வி. எல்லாப் பொருள்களையும் பற்றிய முழு அறிவாகும். அது மனித வாழ்க்கையை நடத்துவதற்கு, ஆரோக்கியத்தைப் பாதுகாப்பதற்கு எல்லாவிதக் கலைகளையும் கண்டறிவதற்கு ஆதாரமான அறிவு. மெய்யியல் என்ற பொதுத் தலைப்பிற்குள் டேக்கார்ட் மீமெய்யியலை மட்டுமல்ல விஞ்ஞானத்தையும் ஒன்றிணைத்துள்ளார். இவற்றிலிருந்து மருத்துவம், இயந்திரவியல், ஒழுக்கவியல் என்ற விஞ்ஞானத்தின் கிளைகள் தளிர்க்கின்றன. 'டேக்கார்ட் மெய்யியலின் பயன்பாட்டு முக்கியத்துவத்தை அடிக்கடி வலியுறுத்தினார்' (F. Copleston 1963). 'மெய்யியலைப் பெற்றிருப்பதைவிட ஒரு நாடு வேறு எந்தப் பெரிய நல்ல விடயத்தையும் பெற்றிருக்க முடியாது' என்று டேக்கார்ட் கூறுகிறார். நடைமுறை (பயன்பாட்டு) மெய்யியலின் இறுதியான, முக்கியமானப் பகுதியாக டேக்கார்ட் ஒழுக்கவியலை அறிமுகம் செய்கிறார்.

ரெனே டேக்கார்ட் (கி.பி. 1596-1650)

டேக்கார்ட் நவீன மெய்யியலின் தந்தை. 1596இல் பிரான்ஸில் பிறந்தார். ஜெசூட்களிடம் சிறந்த கல்வியைப் பெற்றார். ஜெசூட் பாதிரிகளால் நடத்தப்பட்ட 'றோயல் டி லா ஃப்லீச்' கல்லூரியில் 1607இல் அவரது கல்வி ஆரம்பமாகியது. அவரது கல்வியில் மெய்யியலும் கணிதமும் பிரதான இடத்தைப் பெற்றிருந்தன. பின்னர் 1615இல் பொய்ட்டியர்ஸ் பல்கலைக்கழகத்தில் சட்டத்துறையில் பட்டம் பெற்றார். டேக்கார்ட்டின் பங்களிப்புகளில் கேத்திர கணிதப் பகுப்பாய்வும் அடங்கும். அவரது ஆரம்பக் கல்வி கணிதத்தையும் பௌதிகத்தையும் பிரதானமாகக் கொண்ட பயிற்சியாக அமைந்திருந்தது. ஒளியியலில் ஒளிவிலகல் விதியையும் அவர் கண்டுபிடித்தார்.

பொய்ட்டியர்ஸ் பல்கலைக்கழகத்தின் கல்வி அவருக்குத் திருப்தி தரவில்லை. பின்னர் அவர் இராணுவப் பொறியியலில் பயிற்சி பெற்றார். ஓர் இராணுவ வீரராக அவர் ஐரோப்பாவின் பல பாகங்களுக்குப் பயணம் மேற்கொண்டார். அவரது பயணத்தின் போது அவர் ஐஸெக் பீக்மென் என்பவரைச் சந்தித்தார். அவரது செல்வாக்கினால் விஞ்ஞானத்திலும் கணிதத்திலும் மிகுந்த ஆர்வத்துடன் ஈடுபட்டார்.

பின்னர் அவர் ஹாலண்ட் நாட்டில் குடியேறினார். ஐரோப்பாவில் அதிக அளவு கருத்துச் சுதந்திரம் அன்று ஹாலண்டில் இருந்தது. அங்கு அவர் மனிதனின் சிந்தனை அடிப்படைகளைப் பரிசீலிப்பதில் ஈடுபட்டார். 1629க்கும் 1649க்கும் இடைப்பட்ட காலத்தில் மிக உயர்வானவை என்று அறிவுலகம் மதிக்கும் படைப்புகளை அவர் உருவாக்கினார். டிஸ்கோர்ஸ் ஆன் மெதொட் 1637இல் வெளிவந்தது. மெடிடேஷன்ஸ் 1649இல் வெளிவந்தது. 1650இல் டேக்கார்ட் மரணமடைந்தார்.

ஒழுக்கவியலைப் பற்றி அவர் உறுதியான கோட்பாடுகளை முன்வைக்கவில்லையாயினும் ஒழுக்கவியல் டேக்கார்ட்டின் சிந்தனை ஒழுங்கு முறைமையில் ஆழமான இடத்தைப் பெற்றிருப்பதை அவதானிக்க முடியும்.

டேக்கார்ட்டின் பிரச்சினை

டேக்கார்ட் மரபுகளிலும் அதிகாரங்களிலும் தங்கியிருக்க விரும்பாதவர். தமது சுயஅறிவின் மூலம் பிரச்சினைகளுக்குத் தீர்வுகளைக் காண முற்பட்டார். மேலும், உறுதியான அறிவு அவரது மெய்யியல் தாரக மந்திரமாக விளங்கியது. உண்மையை அறிவதற்கு அறிவு பற்றிய கருத்தாக்கம் அவசியமானதாக இருந்தது. உண்மையை அறிவதற்கு சரியான முறையின் தேவையை அவர் வலியுறுத்தினார். அந்த முறை முந்தைய அதிகாரங்கள், அறிவுகளின் தொடர்பின்றி பகுத்தறிவு ரீதியான, ஒழுங்கு முறையான அமைப்பைப் பெற்றிருக்க வேண்டும் என்பது பிரதான நிபந்தனையாக அவரால் முன்மொழியப்பட்டது. ஒரு புதிய மெய்யியலை உருவாக்குவது அவரது முக்கிய நோக்கமாக இருக்கவில்லை. ஆனால், அவரது சிந்தனை உள்ளடக்கத்தின்படி நோக்கினால் அவர் உறுதியான சிறந்த ஒழுங்கமைப்புடைய மெய்யியலை உருவாக்க விரும்பினார் என்பது உறுதி (F. Copleston 1963).

ஆங்கிலேய அனுபவவாதிகளைப் போலன்றி டேக்கார்ட் கணிதத்தைத் தமது மெய்யியலுக்கான முறையாக எடுத்துக்கொண்டார். கணிதத்தின் உள்ளுருக் காட்டும் தெளிந்த நிலையும் முழுமையும் அதன் நம்பகத் தன்மையும் டேக்கார்ட்டிற்கு சிலிர்ப்பை ஏற்படுத்தின. கணிதம் வெளிப்படுத்தும் அறிவு மீதான உயர்ந்த உறுதிப்பாட்டு இயல்புகளை வேறு அறிவுத்துறைகளுக்கும் பயன்படுத்த முடியுமா என்று அறிய அவரைக் கணிதம் தூண்டியது. கணிதம் அல்லாத துறைகளுக்கு இதனைப் பரிமாற்றம் செய்யலாமா என்பதே அவரது தேடலுக்குரிய வினாவாகும். கணிதத்தின் அடிப்படைத் தன்மையும் அதன் எளிமையும் தெளிவான அதன் வெளிப்படை நிலையும் என்ற கருத்திலிருந்து தனது தேடலை அவர் தொடங்கினார்.

நேரான வரைகோடு இரு புள்ளிகளுக்கிடையிலான ஆகக் குறுகிய தூரமாகும் என்பது ஐயத்திற்கிடமற்றது மட்டுமல்ல; எளிமையானதும் தெளிவான வெளிப்படையைப் பெற்றிருப்பதுமாகும். அளவை யியலின் படிமுறைகளையும் டேக்கார்ட் இதே கருத்தில் நோக்கினார். முடிவுக்கு இட்டுச்செல்லும் ஒவ்வொரு படிமுறைக்குரிய கூற்றுகளும் நிராகரிக்க முடியாதவை எளிமையானவை என்பது அவரது கருத்தாகும் (Bryan Magee 1998).

கணிதத்தில் காணப்படுவது போல் உறுதித் தன்மை உள்ள சிந்தனை ஒழுங்கு முறைமையைக் கட்டியெழுப்ப அவர் முயன்றார். சாரம் அல்லது வடிவம் என்பனவற்றின் துணையின்றி இயற்கையில் உள்ள

எல்லாவற்றையுமே இயந்திரிக முறையில் விளக்கலாம் என டேக்கார்ட் கருதினார்.

முறை

உறுதியான அறிவைப் பெறுவதே டேக்கார்ட்டின் முதன்மை இலட்சிய மாகும். அவர் காலத்தில் இருந்த புலமைவாதமோ மத்தியகால சமய வாதமோ இதற்கான வழிமுறைகளைக் காட்டக்கூடியவை அல்ல என அவர் கருதினார். எந்த ஒரு பொதுவான விடயத்தை எடுத்துக் கொண்டாலும் பல கருத்துகள் முன்வைக்கப்படுகின்றன. இந்த உறுதியற்ற நிலையிலிருந்து விடுபடுவதன் மூலம் தெளிவற்ற அல்லது தவறான கருத்துகளை மெய்யியலிலிருந்து அகற்ற முடியும் என்று நம்பினார். பாரம்பரியச் சிந்தனைகளை ஏற்றுக்கொள்ளும் மனப் பாங்கில் இருந்து விடுபட்டு உலகம் என்ற பாரிய நூலைப் படிக்க வேண்டும் என்றார். ஏதாவது ஒரு மரபிற்குரிய உறுதியான தீர்ப்பை வடிவமைக்கும் வரை 'பிளேட்டோ, அரிஸ்டாட்டில் முதலானோர் எழுதியுள்ள அனைத்து நூல்களையும் கற்றாலும் நாம் மெய்யியலாளர் களாக முடியாது' என்றார் (F. Thilly 1955).

தெளிவானதும் உறுதியானதுமான அறிவை எவ்வாறு பெறலாம்; அதற்காக என்ன முறையைப் பயன்படுத்தலாம் என்பன அவரது பிரதான பிரச்சினைகளாகும். தற்சான்று உள்ளதும் உறுதியானதுமான அறிவு கணிதத்தில் சாத்தியமானதை அவர் முக்கிய கருத்தாக ஏற்றுக் கொண்டிருந்தார். இரண்டும் இரண்டும் நான்கு என்பது போல் விவாதத் திற்கு இடமின்றி மெய்யியல் கூற்றுகள் உறுதித் தன்மையைப் பெற வேண்டும். இது சாத்தியமானால் மெய்யியலில் ஒரு விடயம் பற்றியே எழக்கூடிய எண்ணற்ற கருத்துப் பேதங்களுக்கு முடிவு கட்டலாம்.

கடவுளின் இருப்பு நிறுவப்பட வேண்டும். ஆன்மா அழியாதது என்பதும் புறவய உலகின் யதார்த்தமும் நிறுவப்பட வேண்டும். விஞ்ஞானங்களுக்குரிய அடித்தளத்தை வெற்றிகரமாய் இடுவதற்கு இது முக்கியம் என்ற நிலைப்பாட்டில் இருந்து இதனை அவர் செயல் படுத்த விரும்பினார். உய்த்தறி முறை *(டிடக்டிவ் மெதொட்)* கணித எடுப்புகள் (கூற்றுகள்) கேள்விக்கிடமற்ற முறையில் நிரூபிக்கப்படுவது போல எல்லா வகையான எடுப்புகளின் நிரூபணத்திற்கும் இக்கணித முறை பயன்படுத்தப்பட வேண்டும் என்பது அவர் கருத்து. அவதானத்தின் மீதும் பரிசோதனையின் மீதும் தங்கியிராத கணித அனுமானங்களைப் போல அவை நிரூபணமாக வேண்டும். அதாவது ஓர் எடுப்பின் உறுதியும் வலிமையும் வலிமையின்மையையும் பகுத்தறிவைச் சார்ந்ததல்ல. கணித உண்மைகள் அனுபவத்தினால் சரிபார்க்கப்படுவதில்லை.

கார்ட்டீசிய ஐயம்

டேக்கார்ட்டின் மெய்யியல் ஐயவாதத்தில் இருந்து ஆரம்பமாவதாகக் கொள்ளலாம். இது அக்காலத்தில் கிறிஸ்தவ சமயவாதிகளின் சிந்தனை மரபிற்கு சவால்விடுவது போல் அமையலாயிற்று. கிறிஸ்தவ சமய சிந்தனை மரபு ஐயத்தை அல்ல; மாறாக நம்பிக்கையை மட்டுமே வலியுறுத்தியது. 'அறிந்துகொள்ள வேண்டுமாயின் நம்பிக்கை வையுங்கள்' என்று அகஸ்தீன் (கி.பி. *354-430*) என்ற சமயப் போதகர் குறிப்பிட்டார். இக்கருத்தை அன்ஸலம் (கி.பி. *1033-1109*), அக்வினாஸ் (கி.பி. *1225-1274*) போன்ற ஏனைய கத்தோலிக்க அறிஞர்களும் மீண்டும் மீண்டும் வலியுறுத்தினர். ஆனால், வாடிகன் ஆதிபத்தியத் திற்கு அஞ்சாதவர் போல் டேக்கார்ட் 'அறிந்து கொள்ள வேண்டு மாயின் ஐயம் கொள்ளுங்கள்' என்று துணிவுடன் கூறினார் (A.D.P. Kalansuriya 1973: 21, 20).

நடைமுறை அறிவைச் சார்ந்த கருத்துகள் முழுமையான உண்மை என்று கூற வாய்ப்புகள் இல்லை என்ற நிலைப்பாட்டில் இருந்து இப்பிரச்சினையை டேக்கார்ட் அணுகினார். ஐயத்திலிருந்து பயணத்தை அவர் ஆரம்பிக்க வேண்டியிருந்தது. இந்த அவாவை நிறைவேற்ற ஐயத்திற்குத் துளியும் இடமற்ற அடித்தளக் கருத்தைக் கண்டுபிடிக்க முயன்றார். அதற்கு அவர் ஐயத்தைப் பயன்படுத்தினார். முறையியல் ரீதியாக ஐயத்தை அவர் கையாள முற்பட்டார். உறுதித் தன்மையை அதன் முழுமையான நிலையில் தேட வேண்டுமாயின் சந்தேகிக்கக் கூடிய அனைத்தையும் சந்தேகிக்க வேண்டும். டிஸ்கோர்ஸ் ஆன் மெதொட் என்னும் தமது நூலில் டேக்கார்ட் பின்வருமாறு கூறினார்:

> உண்மையைத் தேடுவதே எனது முக்கிய நோக்கம். சிறிய சந்தேக மிருந்தாலும் அதையும் நிராகரிக்கும் முறை ஒன்றை நான் பயன் படுத்த வேண்டும். அதன் மூலம் முழுவதும் உறுதியான நம்பிக்கை ஏதாவது மீதமாகின்றதா என்று நான் பார்க்க வேண்டும்.

மற்றோர் இடத்தில் பின்வருமாறு கூறுகிறார்:

> நான் எந்த ஒன்றையும் உண்மையானதென அந்த உண்மை பற்றிய அறிவுச் சான்று இன்றி ஏற்றுக்கொள்ள மாட்டேன். மடத்தனமான தீவிர முடிவுகளையும் முற்கோட்டங்களையும் முன்னர் கொண்ட தப்பெண்ணங்களையும் கவனமாக நீக்க எனது தீர்மானங்கள் தெளிவாகவும் திருத்தமாகவும் இருக்க வேண்டும்; சந்தேகிப்பதற்குச் சந்தர்ப்பமே இல்லாதவையாக இருக்க வேண்டும் (Descartes, 1988: 28).

டேக்கார்ட் தம்மில் இருந்து தெய்வம் வரை எல்லாவற்றையும் சந்தேகித்தார். சந்தேகமின்றி எதையும் ஏற்க முடியாது என அவர்

கருதினார். முதலில் டேக்கார்ட் எல்லாக் கருத்துகளையும் பொய்யானது என ஐயம் கொண்டார். கருத்துகளை ஐயங்கொண்டதோடு புலக் காட்சிக்குரியவற்றையும் அவர் ஐயம் கொண்டார். இந்த ஐயம் மூன்று கட்டங்களாக அவரால் செயற்படுத்தப்பட்டுள்ளது. முதல் கட்டத்தில் அவர் முன்வைத்தது நேரடியான, உடனடியான அவதான அனுபவங்கள்.

இந்த தேவாலயத்தின் கோபுரக் கூம்பைப் பார்க்கிறேன். இதனை எனது புலன்களின் உடனடியான சான்று எனக் கொள்ளலாமா? ஆனால் ஆய்வு செய்தால் அவதானங்கள் பல சந்தர்ப்பங்களில் நம்மை ஏமாற்றுகின்றன. பகல் நேர சூரிய ஒளியில் தேவாயலக் கோபுரக் கூம்பு தங்க நிறமாகப் பளிச்சிடுகிறது. சூரியன் மறையும் போது செந்தணல் போல் சிவப்பாக மாறுகிறது. ஏனைய நேரங்களில் சாம்பல் வர்ணமாகத் தெரிகிறது. புலக்காட்சிகள் எண்ணற்ற சந்தர்ப்பங்களில் இவ்வாறான ஏமாற்றங்களைத் தருகின்றன. இவ்வாறு ஏமாற்றுதல் நிகழ்ந்தால் எவ்வாறு அவற்றை உண்மை யென நாம் ஏற்பது. அடிக்கடி புலன்களால் ஏமாற்றப்படுவதால் நமது உடலையும் செயல்களையும் நம்பலாமா என்ற நிலை தோன்றுகிறது.

நாம் கனவு காண்கிறோம். கனவின்போது அவை யதார்த்தங்கள் போல் நம்மை நம்பத் தூண்டுகின்றன. ஆனால், அவை மாயைகள் போன்றவை. இந்தக் கணத்தில் இப்போது நாம் கனவு காண்கிறோம் என்றால் விழிப்பையும் கனவையும் வேறுபடுத்தக்கூடிய வழி இல்லை. நாம் விழித்திருக்கும்போது பெறும் அனுபவத்தைத் தூங்கும்போதும் பெறலாம். தூக்கத்தின்போது நதியில் நீராடு வதாகக் கனவு காணலாம். விழிப்பின்போதும் இது நிகழலாம். இவை இரண்டிற்குமான வேறுபாடு குறிப்பிடக்கூடியதாக இல்லை. நதியில் நீராடிக்கொண்டிருப்பது கனவில் நிகழ்கின்றதா, நனவில் நிகழ்கின்றதா என்று வேறுபடுத்திப் பார்ப்பதில் பிரச்சினைகள் உள்ளன. ஆகவே, அனுபவ அறிவு உறுதிப்பாட்டிற்குரியதா'

என டேக்கார்ட் ஐயம் கொள்கிறார்.

ஆனால், இந்த ஐயம் கணித எடுப்புகளைப் பாதிப்பதில்லை. 'நான் விழித்துக் கொண்டிருந்தாலும் கனவில் இருந்தாலும் இரண்டும் மூன்றும் எப்போதும் ஐந்தாகவே இருக்கின்றது. சதுரம் நான்கு பக்கங்களுக்கு அதிகமானதாக இருக்காது. புலன்களால் பார்க்கப்படும் பொருள்களால் நான் ஏமாற்றப்படுகிறேன். ஆனால், இரண்டும் மூன்றும் ஐந்தாகவே இருக்கின்றது. அதில் எந்த முரண்பாட்டையும் நான் காணவில்லை' என்று டேக்கார்ட் கூறுகின்றார். அனுபவ எடுப்புகள் அவ்வாறில்லை என்பது அவரது உறுதியான முடிவாகும்.

நவீன மெய்யியலின் தோற்றம்

டேக்கார்ட் ஏன் எல்லாவற்றையும் ஐயத்திற்குள்ளாக்கினார், அவர் முழுமையான ஐயவாதத்தைப் பிரதிபலித்தாரா? டேக்கார்ட் ஐயவாதத்தைச் சில நோக்கங்களை அடைவதற்காகவே பயன்படுத்து கிறார் எனலாம். 'எனது நோக்கம் உறுதியான அடித்தளத்தை இடுவதாகும்' என அவர் கூறுகிறார். சந்தேகம் அவரது மெய்யியல் திட்டத்திற்கு ஒரு கருவியாக்கப்படுகிறது எனக் கருதலாம். பீரோ (கி.மு. 365-275), செக்ஸ்டைஸ் எம்பிறிக் (கி.மு. 200 அளவு) போன்ற தொன்மை ஐயவாதிகள் ஐயத்தை ஐயத்திற்காக முன்னெடுத்தார்கள். மெய்யியலைக் கட்டியெழுப்பும் நோக்கத்தை அவர்கள் கொண்டிருக்க வில்லை. டேக்கார்ட் ஐயவாதத்தை மேற்கொண்டார். அதற்கு அவருக்குப் பலமான அடிப்படையும் இருந்தது.

மத்தியகால சமயச் சூழலைப் பொறுத்தவரை டேக்கார்ட்டின் சிந்தனை சமயவாதிகளின் பாதையிலிருந்து வேறுபட்டிருந்தது. மத்திய காலச் சிந்தனையாளர்கள் தமது சமயக் கருத்துகளாலும் நம்பிக்கை களாலும் கட்டியெழுப்பிய மாளிகையை டேக்கார்ட்டின் ஐயவாதம் தகர்த் தெறிந்தது. பழைய மரபைக் கடந்து அல்லது அதற்கு மாற்றாக மெய்யியலுக்கு டேக்கார்ட் புதிய அடித்தளத்தைச் சாத்தியமாக்கினார். அவரது ஐயவாதக் கட்டமைப்பு இதைத்தான் எடுத்துக்காட்டுகிறது. ஐயத்திற்காக ஐயம் கொள்ளுதல் என்பதற்குப் பதிலாக முறையொழுங் குடைய ஐயத்தை மெய்யியலில் டேக்கார்ட் நிலைநாட்டினார். மெய்யியலைப் புதிய அடிப்படையில் கட்டி எழுப்புவதற்கான மிகவும் பொருத்தமானதும் ஐயப்பாட்டிற்கு உள்ளாக்க முடியாததுமான எடுப்பு களின் தேடலுக்கான மூலக் கருத்தாகவும் இது அமைந்தது எனலாம்.

ஐயவாதம்

நான் ஐயப்பட முடியாத முழுமையான உறுதித்தன்மை உடைய எதுவும் இல்லை என்ற மனநிலையில் டேக்கார்ட் இருந்தார். 'நான் காண்கின்ற எல்லாப் பொருள்களும் பொய்யானவை. எனது ஞாபகத்தை ஏமாற்றும் எதுவும் எனக்கு உண்மையாகத் தெரியவில்லை. எனக்குப் புலன்கள் இல்லை என்று நான் கருதலாம். உடம்பு, உருவம், விரிவாக்கம், இயக்கம், இடம் எல்லாமே எனது மனத்தினால் கற்பனை செய்யப் படுவதாக இருக்கலாம். அப்படியானால் உண்மையானது என எதைச் சிந்திப்பது. இந்த உலகில் உள்ள எதுவுமே உறுதித்தன்மை அற்றதாகத் தான் தோன்றுகிறது' (Meditation II in 1955: 304).

இறுதியாக டேக்கார்ட் ஒரு முடிவுக்கு வந்தார். எந்தப் பொருள் எனக்கு முன்னால் தெரிந்தாலும் அதை நான் தவறாக அனுமானிக் கலாம். நான் கணப்பு அடுப்பிற்கு அருகில் இருப்பதாக நினைக்கலாம்.

ஆனால் உண்மையில் அங்கு நெருப்பு இல்லாது நான் கட்டிலில் படுத்து, ஒரு கனவாக இதைக் கண்டிருக்கலாம். அல்லது நெருப்பின் முன்னால் நான் இருப்பது தப்பிக்க முடியாத உண்மையாகவும் இருக்கலாம். இதிலிருந்து ஒரு விடயம் அசைக்க முடியாதவாறு உள்ளது. அது நான் ஓர் அனுபவத்தைப் பெற்றுள்ளேன் என்பதாகும். இவற்றிலிருந்து முற்றிலும் உறுதியானவை பற்றி நான் சில அனுமானங்களுக்கு வரமுடியும். நான் ஒரு இருக்கின்ற (உள்ள) பொருள். நான் உள்ளேன் என்பது ஐயத்திற்கிடமற்றது. நான் சந்தேகிக்கின்றேன் என்பது உறுதியானதாக உள்ளது. அனுபவவாத உளவியல் காரணியாக டேக்கார்ட் இதை வெளிப்படுத்தவில்லை. ஐயம் ஐயப்பட்டவனை உட்படுத்தும் அளவையியல் முறை ஒன்று அவரால் இங்கு முன்வைக்கப் படுகிறது.

சிந்திக்கும் சிந்தனையாளன் உள்ளான் என்ற விடயத்தினூடாக அறிவுரீதியான தற்சான்றுள்ள ஒன்றைக் கண்டுவிட்டதாக அவர் உணர்ந்தார். லத்தீன் மொழியின் அரிய குறுந்தொடராக இதனைப் பின்வருமாறு அவர் சூத்திரமாக்கினார்: *கொகிடோ எர்கோ சும்* (நான் சிந்திக்கின்றேன். ஆகவே நான் இருக்கின்றேன்) நமது சிந்தனைக்கான உறுதிமிக்க தற்சான்றுள்ள ஒரு விதி தற்போது கண்டுபிடிக்கப்பட்டு விட்டது என்ற பிரகடனத்தை இச்சூத்திரத்தின் மூலம் அவர் முன் வைத்தார். *கொகிடோ எர்கோ சும்* என்ற லத்தீன் தொடர் மெய்யியல் வரலாற்றில் முக்கியமாக நவீன மெய்யியலில் தவிர்க்கமுடியாத இடத்தைப் பெற்றது.

ஐயத்திற்காக அவர் ஐயுறவில்லை. ஐயம் கொள்வதன் மூலம் ஐயம் கொள்ளும் அந்த (அறிவு)ச் செயற்பாட்டைப் பொய் என்று கூற முடியாது. ஐயுறுதல் சிந்தித்தலாகும் என்று டேக்கார்ட் கூறுகிறார். டேக்கார்ட் சிந்தனையையும் இருப்பையும் ஒன்றாக்கிப் பார்க்கிறார். எண்ணுதல் அல்லது சிந்தித்தல் என்பதை இவ்வாறு மெய்யியலின் முதற்கொள்கையாக டேக்கார்ட் வகுத்தார்.

கனவும் நனவும்

டேக்கார்ட் *மெடிட்டேஷன்* என்னும் அவருடைய முதலாவது நூலில், தாம் கணப்பிற்கு அருகில் இருப்பது உண்மையாகவே இருந்தாலும் அதைப் பின்வருமாறும் கருதமுடியும் என்றார்:

> நான் தூக்கத்தின்போதும் இவ்வகையான போலி உணர்வுகளால் ஏமாற்றப்படலாம். இதனை நான் மறுக்கவில்லை. மிக முக்கியமாக நான் அவதானித்த விடயம் என்னவெனில் கனவையும் விழிப்பு

நிலையையும் பிரித்தறியக்கூடிய குறிப்பிடக்கூடிய எந்த அடையாளங்களும் இல்லை என்பதாகும் (Norman Malecom, 1968).

மனிதன் தூக்கத்தில் இருக்கும்போது சில வகையான சிந்தனைகள் அவனுள் தோன்றலாம் அல்லது ஏதாவது ஒன்றை அவன் நம்பலாம். மனிதன் தூங்கும் போதும் சிந்திப்பவனாகவும் தீர்ப்புகளை மேற்கொள்பவனாகவும் இருக்கிறான்; அதேநேரம் அச்சிந்தனை தெளிவானதாகவும் உண்மையானதாகவும் இருந்தால் அவன் அங்குத் தூங்குகிறான் என்பது சிந்தனைக்குத் தடையான காரணமாக இல்லை. தெளிவாகவும் உண்மையாகவும் மனிதன் ஒரு சிந்தனையைப் பெறுவது அவன் தூக்கத்திலோ விழிப்பிலோ இருக்கிறான் என்பதில் தங்கி இருக்கவில்லை. இதைத்தான் டேக்கார்ட் வலியுறுத்துகிறார். தூக்கமாயினும் விழிப்பாயினும் அவன் அறிவுரீதியான (சிந்தனை) செயற்பாட்டில் இருக்கலாம்.

தூக்கத்தில் இருந்த அதே மனநிலை நாம் விழிக்கும் போதும் இருக்கலாம். தூக்கத்தில் மனம் தொழில்படுகிறது. உள்ளத்தின் யதார்த்தம் உணர்வு (நனவு) ஆகும். உள்ளம் நிலைபெற்றிருக்கும் காலம் வரை நனவு நிலைபெற்றிருக்கும். அது உள்ளத்தின் சாரம். டேக்கார்ட் அதை 'உள நிகழ்வுகள்' எனக் கூறுகின்றார். 'எந்தச் சூழ்நிலையிலும் ஆன்மா நனவுடன் உள்ளது. கருவறையிலும் நனவுடன் உள்ளது' என டேக்கார்ட் கூறுகிறார் (மே.விப. C. Adam, P.Jannery Euvers de Descartes, 1899 in 1968:56).

டேக்கார்ட் கனவு காணுதலை உளவாழ்வின் ஒரு தொடர்ச்சியாகவே காண்கின்றார். கனவின் எண்ணங்கள் உண்மையான எண்ணங்கள் ஆகும். கனவின் உணர்ச்சிகள் உண்மையான உணர்ச்சிகள். கனவில் ஏற்படும் பயத்தை விழிப்பில் ஏற்படும் பயத்திலிருந்து வேறுபட்டதாக அவர் கருதவில்லை. விழிப்பில் போல கனவிலும் சிந்தனைகளும் புலனுணர்வுகளும் ஒன்று கலந்துள்ளதாக அவர் கருதுகிறார்.

இந்த உலகில் உள்ள அனைத்தையும் ஐயுற்ற டேக்கார்ட் ஐயுற முடியாத ஒரு அம்சம் ஐயுறும் போதும் அசையாத அனுபவமாக, (உள்ளத்தின்) சாரமாக இருந்து வருகிறது. அதாவது 'நான் சந்தேகிக்கின்றேன்' என்பது சந்தேகிக்க முடியாததாக உள்ளது. கனவிலும் அந்த உண்மை மாறாமல் உள்ளது. சந்தேகிக்கிறேன் என்பது ஒரு நனவுத் தொடரின் ஒரு துகளாக அல்லது புள்ளியாக உள்ளது. ஐயுறும் நேரத்திலும் ஐயுற முடியாததாக அது உள்ளது. அதிலிருந்துதான் ஐயுற முடியாதது நிச்சயமானது என்ற பொருளைத் தரும் தனது கண்டுபிடிப்பை டேக்கார்ட் 'நான் சிந்திக்கிறேன் ஆகவே நான் இருக்கின்றேன்' என்பதாக உறுதியாகக் கூறினார். டேக்கார்ட்டின் கருத்திற்கு ஏற்ப மேலே கூறிய சொற்றொடர் முன்னது ஏதுவான (அனுபவம் சாரா)

பகுப்பாய்வுக் கூற்றாகும். அதனால்தான் டேக்கார்ட்டின் ஐயம் பூரண ஐயவாதமாக அமையவில்லை. பூரணமான ஓர் உறுதிக் கருத்தை நிலைநாட்டுவதில்தான் அவரது ஐயம் நிறைவு கண்டுள்ளது. 'நான் சிந்திக்கிறேன்' என்பது மிகவும் தெளிவான உறுதியான எடுப்பாக டேக்கார்ட்டிற்குத் தோற்ற மளித்ததாகக் கருதலாம்.

கணித வல்லுநரான டேக்கார்ட் இந்த (நான் சிந்திக்கிறேன்) எடுப்பை முன்னது ஏதுவான (அனுபவம் சாரா) கணித எடுப்பாகவே கருதினார். டேக்கார்ட் ஒரு அறிவுமுதல்வாதி ஆவார். அறிவு முதல்வாதம் என்பது ஒருவகை முறையாகும். அங்கு உண்மையின் அளவுகோலாக இருப்பது புலக்காட்சி அனுபவம் அல்ல; அறிவுரீதியான முடிவுதான் அங்குப் பெறப் படுகிறது. இந்த முடிவை ஏதாவது ஒரு கருத்துத் தொகுதி தருகிறது. இவை 'உடன்பிறந்த எண்ணங்கள்' *(இன்னேட் ஐடியாஸ்)* எனப்படும். அவை இயல்பாக இருந்து வருபவை. அதாவது அவை மனிதன் தனது சுய இயல்பில் தானாகப் பெற்றிருப்பவை. கணித உண்மைகளும் இவ்வாறு தான் (அனுபவம் சாராதது என) எடுத்துக்கொள்ளப்படுகின்றன. இயற்கை மர்மமானது அல்ல. கணிதத்தினால் அதனை அறியலாம் என்ற தமது காலத்தின் கருத்தில் டேக்கார்ட் உறுதியுடன் இருந்தார்.

கடவுள் இருப்பு

உறுதியைத் தேடும் டேக்கார்ட்டின் அறிவு முயற்சியில் கடவுள் இருப்பை நிரூபிப்பதும் ஒரு முக்கிய நிகழ்வாக அமைந்துள்ளது. உண்மை யான அறிவுக்கு அளவுகோல் கண்டாகிவிட்டது. கடவுள் இருப்பைப் பற்றி நாம் எதையும் அறியவில்லை. நமது சில கருத்துகள் உடன் பிறந்தனவாக உள்ளன. சில கருத்துகள் *(ஐடியாஸ்)* நாம் கண்டுபிடித்தவை. சில, புறஉலகின் பிரதிகளாக உள்ளன. ஆனால், இவை எல்லாமே இல்பொருள்காட்சியாக *(இல்லூசன்)* இருக்கலாம். ஆனால், என்னுள் நான் காணும் ஒரு கருத்து கடவுள் ஆகும். டேக்கார்ட் தமது வாத ஒழுங்கைப் பின்வரும் படிமுறைகளில் அமைத்ததாகக் கருதமுடியும்:

நான் சந்தேகிக்கிறேன். ஆகவே நான் சிந்திக்கிறேன்.
நான் சிந்திக்கிறேன். ஆகவே நான் இருக்கின்றேன்.
நான் இருக்கின்றேன் ஆகவே கடவுள் இருக்கிறார்.
கடவுள் இருக்கிறார் ஆகவே உலகம் இருக்கிறது.

உலகில் பொருள்கள் உள்ளன என்பதை டேக்கார்ட் ஏற்றுக்கொள் கிறார். ஆனால், அவற்றின் உறுதித்தன்மை கணிதம், அளவையியலைப் போன்றதா? இக்கட்டத்தில் டேக்கார்ட் ஒரு பழையவாதத்தின் புதிய வடிவத்தை முன்வைக்கிறார். அதுதான் கடவுளின் இருப்புப் பற்றிய

உள்பொருள்வாதமாகும். இவ்வாதம் பாரம்பரிய அல்லது மத்தியகால கடவுள் இருப்பு வாதங்களில் முக்கியமான ஒன்றாகும். இந்த வாதத்தைக் கண்டுபிடித்தவர் புனித அன்ஸலம் (1033-1109) எனக் கருதப்படுகிறது. மிகப் பெரிய, மிகப் பூரணத்துவமான ஒரு பொருளை நீங்கள் சிந்தித்தால் அதில் 'இருப்பு' (கடவுள் இருக்கிறான்) என்ற அம்சமும் அடங்கியிருக்க வேண்டும். இல்லை எனில், அது மிகப்பெரிய, மிகப் பூரணத்துவம் வாய்ந்த பொருள் என்ற முழுமையைப் பெறாது. ஆகவே, மிகப்பெரிய, மிகப் பூரணத்துவமான பொருள் (கடவுள் - எண்ணக்கரு) 'இருப்பை'யும் உள்ளடக்கியதே. அன்ஸலமினால் முன்வைக்கப்பட்ட இவ்வாதம் அடிக்கடி கருத்து மோதல்களுக்குள்ளாகி வந்துள்ளது.

டேக்கார்ட் 17ஆம் நூற்றாண்டில் தமது நோக்கில் அதே வாதத்தைக் கூறுகையில்,

நான் பூரணமற்றவன் என்பதை நன்கறிந்துள்ளேன். நான் முடிவுள்ளவன், அழியக் கூடியவன். கடவுள் என்ற கருத்திற்கு காரணமானவன் நான் அல்லன். ஏனெனில் நான் பூரணமற்றவன். முடிவுள்ளவன். கடவுள் முழுமையானது, முடிவற்றது, பூரணத்துவமானது. அது என்னுள் உடன் அமைந்த பொருளாக உள்ளது. ஓவியன் தனது அழகிய ஓவியத்தின் கீழ் தனது கையெழுத்தை இட்டிருப்பதைப் போன்றது அது. அதனால் கடவுள் இருக்கிறது

என்றார். இவ்வாதத்தை அன்ஸலமின் உள்பொருள்வாதம் என்று கூறுவது தவறு. இது காரணகாரிய நிரூபணமாகும் என்று ஃபிராங் தில்லி கூறுகிறார் (Frank Thily 1955). கடவுள் பற்றிய கருத்து (இயல்பிலேயே) நம்மில் இருப்பதனால் அது (கடவுள்) இருக்கிறது என்றுதான் இவ்வாதம் கூற முயல்கிறது என்பது இவ்வாதம் பற்றிய பொதுவான கருத்தாகும். அதற்கு மாற்றமாக ஃபிராங் தில்லி பின்வரும் கருத்தை முன்வைக்கிறார்: டேக்கார்ட் முன்வைக்கும் வாதத்தின் உண்மைச் சாரமாக கடவுள் எண்ணக்கரு முன்வைக்கப்படவில்லை. ஆனால், மனித மனத்தில் இருக்கிறான் என்ற உண்மையான கருத்து உள்ளது. கடவுள் என்ற கருத்திலிருந்து கடவுளுக்கான காரணகாரிய அனுமானம் முன்னெடுக்கப்படுகிறது. எவ்வாறாயினும் இவ்வாதத்திற்கான மூல அடையாளங்கள் அன்ஸலம் அகஸ்தீனின் சிந்தனைகளின் ஊடாகவே முதலில் வெளிப்பட்டன எனக் கருதலாம். இவ்வாதம் கடவுள் இருப்பை நிரூபிக்கப் போதுமானதா என்பது இன்னும் கேள்விக்குரியதாகவே இருந்து வருகிறது.

புற உலகம்

டேக்கார்ட் கையாளும் மற்றொரு பிரச்சினை புறஉலகம் ஆகும்.

நமக்குப் புறத்தே பொருள்கள் உள்ளன என நாம் நம்புகிறோம். அவை உண்மையிலேயே அவ்வாறு இருக்கின்றன என்பதை நாம் எப்படி அறிவது? மகிழ்ச்சி, வேதனை, பசி என்பன உள்ளன. அவை உடல் காரணங்களால் தோன்றுகின்றன என்று கருதுகிறோம். நமது புலன் உணர்வும் நம்மை ஏமாற்றுவதனால் இந்த அனுபவங்களைக் கொண்டு பொருள்கள் இருப்பதாக நாம் நம்ப முடியாது. எவ்வாறாயினும் நமது ஏமாற்றங்களையும் தவறுகளையும் திருத்திச் சீர்செய்வதற்கான அறிவாற்றலை இறைவன் நமக்குத் தந்துள்ளான். கடவுள் ஏமாற்றுபவன் அல்லன். கடவுள் உண்மைப்பொருள். அதனால் நமது புலன் உணர்வுகள் உண்மைப் பொருள்களின் காரணத்தினால் எழுகின்றன என்று கார்ட்டீஸியக் கொள்கை கூறுகிறது.

பொருள்கள் என்றால் என்ன? பொருள்கள் நமது சிந்தனையிலிருந்து சுதந்திரமானவையாக இருக்கின்றன. நமது இருப்பு அவற்றின் இருப்பிற்கு அவசியமற்றது. அவ்வகையான சாராநிலை கொண்டவை, பொருள்கள் என்று கூறப்படுகின்றன. வேறு எதனுடைய தேவையும் எதன் இருப்பிற்கு அவசியமில்லையோ அவை பொருள்கள் அல்லது பதார்த்தங்கள் ஆகும். யதார்த்தத்தில் அவ்விதம் இருக்கக்கூடிய ஒரே பொருள் கடவுள் ஆகும். இதில் முழுமுதற் பொருளாக கடவுள் கொள்ளப்படுகிறது. (அதனுடன்) தொடர்பாக உடல், உளம் ஆகிய பொருள்களும் சேர்க்கப்படுகின்றன. இந்த இரு பொருள்களும் ஒன்றில் ஒன்று சாராது தனித்து இயங்குகின்றன. ஆனால், இரண்டும் கடவுளில் தங்கி உள்ளன. பொருள்களின் உடைமைகள் அவற்றிற்குரிய பண்பு களாகும். அதுதான் ஒரு பொருளின் இன்றியமையாத பண்பு. தமது பண்புகளை அவை மாற்றிக்கொள்வதில்லை. ஆனால், அவற்றின் உருமாதிரிகள் மாற்றமடையும். பொருண்மைகள் (பொருள்) எப்போதும் விரிவுக்குள்ளாகுபவை. ஆனால், அதன் உருவ அமைப்புகள் ஒரேவித மானவையாக இருப்பதில்லை.

ஒலிகள், நிறங்கள், சுவை, மணம், வெப்பம், குளிர் போன்றவை பருப்பொருளின் பண்புகள் அல்ல. பருப்பொருளின் பண்பு விரிவு பெறுதலாகும். விரிவும் பொருளும் பிரிக்கமுடியாதவை. நீளம், அகலம், தடிப்பு என்பன விரிவாக்கத்தின் பண்புகளாகும். ஒன்றுமற்ற சூன்யமான வெற்று இடம் என ஒன்றுமில்லை. வெளி *(ஸ்பேஸ்)* எங்கு உள்ளதோ அங்குப் பொருள்களும் உள்ளன.

வெளி, முடிவற்ற வகையில் பிரிவுக்குட்படக்கூடியது. பொருளும் அதேபோல் முடிவில்லாத வகையில் பிரிவுக்குட்படக்கூடியது. அவை அணுக்கள் அல்ல. ஆனால், அணுத்துகள்கள். விரிவுறுதல் முடிவற்ற

வகையில் நிகழ்கின்றது. பாகங்கள் ஒன்று சேர்கின்றன. பாகங்கள் பலவாகப் பிரிகின்றன. பொருளின் எல்லா வேறுபாடுகளும் பிரிவு பட்ட வடிவங்களும் இயக்கத்தில் தங்கி உள்ளன. பொருள் ஒரு இடத்திலிருந்து இன்னொரு இடத்திற்குக் கடந்துசெல்ல ஆதாரமாக இருப்பது இயக்கமாகும். இடத்தில் ஒரு பகுதியில் இருந்து இன்னொரு பகுதிக்குக் கொண்டு செல்லும் செயலை இயக்கம்தான் நடத்துகிறது. இந்த ஒழுங்கில் பௌதிக உலகை இயந்திரிகமாக டேக்கார்ட் விளக்க முற்பட்டார்.

இறைவன்தான் பொருளை இயக்கத்துடன் படைத்தார். கடவுள் தான் இயக்கத்திற்கான முதற்காரணம் என்ற கருத்து மெய்யியலில் நீண்ட காலமாக நிலவிவந்த நம்பிக்கையாகும். இது அரிஸ்டாட்டிலினால் முதலில் முன்வைக்கப்பட்டது. கலிலியோ, நியூட்டன் அத்துடன் டேக்கார்ட்டும் இதனை ஏற்றனர். டேக்கார்ட் கூறிய இயக்கம் என்பது இயற்பியலாளர் கூறிய இயக்க உந்துவிசை, இயக்கத்தின் அளவுத் தொகை என்பவற்றிற்குச் சமமானதாகும். இயற்கையின் எல்லா விதிகளையும் இயக்கத்தின் விதிகளையும் கணிப்பதில் அவர் ஆர்வம் காட்டினார்.

உள்ளமும் உடலும்

உடலின் (பொருளின்) பண்பு விரிவுறுதல் ஆகும். பொருள்கள் செயலற்ற அல்லது மந்தமான இயக்கத்தைப் பெற்றிருப்பவை. மனத்தின் பண்பு சிந்தனை. மனம் தீவிர செயற்பாட்டு வேகத்தை வெளிப் படுத்தும் ஒன்று. உள்ளம், பொருள் என்ற இவ்விரண்டும் ஒன்றிற்கு ஒன்று முரணானவை. உள்ளம், விரிவுத்தன்மை அற்றது. பொருளுக்குச் சிந்தனை இல்லை. சிந்தனை இன்றி உள்ளத்தைப் பற்றி எதுவும் சிந்திக்க அல்லது கூற முடியாது. அதனால் எது மனம், அதாவது எதனால் நான் நானாக இருக்கிறேனோ அது உடலில் இருந்து வேறுபட்டது என டேக்கார்ட் கூறுகிறார். இது பொருளையும் (உடலையும்) மனத்தையும் ஒன்றுடன் ஒன்று தொடர்பற்றது என்று தெளிவாகக் கூறுபடுத்துவது டேக்கார்ட்டினுடைய இருமைவாதக் கருத்தாகும். உள்ளம் இயற்கை யில் இருந்து அகற்றப்பட்டு அதற்கான ஒரு சுதந்திர இடம் தரப்படு கிறது. இரண்டும், இரண்டு வேறுபட்ட விடயங்களாகப் பிரிக்கப் பட்டால் இரண்டிற்கும் இடையே இடைத் தொடர்புகள் இருக்க முடியாது.

டேக்கார்ட்டின் உளவியல் 'மனம்' என்பதையே பெரிதும் அழுத்த மாக ஏற்றிருந்தது. உள்ளத்தின் சாரம் சிந்தனை. சிந்தனை என்பதை

டேக்கார்ட் புலனுணர்வு, கற்பனை, விருப்பம் என்பனவற்றையும் உள்ளடக்கியதாகக் கருதினார். மனித உடல் ஆவித்தன்மையால் (ஆன்மாவால்) இயக்கப்படுகிறது. இந்த (ஆன்ம) சக்தி மனிதனின் முதுகுத்தண்டில் இடம்பெற்றுள்ளது என்று டேக்கார்ட் கருதினார். டேக்கார்ட் ஆன்மாவையும் மனத்தையும் ஒன்று என்று கருத முற்படும் சந்தர்ப்பமாக இதனைக் கூறலாம்.

டேக்கார்ட்டின் 'நான் சிந்திக்கிறேன்' என்ற கூற்று அறிவுவாதத்தின் வளர்ச்சிக்கு மற்றொரு திருப்புமுனையை வழங்கியது. பகுத்தறிவைப் பயன்படுத்தி உலகு பற்றிய அறிவைப் பெறமுடியும் என்ற நம்பிக்கையை அது தந்தது. உலகு பற்றிய அறிவைப் பெறுவதற்குப் புலன் அனுபவரீதியான அறிவு போதுமானதல்ல அல்லது அது தவறுகளைக் கொண்டது என்று இது கூறுகிறது. டேக்கார்ட்டின் சிந்தனைகளோடு அறிவு முதல்வாதம் மேற்கத்திய மெய்யியலின் நிலைத்த கொள்கையாக வளர்ச்சி பெற்றது. 17ஆம், 18ஆம் நூற்றாண்டுகள் இச்சிந்தனை மரபின் உச்ச காலங்களாக விளங்கின. டேக்கார்ட்டைத் தவிர ஸ்பினோஸா, லைப்னிட்ஸ் ஆகியோரும் இச்சிந்தனையின் முக்கிய பங்காளர்களாக விளங்கினர். டேக்கார்ட்டின் சிந்தனைகள் மெய்யியலில் ஓர் எழுச்சியைத் தோற்றுவித்தன. டேக்கார்ட் நவீன மெய்யியலின் தந்தை என்பதன் அர்த்தம் இதனுடன் தொடர்புபட்டதாகும்.

8

பிரித்தானிய அனுபவவாதம்

ஜோன் லொக் (கி.பி. 1632-1704)

மெய்யியல் வரலாற்றில் பெரிய மாற்றத்தை ஏற்படுத்திய அனுபவ வாதம் (அனுபவ முதல்வாதம்) பிரித்தானியாவில் தோற்றம் பெற்றது. நவீன மெய்யியலின் நோக்கத்திலும் அதன் உள்ளடக்கத்திலும் அது ஒரு மாற்றத்தை நிகழ்த்தியது. மனித அறிவு முழுமையாக மீள் கட்டமைப்புச் செய்யப்பட வேண்டும் என்று பிரித்தானிய அனுபவ வாதத்தின் முன்னோடியான பிரான்சிஸ் பேக்கன் கூறினார். ஆனால், அறிவின் பாதையில் குவிந்து கிடக்கும் குப்பைகளை அகற்றித் துப்புரவு செய்ய வேண்டும் என்ற நிதானமான கருத்தோடு லொக் தனது பணியை ஆரம்பித்தார். துப்புரவு செய்யும் அந்தப் பணியை லொக் மேற்கொண்ட போது மிகுந்த துணிவோடும் புதிய விவரிப்புக் களோடும் தொடங்கினார். இவற்றின் மூலம் மனிதமனம் எவ்வாறு இயங்கி அறிவுக்கும் கருத்துக்கும் எவ்வகையில் செயல்படுகின்றது என்பதை லொக் ஆழமாக விளக்கினார்.

விஞ்ஞானத்தின் மைய எண்ணக்கருவும் விஞ்ஞான முறையும் அனுபவ ரீதியான சான்றுகளில் அமைந்திருக்க வேண்டும். அறிவானது புலன் சார்ந்த அனுபவ அடிப்படையைக் கொண்டிருக்க வேண்டும் என்று அனுபவவாத மெய்யியளாளர் கூறுகின்றனர்.

பொதுவாக இந்த நோக்கு அறிவு வாதத்துடன் முரண்பட்ட நிலைப்பாட்டை உடையது. அறிவு முதல்வாதம், அறிவானது புலன் களில் தங்கியிராது பகுத்தறிவில் தங்கியிருப்பது என்று கூறுகின்றது. 'அனுபவம்' என்பதற்கான ஆங்கிலப் பதமான 'எம்பிரிக்' என்பது கிரேக்கத்தின் 'எக்ஸ்பேரென்டியா' என்ற லத்தீன் சொல்லின் தழுவலாகும். இது 'பரிசோதனை' என்பதிலிருந்து பிறந்துள்ளது. தொன்மைக் கிரேக்க மருத்துவர்களின் அனுபவம் குறித்ததாக இது

அவ்வாறு பயன்படுத்தப்பட்டுள்ளது. அவர்கள் வெறும் சித்தாந்தங்களில் தங்கியிருக்காது தோற்றப்பாடுகளை கவனிப்பதி லிருந்து முடிவுகள் பெறப்படவேண்டும் என்று வலியுறுத்தினர் (http://en.wikipedia.org.31.1.13).

அறிவு முதல்வாத கோட்பாட்டிற்கு அப்பால் சாதாரண மனித நடத்தையோடு பொருந்தக்கூடிய அறிவாராய்ச்சியியலின் தேவை பற்றி மெய்யியலாளர் சிந்தித்தனர். புலனனுபவத்தில் இருந்து அறிவு தோற்றம் பெறுகின்றது என்ற கருத்தை நோக்கி அவர்களின் கவனம் திரும்பியது. புலனனுபவத்தை அடிப்படையாகக் கொண்ட வேறு மாதிரியான அறிவுக் கோட்பாட்டை அவர்கள் உருவாக்கினர். அனுபவ வாதத்தின் தொடக்கம் இவ்வாறுதான் அமைந்தது.

17ஆம் நூற்றாண்டில் இங்கிலாந்து கைத்தொழிலிலும் வர்த்தகத்திலும் பெற்று வந்த துரித முன்னேற்றத்தின்போது நிகழ்ந்த மெய்யியல் போராட்டத்தில் அனுபவவாதம் வளர்ச்சி பெற்றது. பௌதிகப் பொருட் களைப் பயன்படுத்துவதற்கும் இயற்கையை அடக்கி ஆள்வதற்கும் தமக்குக் கிடைத்த வாய்ப்புகளை மக்கள் உணர்ந்து கொண்ட காலப் பகுதி இதுவாகும். தமது காலத்தின் விஞ்ஞான தொழிநுட்ப அறிவைப் பயன்படுத்தி அனுபவ அடிப்படையில் அறிவுக் கோட்பாட்டை உருவாக்கக்கூடிய சிந்தனையாளர்கள் இங்கிலாந்தில் உருவாயினர்.

ஜோன் லொக் 1632இல் சொமர்செட்டில் பிறந்தார். அவர் வெஸ்ட்மினிஸ்டர் பாடசாலையில் கல்வி கற்றார். கிரேக்கம், லத்தீன், ஹிப்ரு ஆகிய மொழிகளில் தேர்ச்சி பெற்றவராக அவர் விளங்கினார். பின்னர் ஆக்ஸ்போர்ட் பல்கலைக்கழகத்தில் 1658இல் தனது முதுநிலைப் பட்டத்தைப் பெற்றார். அவர் சில காலம் பல்கலைக் கழகத்தில் போதானாசிரியராகக் கடமையாற்றியதோடு கிரேக்க மொழியையும் கற்பித்து வந்தார். வேதியியலிலும் இயற்பியலிலும் அவர் தனது கல்வியைத் தொடர்ந்ததோடு 7 வருட கல்விப் பயிற்சியின் பின்னர் மருத்துவத் துறையில் தேர்ச்சி பெற்றார். 1667இல் ஜோன் லொக் ஆக்ஸ்போர்ட் பல்கலைக்கழகத்தில் இருந்து விலகி மருத்துவராகவும் அமைச்சரவை ஆலோசகராகவும் பணிபுரிந்தார்.

1676-78ஆம் ஆண்டுகளில் அவர் பிரான்ஸில் சில வருடங்களைக் கழித்தார். அங்கு டேகார்ட்டின் சீடர்களைச் சந்தித்து அளவளாவும் வாய்ப்பையும் பெற்றார். அதிலிருந்து மெய்யியல் கற்பதில் தீவிரமான ஆர்வம் செலுத்தினார். ஜோன் லொக் அரசியல் நடவடிக்கைகளில் அதிக ஆர்வமுள்ளவராக விளங்கினார். பல பொதுச் சேவைப் பதவி களை அவர் வகித்திருந்ததோடு 1669ல் அமெரிக்க கரோலினாஸ் அரசியல் சாசன வரைவுக்கு ஆலோசனையாளராகவும் விளங்கியுள்ளார்.

17ஆம் நூற்றாண்டில் ஐரோப்பாவில் அனுபவவாதம் தோற்றம் பெறுவதற்கு முன்னதாக தொன்மைக் கிரேக்க மெய்யியலில் குறிப்பாக, அரிஸ்டாட்டிலின் சிந்தனைகளில் இதற்கான முன்னோடிக் கருத்துகளைப் பார்க்கலாம். 'வெற்றுப் பலகை' என்ற கருத்தானது உள்ளம் அதன் மூலத் தோற்றத்தில் (ஒரு தனிநபரில்) வெறுமையானதாகவும் எதுவும் பதியப்படாததாகவும் உள்ளது என்ற அர்த்தத்தை வெளிப்படுத்தியது.

மனிதனுக்கு 'உடன்பிறந்த எண்ணங்கள் உண்டு' என்ற கருத்தை அனுபவவாதம் மறுக்கின்றது. வெற்றுப் பலகையில் எவ்வாறு எழுத்துகள் எழுதப்படுகின்றதோ அதுபோலவே உள்ளத்தின் சிந்தனையும் பதிவாகிறது என்று இதை அரிஸ்டாட்டில் குறிப்பிட்டிருந்தார். இந்தக் கருத்து பிளேட்டோனியக் கருத்துகளுக்கு மாற்றமானதாகும். பிளேட்டோவைப் பொறுத்தவரை மனம் ஒரு முழுமைப் பொருள். அது மனிதனுக்குள் வருவதற்கு முன்னரே அதற்கான இருப்பைப் பெற்றிருப்பது என்று அந்தக் கருத்து வலியுறுத்துகின்றது.

புலன்களின் ஊடாக அனுபவத்திலிருந்து அறிவு தோன்றுவதாக அனுபவவாதம் கூறுகின்றது. அவதானம் மற்றும் பரிசோதனைகளின் ஊடாக விஞ்ஞானம் மலர்ச்சி பெறும் என்று பேக்கன் கூறினார். அனுபவம், அவதானம், பொது உணர்வுத் தீர்மானங்கள் மீது இங்கிலாந்தின் விஞ்ஞானம் ஆழமான கவனம் செலுத்திய காலப் பகுதி அது.

நவீன விஞ்ஞானத்திற்கான அடித்தளத்தையும் அனுபவவாதத்திற்கான அடிப்படைக் கருத்துகளையும் பிரான்ஸிஸ் பேகன் முன் வைத்தார். 17ஆம் நூற்றாண்டில் இங்கிலாந்தில் ஏனைய மெய்யியலாளர்களும் மனித அனுபவம், புலன் உணர்வு, மனித மனத்தின் இயல்பு, அதன் நடத்தை போன்ற விடயங்களை மேலும் விரிவான எல்லைகளுக்குக் கொண்டு சென்றனர். அவ்விதமான மெய்யிலாளர் வரிசையில் ஜோன் லொக் முக்கிய இடத்தைப் பெறுகின்றார்.

17ஆம் நூற்றாண்டில் ஜோன் லொக் அனுபவத்தின் மூலமாக மட்டுமே மனிதன் அறிவைப் பெற முடியும் என்ற கருத்தை வலியுறுத்தினார். அதாவது அறிவு, அனுபவம் சார்ந்தது என்று கூறப்பட்டது. மனித மனம் ஒரு 'வெற்றுப் பலகை' என்ற கூற்று மீண்டும் பிரபலப்படுத்தப்பட்டது. 'மனம் என்பது ஒரு வெற்றுக் காகிதம்', முன்னரே எதுவும் எழுதப்படாத காகிதம். இது அனுபவவாதத்தின் அடிப்படையாகவும் உடன்பிறந்த எண்ணங்களுக்கான மறுப்புரையாகவும் அமைந்த கருத்து எனலாம்.

கிடைத்துள்ள தகவல்களைப் பரிசீலனை செய்தால் நாம் உடன்பிறந்த எண்ணங்களைப் பெறவில்லை என்பதை அறிய முடியும் என்று லொக் கூறினார். அனுபவங்களுக்கு முற்பட்டதாக, அனுபவம் சாராத தாக கருத்து இருந்தது என்பதை நாம் நம்புவதற்கு எவ்வித வாய்ப்பும் இல்லை. மனம் அறிந்துள்ளது என்று நாம் கூறுவதெல்லாம் அனுபவத் தினால் மனம் பெற்றுக்கொண்டதைத்தான். எவ்வாறு எண்ணங்களை மனம் பெற்றுக்கொண்டது என்பதைத்தான் நாம் அறிய வேண்டும்.

அறிவு எடுப்புக்களால் ஆனது. எடுப்புக்கள் எளிய கருத்துகளினால் வடிவமைக்கப்படுகின்றது. கருத்துகள்தான் அறிவின் அடிப்படை களாகும். அணுநிலைக் கருத்திலிருந்து அல்லது எளிமையான கருத்தில் இருந்து லொக் இதனை ஆரம்பிக்கின்றார். அது மிக எளிமை யானது. அதாவது இனிமேலும் பகுக்க முடியாத அளவு எளிமையானது. எளிய எண்ணப் பதிவுதான் எளிய கருத்து என்பதாக இதை நாம் வரையறுக்கலாம்.

'மனித அறிவின் உண்மையான உறுதிப்பாட்டையும் அதன் பரப்பையும் ஆராய வேண்டும்' என்ற கருத்தை மனிதரின் புரிதல் பற்றிய ஆய்வு (அன் எஸ்ஸே கொன்செர்னிங் ஹியூமேன் அன்டர்ஸ்டான்டிங்) என்னும் நூலில் ஜோன் லொக் விரிவாக ஆராய்ந்துள்ளார். இந்நூலில் அவர் உடன் பிறந்த எண்ணங்களை மறுத்துரைக்கின்றார். எதை எப்போது முதலில் கற்றுக்கொண்டேன் என்ற ஞாபகம் மனிதனுக்கு இல்லாததால் 'உடன் பிறந்த எண்ணங்கள்' உண்மை என்ற கருத்தை மனிதன் நம்புவதாக லொக் கூறுகிறார்.

மனிதன் அறியாமையுடன் பிறக்கிறான் என்பது அவரது 'வெற்றுப் பலகை - டெபியுல ரசா' கோட்பாட்டினால் வலியுறுத்தப்படுகின்றது. அறிவு உடன் பிறந்ததாக அமைந்தது என்பதைக் கைவிட்டு எல்லா அறிவும் அடிப்படையாகப் புலன்களால் உருவாக்கப்படுபவை என்ற கருத்தை லொக் முன்வைக்கிறார். அவரது புலன் உணர்வுக் கருத்து அறிவை அறிவதற்கான மூலக் கோட்பாடாகவும் உடன் பிறந்த எண்ணங்களின் மறுப்பாகவும் அமைந்துள்ளது.

மனிதப் பகுத்தறிவில் (மெய்யறிவியத்தில்) பிரித்தானிய அனுபவ முதல்வாத மெய்யியலாளர்களுக்கு நம்பிக்கை இருந்தபோதும் அவர்கள் வேறுபட்ட எண்ணக்கருவை முன்வைத்தனர். அது புலன் ரீதியாக அனுபவத்தை அடிப்படையாகக் கொண்ட பகுத்தறிவுக் கொள்கை எனக் கருதலாம்.

சிந்தித்தலுக்கு மனம் எதையெல்லாம் வழங்குகின்றதோ அவையே கருத்துகள் ஆகும். நான் ஒரு நாற்காலியைப் பற்றிச் சிந்திக்கும்போது

வகுப்பில் இருக்கும் மாணவர்களைப் பற்றிச் சிந்திக்கும்போது அந்தப் பொருள்கள் எனது புரிதலில் நேராகச் சம்பந்தப்படுவதில்லை. அவற்றின் குறியீடு, அடையாளம் போன்ற ஒன்றுதான் அங்கு தோன்று கிறது. இவைதான் கருத்துகள் என்று நான் கருதுகின்றேன் என லொக் கூறினார்.

நமது மனதிற்கு வெளியே உள்ள புற உலகை வெற்றிகரமாகக் கையாள்வதை அனுபவம், அறிவின் மூலமாகச் சாத்தியமாக்குகின்றது என்று ஜோன் லொக் உறுதியாக நம்பினார். இதன் பின்னணியில்தான் அறிவு சாத்தியமானதா என்ற கேள்வியை அவர் எழுப்பினார். மரங் களைப் போல், புற்பூண்டுகளைப் போல் அறிவு நமக்கு வெளியே நிலவும் ஒன்றல்ல. அது நமது மனதில் இருக்கும் ஒன்று. ஆகவே அறிவை விளங்கிக் கொள்வதற்கு நமது மனதை நாம் விளங்கிக் கொள்ள வேண்டும். அதன் மூலம் மனம் புறவுலகை எவ்வாறு அறிந்து கொள் கின்றது என்ற விவரங்களை அறிந்து கொள்ள வாய்ப்புள்ளது. லொக்கின் கருத்தின்படி எல்லா அறிவுக்குமான அடிப்படை அலகாக விளங்குவது 'கருத்து' ஆகும். லொக் அன்று கருத்திற்குத் தந்த விளக்கம் இன்று நாம் கருத்திற்குத் தரும் விளக்கத்திற்குச் சமமானது என்று கொள்வது கடினம். ஏனெனில், கருத்து பற்றி இன்று நாம் பேசி வருபவை லொக் கருதிய மூல அடிப்படையை ஒட்டியதாக அமையவில்லை.

லொக்கின் கொள்கைப்படி கருத்து என்பது புலக்காட்சி, சிந்தனை, புரிதல் என்பவற்றிற்கான உடனடிப் பொருளாக இருப்பது என்று பொருள். கருத்துகள் வார்த்தைகளினால் வெளிப்படுத்தப்படுகின்றன. வெண்மை நிறம், கடுமையானது, இனிமையானது, இயக்கம், மனிதன், யானை, இராணுவம் என அமைகின்றன. இவ்வாறாக ஒரு வேதி யியலாளன் மருந்துக் கூட்டுத் தொகுதியை பகுப்பாய்வு செய்வது போல் அதன் இறுதித் தனிமக்கூறை அடையும் வரை லொக் கருத்தின் மூலத்தை அறிய முற்பட்டார். அதாவது நமது அறிவுத் தொகுதிக்கு மூலமாக இருக்கின்ற அடிப்படை அலகைக் கண்டறிவது அவரது நோக்கமாக இருந்தது. அறிவில் மிக அடிப்படையானதாக, மூலாதார மாக, அணு போன்றதாக இருப்பது எளிய கருத்துகளாகும். மிகவும் புதிதான ஓர் எளிய கருத்தை மனத்தினால் கண்டுபிடிக்க முடியாது. சுருக்க மாகக் கூறினால் மனத்தின் அனுபவத்திற்கு உட்படாத ஒன்று கருத்தாக வரையறுக்கப்பட முடியாது என்பது இங்கு எடுத்துக்காட்டப் படுகின்றது (William F. Lawhead, 2000).

லொக்கின் விளக்கங்களின்படி அறிவை விளக்குவதற்கு (அல்லது எதுவென விளங்கிக் கொள்வதற்கு) சில அடிப்படையான மூலப்

பொருள்கள் எவையெனக் கண்டுபிடிக்கப்பட வேண்டும். அதாவது, அறிவு எதனால் தோற்றம் பெறுகின்றது என்று அறிவதற்கு லொக் பின்வரும் விதத்தில் தனது கருத்துகளை வடிவமைத்துள்ளார்: 'நமது மனம் எவ்வாறு அமைந்திருக்கின்றது என்பதை எவ்விதமான எழுத்து களும் இல்லாமல் எவ்விதமான கருத்துகளும் இல்லாமல் இருக்கும் ஒரு வெள்ளைக் காகிதம் எவ்வாறு எழுத்துகளாலும் கருத்துகளாலும் நிரப்பப்படுகின்றது, எப்போது அவை அதில் இடம்பெற்ற பொருள் களினால் அறிவாகவும் பகுத்தறிவாகவும் மாறுகின்றது போன்ற கேள்விகளுக்கு என்னால் கூறக்கூடிய ஒரே ஒரு பதில் ''அனுபவம்'' என்பதாகும்.' இது லொக்கின் முடிவான கருத்தாகும்.

அனுபவம் நமக்கு இரண்டு மூலாதாரக் கருத்துகளைத் தருகின்றது. ஒன்று புலனுணர்வு. மற்றது தானே உணர்ந்துகொள்ளும் மன ஆற்றல் அல்லது சிந்தனை விளக்கம்.

அ. புலன் கருத்துகள்: மஞ்சள், வெள்ளை, மென்மை, இனிமை, கருமை, குளிர்மை.

ஆ. தானே உணர்ந்து கொள்ளும் மன ஆற்றல் அல்லது சிந்தனை விளக்கம்: புலக் காட்சி, சிந்தனை, நம்பிக்கை, அறிதல், விரும்புதல், சந்தேகித்தல் உள்பட ஏனைய உணர்ச்சி மற்றும் உளவியல் சார்ந்த உளநிலைகள். இவை நமது அனுபவத்தின் ஊடாக நமது சொந்த உளச் செயற்பாட்டில் ஏற்படும் மன நிகழ்வுகள்.

கெமரா படச்சுருளில் அதன் கண்ணாடி வழியாக உள்வருவன வற்றை ஒளிப்பதிவு செய்கின்றது. அவ்வாறுதான் மனித மனம் அனுபவங் களின் ஊடாக எளிய கருத்துகளைப் பதிவாகப் பெற்றுக்கொள்கின்றது என்று இதை விளக்கலாம். இவ்வாறு நாம் இரு வழிகளினூடாக (புலன் கருத்துகளும் சிந்தனை விளக்கமும்) நமது அனைத்துக் கருத்துகள் பற்றிய அறிவையும் விவாதிக்க முடியும். இந்தக் கருத்துகள் எளிமை யாகவும் அதேவேளை சிக்கலானதாகவும் அமைந்துள்ளன. நமது அறிவின் தோற்ற நிகழ்வில் எளிய கருத்துகள் மூலாதாரமானவை யாகும். இந்தக் கருத்துகள் நமது புலன்கள் ஊடாக உயிர்ப்பற்ற நிலையில் மனத்தை நிரப்புகின்றன.

எந்த ஒரு பொருளையும் நாம் பார்க்கும்போது கருத்துகள் நமது மனதில் பதிவாகின்றன. அந்தப் பொருள் பற்றிய பல்வேறு விதமான படிமங்கள் கலவையாக ஒன்றிணைந்தும் அப்பதிவில் இடம் பிடிக் கின்றன. ஒரு ரோஜா மலராயின் அதனுடைய நிறம், அதன் மிருதுவான தன்மை போன்றவை வேறுபடுத்தப்பட்ட அமைவைப் பெற்றுக் கொள்கின்றன. ஏனெனில், நாம் பொருட்களைப் பார்ப்பது என்பதில்

வெவ்வேறு புலன்கள் சம்பந்தப்படுகின்றன. உதாரணமாக, பார்வைப் புலன், முகர்தல் புலன், தொடுதல் உணர்வு என்று இவற்றை வகைப் படுத்தலாம். குறித்த ஒரு புலனினால் வெவ்வேறு பண்புகள் வந்து சேரவும் கூடும். உதாரணமாக, பனிக்கட்டியைத் தொட்டுணரும்போது கடினமும் குளிர்மையும் உணரப்படுகின்றது. மனம் இதன் இருவகைப் பண்புகளையும் நன்றாகப் பிரித்தறிந்து கொள்கின்றது.

மனத்தினால் இயல்பாக எளிய கருத்துகளை உருவாக்க முடியாமல் போனாலும் சிக்கலான கருத்துகளை உருவாக்கிச் செயற்படுத்தும் ஆற்றல் அதற்கு உள்ளது. சிக்கலான கருத்துகள் எளிய கருத்துகளின் இணைப்புக்கள் ஆகும். அவற்றை ஐக்கியப்படுத்தப்பட்ட பொருள் களாகக் கருத முடியும். உள்ளத்தின் மூன்று வித நடவடிக்கைகளாக சிக்கலான கருத்துகளை லொக் வகையீடு செய்துள்ளார். அவை பல்கூறு களின் திரள், தொடர்புபடுத்தல், பிரித்தெடுத்தல் என்பனவாகும்.

இதில் முதலாவதாக கூறப்பட்ட பல்கூறுகளின் திரள் என்பது இரண்டு அல்லது அதற்கு மேற்பட்ட எளிய கருத்துகளின் இணை வாகும். பல்வேறு விதமான கருத்துகளை இதில் ஒன்றிணைக்க முடியும். உதாரணமாக, மாம்பழம் என்று சொல்லும்போது மஞ்சள் நிறம், நீள்வட்டம், புளிப்பு அல்லது இனிப்பு போன்ற எளிய கருத்துகள் இங்கு இணைவு பெறுகின்றன.

இரண்டாவதாகக் கூறப்பட்ட தொடர்புபடுத்தல் என்பது ஒரு கருத்து இன்னொரு கருத்தோடு தொடர்புடுத்தப்படுதல். அதாவது, அவற்றுக்கிடையிலான உறவைத் தொடர்புபடுத்திய சிக்கல் கருத்துகள் என்று இதைக் கூறலாம். உதாரணமாக, அதி உயர்ந்தது என்று சொல்லும்போது இது இரண்டு பொருள்களின் கருத்துகளை ஒப்பீட்டு ரீதியில் உறவுபடுத்துகின்றது. கணவனும் மனைவியும், தந்தையும் மகனும், பெரியதும் சிறியதும் எனத் தனியாக அனுபவத்தில் காண்பதை விட அவதான உறவுகளில் இருந்து அவை பெறப்படுகின்றன.

மூன்றாவதாக, பிரித்தெடுத்தல் என்பது தனியன்களாலான அனுபவங்கள் ஒரு தொடர்ச்சியாக செயற்பட்டு பொதுமையான கருத்துகளை நமக்குத் தருவதைக் குறிக்கின்றது. குறித்த புத்தகங்களின் எல்லாப் பண்புகளையும் பிரித்தெடுத்தல் மூலம் ஒரு பொதுக் கருத்தை உருவாக்குதல். ஒவ்வொரு தனி நூலும் குறித்த வகை நிறம், அளவு, என்பவற்றைப் பெற்றிருந்த போதும் எல்லாப் புத்தகங்களும் பொதுவில் சதுரமான பொருள்களாகவும் எழுதப்பட்ட பல பக்கங்களைக் கொண்டன வாகவும் அமைந்துள்ளன. இது போலவே, ஏனைய எந்தவொரு பொருளையும் உதாரணமாக குதிரை, மனிதன், கட்டடங்கள் என

எந்தப் பொருள்களை எடுத்து நாம் நோக்கினாலும் தனித்த பொருள்களில் இருந்து நமது அனுபவங்களைப் பொதுப் பொருட்களுக்காகப் பிரித்து எடுத்துக் கொள்கிறோம் இதுதான் லொக்கின் விவரிப்பாகும் (William F. Lawhead, 2000: 121).

உடன்பிறந்த எண்ணங்கள் என்ற கருத்தையும் லொக் மறுக்கின்றார். பலருக்குத் தீமையாக இருப்பவை இன்னும் பலருக்குக் கடமையாக அமைகின்றன என்பதனால் ஒழுக்கவிதிகளையும் உடன்பிறந்த கருத்துகள் எனக் கூற முடியாது. ஏனெனில், அவை தற்சான்றுக்குரிய அல்லது பொதுமைத் தன்மைக்குரிய நிலையைப் பெறாதவை.

லொக் ஒழுக்கவியலுக்கு அனுபவவாத அடித்தளத்தை வழங்குகிறார். ஏனெனில், நன்மை தீமை என்ற எண்ணக்கருக்களைத் தொடர்புபடுத்தக்கூடிய நேரடியான புலன் உணர்வுகள் நம்மிடம் இல்லை. இதற்காக வேறு புலன் உணர்வுகளில் இருந்து இந்த எண்ணக் கருக்கள் தோற்றம் பெற்றிருக்க முடியும். இந்த வகையில் அனுபவம் நமக்குச் சில வகையான அல்லது ஒழுக்க ரீதியில் நன்மையான நடத்தை வகைகளைக் கற்றுத் தர முடியும். உதாரணமாக, வாக்குறுதிகளை நிறைவேற்றுவது, மற்றவர்களுக்குத் துன்பம் விளைவிக்காமல் இருப்பது என்பவற்றைக் குறிப்பிடலாம்.

கடவுள் என்ற கருத்தை எடுத்து நோக்கினாலும், அது டேக்கார்ட்டினால் மிக அதிகமாக வலியுறுத்தப்படும் ஒன்றாக இருந்தபோதும் அதையும் உடன்பிறந்த எண்ணமாகப் பதிவு செய்யலாமா என்பது கடினமானது. ஏனெனில், சில பழங்குடி மக்களிடத்தில் இதற்கான பதிவுகள் இல்லை. எல்லா மக்களும் கடவுள் என்ற உணர்வைப் பெற்றிருக்கிறார்கள் என்று எடுத்துக் கொண்டாலும் அவ்வாறு ஒருவர் பெற்றிருக்கின்ற அந்தக் கருத்து உடன் பிறந்தது என்பது நிரூபிக்கக் கூடியதா என்றும் கூற முடியாது. சுருக்கமாகக் கூறுவதாயின் மனம் என்பது அதன் முதல் நிலைப்பாட்டில் எழுதப்படாத பலகை, வெற்றுப் பெட்டகம், வெள்ளைக் காகிதம் அதாவது, எந்தவித கருத்துகளும் இல்லாத ஒன்று என்பதைத்தான் லொக்கின் வாதங்கள் நமக்கு உணர்த்துகின்றன.

நமது அறிவு யதார்த்தத்தை உண்மையாகவே பிரதிபலிக்கின்றதா என்பது லொக்கினுடைய அறிவாராய்ச்சியலில் இருந்து எழுப்பப்பட வேண்டிய முக்கியமான கேள்வியாகும். இந்தக் கேள்விக்கு லொக் தரும் விடை 'ஆம்' என்பதாகும். ஆனால், இது பற்றி அவருக்குச் சொல்வதற்கு சில விடயங்கள் இருந்தன. நமது அனுபவத்தின் எந்தப் பாகங்கள் யதார்த்தத்தைப் புறவயமாகப் (அல்லது நேரடியாக)

பிரதிநிதித்துவப்படுத்துகின்றன, நமது அனுபவத்தின் எந்தப் பாகங்கள் நமது சொந்த அகவய உணர்வை மாத்திரமே பிரதிபலிக்கின்றன என்ற விடயத்தில் நமக்குத் தெளிவு இருப்பது அவசியம் என்று லொக் கருது கின்றார். ஆகவே, லொக்கின் கருத்தை நாம் இரண்டாக வகைப் படுத்தலாம். ஒன்று யதார்த்தத்தின் புறவயப் பண்புகள், மற்றையது யதார்த்தத்தின் அகவயப் பண்புகள்.

அளவு, வடிவம், இயக்கம் போன்ற பண்புகள் நிலையானவை. ஏனைய பண்புகளான நிறம், வெப்பம், சுவை போன்றவை சந்தர்ப்பத் திற்கு ஏற்ற விதத்தில் மாறுபட்டு விளங்கக்கூடியவை. நபருக்கு நபர் இது வேறுபடவும் வாய்ப்பு உள்ளது. புறவயப் பண்புள்ளவை நம்மைச் சாராதவை என்று லொக் கூறுகின்றார். அவை அடிப்படையில் அவ்வப் பொருட்களில் இயல்பாய் அமைந்திருப்பவை. இதை லொக் முதல் நிலைப் பண்புகள் எனக் கூறுகின்றார். இதில் விரிவடையும் தன்மை, வடிவம், நிலைத்திருத்தல், இயங்குதல், எண் ஆகியவை அடங்கும். இந்தப் பண்புகள் கணித ரீதியாக வெளிப்படுத்தப்படக்கூடியவையும் விஞ்ஞான ரீதியாக விளக்கமளிக்கப்படக் கூடியவையுமாகும்.

இரண்டாம் நிலைப் பண்புகள் என்று குறிப்பிடப்படுபவை அது அகவய ரீதியாக நமது புலன்களுக்குரியனவாக அமைபவை. அதாவது பொருள் ஒன்று நமது புலன் அங்கங்களில் ஏற்படுத்தும் விளைவு என இதைக் கூறலாம். இவற்றுக்கு உதாரணமாக நிறம், ஒலி, மணம், சுவை போன்றவற்றைக் குறிப்பிடலாம்.

நமது முதல் நிலைப் பண்பு பற்றிய அனுபவம் யதார்த்தத்தை உண்மையாக, அதே விதமாகத் தருகின்றது. இரண்டாம் நிலைப் பண்புகள் நமது புலன் அங்கங்களைப் பொருள்கள் எவ்வாறு பாதிக் கின்றன என்பதைப் பதிவு செய்கின்றன. உதாரணமாக, ஒரு கோப்பைக் குளிர்த் தேநீர் பற்றிய கீழ்வரும் பண்புகளை நாம் இலகுவாக ஏற்றுக் கொள்ளலாம்: அளவு, எண், நிலை, வடிவம். ஏனெனில் இவை முதல் நிலைப் பண்புகளாகும். ஆனால் அந்தத் தேநீரின் சுவை எவ்வகை யானது என்பது அதாவது அது அதிகமானதா, சுவை கூடியதா, குறைந்ததா என்பது தொடர்பில் கருத்தொற்றுமை இல்லாது போகலாம். இதற்குக் காரணம் இனிமை என்பது இரண்டாம் நிலைப் பண்பு. ஏனெனில் அகவய ரீதியாக வெளிப்படுகின்ற பண்பாக இருப்பதனால் அது அந்தத் தேநீருக்குரியது அல்ல.

டேக்கார்ட்டும்கூட விரிவடைதல் என்ற அடிப்படைப் பதார்த்தத்தில் இருந்து இரண்டாம் நிலைப் பண்புகளைப் பிரித்துள்ளார் என்றும் கூறப்படுகின்றது. லொக்கினுடைய இந்தப் பிரிப்பு முறையானது நவீன

இயற்பியலில் லொக்கிற்கு இருந்த ஆர்வத்தை வெளிப்படுத்துவதாகவும் எடுத்துக் காட்டப்படுகின்றது. முதல் தர, இரண்டாம் தரப் பண்புகள் பற்றிய லொக்கினுடைய கலந்துரையாடலில் இந்தப் பண்புகளைப் பெற்றிருக்கக்கூடிய ஒரு விடயம் இருக்கின்றது, அது பருப்பொருள் என்பதை உறுதிப்படுத்துகின்றது என்று கூறலாம் (Samuel Enoch Stumpf: 1994).

மேலும் லொக் பருப்பொருள் அல்லது சடம் என்பதை நடைமுறை அறிவு நோக்கில் உறுதிப்படுத்த முயல்கின்றார். ஒரு பருப்பொருள் இல்லாத நிலையில் எவ்வாறு நாம் பண்புகளைப் பற்றிச் சிந்திப்பது. ஏதாவது பருப்பொருள் ஒன்று இருக்க வேண்டும். அந்தப் பருப் பொருளில் இருந்து பண்புகள் வெளிப்பட வேண்டும். உதாரணமாக வடிவத்தை எது கொண்டுள்ளது என்று நாம் வினவினால் ஒரு வகைத் திண்மமும் விரிவடைதலுமாகும் என்பது பதிலாகக் கிடைக்கும். திண்மமும் விரிவடைதலும் பருப்பொருளின் முதல்நிலைப் பண்பு களாகும். பொருள் ஒன்றின் புலன் உணர்வு அறிவைப் பருப்பொருள் தான் தருகிறது என்பதே லொக்கினுடைய கருத்து எனலாம். இந்த விளக்கத்தின் மூலம் லொக் சடத்தினுடைய இருப்பிற்கான தர்க்க ரீதியான கருத்துகளை முன்வைத்துள்ளார்.

அறிவின் பரப்புப் பற்றிய ஆய்வுகள் நாம் கடுமையான வரையறை களுக்கு உட்பட்டிருக்கிறோம் என்பதை நமக்கு உணர்த்துகின்றன. பொருள்களின் உண்மையான இருப்புப் பற்றி நாம் என்ன அறிந்திருக் கிறோம் என்பதை நாம் பரிசீலனை செய்யும்போது உள்ளுணர்வு ரீதியாக உறுதியாக நம்மால் சொல்லக்கூடியது நமது சொந்த இருப்பைப் பற்றியதாகத்தான் இருக்க முடியும். அதற்கு மேலாகக் கூறுவதாயின் கடவுளின் இருப்பைப் பற்றிய போதனா அறிவையும் நாம் பெற்றிருக்கின்றோம் எனக் கூறலாம். ஏனையவற்றைப் பொறுத்தவரை நாம் புலனுணர்வு ரீதியான அறிவை மட்டும்தான் பெற்றுள்ளோம் என்பதைத்தான் லொக்கின் விளக்கங்கள் நமக்குக் கூறுகின்றன.

நமது புலன்களுடன் சம்பந்தப்படும் பொருட்களைப் பற்றிய அறிவாக மட்டும்தான் அது அமைந்துள்ளது. அதே வேளை புலன் ரீதியான அறிவிலும்கூட அவை உண்மையில் இருப்பவை தானா என்பது பற்றி திட்டமாக நம்மால் வரையறுக்க முடியாத நிலையும் காணப்படுகின்றது. இந்த நிலையில் நாம் செய்யக்கூடியது என்ன வென்றால் நமது அறிவின் வரையறைகளை ஏற்றுக் கொள்வதும் அதில் இணையக்கூடிய அறியாமையை உணர்ந்து கொள்வதுமாகும் (Richard H. Popkin, Avrum Stroll, 1993: 250).

அதாவது, அறிவின் அனுபவக் கோட்பாட்டை நாம் பரிசீலிக்கும் போது முக்கியமாக அறிவு எவ்வாறு தோன்றுகின்றது என்பதில் கவனம் செலுத்துகின்றோம். அனுபவ அணுகுமுறையில் சில கடினமான விடயங்கள் இருப்பதாக லொக் ஒப்புக்கொள்கிறார். நாம் பெறும் எல்லாத் தகவல்களும் கருத்துகளின் அடிப்படையில் பெறப்படுபவை. அவற்றை நாம் அனுபவங்களினூடாகப் பெற்றுக் கொள்கிறோம். அடிப்படையில் நமது அறிவு என்பது நமது கருத்துகளை நாம் ஏற்றுக் கொள்வதும் ஏற்றுக் கொள்ளாததும் பற்றியதாகும். புறத்திலே இருக்கின்ற ஒன்றைப் பற்றி நமது அறிவினால் உண்மையில் என்ன இருக்கின்றது என்பதை சொல்ல முடியாது போகுமா என்ற ஐயத்தை இக்கருத்து உருவாக்குகின்றது.

இன்னொரு வகையில் கூறினால் நமது அறிவு என்பது கருத்து களைப் பற்றிய ஏற்புடைமையும் ஏற்புடைமையின்மையும் என்பதைப் பொறுத்து அமைவதாகும். அதாவது, நமது கருத்துகளுக்கு அப்பால் நமது அறிவு செல்ல முடியாத நிலை உள்ளது என்பதுதான் இந்த அணுகு முறை நமக்கு எடுத்துக் காட்டும் ஓர் உண்மையாகத் தெரிகின்றது. நமது அறிவானது நமது கருத்துகளைவிடக் குறுகியதாகும். நாம் அனுபவிக்க இயலுகின்ற எல்லாவற்றையும் நாம் அனுபவிப்பதில்லை. உண்மை யாகவே புலக்காட்சிக்கு உரியனவாக இருக்கின்ற அனைத்தையும் நாம் புரிந்துகொள்வதுமில்லை என்பதுதான் இதில் உள்ள பிரதானமான பிரச்சினை (அல்லது குறைபாடு) எனக் கருதலாம்.

நமது அனுபவத்திற்கும் கவனத்திற்கும் உட்படாத தொலைவில் இருப்பனவும் மிக நுண்மையாக இருப்பனவும் இருக்கின்றன என்பது இன்னொரு முக்கிய அம்சமாகும். உருவத்திற்கும் வடிவத்திற்கும் அல்லது பார்வைக்கும் உட்படாத பொருள்களின் இயக்கத்திற்கும் வர்ணம், சுவை அல்லது ஒலி என்பவற்றிற்கும் இடையில் உள்ள தொடர்புகளை நம்மால் பார்க்க முடிவதில்லை. மற்றொரு வரையறை 'உண்மையான அறிவு எது' என்பது தொடர்பாக எழுப்பப்படும் பிரச்சினைகளோடு சம்பந்தப்பட்டது. இது கருத்துகளுக்கும் பொருட்களின் யதார்த்தத் திற்கும் இடையிலான ஏற்புடைமை தொடர்பானது எனக் கூறலாம். எல்லா எளிய கருத்துகளும் புறத்தே உள்ள பொருள்களைக் குறித்து நிற்கின்றன. அவைதான் மனித மனத்தில் அந்தப் பொருள்களின் செயல்நிலை அம்சமாக விளங்குகின்றன.

புறத்தே காணப்படுகின்ற பொருள்களில் வெள்ளை என்ற புலனுணர்வு நமக்குள் ஒரு கருத்தை உருவாக்குகின்றது. அதே நேரத்தில் சிக்கலான கருத்துகள் அதிகமான சந்தர்ப்பங்களில் அறிவைத் தருவதில் முக்கியப் பங்கைப் பெற்றுள்ளன என்பதையும் நாம் ஏற்க

வேண்டியுள்ளது. ஆனால், அவை நேரடியான பிரதிகள் அல்ல என்பது மட்டுமல்ல புறத்தே இருக்கும் ஏதாவது ஒன்றின் மூலத்தைப் பிரதி பலிக்கும் ஒன்றும் அல்ல. அவை நமது சொந்த மனங்கள் உருவாக்கிக் கொள்ளும் வடிவமைப்புகள் அல்லது பாணிகள் என்ற வகையில்தான் அமைகின்றன. அதாவது இயற்கையில் இருக்கின்ற ஒன்றின் நேர்த் தொடர்பில்லாத ஒரு சந்தர்ப்பமாக இது அமைகின்றது. இந்த வகையில் பருப்பொருள் பற்றிய சிக்கலான கருத்துகள் மிகவும் கடினமானது என்பது புலனாகிறது.

குறித்த ஒரு பொருளின் முதல் நிலைப் பண்புகளில் என்ன மாற்றங்கள் இடம்பெறுகின்றன, அது எவ்வாறு நடைபெறுகின்றது, அவை என்ன வகையான புலன் உணர்வுகளை அல்லது கருத்துகளை நமக்குத் தருகின்றன என்பது பற்றி நம்மால் அறியமுடியவில்லை. அவற்றுக்கிடையே உள்ள அவசியம் தேவையான தொடர்புகளையும் நாம் அறிந்துகொள்ளவில்லை. அதாவது பிராங்க் தில்லியின் *(1955)* கருத்தின்படி இதைப் பின்வருமாறு கூறலாம்: 'இவற்றை எல்லாம் நாம் பரிபூரணமாக அல்லது சரியாக அறிந்துகொள்ள வேண்டுமானால் இந்தப் பிரபஞ்சம் முழுவதையுமே நாம் புரிந்துகொண்டாக வேண்டும். அறிவைப் பொறுத்தவரை பொதுமையான உறுதிப்பாடு என்பது அடையக்கூடியதல்ல. நாம் ஒரு நிகழ்தகவோடுதான் அறிவு விடயத்தில் நம்மை தொடர்புபடுத்தியுள்ளோம்' (Frank Thilly, Revised by Ledger Wood, 1955: 341)

9

மார்க்ஸிய மெய்யியல்

மேற்குலக ஆய்வறிவுப் பாரம்பரியத்தில் அமைப்பு முறைமைகளைக் கட்டியெழுப்பியவர்களில் இறுதியானவர் கார்ல் ஹென்றிச் மார்க்ஸ் ***(1818-1883)*** ஆவார். பொருளாதாரம், கலாச்சாரம், மெய்யியல், விஞ்ஞானம், கருத்தியல், சமூகவியல், உளவியல், முறையியல், வாழ்வு நோக்கு, மனித இயல்பு, மனித மையவாதம், இருப்பியல் அனைத்திலும் அவரது சிந்தனைச் செல்வாக்கு காணப்படுகிறது. சமூகக் கோட்பாடு, வரலாற்று மெய்யியல், ஒழுக்கவியல், பொருளியல், பொருள்முதல் வாதம், கருத்துமுதல்வாதம் போன்ற ஆய்வுகளில் அவரது சிந்தனை பெரும் மாற்றங்களைத் தோற்றுவித்தது. அவரது விமர்சனப் பார்வையும் அவர் அறிமுகப்படுத்திய, பயன்படுத்திய முறையியலும் யதார்த்த வாதி, நடைமுறைவாதி என்ற அவரது நிலைப்பாடுகளும் இம்மாற்றங்களுக்கு அவரைத் தூண்டின. ஆயினும் அவருடைய மனித விடுதலை நோக்கு இவை எல்லாவற்றிற்குமான அடிப்படைப் பொருளாகவும் அவருடைய சிந்தனையைத் திசைமுகப்படுத்தும் ஆற்றலாகவும் இருந்துள்ளது.

சுரண்டல், அடக்குமுறை, சமூக அநீதி, ஏற்றத்தாழ்வு போன்றவற்றால் கட்டியெழுப்பப்பட்டிருந்த தவறான சமூக, பொருளாதாரக் கட்டமைப்பின் நுகத்தடியிலிருந்து மனிதனை விடுதலை செய்வது அவரது இலட்சியமாக இருந்தது.

மெய்யியல்வாதி

மார்க்ஸ் ஒரு மெய்யியலாளரா அல்லது அவர் ஒரு சமூகக் கோட்பாட்டாளர் மட்டுமா என்பது விவாதத்துக்குரிய ஒன்றாகும். பல சமூகக் கோட்பாட்டுவாதிகள் மெய்யியலாளருமாவார்கள். ஹொப்ஸ், லொக், ஹெகல், மில் போன்றவர்கள் இத்தகையவர்கள். பொது மெய்யியல் கொள்கை ஒன்றை உருவாக்கி அதை அவர்கள் வளர்த்தார்கள். மீமெய்யியலும் அறிவாராய்ச்சியியலும் கலந்த அவர்களின் மெய்யியல்

கருத்துகளின் பின்னணியில் அவர்கள் தமது சமூகக் கோட்பாடுகளை முன்வைத்தனர்.

மார்க்ஸ் தமது சமூகக் கோட்பாட்டில் சில மெய்யியல் எடுகோள்கள் அமைந்திருப்பதாகக் கருதினார். ஆனால், முன்னர் கூறப்பட்டவர்கள் முன்வைத்த திருத்தமும் விரிவாக்கமும் கொண்ட மெய்யியல் முறைமை போன்ற ஒன்றைத் தாம் முன்வைத்ததாக மார்க்ஸ் உரிமை கோரவில்லை. தமது சமூகக் கோட்பாட்டிற்கான மெய்யியல் எடுகோள் களைப் பயன்படுத்தியதுடன் ஏனைய மெய்யியலாளர்களின் சிந்தனை களுக்கும் மெய்யியலுக்கும் அவர் கடன்பட்டிருந்தார். மேலும், தமது காலத்திலும் அதற்கு முன்னரும் சிந்தனை உலகில் புரட்சிகளையும் தாக்கங்களையும் ஏற்படுத்திய மெய்யியல் சிந்தனைகளை நிதமும் கற்றுத் தேர்வதாக அவரது அறிவுப் பயிற்சி இருந்தது.

கிரேக்க மெய்யியலிலும் ஜெர்மனிய, பிரான்சிய, பிரித்தானிய மெய்யியல் மரபுகளிலும் அவர் விரிவான அறிவையும் அவை பற்றிய தெளிவான கண்ணோக்குகளையும் பெற்றிருந்தார். ஆயினும், எதிர்கால சந்ததியினருக்குப் பாரம்பரியமாகக் கொடுக்கும் அர்த்தத்தில் கருத்துச் செறிவுள்ள மெய்யியல் மரபொன்றை அவர் கட்டியெழுப்பியிருக்க வில்லை. ஒரு மெய்யியல் பேராசிரியராகத் தொழில்புரிய அவருக்கு ஆவல் இருந்தது. ஆதிகிரேக்க மெய்யியலின் பிரதான இரு சிந்தனையாளர் களின் ஒப்பீட்டு ஆய்வை முனைவர் பட்டத்திற்காக அவர் சமர்ப்பித் திருந்தார். ஒரு வரன்முறையான மெய்யியலாளர் என்ற வரையறைக்குள் செயற்பட அவரது சொந்த வாழ்வும் அவரது அரசியல், பொருளாதார சூழல்களும் இடமளிக்கவில்லை என்று கருதலாம். ஆயினும் ஒரு மெய்யியலாளனுக்குரிய மனப்பாங்கும் உள்ளொளியும் அவருள் பிரகாசித்ததை வெளிப்படுத்தும் சிந்தனைகள் அவரது ஆக்கங்களில் உள்ளன.

தமது சமூக, பொருளாதார, மனித மையவாதச் சிந்தனைக்கு 18, 19ஆம் நூற்றாண்டுகளுக்குரிய மெய்யியல்களின் வளமுள்ள பகுதிகளைப் பக்கபலமாக அவர் பயன்படுத்தியுள்ளார். பல்வேறு தலைப்புகளிலான கட்டுரைகளிலும், ஃபாயர்பாஹ் ஆய்வுரைகள் போன்ற எழுத்து வடிவங் களிலும், பழமொழி வடிவத்தை ஒத்த கூற்றுகளிலும், ஆங்காங்கே சிதறிய வகைகளில் கூறிச் சென்ற கோட்பாட்டு வடிவங்களிலும் மார்க்ஸ் தமது மெய்யியல் கருத்துகளை முன்வைத்திருந்தார்.

விமர்சனம்

மெய்யியலில் ஆர்வம் கொண்டவராக இருந்தபோதும், அவர்

மெய்யியலைக் கடுமையாக விமர்சித்தார். அவரது காலத்தில் மெய்யியல் பெற்றிருந்த தெளிவற்ற நிலையும், இருதலைக் கொள்ளிக் கோட்பாடு களும் அவருக்கு அதிருப்தியை ஏற்படுத்தின. எல்லாவற்றிற்கும் மேலாக பிற்போக்குச் சிந்தனையாளர்களின் கைகளில் மெய்யியல் வெளிப் படுத்தி வந்த சமூக விரோத நிலைப்பாட்டை அவர் விமர்சித்தார். அத்தோடு மெய்யியலைக் கடந்துசெல்லும் தமது சொந்த விமர்சன மனப்பாங்கையும் அவர் வெளிப்படுத்தினார். செவ்வியல் மெய்யிய லாளர்களுக்கு எதிரான மெய்யியலற்ற மெய்யியல் என்ற கருத்தை நோக்கியதாக, அவருடைய விமர்சனங்கள் காணப்படுகின்றன. மெய்யியலில் தூய்மை தேவை. மயக்கமும் மர்மமுமற்றதாக மெய்யியல் விடுதலை செய்யப்பட வேண்டும் என்ற கிளர்ச்சி மனோபாவம் அவருள் செயல்பட்டது. ஹெகலை விமர்சிக்கும் போதும், 18ஆம் நூற்றாண்டு மெய்யியலாளர்களின் கருத்துமுதல்வாத நிலைப் பாட்டைக் கண்டனத்துக்குள்ளாக்கிய போதும் இம்மனப்பாங்கு அவரால் புலப்படுத்தப்பட்டது.

எவ்வாறாயினும், அவரது மெய்யியல் சிந்தனைப் பாங்கை வடிவமைத்ததில் கிரேக்கச் செவ்வியல் மெய்யியல், ஹெகலியவாதம், ஃபாயர்பாஹ் சிந்தனைகள், மனித மையவாதச் சிந்தனைகள் ஆகிய நான்கு மெய்யியல் மூலாதாரங்கள் முதன்மையான இடத்தைப் பெற்றிருந்தன. மார்க்ஸின் சமூக ஆய்வுகளில் அவருடைய முறையியல் மூன்று மீமெய்யியல் முன் எண்ணங்களைக் கொண்டிருந்தன:

1. இயக்கவியல் முறை
2. சமூக யதார்த்தம்
3. அறிவாராய்ச்சியியல்

மார்க்ஸ் ஒரு புரட்சியாளர், அவர் ஒரு கம்யூனிஸவாதி என்பன மார்க்ஸ் பற்றிய திருப்தியான வர்ணிப்பு அல்ல. அவர் ஒரு மனித மைய வாதியுமாவார். மனித விடுதலை பற்றிய உண்மையான அக்கறையுடன் அவர் செயல்பட்டார். தனிமனித நலன்களும் மனித மேம்பாடுகளும் உள்ளடங்கிய மனித விடுதலைக் கோட்பாடு *1844 பாரிஸ் கையெழுத்துப் படிகள்* என்னும் நூலில் அவரால் ஆழமாக முன்வைக்கப்பட்டது.

1836களில் அவர் பல்கலைக்கழகத்தில் கல்வி கற்றுக்கொண்டிருந்த போது இரு ஹெகலியக் குழுக்கள் இருந்தன. இக்குழுக்களில் ஒன்று வலதுசாரி என்றும் மற்றது இடதுசாரி என்றும் அழைக்கப்பட்டது. மார்க்ஸ் இடதுசாரிக் குழுவினரால் கவரப்பட்டார். டாக்டர்கள் கழகத்தில் இருந்த இளம் ஹெகலியவாதிகள் ஹெகலை ஆழமாக மதித்தனர். மார்க்ஸும் அவர்களைப் போல ஹெகலை வழிபடப்

போகிறாரா என்பது இன்னும் தீர்மானிக்கப்படாத நேரமது. மார்க்ஸ், ஹெகலை விரிவாகப் படிப்பதற்கு முன்னர் காண்ட், பிஷ்டே ஆகிய இரு பெரிய தத்துவ ஞானியர்களின் ஆக்கங்களைக் கற்றார். மாணவப் பருவத்தில் சுறுசுறுப்பும் ஆவேசமுமான பிஹ்டே யின் கருத்துகள் மார்க்ஸைப் பெரிதும் கவர்ந்திருந்ததை முக்கியமாகக் குறிப்பிடலாம். பிஹ்டேயை இளைஞர்கள் வரவேற்றனர். மெய்யியலை யும் செயற்பாட்டையும் அவர் ஒன்றிணைத்தார். சிந்தனையையும் செயலையும் ஒன்றுபடுத்தினார். அதனால், அப்போது மெய்யியலின் போனபார்ட் என்று பிஹ்டே வர்ணிக்கப்பட்டார். உண்மையில் அவர் காண்ட்டிற்கு எதிரிடையான கருத்துகளை வெளியிட்டு வந்தார்.

மார்க்ஸ் அடிப்படையில் ஒரு யதார்த்தவாதி. புலன்சார் வரலாற்று உண்மைகளின் பேரில் எப்போதும் அவர் ஆர்வம் செலுத்தினார். ஃபாயர்பாஹின் பொருள்முதல்வாத நோக்கின் வழியாக ஹெகலிய மெய்யியலை மார்க்ஸ் கற்றதிலிருந்து இந்த அறிவுநிலை அவருள் ஓர் ஆழமான இடத்தைப் பிடித்ததாகக் கருதலாம்.

மோஸஸ் ஹெஸ், செயின்ட் சைமன் போன்றோரின் பொது வுடைமைவாத இலட்சிய சிந்தனைகளையும் அவர் கற்றறிந்தார். அரசியல் காரணிகளின் மீதான பொருளியலின் ஆதிக்கத்தை மோஸஸ் ஹெஸ் வெளிப்படுத்தினார். கூலி உழைப்பில் ஈடுபட்டுள்ள பாட்டாளிகள் விடுதலை பெறாமல் மனித விடுதலை சாத்தியமில்லை என்றும் அவர் கூறினார். வரலாற்று வளர்ச்சியைத் தீர்மானிக்கும் நிர்ணயமான பாத்திரத்தைப் பொருளாதார வளர்ச்சி உறவுகளே தீர்மானிப்பதாக செயின்ட் சைமன் கூறினார்.

டேவிட் ரிக்கோடா, காண்ட், ஹெகல், பிஹ்டே, மோஸஸ் ஹெஸ், ஃபாயர்பாஹ் எனப் பல்வேறு சிந்தனையாளர்களின் கருத்துகள் மார்க்ஸின் சிந்தனை வளர்ச்சிக்கும் கருத்துகளின் உருவாக்கத்திற்கும் துணையாக இருந்தன. மார்க்ஸின் மெய்யியல் கருத்துகள் பெரும்பாலும் அவர் மற்றவர்களின் கருத்துகளை விமர்சிக்கும் அல்லது கண்டிக்கும் கருத்துச் சர்ச்சைகளின் போதுதான் பெரிதும் முன்வைக்கப்பட்டன. *ஜெர்மன் கருத்தியல், தத்துவத்தின் வறுமை* போன்ற நூல்கள் பெருமளவில் இவ்விமர்சனங்களைக் கொண்டுள்ளன. மார்க்ஸ், மெய்யியல் சார்ந்த மீமெய்யியல் ஆய்வறிவு முயற்சியில் ஆழமாக ஈடுபட்டதாகக் கூற முடியாது. அவர் விமர்சித்தவற்றுள் மெய்யியலுக்கு எதிரான கருத்து களும் அடங்கியிருந்தன. குறிப்பாக யதார்த்தத்திற்கும் சமூகவியல் கருத்துகளுக்கும் எதிரான கோட்பாடுகளை ஆதரித்த மெய்யியலை அவர் விமர்சித்து நிராகரித்தார்.

மெய்யியலை மெய்யியல் என்பதற்காக அவர் நிராகரிக்கவில்லை. மெய்யியல் மறைமுகமாகவும் தவறாகவும் கையாளப்பட்டதால் ஏற்பட்டிருந்த சிந்தனை நெருக்கடியை மெய்யியலின் பேரில் சகித்துக் கொள்ளும் பொறுமை அவருக்கிருக்கவில்லை. அடிப்படையில், மார்க்ஸ் மீமெய்யியல் எதிர்ப்பாளரும் நடைமுறைவாதியுமாவார். 'கோட்பாட்டு விமர்சனத்தைவிட நேர்முக நடைமுறையை அவர் அதிகம் சார்ந்திருந்தார்' என்ற டி.எம். தத்தாவின் கூற்று கவனத்திற் குரியது (D.M. Data, 1950 : 499).

மார்க்ஸ் தமது இளமைக் காலத்திலிருந்து கவனத்தில் எடுத்துக் கொண்ட 19ஆம் நூற்றாண்டிற்குரிய மூன்று முக்கியமான தத்துவப் போக்குகள் இருந்தன. அவை முன்னேற்றமடைந்திருந்த மூன்று ஐரோப்பிய நாடுகளைச் சேர்ந்தவை:

1. செந்நெறி ஜெர்மன் மெய்யியல்
2. செந்நெறி ஆங்கிலேய அரசியல் பொருளாதாரம்
3. பிரஞ்சுப் புரட்சிப் போதனைகளுடன் இணைந்த பிரெஞ்சுப் பொதுவுடைமைவாதம்.

இந்த மூன்று பிரதான அறிவு மூலங்களையும் மார்க்சும் எங்கெல்சும் தொடர்ந்து ஆராய்ந்தனர்.

செவ்வியல் ஜெர்மனிய மெய்யியல்

18ஆம் நூற்றாண்டிலும் 19ஆம் நூற்றாண்டின் ஆரம்பத்திலும் மனிதன், சமூகம் வரலாறு பற்றிய ஜெர்மன் மெய்யியல் சிந்தனைகள் மீள் பார்வைக்குட்படுத்தப்பட்டன. ஜெர்மனிய செவ்வியல் மெய்யியலின் தாக்கத்திலிருந்து தோற்றம் பெற்ற, இளம் ஹெகலியவாதிகளின் விமர்சனங்கள் மார்க்ஸின் சிந்தனை உருவாக்கத்தில் முக்கிய பங்கு வகித்தன. இளம் ஹெகலியவாதிகளின் விமர்சனங்களும் லுத்விக் ஃபாயர்பாஹ் போன்ற ஹெகலியச் சிந்தனையாளர்கள் நிகழ்த்திய விமர்சனங்களும் பொருள்முதல்வாதம் பற்றிய அவர்களது புதிய கருத்துகளும் பொருள்முதல்வாதத்தை விரிவாகச் சிந்திக்கும் வாய்ப்பு களை உருவாக்கின.

18ஆம் நூற்றாண்டில் ஜெர்மனுக்கு அவசியமான விடயங்களி லிருந்து ஜெர்மனிய மெய்யியல் ஒதுங்கியிருந்தது. மனிதன், சமூகம், வரலாறு பற்றிய போதிய கருத்துகளை அது முன்வைக்கவில்லை. ஆனால், மறுபுறத்தில் இயக்கவியலில் ஹெகல் குறிப்பிடத்தக்க சாதனைகளை நிகழ்த்தியிருந்தார். ஹெகலின் மரணத்தின் பின்னர் அவருடைய மெய்யியல் அவரது சீடர்களிடையே மோதல்களை

உருவாக்கியது. பின்னர் ஜெர்மனிய அறிவுஜீவிகள் மத்தியிலும் லுத்விக் ஃபாயர்பாஹின் பொருள்முதல்வாதச் சிந்தனைகள் முக்கிய தாக்கத்தை விளைவித்தன. இளைய மார்க்ஸ் ஆரம்பகால கட்டங்களில் ஹெகலிய மெய்யியல் மரபைச் சேர்ந்தவராக காணப்படுகிறார். அதேவேளையில் மார்க்ஸ், எங்கெல்ஸ் இருவரும் பொருள்முதல்வாதத்தையும் மனித மையவாதச் சிந்தனையையும் ஆதரிப்பவர்களாக மாறினர்.

ஆங்கிலேய அரசியல் பொருளாதாரம்

18, 19ஆம் நூற்றாண்டுகளில் இங்கிலாந்தில் காணப்பட்ட முதலாளித்துவ உற்பத்திக் கட்டமைப்பின் உள்பிரச்சினைகளை அரசியல் பொருளாதாரம் வெளிப்படுத்தியது. செவ்வியல் ஆங்கிலப் பொருளாதாரவாதிகளான ஆடம் ஸ்மித், டேவிட் ரிக்காடோ ஆகியோர் பிரித்தானியப் பொருளாதாரக் கட்டமைப்பைப் பகுப்பாய்வு செய்தனர். இந்த ஆய்வுகள் மூலம் உழைப்புப் பெறுமதிக் கோட்பாட்டை அவர்கள் கண்டுபிடித்தனர். ஆடம் ஸ்மித்தின் 'நாடுகளின் செல்வம்' என்று சுருக்கமாக அழைக்கப்பட்ட 'நாடுகளின் செல்வங்களின் இயல்பையும் காரணங்களையும் பற்றிய ஆய்வு' என்ற நூல் முந்தையப் பொருளாதாரக் கொள்கைகள் பலவற்றைச் சிதறடிக்கும் புரட்சிகரக் கருத்துகளை வெளியிட்டது. மனித உழைப்பே நாட்டின் செல்வ ஊற்றென ஸ்மித் நிறுவினார். செல்வ உற்பத்தி, விநியோகம், மூலதனம், உழைப்பின் பெறுமதி, இலாபம், வட்டி முதலிய பல பொருளியல் கருத்தாக்கங்களையும் கோட்பாடுகளையும் பொருளாதார விதிகளையும் 'நாடுகளின் செல்வம்' ஆராய்ந்தது.

இந்த விதிகளை அரசியல் பொருளாதாரவாதிகள் இயல்பானவையாகவும் நிரந்தரமானவையாகவும் கருதி விளக்கமளித்தனர். இந்த விதிகளுக்கும் சமூகநிலைப்பாட்டிற்கும் இடையில் நடந்துகொண்டிருந்த முரண்பாடு அவர்களால் ஆராயப்படவில்லை. உற்பத்தியின் சமூக இயல்பையும் உற்பத்தி உறவுகளையும் இவர்கள் கருத்தில் எடுத்துக் கொள்ளவில்லை (Valery Deyev 1987 : 32).

பிரெஞ்சு கற்பனா சோஸலிசம்

18, 19ஆம் நூற்றாண்டுகளில் முதலாளித்துவத்திற்கு எதிரான முக்கிய கருத்துகளைக் கற்பனா சோஸலிசவாதிகள் முன்வைத்தனர். புனித மானதாகக் கருதப்பட்ட சொத்துரிமையை இவர்கள் விமர்சித்தனர். ஏழை பணக்காரன் என்ற பாகுபாட்டிற்குச் சொத்துரிமையே காரணம் எனச் சுட்டிக்காட்டினர். சொத்துகள் முறையாகப் பகிரப்படாததையும் பாட்டாளி மக்கள் சுரண்டப்படுவதையும் எடுத்துக்காட்டித் தனியார்

மார்க்ஸிய மெய்யியல்

சொத்துரிமையைத் தாக்கினர். செயின்ட் சைமன், ரோபர்ட் ஓவன், புரோதான், ஃபூரியர் போன்றோர் இக்கருத்துக் கிளர்ச்சியில் பிரதான இடத்தைப் பெற்றிருந்தனர். 19ஆம் நூற்றாண்டின் முதலாளித்துவத் திற்கெதிரான முக்கிய கருத்துகளை வெளிப்படுத்தினர். சமயத்தை யும் அரசியல் நிறுவனங்களையும் தயவுதாட்சண்யமின்றி இவர்கள் விமர்சித்தனர்.

மிகப் பெரும்பான்மையினராகக் காணப்பட்ட ஏழை வர்க்கத்திற்கு ஆதரவாக செயின்ட் சைமன் குரல் கொடுத்தார். 'மக்கள் அனைவரும் சமமானவர்களாக மதிக்கப்பட வேண்டும்' என்பது அவரது கோரிக்கை களின் பிரதான தொனிப்பொருளாக இருந்தது. ஃபூரியர் முதலாளித்துவ உலகின் பொருளாதாரச் சீர்கேட்டையும் ஒழுக்க முறையின் அவலத்தையும் அம்பலப்படுத்தினார். நாட்டு மக்களிடையே வருமானத்தைப் பகிர்ந்தளிக்கும் போது சமூகநீதி கடைப்பிடிக்கப்பட வேண்டும் என சைமனியவாதிகள் வற்புறுத்தினர்.

கற்பனா சோஸலிசவாதிகள் பாட்டாளி வர்க்கத்தினரின் பிரதிநிதி களாக இருக்கவில்லை என்றும், குறிப்பிட்ட வர்க்கத்தை விடுவிப்ப தாகச் சொல்லாமல் மனித குலம் முழுவதையுமே விடுவிப்பதாகக் கூறிவந்தனர் என்றும் எங்கெல்ஸ் இவர்களை விமர்சித்தார். பல குறைபாடுகள் காணப்பட்ட போதும் கற்பனா சோஸலிசவாதிகளின் பல்வேறு திட்டங்களும் கொள்கைகளும் வரவேற்கப்படக்கூடிய வையாக இருந்தன. மார்க்ஸியம் இவற்றிலிருந்து பல சமூகத் திட்டங் களையும் கொள்கைகளையும் மீளாய்வு செய்து அதனைத் தனது பொதுவுடைமைக் கருத்து வளர்ச்சிக்குப் பயன்படுத்திக் கொண்டது.

ஆயினும் மார்க்ஸிய சோஸலிசத்தின் வளர்ச்சி கற்பனா சோஸலிசத்தை அழித்துவிடவில்லை. காலனித்துவ எதிர்ப்புகளிலும் விடுதலைக் கோட்பாடுகளிலும் சமூக சமத்துவக் கோரிக்கைகளிலும் அதன் செல்வாக்கு இன்றும் காணப்படுகின்றது.

ஃபாயர்பாஹ் (கி.பி. 1804-72)

லுத்விக் ஃபாயர்பாஹின், பொருள்முதல்வாத சிந்தனைகள் ஜெர்மனிய அறிஞர்கள் மத்தியில் பெரும் தாக்கத்தைச் செலுத்தின. வரலாற்று மெய்யியலிலும், சமய மெய்யியலிலும் ஹெகலியத்தை மறுமதிப்பீடு செய்வதிலும் அவரது பணி முக்கியமானதாக இருந்தது.

ஹெகலிய மெய்யியலை விமர்சித்ததோடு ஹெகலிய அமைப்பு முறையை அவர் (ஃபாயர்பாஹ்) பின்னோக்கித் திருப்பினார். ஹெகலிய மெய்யியல் காட்டிய அந்நியமாக்கப்பட்ட சட உலகு

தவறான ஒழுங்கமைப்பில் வைக்கப்பட்டுள்ளதாகக் கூறினார். சட உலகம் முதல்நிலைக்கு மாற்றப்பட வேண்டும் என்ற கருத்தை வலியுறுத்தியதன் மூலம் பொருள்முதல்வாதத்திற்குப் புத்துயிர் அளித்தார். ஹெகலைப் பின்நோக்கித் திருப்பிய அவரது ஹெகல் மீதான விமர்சனமும் கிறிஸ்தவ இறையியல் பற்றிய அணுகுமுறையும் மெய்யியல் சீர்திருத்தப்பட வேண்டும் என்ற அவரது மெய்யியல் மீதான விமர்சனங்களும் மார்க்ஸைப் பெரிதும் கவர்ந்திருந்தன (எம்.எஸ்.எம். அனஸ், 1993: 126, 127).

1902இல் எஃப். மேரிங்கினால் மீண்டும் வெளியிடப்பட்ட மார்க்ஸ், எங்கெல்ஸின் ஆரம்பகால எழுத்துகள் அவர்களின் சிந்தனைப் போக்கின் வளர்ச்சியை அறியத் தருகின்றன. இளைய மார்க்ஸ் ஆரம்ப கட்டங்களில் ஹெகலிய மரபைச் சேர்ந்தவராகவே காணப்படுகிறார். மார்க்ஸ், எங்கெல்ஸ் இருவரும் ஃபாயர்பாஹின் மனித மையவாதம் பொருள் முதல்வாதம் ஆகியவற்றின் உறுதியான ஆதரவாளர்களாகவும் இருந்தனர். 1843இல் மார்க்ஸ் ஃபாயர்பாஹிற்கு எழுதிய கடிதத்தில் ஷெல்லிங்கின் மெய்யியல் சிந்தனைகளை மறுப்பவராக ஃபாயர்பாஹ் தொடர்ந்து செயல்பட வேண்டும் என்று கேட்டுக்கொண்டார். ஷெல்லிங்கின் சிந்தனை கற்பனையாகவும் கனவுமாக உள்ளது. ஃபாயர்பாஹின் சிந்தனை உண்மையானதாகவும் யதார்த்தமாகவும் இருக்கின்றது. ஃபாயர்பாஹின் முன்னால் ஷெல்லிங் ஒரு கேலிச் சித்திரமாகவே காட்சி தருகிறார் என்றும் அக்கடிதத்தில் மார்க்ஸ் குறிப்பிட்டார். கற்பனையான மெய்யியலை எதிர்க்குமாறு ஃபாயர்பாஹை அவர் இறுதியாக வேண்டிக்கொண்டார். (எம்.எஸ்.எம். அனஸ், 1994)

ஃபாயர்பாஹின் மனித மையவாதத்தை பொருள்முதல்வாதச் சிந்தனையாக அங்கீகரிக்கப் பலர் மறுத்து வந்தபோது மார்க்ஸ், எங்கெல்ஸ் இருவரும் அவரை ஒரு பொருள்முதல்வாதியாகவே மதித்தனர். எனினும் மார்க்ஸ், எங்கெல்ஸ் ஆகிய இருவரும் ஃபாயர்பாஹின் மனிதமையவாதத்தையும் பொருள்முதல்வாதத்தையும் கடுமையாக விமர்சித்தனர். அவரது பொருள்முதல்வாதத்தில் காணப்பட்ட குறைபாடுகளையும் சுட்டிக் காட்டினர். ஃபாயர்பாஹ் ஹெகலியத்தை விமர்சித்தபோது ஹெகலின் இயக்கவியல் முறையை அவர் நிராகரித்தது தவறு எனச் சுட்டிக்காட்டினர்.

ஃபாயர்பாஹ் இயந்திரிகப் பொருள்முதல்வாதத்தை விமர்சித்து நிராகரித்ததையும் மனிதக் கருத்திற்கு முன்னுரிமை தரப்பட வேண்டும் என்ற அவரது கோரிக்கையையும் மார்க்ஸ் ஆதரித்தார். ஆயினும் மனிதனின் சமூக சாரத்தை ஃபாயர்பாஹ் கருத்தில் கொள்ளத் தவறியதாகக் குற்றம் சாட்டினார். ஃபாயர்பாஹின் உயர்ந்த குறிக்கோள்

அவரது அணுகுமுறையின் பலவீனத்தால் தேக்கமடைந்துவிட்டதாக மார்க்ஸ் கூறினார். இன்னொரு வகையில் கூறினால் மனிதனின் சமூக வாழ்வைப் புரிந்துகொள்வதற்கு இயக்கவியல் ரீதியான அணுகுமுறையை ஃபாயர்பாஹ் கைவிட்டிருந்தார் என்பதும் அவரது வரலாற்றுப் பார்வை கருத்துமுதல்வாதமாக முடங்க நேர்ந்துவிட்டது என்பதுமே மார்க்ஸ் சுட்டிக்காட்டிய முதன்மையான இரு குறைபாடுகளாகும்.

வாழ்நிலைக்கும் சிந்தனைக்கும் இடையிலான முரண்பாட்டை ஹெகலியச் சிந்தனை அகற்றி விட்டதாக ஃபாயர்பாஹ் கருதினார். ஹெகல் சிந்தனையை வாழ்நிலையாகக் கருதினார். சிந்தனை எழுவாய், வாழ்நிலை பயனிலை என்று இது கூறப்பட்டது. முரண்பாட்டில் உள்ள கூட்டுத் தனிமங்களில் ஒன்றை நீக்கி விடுவதால் முரண்பாடு நீக்கப் பட்டு விட்டதாக ஆகாது. இயற்கை, பருப்பொருளற்ற, புலனீடற்ற கருத்தால்தான் (அதாவது கடவுளால்தான்) படைக்கப்பட்டது என்பதே இதற்கான விடையாகியது. கருத்து முதல்வாதமானது வாழ்நிலை, சிந்தனை என்ற இரண்டிற்கும் இடையிலான ஒருமைத் தன்மையை நிறுவுகின்றதா என்ற கேள்விக்கு இல்லை; அதன் ஒருமைத் தன்மையை அது அழித்துவிடுகிறது என மார்க்ஸியம் பதில் தருகிறது.

மெய்யான தத்துவத்தின் தொடக்கப் புள்ளி நான் அல்ல. அது ஒரு தெளிவற்ற மர்மமான கருத்து. 'நான்' அத்துடன் நான் என்பது 'நீ' ஆகவும் எடுத்துக்கொள்ளப்பட வேண்டும் என்று ஃபாயர்பாஹ் கூறுகிறார். நான் அத்துடன் நீ என்பதன் பொருள் அகநிலையும் புறநிலையுமாகும். நான் அகநிலையாக இருப்பது போல 'நான்' புறநிலையானதுமாகும். 'நான்' எனக்கு நானாக இருந்தாலும் மற்றவர் களுக்கு அது 'நீ' ஆகும். நான் என்பது ஒரு மர்மப் பொருள் அல்ல. நான் என்பதற்கான உடல்தான் 'நானும்' அதன் சாரமுமாகும். ஃபாயர்பாஹின் கருத்தில் இதுதான் உண்மையான, யதார்த்தமான வாழ்நிலையாகும்.

இது கருத்துமுதல்வாதி மரபுரீதியாக 'நான்' என்பதற்குக் கொடுக்கும் ஒரு தலைப்பட்சமான கருத்தேற்றங்களுக்கு மாறானதாகும். இங்கு பௌதிக வாழ்நிலை எழுவாயாகவும், சிந்தனை பயனிலையாகவும் இருக்கின்றது. வாழ்நிலைக்கும் (சூட்சுமமான) சிந்தனைக்கும் இடையிலான முரண்பாட்டிற்குத் தீர்வாக ஃபாயர்பாஹ் இந்த 'நான் நீ' என்ற கருத்தாக்கத்தை முன்வைக்கிறார். ஸ்பினோஸாவை நவீன சுதந்திரச் சிந்தனையாளர்கள் மற்றும் பொருள்முதல்வாதிகளின் மோஸஸ் எனப் ஃபாயர்பாஹ் புகழ்ந்துரைத்தார். டேக்கார்ட் கடவுளை யும் இயற்கையையும் இரு(மைவாத) முடிவுப் பொருள்களாக்கினார். அதேபோல் உள்ளத்தையும் உடலையும் இரு கூறுகளாகப் பிரித்தார். டேக்கார்ட் மூன்று பொருள்களை முன்வைத்தார். அவை கடவுள், மனம்,

சடப்பொருள். கடவுள் கருத்தை, மிக உயர்ந்ததாக எடுத்துக்கொண்டார். கடவுள் எல்லாம் வல்ல ஆற்றலுடையது. உடலும் உள்ளமும் இரு சுதந்திரமான அல்லது இரு சாராமை பொருள்கள் என்றார். உதாரணம்: 1. மனம்: சிந்தனை, 2. சடம்: விரிவடைதல் என்ற இரு பண்புகளைப் பெற்ற பொருள் என டேக்கார்ட் இதனை விளக்கினார்.

ஸ்பினோஸாவின் கருத்து இதற்கு மாறுபட்டதாக இருந்தது. அவரின் மீமெய்யியல் சிந்தனைத் திட்டத்தில் ஒரே ஒரு பொருள் மட்டுமே இருந்தது. சிந்தனையையும் விரிவடைதலையும் ஸ்பினோஸா கடவுள் கருத்தில் ஒன்றிணைத்தார். இவை தவிர வேறு பண்புகளும் கடவுளுக்கு இருக்கலாம். ஆனால், கடவுளுக்குப் புறம்பாக எந்தப் பொருள்களும் கிடையாது. ஆயினும், கடவுள் எல்லா விதங்களிலும் முடிவில்லாததும் அநாதியானதுமாகும். இந்தப் பிரபஞ்சத்தில் உள்ள அனைத்தும் கடவுளில் தங்கி உள்ளன. எல்லாவற்றுக்கும் சொந்தக்கார னாக இருப்பது கடவுளே என ஸ்பினோஸாவின் கோட்பாடு விளக்குகிறது.

பொருள்முதல்வாதத்தையும் இறையியலையும் குழப்பியதில்தான் ஸ்பினோஸாவின் முரண்பாடு வெளிப்பட்டது. எவ்வாறாயினும், 'நவீன காலப் பொருள்முதல்வாதத்திற்கான கருத்தாக்கம் ஸ்பினோஸாவின் கோட்பாட்டில் இருந்ததால்தான் ஃபாயர்பாஹ் ஸ்பினோஸாவைப் பொருள்முதல்வாதத்தின் மோஸஸ் என்றார்' (L.Feuerbach, Werk, ti, 291, in 1984 : 30).

இதனைக் கவனமாகப் பரிசீலித்தால் இயக்கவியல் மறுப்பு ரீதியாகப் பொருளாகவும் இறையியல் வகையில் கடவுளாகவும் காணும் ஸ்பினோஸா யதார்த்தத்தில் எதைக் குறிப்பிடுகிறார்? இவ்வினாவிற்கு ஃபாயர்பாஹ் பின்வருமாறு கருத்தைக் கொண்டிருந்தார்:

> இயற்கையைத் தவிர வேறு ஒன்றுமில்லை. இயற்கை அங்கு சூட்சும மான மீமெய்யியல் வாழ்நிலை அம்சமாகக் காணப்படுகிறது. கடவுள், இயற்கை என்ற இருமை நிலையை ஸ்பினோஸா நீக்கினார். இயற்கையின் செயல்கள் கடவுளின் செயல்களாகும் என்றார். ஸ்பினோஸா ஒரு முரண்பாட்டில் இருந்தாலும் அவரது கருத்து சாராம்சத்தில் சரியானதாக இருந்தது. அதனால், ஃபாயர்பாஹ் இம்முரண்பாட்டை விட்டொழியுங்கள் என்று அதாவது 'கடவுள் அல்லது இயற்கை என்பது தனியாக அல்ல. ஆனால் கடவுளோ இயற்கையோ' என்பதை உண்மையான கோட்பாடாக்கினார் *(பார்க்க: 1984:31).*

இதனால் ஃபாயர்பாஹின் மனித மையவாதத்தை 'இறையியல் கருத்துகள் நீக்கப்பட்ட ஸ்பினோஸாவதம்' எனக் கூறலாம். ஸ்பினோஸா

வாதத்தின் பொருள்முதல்வாத உள்ளடக்கத்தை நவீன பொருள் முதல்வாதத்தின் தொடக்கமாக மார்க்ஸ் எடுத்துக்கொண்டார்.

இயக்கவியல்

மார்க்ஸ் பொதுவுடைமைவாதத்தை அறிவுபூர்வமாக வளரச் செய்தார். மார்க்ஸிஸம் அதை ஒரு விஞ்ஞானக் கோட்பாடு எனப் பிரகடனப் படுத்தியது. முதலாளித்துவ சமூக பொருளாதாரக் கட்டமைப்பை பொருளாதார ரீதியாகவும் வரலாற்று மெய்யியல் ரீதியாகவும் அவர் பகுப்பாய்வு செய்தார். முதலாளித்துவத்திற்குள் இயங்கும் முரண்பாடு முதலாளித்துவத்தை அழித்துவிடும் என்ற முடிவை இவ்வாய்வு களிலிருந்து மார்க்ஸ் வெளிப்படுத்தினார். பொதுவுடைமைவாதத்தை யும் சமூகக் கோட்பாடுகளையும் சாத்தியமான சமூகச் செயற்பாட்டுத் திட்டமாகவும் தத்துவமாகவும் மார்க்ஸ் மாற்றியமைத்தார்.

ஹெகல் : அறிவு

19ஆம் நூற்றாண்டின் முடிவுப் பகுதியில் பிரித்தானியாவிலும் அமெரிக்காவிலும் கல்விப்புல மெய்யியலாளர்களில் அதிகமானோர் ஹெகலியவாதிகள். காண்டிய மெய்யியலலில் இருந்து ஆரம்பமான ஜேர்மன் கருத்துமுதல்வாத மெய்யியலின் உச்ச மெய்யியல் முறைமை என ஹெகலியத்தைக் குறிப்பிட முடியும். பிஹ்டே *(1762-1814)*, ஷெலிங் *(1775-1854)* ஆகியோரின் சிந்தனைகளாலும் அவர்களைக் கவர்ந்த இமானுவல் காண்டின் விமர்சனப் பகுப்பாய்வு மெய்யிய லினாலும் ஹெகல் மிகவும் கவரப்பட்டார்.

பிஹ்டேயும் ஷெலிங்கும் காண்டிலிருந்து தமது மெய்யியல் சிந்தனை களை வடிவமைத்தனர். எல்லா மெய்யியலும் அடிப்படையில் மன மெய்யியல் என வலியுறுத்தியதோடு புறப்பொருள் பற்றிய அசை வியக்கக் கோட்பாட்டையும் அவர்கள் பயன்படுத்தினர். இவ்விருவரும் உருவாக்கிய அடித்தளத்திலிருந்து ஹெகல் தனது சிந்தனையைக் கட்டியெழுப்பினார். இவர்களின் கருத்துப்படி யதார்த்தம் என்பது வாழும், வளர்ச்சியுறும் படிமுறைச் செயற்பாடாகும். இயற்கையும் மனமும் அல்லது மெய்யறிவும் ஒன்றென ஹெகலும் கருதினார்.

ஹெகலின் கருத்தின்படி உலகின் இயல்பையும் மனித அனுபவத்தை யும் அறிவதும் பொருள்களின் முடிவற்ற சாரத்திலும் அவற்றின் இசைவிலும் விதியிலும் உள்ள மெய்யறிவை அறிந்துகொள்வதும் மெய்யியலின் பணியாகும். பொருள்களுக்கு அர்த்தம் உண்டு. உலகின் ஒவ்வொரு செயற்பாடும் அறிவுபூர்வமானது. காலங்களின்

இயக்கத்திலும் கோள்களின் முறைமைகளிலும் ஓர் அறிவு ஒழுங்கு அமைந்துள்ளது.

யதார்த்தம் என்பது பொதுமையான பிரபஞ்ச ரீதியான முழுமுதல் மனமாகும். அதுதான் இயற்கையாகவும் மனித வரலாறாகவும் வெளிப்படுகிறது. முழுமுதல் மனத்தின் மூலமாக யதார்த்தம், இயற்கை ஆகியவற்றின் எல்லா அம்சங்களையும் ஹெகல் விளக்கினார். முழு முதல் மனம் என்பது எல்லா உண்மைகளையும் உள்ளிட்ட பகுத்தறிவு ரீதியான முழுமையான திட்டம் ஆகும்.

ஹெகலின் வரலாற்றியல் திட்டக் கொள்கை வரலாற்று மெய்யியலில் நிகழ்ந்த முக்கிய பங்களிப்பாகும். பின்னர் மார்க்ஸ் இதனை வரலாற்றுப் பொருள்முதல்வாதக் கோட்பாடாக்கினார். ஹெகலின் அரசியல், சமூக மெய்யியல்கள் இன்றும் அறிவுலகின் கவனத்தைப் பெற்ற சிந்தனைகளாகத் திகழ்கின்றன.

உலகம் அசையாத் தன்மை உடையது அல்ல. அது அசைவிலும் இயக்கத்திலும் இருக்கிறது. தாழ்ந்ததில் இருந்து உயர்ந்ததை நோக்கி நகரும் ஒரு பரிணாம வளர்ச்சிப் படிமுறை அதில் உள்ளது. படிமுறைப் போக்கில் ஒவ்வொரு கட்டமும் அதற்கு முந்தைய கட்டங்களையும் கொண்டுள்ளன. தாழ்ந்த வடிவம் உயர்ந்த வடிவத்தினால் நிராகரிக்கப்படுகிறது. இது ஹெகல் முன்வைக்கும் இயக்கவியல் படிமுறைப் போக்கின் சாரமாகும்.

மார்க்ஸ், ஹெகலியத்தைத் தமது சிந்தனை வளர்ச்சிக்கான ஆரம்பப் படியாக்கிக் கொண்ட போதும் சிறிது காலத்திற்குள் அதை அவர் தலைகீழாக மாற்றினார். மார்க்ஸ், சமூக அமைப்பு தொடர்ந்து மாறி வருவதாகக் கணித்தார். எந்த ஒரு சமூக அமைப்பு முறைமையும் தொடர்ந்து நிலைப்பதில்லை. ஒவ்வொரு சமூக அமைப்பு முறைமையும் மாற்றம் அடைகின்றது.

ஹெகலிய மெய்யியல் வரலாற்றுப் படிமுறைப் போக்குகள், பரிணாமம், வளர்ச்சி ஆகியவற்றுக்கு இயக்கவியலைப் பயன்படுத்தியது. ஹெகல் வரலாற்றை மனித அறிவின் முன்னேற்றத்தின் உருவாக்கமாகக் கண்டார். மனித நடவடிக்கைகள், அறிவு, மனித உணர்வு, முரண்பாடுகள் ஆகியவற்றின் நிகழ்களமாக வரலாறு இருக்கிறது. அதாவது பகுத்தறிவில் இது நிகழ்கிறது. இத்தூண்டுதலில் இருந்து அவன் புறஉலகத்தைப் படைத்துக்கொள்கிறான்.

ஹெகலின் இயக்கவியல் முறை பொருள்களுக்கு இடையே முரண்பாடுகள் இருப்பதாகக் கூறுகிறது. 'எல்லாப் பொருள்களுமே தமக்குள்

மார்க்ஸிய மெய்யியல்

முரண்பாடுகளைக் கொண்டுள்ளன'. இந்த உள் முரண்பாடுகள்தாம் 'எல்லா இயக்கத்திற்கும் எல்லா உயிர்த் திறனுக்கும் வேர். ஒவ்வொன்றும் தனக்குள்ளேயே முரண்பாடு கொண்டிருப்பதனால்தான் இது இயங்குகின்றது' என ஹெகலியம் கூறுகிறது. இது மனித உணர்வின் வளர்ச்சியிலிருந்து எழுவதாக ஹெகல் வரையறுத்தார். வரலாறும் நிகழ்வுகளும் கலைகளும் உலகில் நிகழ்வது போல் தோன்றினாலும், இவை மனித மனத்தின் படைப்புகள். 'மனித வாழ்வின் மையம் அவனது தலைக்குள் தான். அதாவது பகுத்தறிவில்தான் இருக்கிறது' என்று ஹெகல் கருதியதாக இதனைக் கூறலாம்.

ஹெகலின் கருத்துப்படி இயக்கவியல் என்பது கருத்துருவத்தின் சுயவளர்ச்சியாகும். முழுமுதல் கருத்துருவம் அநாதி காலமாக இருந்து வருகிறது. அது முழு உலகத்தின் ஆன்மாவாகவும் இருக்கிறது. வரலாற்றியல் இயக்கம் ஹெகலினால் மெய்யியலுக்குள் புகுத்தப்பட்டதாக மெக்லெல்லன் கூறினார். ஆன்மா, வரலாற்றின் எல்லாக் கட்டங்களினூடாகவும் தனக்குள் வளர்ச்சி அடைகிறது. பின்னர் அது இயற்கையாக மாறித் தன்னை அந்நியமாக்கிக்கொள்கிறது. பின்னர் தன் உணர்வாக மீண்டும் மனிதனுக்குள் அது வருகிறது. ஹெகலின் கருத்துப்படி இயற்கையியலிலும் வரலாற்றியலிலும் நடைபெறும் இயக்கவியல் வளர்ச்சி கருத்துருவத்தின் தன்னியக்கச் செயலாக உள்ளது (எங்கெல்ஸ், 1997: 64).

ஹெகலின் மெய்யியல் புரியாத புதிராக இருந்தது. ஆனாலும் அதன் இயக்கவியல் அம்சம் ஒரு தீவிர திருப்பத்தைக் கொண்டிருந்தது. உலகத்திலுள்ள அனைத்துமே நிரந்தரமாக மாறிக் கொண்டிருக்கிறது; தொடர்ந்து நிகழும் மாறாத நிகழ்ச்சிப் போக்குகள், தொடர்புகள், உறவுகள் மூலம்தான் உலகம் முழுமை செய்யப்படுகின்றதே அன்றி உலகம் முழுமை செய்யப்பட்ட பொருட்சேர்க்கையின் நிரந்தர வடிவமல்ல என அது எடுத்துக்காட்டியது. சிந்தனையில் மட்டுமின்றி உலகத்தை அறிகின்ற நிகழ்ச்சிப் போக்குகள் முழுவதிலும் இந்தச் சிக்கல் மிகுந்த முரண் தன்மைகள் காணப்படுவதை ஹெகலியம் முன்வைத்தது.

வரலாற்றின் படிமுறைப் போக்கில் இரு காரணிகள் இருப்பதாக ஹெகல் அவதானித்தார்.

1. தனிமனித ஆன்மா
2. உலக ஆன்மா

ஹெகலின் கருத்துகளைக் குறிப்பாக இயக்கவியல் படிமுறைப் போக்கில் தொடர்ச்சியான இயக்கநிலை காணப்படுகிறது என்பதை

ஜோர்ஜ் ஹெகல் (கி.பி. 1770-1831)

ஜோர்ஜ் வில்ஹெல்ம் பிரெட்டிரிக் ஹெகல் 1770இல் ஊட்டம்பெர்க்கில் உள்ள டியூச்சே என்ற இடத்தில் பிறந்தார். தந்தை வரி வசூலிப்பாளர். ஸ்ட்யூகார்ட் கல்விக்கூடத்தில் ஆரம்பக் கல்வியைப் பெற்றார். தன் 18ஆம் வயதில் ட்யூபின்கென் பல்கலைக்கழக இறையியல் நிறுவனத்தில் சேர்ந்தார். ஐந்து வருடங்கள் அங்குப் பயின்ற காலத்தில் கவி ஹோல்டெர்லின், ஷெல்லிங் ஆகியோரின் தொடர்புகளைப் பெற்றார்.

1799-1800 காலப்பகுதியில் அவரது சொந்தக் கருத்துகளை விருத்தி செய்தார். இக்காலத்தில் காண்ட், பிஹ்டே ஆகியோரின் மெய்யியல்களைக் கற்றார். *இயற்கை பற்றிய மெய்யியல் (பிலோசொபி ஆஃப் நேச்சர், 1797), அப்பாலைக் கருத்துமுதல்வாத முறைமை (சிஸ்டம் ஆஃப் டிரான்சென்டென்டல் ஐடியலிஸம்,* 1800) ஆகிய ஷெல்லிங்கின் நூல்களைக் கற்றார். அக்காலகட்டத்தில் அநேகரை ஈர்த்த ஸ்பினோஸாவின் மெய்யியல் பாதிப்பு அவரிலும் நிகழ்ந்தது. பிஹ்டே ஒழுக்கத்தினூடாகவும், ஷெல்லிங் கலையினூடாகவும், ஹெகல் அதனை சமயத்தினூடாகவும் முழுமுதல் கோட்பாட்டை அணுகினர்.

த பெனேமினொலொஜி ஆஃப் ஸ்பிரிட் (1807), ஹெகலின் முக்கிய மெய்யியல் படைப்பாகும். 1816-1818 வரை ஹெய்டெல் பெர்க்கிலும் இறக்கும் வரை பெர்லினிலும் அவர் பேராசிரியராகச் சேவையாற்றினார்.

ஜெர்மன் இலக்கியத்தின் முக்கிய காலப்பகுதியில் ஹெகல் வாழ்ந்தார். 1729இல் லெசிங், 1749இல் கெதே, 1759இல் ஷில்லர், ஹொல்டர்லின், பித்தோவன் 1870இல் பிறந்தனர். ஹெகலின் 17ஆவது வயதில் ஷில்லரின் *டொன் கார்லோஸ்*, கெதேயின் *இஃபிஜேனியா* என்பன வெளிவந்தன. ஹெகல் இலக்கியத்தில் பெரும் ஆர்வம் காட்டினார். இசை ஈடுபாடு அவ்வளவு அதிகமாக இருக்க வில்லை. எவ்வாறாயினும் பித்தோவனின் சிம்பனிகளை அவர் விரும்பி ரசித்துள்ளார்.

ட்யூபின்கென் வரும்போது ஹெகல் அறிவுநுட்பமும் ஊக்கமும் உள்ள மாணவராக விளங்கினார். இலத்தீன், கிரேக்க மொழி களில் அவருக்கு நல்ல தேர்ச்சி இருந்தது. அவரது விஞ்ஞான

அறிவு குறிப்பிடத்தக்கதாக இருந்தது. 20ஆம் வயதில் மெய்யியலில் முதுகலை பட்டம் பெற்றார்.

*1801*இல் ஜெனா பல்கலைக்கழகத்தில் விரிவுரை ஆற்றத் தொடங்கினார். *1806*இல் ஜெனாவில் நடந்த போரில் பிரெஞ்சுப் படை பிரஷ்யாவைத் தோற்கடித்தது. நெப்போலியனின் வெற்றி களையும் அதிகாரத்தையும் அவர் வரவேற்றார். *1818*இல் பெர்லின் பல்கலைக்கழகத்திற்கு அழைக்கப்பட்டார். அப்போது பல்கலைக் கழகத்திலும் அதே வேளை ஜெர்மனியிலும் அவரது செல்வாக்கும் புகழும் ஓங்கியிருந்தன.

மார்க்ஸ் ஏற்றுக்கொண்ட போதும் ஹெகல் வகுத்திருந்த அடிப்படை ஒழுங்குநிலையில் மாற்றங்களைச் செய்தார். ஹெகலின் இயக்கவியல் கருத்துமுதல்வாதத் தன்மையைக் கொண்டிருப்பதனால் அதில் குறை இருப்பதாக மார்க்ஸ் கருதினார். ஹெகலின் இயக்கவியல் வாழ்நிலை யில் அன்றி உணர்விலிருந்து வகுக்கப்பட்டிருப்பது முதன்மையான குறைபாடாக மார்க்ஸும் எங்கெல்ஸும் எடுத்துக்காட்டினர். ஹெகலிய இயக்கவியல் கருத்துமுதல்வாதமாக இருந்தது. இதனை யதார்த்த, வாழ்நிலைக்குரிய பொருள்முதல்வாத இயக்கவியலாக மாற்றுவதற்கு மார்க்ஸிய நிறுவனர்கள் முயன்றனர்.

எல்லா வாழ்வுக்கும் இயக்கத்துக்கும் வேராக இருப்பது முரண்பாடு. ஒவ்வொன்றும் மாற்றமடைந்து அவற்றின் மறுப்புகளாகின்றது. முரண்பாடின்றி வாழ்வில்லை, வளர்ச்சியில்லை என்று ஹெகலின் இயக்கவியல் கூறுகிறது. இயற்கையில் இருப்பது முரண்பாடு மட்டுமல்ல. முரண்பாடு தாண்டிச் செல்லப்படுகிறது. ஒரு பொருள் அதனுள் முரணாகிறது. அவ்வியக்கம் அதேவிதமாகத் தொடர்ந்து இயங்கி முழுமையின் பாகங்களாகும் போது அதற்குப் பொருள் உண்டு. ஹெகலின் மையக்கருத்து ஹெராக்ளிட்டஸின் கருத்திற்குப் பெரும் பாலும் சமமானது. ஒவ்வொன்றும் இருந்து கொண்டும் அதே நேரத்தில் இல்லாமலும் இருக்கிறது. ஏனெனில் ஒவ்வொன்றும் நிலைபாடற்றதாய் இருக்கிறது. இடையறாது மாறுவதாகவும் மறைந்து செல்வதாகவும் இருக்கிறது. இக்கருத்தோட்டம் ஒட்டுமொத்தமான பொதுத்தன்மையைச் சரியாகத் தெரிவித்த போதிலும் இந்தத் தோற்றப்பாட்டுச் சித்திரத்தில் அடங்கிய விவரங்களை விளக்குவதற்கு இது போதாது என எங்கெல்ஸ் குறிப்பிட்டார். *(எங்கெல்ஸ், 1979: 38)* யதார்த்தத்தைப் புரிந்து கொள்வதற்கு மாற்றத்தின் படிமுறைப் போக்கு அல்லது மாற்றத்தின்

தத்துவம் அறியப்பட வேண்டும். முரண்பாடுகள் தமக்குள் ஒரு தீர்வைக் காணும் வரை இயங்குகின்றன. அது புதிய சூழ்நிலைமையைத் தோற்றுவிக்கிறது. இதனை ஹெகல் அறிவுரீதியான மாற்றம் என்று கூறுகிறார். இந்த முழுப்படிமுறையும் இயக்கவியல் படிமுறைப் போக்கு என்றும் கூறுகின்றார்.

இயக்கவியல்

'டயலெக்டிக்' என்பதற்குக் கலந்துரையாடல் - விவாதம் என்று பொருள். அல்லது முரண்படல், விவாதம் என்று பொருள். முரண்படல், மறுத்துரைத்தல் என்ற தொடர்களும் கலந்துரையாடலுக்கே உரியனவாகும். கருத்துகளின் பரிமாற்றத்திற்கு இது பயன்படுத்தப்படுகிறது. கருத்துகளை அறிவதற்கான அறிகருவியாக இயக்கவியல் முறையைப் பர்மினடைஸின் சீடர்கள் பயன்படுத்தினர். X என்பவர் ஒரு கருத்தை அல்லது கோட்பாட்டை முதலில் கூறி கலந்துரையாடலைத் தொடங்குவார். அதை Y என்பவர் எதிர்க்கருத்து அல்லது எதிர்க் கோட்பாட்டின் மூலம் மறுத்துரைப்பார். மீண்டும் X என்பவர் தம் கருத்தை மாற்றியமைத்து புதிய வடிவில் கருத்தை எடுத்துரைத்து, இணைவுக் கோட்பாடாக்கி Y என்பவரின் கருத்துகளை மறுத்துரைப்பார். கலந்துரையாடல் இவ்வாறு மூன்று கட்டங்களாக நடைபெறுகிறது. மூன்றாவது கட்டம் இறுதிக் கட்டம் அல்ல.

முதலில் கூறப்பட்ட கருத்துகள் அல்லது கோட்பாடுகள் உயர் மட்டத்தில் மீண்டும் உறுதி செய்யப்படுகின்றன. இப்போது ஒப்புக் கொள்ளப்பட்ட இக்கருத்து இன்னொரு கலந்துரையாடலுக்கு ஆரம்பக் கருத்தாக முன்வைக்கப்படுகிறது. அதற்கு மாற்றுக் கோட்பாடு முன்வைக்கப்பட்டு மீண்டும் மூன்றாவது கட்டமான அதி உயர் மட்டத்திலான புதிய இணைவுக் கோட்பாடு உருவாகின்றது. இவ்வாறு கலந்துரையாடலில் கருத்து முரண்பாடுகளைத் தீர்த்துக்கொண்டு போவதன் வாயிலாக கீழ்நிலை உண்மையில் இருந்து உயர்நிலை உண்மைக்கு முன்னேறிச் செல்ல முடிகிறது; அதற்குச் சாத்தியமான அளவில் முழுமையான உண்மையை நெருங்கிச் செல்ல முயல்கிறது. கிரேக்க தத்துவத்தில் இருந்து எடுத்தாளப்பட்ட இம்முறையே ஹெகலின் இயக்கவியல் கோட்பாட்டிற்கு ஆதாரமாக அமைந்தது. மேலும், ஹெகல் இயக்கவியலைக் கருத்துகளின் இயக்கமாக அதாவது தூய பகுத்தறிவின் செயல் வெளிப்பாடாக மட்டுமே கண்டார் (ஜார்ஜ் தாம்சன், **1981**).

இதனை ஹெகல் மூன்று பெரும் கட்டங்களாக வகுக்கின்றார். முதற்கட்டம் ஆரம்ப நிகழ்வு, அது உரை *(தீஸிஸ்)*; அதன் பின் எதிர்ச்

சக்திகள் செயற்படுகின்றன. அவை எதிர் உரைகள் (ஆன்டி தீஸிஸ்). இம்முரண்பாடு தீர்வுக்குள்ளாகிப் புதிய சூழ்நிலை தோன்றுகிறது. இது இணை உரை (சின்தஸிஸ்). இது ஒரு புதிய சூழ்நிலைமை. இது புதிய முரண்பாட்டிற்குரிய பண்புகளைப் பெற்றிருக்கிறது. இது மீண்டும் உரை, எதிர் உரைகள், இணை உரைகள் என்று முடிவற்றதாகத் தொடர்கிறது. புதிய மாற்றங்கள் வெளிப்படுகின்றன.

பண்டைய காலத்தில் இருந்தே இயற்கையின், பருப்பொருள்களின், சமூகங்களின் இயல்பு தொடர்ந்து மாறிச் செல்லும் பண்பைக் கொண்டதென்று மனிதன் அறிந்திருந்தான். மக்கள் மாற்றங்களை அனுபவிக்கிறார்கள். மாறிச் செல்லும் உலகில் அவர்கள் வாழ்கிறார்கள். அதனால் தொடர்ந்து புதிய அறிவைப் பெறுகிறார்கள். உற்பத்திகள், வாழ்க்கை முறைகள், சமயம், கலை, விஞ்ஞானம், கருத்துகள் யாவும் மாறுகின்றன.

சிந்தனையும் இயற்கையும் மாறிக்கொண்டே இருப்பதாக ஹெகல் சரியாகக் கூறினார். ஆனால், சிந்தனையில் உருவாகின்ற மாற்றங்கள் தான் பொருள்களில் மாறுதல்களை ஏற்படுத்துகின்றன என்று ஹெகல் சாதித்தார். ஹெகல் யதார்த்தத்தை நடைமுறை ரீதியானதாகவும் புலன்சார் நடவடிக்கையாகவும் கருதவில்லை. அதாவது மனித நடவடிக்கையாக அவர் கருதவில்லை. யதார்த்தத்தை ஹெகல் ஆன்மிக நடவடிக்கையாகக் கருதினார். மார்க்ஸும் எங்கெல்ஸும் ஹெகலிய முறையைப் பாராட்டினார்கள். ஆனால், ஹெகலிய அமைப்பு முறைமையை விமர்சனத்திற்குள்ளாக்கினார்கள்.

வரலாற்றுப் பொருள்முதல்வாதம் - I

இயக்கவியல் எண்ணக்கருவை ஹெகலியத்திலிருந்து மார்க்ஸ் வடிவமைத்தார். உருவற்ற கருத்தானது இயற்கையின் ஊடாக முதல் கருத்து வடிவம் பெறுவதாக ஹெகல் விளக்கினார். கருத்துகள் பொருள்களை உற்பத்தி செய்யமுடியாது என மார்க்ஸ் கருதினார். எனவே மார்க்ஸ் பொருளாயத இயற்கையுடன் இயக்கவியல் படிமுறைப் போக்கை இணைத்தார். அது உணர்வை (கொன்சியஸ்னஸ்) அல்லது கருத்தை மறுதலித்தது. இந்த அர்த்தத்தில் மார்க்ஸ் ஒரு பொருள்முதல்வாதி யாவார். அறிவு என்பது கருத்துமுதல்வாதிக்கு ஆன்மிக அல்லது புத்திரீதியான உள்ளுணர்வாகும். பொருள்முதல்வாதிக்கு அறிவு புலன் அனுபவத்தின் அடிப்படையில் அமைவதாகும். பொருள்முதல்வாதம் இந்தப் பொருளில் அனுபவவாதம் என்ற அர்த்தத்தைப் பெறுகிறது.

எல்லா அனுபவவாதங்களையும் சடப்பொருள் வாதம் என மார்க்ஸ் கருதிய போதும் தமது பொருள்முதல்வாதத்தை மட்டும் மார்க்ஸ்

இயக்கவியல் பொருள்முதல்வாதம் என்றார். ஏனைய பொருள்முதல் வாதங்களை அவர் இயந்திரிகப் பொருள் முதல்வாதங்கள் என்றார். இங்கு இயக்கவியல் என்பதன் பொருள் ஏனைய பொருள்களைப் போல இயற்கை மனித அறிவுக்குரிய பொருளாகின்றது; கோட்பாடு களை உருவாக்குவதற்கான விடயப் பொருளாக அல்ல. மிக எளிமை யாக இதனைக் கூறுவதாயின் இயற்கை தனக்கு உதவியாக இருக்க வேண்டும் என மனிதன் நாடுகின்றான். இதை மார்க்ஸிய அறிவாராய்ச்சி இயலுடன் நோக்கினால் நடைமுறையானது கோட்பாட்டிற்கு முந்தையது என்று பொருள்கொள்ள வேண்டும் (Teodorodela, 1988: 339).

மனித சமுதாய வரலாற்றில் இயக்கவியல் முறையைக் கையாள்வது வரலாற்றுப் பொருள்முதல்வாதம் எனலாம். மார்க்ஸ் இயக்கவியலை சமுதாயத்தில் பயன்படுத்தினார். வரலாற்றுப் பொருள்முதல்வாதத்தின் தோற்றம் சமூகக் கோட்பாடுகளில் பெரும் மாற்றத்தைக் கொண்டு வந்தது. வரலாற்றுப் பொருள்முதல்வாதத்தின் சிறப்பு என்னவெனில் சமூகத்தையும் சமூகத்தின் வளர்ச்சிவிதியையும் ஆராய்வதில் அது பெற்றிருக்கும் முக்கியத்துவமாகும். குறிப்பாக வரலாற்றுப் பொருள் முதல்வாதம் சமூக வளர்ச்சி பற்றிய பொதுவிதிகளை ஆராய்கிறது. மனிதர்களின் வாழ்க்கையிலிருந்தும் நடைமுறைகளிலிருந்தும் சமுதாயத்தை பிரிக்க முடியாது என மார்க்ஸ் கருதினார்.

மனிதர்களின் நடவடிக்கைகள் மூலமே சமுதாய விதிகள் தம்மை வெளிப்படுத்திக் கொள்வதாக வரலாற்றுப் பொருள்முதல்வாதம் கூறுகிறது. மேலும், வரலாற்றுப் பொருள்முதல்வாதம் மனித சமுதாயம், வாழ்க்கை ஆகியவற்றின் பொதுவான புறநிலை விதிகளைப் பரிசீலிக் கிறது. அவ்வாறு செய்யும் போது மனித இன வளர்ச்சியின் பல்வேறு வரலாற்றுக் காலகட்டங்கள் பற்றிய ஆய்வில் கவனம் செலுத்துகிறது. மனித சமூக வரலாற்றின் சமுதாய, பொருளாதார அமைப்புகளின் பொதுவான கட்டங்களையும் இக்கட்டங்களின் (அல்லது சகாப்தங் களின்) தோற்றம், வளர்ச்சி, எழுச்சி, மந்தநிலை, மறைவு பற்றியும் அவற்றிற்கான புறநிலைக் காரணங்களையும் அது ஆராய்கிறது. வரலாற்றை அதன் இடையறாத வளர்ச்சிப் போக்கில் நிகழ்வனவற்றை யும் அது பரிசீலிக்கிறது. இன்னொரு வகையில் கூறுவதாயின் மனித வரலாற்றையும் அதன் யதார்த்த நிலையில் ஆராய்வதும் பொதுமைப் படுத்துவதும் கோட்பாட்டு விளக்கத்திற்குள்ளாக்குவதும் சமுதாயக் கோட்பாடு பற்றிய அதன் தொடர்ச்சியான பணி எனக் கூறலாம்.

வரலாற்றுப் பொருள்முதல்வாதக் கண்ணோட்டத்தின்படி வரலாற்றில் தோன்றியுள்ள ஒவ்வொரு சமுதாயத்திலும் எவ்விதம் செல்வம்

விநியோகிக்கப்படுகிறது, சமுதாயம் எப்படி வர்க்கங்களாகப், படிநிலை களாகப் பிரிக்கப்பட்டிருக்கிறது என்பது, உண்மையில் என்ன உற்பத்தி செய்யப்படுகிறது, உற்பத்திப் பொருள்கள் எப்படிப் பரிவர்த்தனை செய்யப்படுகின்றன என்பவற்றைச் சார்ந்தே உள்ளது. இந்தக் கண்ணோட்டத்தின்படி எல்லாச் சமுதாய மாறுதல்களுக்கும் அரசியல் புரட்சிகளுக்குமான இறுதிக் காரணங்களை மனிதனின் மூளையில் அல்ல, பொருள் உற்பத்தி மற்றும் விநியோக முறைகளின் மாற்றங்களி லிருந்து கண்டறிந்தாக வேண்டும்.

மார்க்ஸின் வரலாற்று மெய்யியல் ஹெகலின் முறையியலையும் பிரித்தானியப் பொருளாதாரத்தையும் கலந்த ஓர் அமைப்பு முறைமை யாகும். ஹெகல் கருதியது போல் இயக்கவியல் திட்டத்திற்கு உட்பட்டே உலக வரலாறு வளர்ச்சியடைவதாக மார்க்ஸ் கருதினார். ஹெகல் முன்வைத்த 'மர்மமான ஆன்மா' என்ற முடிவுப் பொருளை அல்லது முழுமுதல் ஆன்மாதான் மனித வரலாற்றை வளர்ச்சிக்கு இட்டுச் செல்கிறது என்ற கருத்தை மார்க்ஸ் ஏற்றுக்கொள்ளவில்லை. ஆன்மாவை அல்ல; பௌதிக (இயற்பியல்) அம்சத்தையே வரலாற்று வளர்ச்சியின் உந்துசக்தியாக மார்க்ஸ் கருதினார்.

மார்க்ஸ் ஒரு சடவாதி, அல்லது பொருள் முதல்வாதி என்பது 'சடம்' என்ற கருத்தின் பின்னணியில் நிறைவு பெறக்கூடியதல்ல. அது அவரது பிரத்தியேகமான பொருள்முதல்வாத நிலைப்பாட்டை அறிவதற்குத் தடையாகவும் ஆகலாம். சமூக வரலாற்றின் அடித்தளமாக இருப்பது எது என்ற கேள்விக்கான பதில்தான் மார்க்ஸின் பொருள்முதல்வாத நோக்கின் உட்கருத்து வளமுள்ள பகுதியை வெளிப்படுத்த உதவும். லுத்விக் ஃபாயர்பாஹ் கருத்துமுதல்வாதத்தையும் சமயத்தையும் தீவிர விமர்சனத்திற்குள்ளாக்கியபோது சமுதாய வரலாற்றின் அடித்தளமாக இருப்பது சமயமே என்றும், சமய வடிவங்களே வரலாற்றுக் காலகட்டங் களின் புறத்தோற்றத்தை நிர்ணயிப்பதாகவும் கருதினார். ஒரு நல்ல சமுதாயம் நல்லதாக இருப்பதற்கு நல்ல சமயமே காரணம். மோசமான சமயத்தை மாற்றுவதன் மூலம் சமுதாயத்தை நல்ல நிலைக்குக் கொண்டு வரலாம் என்று அவரது கொள்கை கூறியது. சமுதாய நடவடிக்கையை ஆன்மிக நடவடிக்கையினால் விளக்கும் பல கொள்கைகள் ஏற்கனவே இருந்து வந்தன.

மனிதன் சிந்திப்பதற்கு முன்னர் தனது பொருளாதாரத் தேவைகளை நிறைவு செய்துகொள்ள வேண்டும். உணவுப் பொருள் உற்பத்தி, உறைவிடம் என்பன முதல் தேவையாகின்றன. வரலாற்றின் அடித் தளமாக இருப்பது பௌதிக நிலைப்பட்ட பண்ட உற்பத்தி என்று மார்க்ஸின் பொருள்முதல்வாதம் கூறும் போது சடம் பற்றிய கருத்து

கார்ல் மார்க்ஸ் (கி.பி. 1818-1883)

ட்ரியர் நகரில் ஹென்ரிஹ் மார்க்ஸிற்கும் ஹென்ரியேட்டா பிரைஸ்பார்க்கிற்கும் மகனாக 1818இல் கார்ல் மார்க்ஸ் பிறந்தார். அவருக்குப் பெற்றோர் வழங்கிய பெயர் கார்ல். 1830-1835 காலப் பகுதியில் ட்ரியர் உயர்நிலைப் பள்ளியில் மெட்ரிகுலேஷன் தேர்வில் வெற்றிபெற்றார். அதே ஆண்டில் சட்டப் படிப்பிற்காக பொன் பல்கலைக் கழகத்தில் சட்டவியலைத் தொடர்ந்தார். அவரது படிப்பு ஆர்வம் பல்துறைச் சார்ந்ததாக இருந்தது. சட்டம், தொன்மை வரலாறு, மெய்யியல், கலை, இலக்கியம், அழகியல் போன்ற துறைகளில் விரிவான வாசிப்புகளில் ஈடுபட்டார்.

1839இல் முனைவர் பட்ட ஆய்வில் ஈடுபட்டார். ‘டெமோக்ரட்டஸின் இயற்கை மெய்யியலுக்கும் எபிக்கூரியரின் இயற்கை மெய்யியலுக்கும் இடையிலான வேறுபாடுகள்’ என்ற தலைப்பில் கிரேக்க மெய்யியல் தொடர்பாக அவர் செய்த ஆராய்ச்சி ஏட்டிற்காக ஜெனே பல்கலைக்கழகம் அவருக்கு டாக்டர் பட்டத்தை (1841இல்) வழங்கியது. அக்காலச் சூழலில் இருந்த அரசியல் - பொருளாதார நெருக்கடிகளில் அவரது சிந்தனை திரும்பாதிருந்தால் மெய்யியல் பேராசிரியர் பதவியில் அமர்வதென்ற இலட்சியத்தில் அவர் வெற்றி பெற்றிருப்பார்.

1830களில் மார்க்ஸ் தமது நெருங்கிய நண்பர்களான இளம் ஹெகலியவாதிகளின் டாக்டர்கள் கழகத்தில் இணைந்த சமயம், ஹெகல், ஃபாயர்பாஹ் விமர்சனங்களில் ஈடுபட்டார். டேவிட் ஷட்ராவ்ஸ் 1835இல் எழுதிய *இயேசுவின் வாழ்க்கை* நூல் பற்றி இளம் ஹெகலியர்கள் கடும் விமர்சனங்களை மேற்கொண்டிருந்தனர்.

1840களில் மார்க்ஸ் *ரெய்னிஷே, நொய் ரெய்னிஷே* ஆகிய பத்திரிகைகளின் ஆசிரியராகவும் *டோட்ஸ்-ஃபிராஷோசிஸ்கோ* (ஜெர்மன் -பிரஞ்சு) ஆண்டுமலர்களில் சக ஆசிரியராகவும் பணிபுரிந்தார். *கம்யூனிஸ்ட் கட்சி அறிக்கையின்* சக ஆசிரியர். 1845இல் மார்க்ஸ் பாரிஸில் இருந்து நாடு கடத்தப்பட்டார். சிறிது காலத்தில் பிரெஸ்ஸல்ஸ் சென்று ஜெர்மன் தொழிலாளர் கழகத்தைத் தோற்றுவித்தார். பின்னர் நிரந்தர இருப்பிடமாக லண்டனைத் தெரிவு செய்தார். லண்டன் மியூஸிய நூலகத்தின் நூல்களையும் பிற ஆயிரக்கணக்கான ஆவணங்களையும் படித்து அரசியல் பொருளாதாரத்தில் பெரும்

தேர்ச்சி பெற்றார். தொடர்ச்சியாகப் பல இரவுகள் கண்விழித்துப் படித்தார். அவருக்கு அசாதாரண நினைவாற்றல் இருந்தது. 1850-51 களில் அரசியல் பொருளாதாரம் பற்றிப் பல சொற்பொழிவுகளை நிகழ்த்தினார். விஞ்ஞானத்தை இழிவுபடுத்துவதையும் கொச்சைப் படுத்துவதையும் அவர் வன்மையாக எதிர்த்தார்.

1859இல் 'அரசியல் பொருளாதாரத்தைப் பற்றிய விமர்சனம்' என்ற அவரது நூல் வெளிவந்தது. 1867இல் 'மூலதனம் : முதலாளித்துவ உற்பத்தி குறித்த ஒரு விமர்சன ஆய்வுரை' என்ற அவரது பிரதான படைப்பு வெளிவந்தது. மார்க்ஸ் சிறந்த மொழிவல்லுநர். ஜெர்மன் மொழியில் அவர் பாண்டித்யம் பெற்றிருந்தார். ஆங்கிலத்தையும் பிரெஞ்சு மொழியையும் அவர் நன்கு அறிந்திருந்தார். 1881இல் அவரது அன்பு மனைவி ஜென்னி மார்க்ஸ் காலமானார். 1883 மார்ச் 14இல் மார்க்ஸ் மரணித்தார். லண்டனில் ஹைகேட் மயான பூமியில் மனைவியின் அடக்கத்தலத்திற்கு அருகில் அவரது உடல் அடக்கம் செய்யப்பட்டது.

புதிய வகையில் அணுகப்பட வேண்டியதாகிறது. சமுதாய வளர்ச்சி விதிகளில் மனிதர்களின் உணர்வு சம்பந்தப்பட்டிருப்பதை மார்க்ஸியம் ஏற்றுக்கொள்கிறது. சமுதாய வளர்ச்சி விதிகள் மனித நடவடிக்கைகள் மூலமாகத்தான் நிறைவேற்றப்படுகின்றன. வரலாறு அனைத்தும் மனித நடவடிக்கையின் விளைவு ஆகும். சமுதாய வளர்ச்சியை நிர்ணயிப்பதில் புறநிலையான விதிகள் செயல்பட்ட போதும் மனிதர்களின் செயற் பாடுகள் மூலமாகவே அவை அமலாகின்றன.

மனித நடவடிக்கைகளின் சுதந்திரம் மனிதனின் உண்மையான சுதந்திரம் என்ற எண்ணங்களுக்கு மார்க்ஸ் போதுமான கவனத்தைச் செலுத்தி இருந்தார். மனித சுதந்திரம் பற்றிய பிரச்சினை ஒரு சமுதாயப் பிரச்சினை என்பது மார்க்ஸினால் இனங்காணப்பட்டிருந்தது. இந்தச் சுதந்திரம் மனிதர்களின் நடைமுறைச் செயற்பாடு என்றும் மார்க்ஸ் கருதினார். மனித நலன்களும் மனிதனின் படைப்பாற்றல் பணிகளும் மனித மேம்பாட்டில் பெறும் முக்கியத்துவத்தை மார்க்ஸின் இளமைக் காலச் சிந்தனைகள் தெளிவாக வெளிப்படுத்துகின்றன.

'சடம்' பற்றிய மார்க்ஸின் கருத்து சடத்தை மட்டும் சுற்றி எழவில்லை. மனிதன், மனித இயல்பு, மனித விடுதலை, மனித வாழ்வு என்பனவற்றை யதார்த்த நிலையில் கண்டறிவதற்குப் பொருள்முதல்வாத நிலைப் பாட்டிலிருந்து இயக்கவியலை வரலாற்று மெய்யியலில் மார்க்ஸ்

பயன்படுத்தினார். மார்க்ஸ், மனிதனை வெறும் சட நிலைக்குத் தாழ்த்தி விடவில்லை. வெறும் சடமாகவும் வெற்று இயந்திரமாகவும் மனிதனைக் கருதிய பழைய பொருள்முதல்வாதத்தை மார்க்ஸ் கடுமையாக விமர்சித்தார் (எம்.எஸ்.எம்.அனஸ், *1993 : 128*). மேலும், பொதுவாகக் கூறப்படுவது போல் அவர் கருத்துமுதல்வாதத்தை மன்னிப்பிற்கிட மற்ற விரோதியாகக் கருதவில்லை. மனிதனை விளங்கும் முயற்சி யில் கருத்துமுதல்வாதத்திற்குரிய பங்கினை மார்க்ஸ் அங்கீகரித்துக் கூறுவதை ஃபாயர்பாஹ் ஆய்வுகளிலிருந்து தெளிவாக உணர முடியும் (எம்.எஸ்.எம்.அனஸ், *1993*).

வரலாற்றுப் பொருள்முதல்வாதம் - II

பொருளாயத படிமுறைப் போக்குகளின் பலத்தினால் உலகம் நிலை பெறுகிறது என்ற கருத்தை மார்க்ஸ் முன்வைத்தார். இதனால் அவரது அமைப்பு முறைமை வரலாற்றுப் பொருள்முதல்வாதம் என்றும் அல்லது இயக்கவியல் பொருள்முதல்வாதம் என்று வேறு சொற்களாலும் அழைக்கப்படுகிறது. ஆயினும் இரு பெயர்களும் இடைமாற்றத்திற் குள்ளாகக் கூடியவை. இவ்விரு பதங்களையும் வேறுபடுத்தக்கூடிய கருத்துத் திசைமுகப்படுத்தல் இவற்றுள் காணப்படுவதை நாம் மறுக்க முடியாது. வரலாற்றுப் பொருள்முதல்வாதம் மனித நடவடிக்கைகளை முதன்மைப்படுத்தும் ஒன்றாகவும் இயக்கவியல் பொருள்முதல்வாதம் மனிதன் அல்லாத பிரபஞ்சத்தின், இயற்கையின் பண்புகளை முதன்மைப்படுத்துவதாகவும் உள்ளன (Bryan Magee, 1988: 166).

எங்கெல்ஸ், இயக்கவியலில் இயற்கை ரீதியான விளக்கத்திற்கு அதிக முக்கியத்துவம் தந்தார். உயிரற்ற இயற்கைப் பொருளில் இருந்து உயிர் பரிணாமம் பெறுகிறது; உணர்வு நிலை அடைகிறது. இது பற்றி சடப் பொருள் ரீதியான விளக்கங்களுக்கும் விஞ்ஞானபூர்வமான நிரூபணங் களுக்கும் இயக்கவியலை எங்கெல்ஸ் இட்டுச் சென்றார். மார்க்ஸின் வரலாற்றுப் பொருள்முதல்வாதம் இயற்கைப் பொருள்முதல் வாதத்தை முன்அனுமானமாகக் கொண்டதல்ல எனப் பிந்தைய மார்க்ஸியவாதிகள் பலர் விமர்சிக்கின்றனர். வேறுவகையில் கூறினால் எங்கெல்ஸ் இயற்கைப் பொருள்முதல்வாதத்திற்கு அதிக முக்கியத்துவம் தந்ததோடு அதை முதன்மைப்படுத்தியதாகவே இயக்கவியல் பொருள்முதல்வாதம் என்ற கோட்பாட்டை எங்கெல்ஸ் விளக்கியுள்ளார்.

மனித நடவடிக்கை

மார்க்ஸிற்கு இயற்கை எப்போதுமே மனிதன் படைத்த இயற்கை யாகவே தோன்றியது. மனிதன் தனது அறிவாற்றலினாலும் சமூக

நடவடிக்கைகளினாலும் இயற்கையில் செயல்படுகிறான். அதை மறுசீரமைக்கிறான். இப்புறவயச் செயற்பாடு பற்றிய இக்கருத்தை மனிதனின் 'நடைமுறைச் செயற்பாடு' என மார்க்ஸ் கூறினார். இது மார்க்ஸின் மெய்யியல் எடுகோள்களில் ஒன்றாகும். ஃபாயர்பாஹ் ஆய்வுரைகள் எழுதப்பட்ட போதே மார்க்ஸ் இதனை முன்வைத்திருந்தார். மற்றொரு கோணத்தில் நோக்கினால் இது இயந்திரிகப் பொருள் முதல்வாதத்திற்கு எதிரான மார்க்ஸின் எதிர்க்கோட்பாடாகவும் அமைந்திருந்தது.

இயற்கை எண்ணக்கருவில் மார்க்ஸ் 'மனிதனை' முன்னுதாரண மாக்கினார். மனிதனின் உடல்ரீதியான, ஆன்மிக ரீதியான செயற்பாடுகள் ஒன்றிணைந்து இயற்கையில் பிரதிபலிக்கிறது. அத்துடன் மனிதனின் நடைமுறைச் செயற்பாடுகளால் உருமாற்றீடாகிப் (ட்ரான்ஸ்ஃபர்மேஷன்) புறஉலகில் அதன் மலர்ச்சி வெளிப்படுகிறது. இயற்கையில் மனிதனின் படைப்பாற்றல் அல்லது பங்காற்றுகை என்றும் இதனைக் கூறலாம். மனிதனுக்கும் இயற்கைக்கும் இடையிலான இவ்வகைத் தொடர்பு பற்றிய மார்க்ஸின் விவரிப்புகளும் பார்வைகளும் பொருள்முதல்வாத மரபினால் ஏற்றுக்கொள்ளப்பட்டிருந்த கொள்கைகளால் பின்னோக்கித் திருப்பப்பட்டன. இயற்கையை ஆராய்வது எனும் மார்க்ஸின் கொள்கை மனித இயல்பை ஆராய்வதாகவும் மனித இயல்பை ஆராய்வது இயற்கையின் பிரச்சினை களை ஆராய்வதாகவும் ஆகியது.

சமூக வரலாற்றில் மனிதனையும் மனித நடவடிக்கைகளையும் மார்க்ஸ் தமது வரலாற்றுப் பொருள்முதல்வாதத்தில் முதன்மையான இடத்திற்குக் கொண்டு வந்தார். முன்னரே குறிப்பிட்டதைப் போல வரலாற்றுப் படிமுறைப் போக்கில் மனிதனின் பொருளாதாரத் தேவைகள் உறுதி உரைகளாக அல்லது 'உரைகளாக' (தீஸிஸ்) அவரால் எடுத்துக் காட்டப்பட்டன.

மனித இயற்கை

புற உலகம் அல்லது இயற்கை மனிதனில் ஏற்படுத்தும் தாக்கம் பற்றி முந்தைய பொருள்முதல்வாதம் எடுத்துக்காட்டியுள்ள போதும் இயற்கையின் மீதான மனிதனின் சாதனைகள் மேலும் சொல்லப்பட வேண்டியிருந்தன. புற உலகம் மட்டும் மனிதனில் செயல்படவில்லை. மனிதனும் புறஉலகில் செயல்படுகிறான். மனிதன் இயற்கையின் முன்னால் வீழ்ந்து கிடக்கும் ஒரு நோயாளி அல்ல என மார்க்ஸியம் கூறுகிறது. மனிதனின் தேவைகள் என்ற கருத்திலிருந்து மார்க்ஸ் இதனை விளக்கினார். மனிதன் உயிர் வாழ வேண்டுமானால் தனது தேவைகளை அவன் நிறைவு செய்ய வேண்டும் என்று ஃபாயர்பாஹ்

கூறியிருந்தார். இது முக்கியமான கருத்தாக இருந்தபோதும் மார்க்ஸ் இதனை மேலும் விரிவுபடுத்தினார். உணவு, உடை, உறையுள், பாதுகாப்பு முயற்சி போன்ற அவசியத் தேவைகளுக்காக நிர்ப்பந்திக்கப் பட்டுள்ள மனிதன் தன்னைச் சுற்றியுள்ள இயற்கையையும் இயற்கைப் பொருள்களையும் தனது செயலினால் கட்டுப்படுத்துகிறான்.

'வெளி உலகம் மனிதனை மாற்றுகின்றது. வெளி உலகை மனிதன் மாற்றுகின்றான்' என்பது மார்க்ஸிய முழக்கமாகும். மனிதன் உலகை மாற்றும் செயல்முறையை மார்க்ஸ் 'நடைமுறை' எனக் கூறுகிறார். இயற்கையை மனிதன் இயற்கையாக விட்டு வைக்கவில்லை. உழைப் பினாலும் அறிவினாலும் தனது தேவைகளுக்கு ஏற்ப அதில் மாற்றங் களை ஏற்படுத்துகிறான். மலைகள் தகர்க்கப்பட்டு பாதைகள் நீளு கின்றன. பூமிக்கடியில் சுரங்கப் பாதைகள் அமைக்கப்பட்டு ரயில்கள் செல்கின்றன. ஆறுகள் திருப்பப்பட்டு வறட்சியான நிலங்கள் வளம் பெறுகின்றன.

நடவடிக்கை என்ற கருத்தாக்கத்தை மார்க்ஸ் முன்னிலைப்படுத்தினார். அது அவரது பொருள்முதல்வாதத்தைப் பிரித்துக் காட்டுவதற்கான தகுதிகாண் அளவீடு போல் அவரால் தெளிவாக முன்வைக்கப்பட்டது. ஃபாயர்பாஹ் கூறிய மானிடவியல் பொருள்முதல்வாதம், உண்மை யான வாழ்வியல் பிரச்சினைகளை அறியப் போதுமானது அல்ல என மார்க்ஸ் கருதினார். முன்னர் உருவான பொருள்முதல்வாதங்கள் தோல்வி அடைவதற்கு நடவடிக்கைக்கு இடமளிக்காத அறிவுதான் காரணம் என்று மார்க்ஸ் கருதினார். 18ஆம் நூற்றாண்டு பிரெஞ்சுப் பொருள்முதல்வாதம், ஃபாயர்பாஹ் முன்வைத்த பொருள்முதல் வாதம், மார்க்ஸ் காலத்தில் இருந்த இயற்கை மற்றும் விஞ்ஞான ரீதியான பொருள்முதல்வாதம் அனைத்திலிருந்தும் மார்க்ஸின் பொருள் முதல்வாதம் வேறுபட்டிருந்தது. பௌதிக உலகம் என்ற கருத்திற் குள்ளிருந்து முழு மனிதஉலகம் என்ற கருத்திற்கு இப்பிரச்சினையை மார்க்ஸ் உருமாற்றம் செய்தார். இதனால் பொருள்முதல்வாதம் மார்க்ஸின் கைகளில் புதிய பார்வையையும் புதிய விரிவாக்கத்தையும் பெற்றது எனலாம்.

19ஆம் நூற்றாண்டிலேயே மார்க்ஸின் வரலாற்று எண்ணக்கரு வரலாற்றுப் பொருள்முதல்வாதம் என்று பேசப்பட்டது. ஆயினும் வரலாறு பற்றிய மார்க்ஸின் நோக்கை அது சரியாகப் பிரதிபலித்ததா என்ற கேள்வி இருந்து வந்தது. மார்க்ஸின் வரலாற்று நோக்கில் வரலாற்று நிகழ்வுகளைத் தூண்டுகின்ற அடிப்படைக் காரணியாகச் செயல்படுவது சமூகத்தின் பொருளாதார வளர்ச்சிதான். அதனால், பொருள்முதல்வாத நோக்கு என்ற அடையாளம் மார்க்ஸின் நோக்கைப்

பிரதிபலிக்கின்றதா, வரலாறு பற்றிய பொருளியல் பார்வை என்பது இதன் சரியான வடிவமா என்ற விவாதங்கள் எழுந்தன.

'பொருளியல்' என்று கூறப்பட்டாலும் வெறும் பொருளியல் சாஸ்திரம் என்ற நிலைக்குள் கட்டுப்பட்டதாக அதனை அர்த்தப்படுத்த முடியாது. வரலாற்றின் தீர்மானமான, நிர்ணய காரணியாகப் பொருளியல் இருக்கின்றது என்ற கருத்திலிருந்துதான் அது பார்க்கப்பட வேண்டும். பொருளியலானது பொருளாயத அல்லது புறவய வெளிப் பாடாக இருக்கும் அதேவேளை அது மனித நடவடிக்கையின் பாகமு மாகும். இதுதான் மற்றைய பொருள்முதல்வாத அணுகுமுறைகளி லிருந்து மார்க்ஸியக் கொள்கையைப் பிரிக்கும் எல்லைக் கோடு எனலாம்.

10

புலனறிவாதமும் விஞ்ஞான மெய்யியலும்

பல்வேறு ஐரோப்பிய நாடுகளின் விஞ்ஞான விமர்சனம் விஞ்ஞான நோக்கு சார்பான பங்களிப்புகள் பயனுள்ள வகையில் இடம்பெற்று வந்துள்ளதைத் தற்கால மெய்யியல் வரலாறு காட்டுகிறது. விஞ்ஞானம் பற்றிய பிரான்சியக் கோட்பாட்டை வகுத்தவர்களில் எமிலி போட்ரக்ஸ் **(1845-1921)** முக்கியமானவர். ஹென்றி பொயின்கெயர் ***(1859-1933),*** பியரி டியூஹெம் ***(1861-1916),*** லியோன் பிரன்ஸ்விக் போன்றோர் வழங்கிய பங்களிப்புகளும் இதனுடன் அடங்கும்.

லியோன் பிரன்ஸ்விக் விஞ்ஞானத் தோற்றப்பாட்டின் ஒளியில் மனிதவாழ்வின் பெரிய பிரச்சினைகளுக்கு இசைவான விளக்கத்தை வழங்கினார். இதற்காக அவர் கொம்ட்டேயின் **19**ஆம் நூற்றாண்டு மரபைத் தொடர்ந்தார். கெஸ்ட்டன் பெஹ்லார்ட் ***(1884-1962)*** நவீன விஞ்ஞானமானது அறிவுவாதம் அனுபவவாதமாகவும் அனுபவவாதம் அறிவுவாதமாகவும் மாறும் பிரதான பண்பினைப் பற்றிக் கவனம் செலுத்த வேண்டும் என்றார். முன்னது ஏதுவான (அனுபவம் சாரா) அறிவிற்கும் பின்னது ஏதுவான (அனுபவம் சார்ந்த) அறிவிற்கும் இடையில் தொடர்ச்சியான இடைத் தொடர்புகள் நடக்கின்றன என்பதே அவருடைய மேற்சொன்ன கருத்தின் பொருளாகும். அவரது கருத்தில் அனுபவவாதத்தையா, அறிவுவாதத்தையா தெரிவுசெய்வது என்பது பற்றிய கேள்விக்கு இடமில்லை. அவை இரண்டும் ஒன்றாக ஐக்கியமடைந்துள்ளன. நேர்வுகளின் அனுபவவாதம், விளங்கிக் கொள்வதற்கும், விதிகளின் கோட்பாடுகள் பற்றிய அறிவுவாதம் நடைமுறைக்கும் உரியவையாகும்.

> அறிவுவாத, அனுபவவாத அம்சங்களுக்கிடையில் தொடர்ச்சியான இடைத் தொடர்புகளூடாக நிகழும் இயக்கவியல் வழியில்தான் விஞ்ஞானக் கோட்பாடு வளர்ச்சிபெற முடியும் என பெஹ்லார்ட் கூறுகிறார் (B. Delfgaauw, 1969:76).

பிரான்ஸிய விமர்சனம், விஞ்ஞானம் எப்போதுமே மனித நடவடிக்கை சார்ந்ததாகும் எனக் கூறுகிறது. விஞ்ஞானம் பற்றிய எந்தப் புரிதலாயினும் மனிதனைப் புரிதல் என்பதற்கும் இட்டுச் செல்லக்கூடியதாக இருக்க வேண்டும் என்று அது வலியுறுத்தியது.

ஜெர்மனி, ஆஸ்திரியா, பொஹீமியா, சுவிட்ஸர்லாந்து மற்றும் மத்திய ஐரோப்பிய நாடுகளில் புலனறிவாதம் தூய தோற்றப்பாட்டு வாதமாகவும் பொருள்முதல்வாதமாகவும் வளர்ச்சிபெற்றது. தோற்றப் பாட்டு வாதமானது வலிதான அறிவின் (அல்லது விஞ்ஞானத்தின் பொருள்) தோற்றப்பாடு (அல்லது பொருள்களின் புலன்ரீதியான தோற்றங்கள்) எனக் கூறியது. இச்சிந்தனை புலனுணர்வுவாதம் என்றும் அழைக்கப்பட்டது. புலன் உணர்வுதான் உலகின் அடிப்படையானதும் உண்மையானதுமான உள்ளூறுப்பாகும் என்று கூறியது. அதாவது அறிவின் உடடினயான விடயம் நமது அனுபவம் அல்லது புலன் உணர்வு என்பது அதன் நிலைப்பாடாகும்.

மாஹ்: புலனுணர்வு

அனுபவவாத விமர்சனத்தின் தீவிர வளர்ச்சி எனப் புலனுணர்வுக் கருத்தைக் குறிப்பிடலாம். சுவிஸ்நாட்டு ரிச்சர்ட் அவினேரியஸ் (*1843-1896*), ஆஸ்திரிய நாட்டு ஏர்னஸ்ட் மாஹ் (*1838-1916*) இப்பிரிவின் முதன்மையான சிந்தனையாளர்களாக விளங்கினர். இவ்விருவரும் மெய்யியலை விஞ்ஞானக் கோட்பாடாகவும் கருதினர்.

மாஹ் இயற்பியல் அறிஞரும் மெய்யியலாளருமாவார். விஞ்ஞான ஆய்வுகளில் எழுந்த மெய்யியல், அளவையியல் கேள்விகளுக்கு அவர் விடைகாண முயன்றார். விஞ்ஞானத் துறைகள் வெவ்வேறாக வகுக்கப் பட்டிருந்தாலும் அவற்றிற்கிடையே அடிப்படையான, இயற்கையான பிரிவு இல்லை என்றார். விஞ்ஞானத் துறைசார் பிரிவுகள் வசதிக் காகவும், ஒருதலைப்பட்சமாகவும் செய்யப்பட்ட பிரிவுகள்தான் என்றார். விஞ்ஞான மெய்யியலில் விஞ்ஞானத்தின் பாடப் பொருள் பற்றிய பிரச்சினையை இது உருவாக்கியது.

மாஹ் கூறிய விஞ்ஞான மெய்யியல் புலனுணர்வு ரீதியானது. சரியான விஞ்ஞானம், முடிந்தவரை அனுபவத்துடன் சேர்ந்து செல்லும் என்று அவர் குறிப்பிட்டார். இயந்திரவியல் சார்ந்த எடுப்புகள் முற்றும் புலன் சாராதவையுமல்ல, முற்றிலும் அனுபவக் கண்டுபிடிப்பிற்கு உரியவையுமல்ல. எனினும், உலகு பற்றிய கூற்றுகளின் உண்மை இறுதியாக அவதானிப்பதனால் மட்டுமே அறியக்கூடியதென்ற அனுபவவாதிகளின் நிலைப்பாட்டை அவர் மறுக்கவில்லை.

விஞ்ஞானம் ஆய்வுக்கு எடுத்துக்கொள்ளும் உண்மையான நேர்வுகள் கவனத்திற்குட்பட்டவை. உயிருள்ளவையாலும் உயிரற்றவையாலும் எனது சொந்த உணர்வுகளினாலும் ஆக்கப்பட்ட உலகையே நான் காண்கிறேன் என அவர் குறிப்பிட்டார். உலகு பற்றிய மனித அறிவு புலனுணர்வினால் பெறப்படுகிறது என்றும், அதற்கு அப்பாலான கருத்துகள் மீமெய்யியல் என்றும், அவை நிராகரிக்கப்பட வேண்டும் என்றும் அவர் கூறுகிறார்.

இவ்விருவரின் கருத்துகளும் பயன்பாட்டுவாதத்துடன் *(யுட்டிலிடேரி யனிஸம்)* தொடர்புகளைப் பெற்றிருந்ததோடு பிரான்ஸிய விஞ்ஞான விமர்சனத்துடன் அவற்றிற்குத் தொடர்பிருந்தது. மாஹ் தர்க்கப் புலனறிவாதத்தின் தந்தை எனப் பரவலாக ஏற்றுக்கொள்ளப்படுகிறார். தர்க்கப் புலனறிவாதிகள் மாஹின் சிந்தனைகளிலிருந்து இரு அம்சங் களைத் தமது முதன்மையான இலட்சியங்களாக வகுத்திருந்தனர்:

i. புலன் அனுபவத்தையே அறிவிற்கான அடிப்படை அணுகுமுறை ஆதாரமாகக் கொண்டுள்ளது.

ii. விஞ்ஞானங்களுக்கிடையிலான அடிப்படை ஐக்கியநிலை. எல்லா விஞ்ஞானங்களும் ஒரே விடயப் பொருளைத்தான் பெற்றுள்ளன. அது: புலனுணர்வு.

நவீன அளவையியல்

விஞ்ஞான மெய்யியலின் முக்கியக் கூறாகக் குறியீட்டு அளவையியல் காணப்படுகிறது. சிந்தனைகள் வெற்றிபெற அளவையியல் தேவையாக இருந்ததை கிரேக்கர் அறிந்திருந்தனர். வரன்முறையாக அளவை விதிகளைத் தொகுக்கும் முயற்சியில் அரிஸ்டாட்டில் அதிக சாதனை களைச் செய்தவராவார். முக்கூற்று அளவையியலும் வகுப்பு அனுமானமும் அரிஸ்டாட்டிலினால் வளர்க்கப்பட்டன. அவர் வகுப்புகளின் உறுப்பு களை நினைவில்கொண்டு விதிகளைக் கண்டார். வகுப்பு என்னும் போது மக்களினம், மலர் இனம் அல்லது பூனையினம் என வகுப்புகள் பலவாகும். சாக்ரட்டீஸ் என்பவர் மனிதன் எனக் கூறினால் அளவை யியலாளர் இக்கூற்றை வகுப்பு அல்லது இனம் சார்ந்த உறுப்பு எனக் கருதுவார். இவ்வாறுள்ள இன உறுப்பு அமைப்புதான் முக்கூற்று அளவை எனப்படுகிறது.

அரிஸ்டாட்டில் சாதித்தவை எவ்வாறு இருந்தபோதும் அவை முதற்படி என்றே கொள்ளப்படுகின்றன. வகுப்புத் தொடர்புகளுக்கும் அயலான உறவுகள் உள்ளன. உறவுகள் குறித்த அளவையியலை அரிஸ்டாட்டில் கவனத்தில் கொள்ளவில்லை அல்லது உருவாக்க

வில்லை. 'அவர் தமது அனுமானம் பற்றிய கொள்கையை உறவுகளை உட்படுத்தும் வகையில் அமைக்கவில்லை' (எச். ரிச்சன் பாஹ், 1973:240). 'கஸ்தூரிபாய் மோகன்தாஸ் காந்தியின் மனைவி', 'ஜெகதா, ஜெனீபராவைவிட உயரமானவள்' என்பனவற்றில் உள்ள உறவுகளை இனவகை அளவையியலால் விளக்க இயலாது.

இரண்டாயிரம் ஆண்டுகள் ஆகியும்கூட அளவையியல் அரிஸ்டாட்டில் வகுத்த பாதையிலேயே சென்றுகொண்டிருந்தது. 'கடந்த ஈராயிரம் ஆண்டுகளிலே அளவையியல் கண்ட வளர்ச்சி ஏதும் இல்லை எனலாம். கணிதப் பேரறிஞர்கள் தமது அறிவியலுக்கு மிகுந்த நுட்பம் வாய்ந்த முறைகளை அமைத்தனர். அளவையியல் முறைகள் புறக்கணிக்கப் பட்டன. மரபுவழி அளவையியலைப் பார்க்கும்போது பெரிய அளவில் சிந்தனைக்குரிய நிலையில் அது அமையவில்லை என்று தெரிகிறது' (1973:41).

அளவையியலில் லைப்னிட்ஸின் வருகை முக்கியமானதாக அமைந்த போதும் அவரது கருத்துகள் சரியாக வளர்த்தெடுக்கப்படவில்லை. 19ஆம் நூற்றாண்டின் நடுப்பகுதி அளவையியல் வரலாற்றில் ஒரு திருப்புமுனைக்குரிய காலமாகும். கணிதம் சார்ந்த அளவையியல் அறிஞர் உருவாகி அளவையியல் - மெய்யியலுக்கு அடிப்படைகளை வகுத்ததோடு நவீன அளவையியல் வளர்ச்சிக்கும் பங்களிப்புச் செய்தனர்.

ஃபிரோஜ்

ஃபிரோஜ் கொட்லெப் (1848-1925) ஜெர்மன் நாட்டைச் சேர்ந்த கணிதவியலாளரும் மெய்யியலாளருமாவார். அவர் கணித அளவை யியலின் நிறுவனர். அளவையியல் மெய்யியலும், கணித மெய்யியலும் அவரது சிந்தனைப் பயிற்சியில் முக்கிய இடத்தைப் பெற்றிருந்தன. அவர் எழுதிய பெக்ரிஃப் ஸ்ச்ரிஃப்ட் (1879) அளவையியல் மெய்யியலின் முக்கிய நூலாகக் கருதப்படுகிறது. ஃபிரோஜ் நவீன அளவையியலை நிறுவியவர் மட்டுமல்ல. பத்தொன்பதாம் நூற்றாண்டின் இறுதிப் பகுதியில் வாழ்ந்த முதன்மையான மெய்யியலாளர் என்பது சில பத்தாண்டு களுக்கு முன்னர்தான் உணரப்பட்டது. அவருடைய கணித அடிப்படைகள் பற்றிய அளவையியல்-மெய்யியல் சிந்தனைகளால் பாதிக்கப்பட்டவர்களில் எட்மண்ட் ஹுஸ்ஸல், பெர்ட்ரண்டு ரஸல், லுட்விக் விட்கன்ஸ்டைன் ஆகியோர் குறிப்பிடத்தக்கவர்கள்.

ஃபிரோஜ், ஹெகலியவாதத்திற்கு எதிராகப் புறப்பொருள் வாதக் கிளர்ச்சியாளர்களில் ஒருவராக இருந்தார். ஃபிரோஜின்

சாதனைகளைப் பின்வருமாறு கூறலாம்:

i. அரிஸ்டாட்டிலிய அளவையியலை நிராகரித்தமை.
ii. நவீன மெய்யியலுக்கான அடித்தளத்தை உருவாக்கியமை.
iii. அளவையியலுக்கும் கணிதத்திற்குமிடையிலான தொடர்பை நிலைநிறுத்தியமை.

இவற்றோடு, ஃபிரோஜின் மெய்யியல், நவீன பகுப்பாய்வு மெய்யியலுக்கும் அதன் நிறுவனர்களான ரஸல், விட்கன்ஸ்டைன் ஆகியோரின் மெய்யியல் சிந்தனைகளுக்கும் தேவையான ஆதாரக் கருத்துகளை வழங்கியதில் முதன்மையான இடத்தைப் பெற்றிருந்தது. அளவையியல்தான் மெய்யியலுக்கான ஆரம்பமாகும் என்பது ஃபிரோஜின் கருத்தாகும். மேலும், மெய்யியலுக்கு அவசியமான துறை அளவையியல் என்றும் அவர் குறிப்பிட்டார். ரஸலும் விட்கன்ஸ்டைனும் ஃபிரோஜின் கணித, அளவையியல் கருத் தாக்கங்கள் மூலம் புதிய மெய்யியலுக்கும் அறிவாராய்ச்சியியலுக்கும் தேவையான அடிப்படைகளை வகுத்தனர். நவீன அளவையியலுக்கு ஃபிரோஜும் ரஸலும் சமமான பங்களிப்பைச் செய்துள்ளனர்.

எல்லாக் கணித உண்மைகளும் முன்னது ஏதுவான அதாவது அனுபவம் சாரா தொகுப்பெடுப்புகள் என்ற காண்டியக் கணிதக் கோட்பாட்டை ஃபிரோஜ் மறுத்தார். அனுபவத்தின் மூலம் இதன் தவறை உணர முடியும் என்றார் (R. Scruton, 1981:242). எண்கணித உண்மைகள் தொகுப்பெடுப்பல்ல; அவை பகுப்பெடுப்புகள் என்று விளக்கப்பட்டது. இலக்கங்கள் பிளேட்டோனிய கருத்துலகச் சொர்க்கத்திலிருந்து கீழே வீழ்பவை என்ற கருத்திற்கு மாறாக இலக்கங் களை அளவையியல் புனைவுகள் என அவர் எடுத்துக் காட்டினார்.

மொழியில் உள்ள இலக்கச் சொற்கள் என்றால் என்ன? 'எத்தனை', 'எவ்வளவு' போன்ற இலக்கச் சொற்கள் பற்றிய பகுப்பாய்வு என்ன, மறுப்பு அடையாளத்தின் தொழிற்பாடுகள் என்ன போன்ற கேள்வி களை அவர் எழுப்பினார். இலக்கம் பற்றிய நமது கருத்துகள் அனுப வத்தின் வெற்றுநிலைகள் என்ற கொள்கையை, *எண்கணிதத்திற்கான அடிப்படைகள்* (1884) என்ற நூலில் மறுத்தார். எண்கணித உண்மைகள் பகுப்பாய்வுக்குரியவை என்றார் (1981:244). எண்கள் என்றால் என்ன, அவை பொருள்களா? அவை உடைமைகளா? அவை வெற்றுருவங்களா? இவற்றுள் எது ஒன்றுமே திருப்திதரக் கூடியதல்ல என ஃபிரோஜ் கூறுகிறார்.

'சாக்ரட்டீஸ் ஒருவன்' என்று நான் கூறுகையில் நான் சாக்ரட்டீஸிற்கு ஓர் உடைமையைச் சேர்க்கவில்லை. 'சாக்ரட்டீஸ் ஓர் அறிவாளி'

கொட்லெப் ஃபிரோஜ் (கி.பி. 1848–1925)

ஜெர்மன் கணிதவியலாளரும், மெய்யியலாளரு மான கொட்லப் ஃபிரோஜ் கணித அளவை யியலின் நிறுவனர். இதன் மூலமாக பகுப்பாய்வு மெய்யியலுக்கு வழிவகுத்தவர். அவர் மரணிக்கும் வரை உலகம் அவரை அறிந்திருக்கவில்லை. 19ஆம் நூற்றாண்டு வரை நீடித்திருந்த அரிஸ்டாட்டிலிய அளவையியல் சிந்தனையை ஃபிரோஜின் சிந்தனைகள் மாற்றியதுடன் புரட்சிகரமான முன்னேற்றத்தையும் அளவையியலில் ஏற்படுத்தின.

ஃபிரோஜ் கணிதவியல் ஆய்வுகளை ஜெனா பல்கலைக்கழகத்தின் கணிதத்துறையில் நிகழ்த்தினார். அவரது முடிவுகளை அவர் வெளி யிட்டுவந்தபோதும் அவரது நூல்களை ஜெர்மனியப் பல்கலைக்கழக மெய்யியல் வட்டாரங்கள் கண்டுகொள்ளவே இல்லை. அப்போது அந்தப் பல்கலைக்கழக மெய்யியல் துறைகள் ஜெர்மனிய கருத்து முதல்வாதத்தின் பிடிக்குள் இருந்தன. ஆங்கில மொழியில் அவரது படைப்புகள் வெளிவந்தபோதும்கூட ஒரு சிலரின் கவனத்தை மட்டுமே அவை ஈர்த்தன. ஆங்கிலேயரான பெட்ரண்டு ரஸல்தான் ஃபிரோஜைக் கண்டுபிடித்து அவரது சிந்தனைகளின் பங்களிப்பை உலகுக்கு எடுத்துக்காட்டினார். ஃபிரோஜின் அளவையியலுக்கான முக்கிய கண்டுபிடிப்பாக அவரது *குவாண்டிஃபிகேஷன் தியரி* அமைந்துள்ளது.

1879இல் ஃபிரோஜின் 100 பக்கங்கள் கொண்ட *எண்ணக்கரு பிரதி (கொன்செப்ட் ஸ்கிரிப்ட்)* வெளிவந்தது. அவர் அதில் புதிய நுண் கணிதத்தை விவரித்திருந்தார். அன்றிலிருந்து அது நவீன அளவை யியலின் மையமாக அமைந்தது. இதில் அவர் அளவையியலின் இயல்பு, நிரூபணம், மொழி என்பவனவற்றையும் விவரித்திருந்தார். ஹுஸ்ஸல், அவரது *எண்கணித மெய்யியல் (பிலோசொபி ஆஃப் அரித்மேடிக், 1891)* நூலில் சொற்களுக்கும் அவற்றின் முக்கியத்துவத் திற்கும் இடையிலான தொடர்பை எடுத்துக்கொள்வதிலிருந்து தமது நோக்கு வேறுபட்டதென்பதை அந்த நூலில் வெளிப்படுத்தி யிருந்தார். பின்வரும் நூல்கள் அவரது முதன்மையான படைப்பு களாகக் கருதப்படுகின்றன:

எண்கணிதத்திற்கான அடிப்படைகள் (த ஃபவுன்டேசன்ஸ் ஆஃப் அரித்மேடிக், 1884)

எண்கணித அடிப்படை விதிகள் (பேசிக் லா ஆஃப் அரித்மேடிக், 1893)

அளவியல் ஆய்வுகள் (லொஜிகல் இன்வஸ்டிகேஷன்ஸ், 1923)

என்று கூறினால் நான் அதற்கு ஓர் உடைமையைச் சேர்க்கிறேன். சாக்ரட்டீஸ் அறிவாளியாக இருந்தால் தேலிசும் அறிவாளியாவார். சாக்ரட்டீசும் தேலிசும் அறிவாளிகள் என நான் முடிவு செய்வேன். அறிவாளி என்ற உடைமையுடன் பார்த்தால் இது சரி. சாக்ரட்டீஸ் ஒருவர், தேலிசு ஒருவர். ஆகவே, அதன் முடிவாக சாக்ரட்டீஸூம் தேலிசும் ஒருவன் என்று கூறமுடியாது. அதாவது இலக்கங்கள் உடைமைகள் அல்ல. கணிதத்துக்கான அடிப்படைகள் பற்றிய அவரது கருத்துகள் ஆழமான மெய்யியல் பிரச்சினைகளைத் தோற்றுவித்தன.

எட்மண்ட் ஹூஸ்ஸல்: தோற்றப்பாட்டியல்

ஹூஸ்ஸல் ***(1859-1938)*** ஜெர்மன் மெய்யியலாளர். நவீன தோற்றப் பாட்டியலின் *(பினோமினோலொஜி)* நிறுவனர். அவர் அடிப்படையில் கணிதவியலாளர். தமது விஞ்ஞானக் கோட்பாட்டிலிருந்து அவர் மெய்யியல் கருத்துகளை வகுத்துக்கொண்டார். ஹூஸ்ஸல் முதலில் தம்மை மெய்யியல் விஞ்ஞானத்தில்தான் அர்ப்பணித்துக் கொண்டார். அவரது விஞ்ஞான மெய்யியல் கருத்தாக்கங்கள் மாற்றமடைந்த போதும், புறவய உண்மை, விஞ்ஞானத்தில்தான் சாத்தியம் என்பதில் உறுதியாக இருந்தார். அவர் எல்லா மனித அறிவிற்குமான உண்மை யைத் தேடினார்.

தெளிவைத் தேடுதல், புரிந்துகொள்ளுதல் என்பன மெய்யியல் ஆய்வுக்கான முதல்நிலைத் தேவைகள் என்று ஹூஸ்ஸல் கருதினார். எண்ணக்கருக்களின் பொருள் பற்றிய முழுத் தெளிவையும் பெறுவது அவசியம் என்ற ஆர்வத்தைக் கணித அடிப்படை பற்றிய ஆய்வுகள் அவருக்கு உணர்த்தின. வியன்னாவில் பிரான்ஸ் பிரெண்ட்டானோ விடம் ***(1884-86)*** அவர் பெற்ற கணிதக் கல்வி, கணித மெய்யியலுக்கு அவரைத் தூண்டியது.

கணித, அளவையியல் எண்ணக்கருக்களுக்கு உளவியல் செயற் பாட்டை ஓர் அடிப்படையாக்க முடியும் என்ற கோட்பாட்டை 'உளவியல்வாதம்' என்ற தலைப்பில் ஹூஸ்ஸல் அறிமுகப்படுத்தினார். இதனை ஃபிரோஜ் மறுத்தார். உளவியல் செயற்பாட்டிலிருந்து கணித எண்ணக்கருக்கள் வேறுபட்டவை என்று ஃபிரோஜ் எடுத்துக் காட்டியதோடு ஹூஸ்ஸல் உளவியலையும் அளவையியலையும் குழப்புகிறார் என்றார் (பார்க்க, Richard Schmit, 1967: 97. T. de la torre, 1988 : 347). ஹூஸ்ஸல் ***1891***இல் *எண்கணித மெய்யியல்* என்னும் நூலில் தாம் முன்வைத்த உளவியல்வாதத்தை *(சைக்கோலோஜிஸம்)* ***1901***இல் அவர் வெளியிட்ட *அளவையியல் ஆய்வு* என்னும் நூலில் விமர்சித்தார்.

இதுதான் அவரது தோற்றப்பாட்டியலின் தொடக்கமாகவும் இருந்தது. எனினும், தோற்றப்பாட்டியல் என்ற சொல் பின்னர்தான் அறிமுகப் படுத்தப்பட்டது.

ஹுஸ்ஸல் தமது கல்வி போதிக்கும் தொழிலுடன் கணிதம், கணிதமும் அளவையியல் அடிப்படைகளும் என்ற விடயங்களில் தொடர்ந்து ஆய்வுகளை மேற்கொண்டு வந்தார். ஹுஸ்ஸலின் கருத்துகள் 19ஆம் நூற்றாண்டு புலனறிவாதத்தை எதிர்த்தன. அனுபவவாதத்திற்கு திருத்தம் கூறிய அதேவேளை அது கருத்துவாதத்திலிருந்து வேறு பட்டிருந்தது. இவ்வாறு பார்க்கும்போது 19ஆம் நூற்றாண்டின் எல்லா ஆதிக்க மிகுந்த கருத்துகளையும் அறிவாராய்ச்சியியலையும் அவரது தோற்றப்பாட்டியல் ஏற்க மறுக்கிறது. அதன் புறநோக்கு, சாரமாகும். அதுதான் தோற்றப்பாட்டியலின் முழுமையான உள்ளடக்கமும் ஆகும். தோற்றப்பாட்டியல் ஒரு பொருளின் உள்ளடக்கத்தையும் சாரத்தை யும் உண்மைப்படுத்தியதால் ஹுஸ்ஸலின் முறை காண்டியத்துக்கான எதிர்நிலையாகவும் ஆகியது. லொக், ஹியூம் போன்றோரின் அனுபவ வாதத்தையும் உளவியல்வாதத்தையும் ஹுஸ்ஸல் கடுமையாக விமர்சித்தார்.

தோற்றப்பாட்டியல் அடிப்படையில் ஒரு மெய்யியல் முறையாகும். புறவய உறவுகளைக் கண்டுபிடிப்பதற்காகத் தரவுகளைத் தரும் நமது உணர்வுகளில் அது அதிக கவனம் செலுத்துகிறது. *பினோமினோன்* என்ற கிரேக்கச் சொல்லிற்குத் 'தோற்றம்', 'வெளிப்பாடு' என்று அர்த்தம் தரப்பட்டுள்ளது. பொதுவாக, 'சொல்', 'எண்ணக்கரு' என்ற அர்த்தமும் இதற்கு உண்டு. நமது உணர்வுக்கு (நனவுக்கு)ப் பொருள் ஒன்று, தோற்றமாகும் விதம் என்பதாகவே தோற்றப்பாட்டியல்வாதிகள் இதற்கான கருத்து விளக்கமளிக்கின்றனர். தோற்றம் என்பது நமது உணர்வின் தூய அகவயமான அசைவு அல்லது இயக்கம் அல்ல. ஆனால், புறவயத் தொடர்புள்ள பௌதிகச் செயல்கள் சிந்தித்தல், உணருதல், விரும்புதல் என்பன எப்போதுமே எதையாவது பற்றியவை. இந்த நோக்கிலிருந்துதான் தோற்றப்பாட்டியலை உணர முற்பட வேண்டும். ஹுஸ்ஸல்லின் கருத்தாக்கங்கள் சிலவற்றிலிருந்து இதனை அறிய முற்படலாம்.

11

பகுப்பாய்வு மெய்யியல்

அனுபவவாதம்

பிரித்தானிய அனுபவவாதமே குறிப்பிடத்தக்க வகையில் தர்க்கப் புலனறிவாதம் உள்பட பல இயக்கங்களின் வளர்ச்சிக்கான மூலாதார மாக விளங்கியது. ஜோன் லொக் (1663-1714), டேவிட் ஹியூம் (1711-1776) போன்ற பிரித்தானிய அனுபவவாதிகள் இதன் முதன்மை யான சிந்தனையாளர்களாக விளங்கினர். பரந்த அர்த்தத்தில், அனுபவ வாதம் என்பது கருத்துகள் அல்லது எண்ணக்கருக்களின் பேரில் அனுபவத்தை அழுத்தமுள்ளதாக ஆக்குவதாகும். லொக், உடன்பிறந்த எண்ணக் கோட்பாட்டை நிராகரித்தார். மனித மனம் அனுபவத்திற்கு முன்னர் வெற்றுத்தாள் போல் உள்ளது. அனுபவத்தினால்தான் அதில் அடையாளங்கள் பதிவாகின்றன. அறிவு புலனுணர்வுத் தூண்ட லினால் உருவாகிறது என்பது லொக்கின் கொள்கை. லொக் இருவகை அனுபவங்கள் இருப்பதாகக் கூறினார்:

i. புறப்பொருள் பற்றிய புலனுணர்வு
ii. உட்செயல்களின் எதிர்வினை அல்லது புலக்காட்சி

டேவிட் ஹியூம் அனுபவவாதத்தை மேலும் உறுதியான நிலைக்கு இட்டுச் சென்றார். எளிய கருத்துகள் எளிய புலன் உணர்வுகளின் பிரதிகள்; சிக்கலான கருத்துகள் எளிய கருத்துகளின் இணைவினால் ஆக்கப்படுபவை என அவர் விளக்கினார். நான் சிவப்பு நிறத்தைப் பார்த்தால் எளிய பதிவினைப் பெறுகிறேன். பின்னர் அந்தச் சிவப்பு நிறத்தை நினைத்தால் (அல்லது கற்பனை செய்தால்) நான் எளிய கருத்தைப் பெறுவேன். வெற்றுநிலையான, பொதுவான கருத்துகள் உள்ளன என்பதை ஹியூம் நிராகரித்தார். சடப்பொருள், காரண காரியம் பற்றிய பாரம்பரியமான கருத்துகளை அவர் தாக்கினார். பின்னர், பத்தொன்பதாம் நூற்றாண்டிலும் இருபதாம் நூற்றாண்டிலும் விஞ்ஞானத்தினால் அனுபவவாதம் மேலும் சக்திபெற்றது.

புலனறிவாதம்

மேற்கத்திய உலகில், பத்தொன்பதாம் நூற்றாண்டின் இரண்டாம் பாதியிலிருந்து இருபதாம் நூற்றாண்டின் முதல் இருபது ஆண்டுகள் வரை பெரிய மெய்யியல் இயக்கமாகப் புலனறிவாதம் *(பொசிடிவிஸம்)* வளர்ச்சி பெற்றிருந்தது. இது மெய்யியலில், விஞ்ஞான மெய்யியலுக் கான இடத்தை விரிவுபடுத்தியது. விஞ்ஞானம்தான் வலிதான *(வேலிட்)* அறிவு என்றும் விஞ்ஞான முறையிலிருந்து மெய்யியலின் முறை வேறுபட்ட தென்றும் இவ்வியக்கம் கூறியது. எல்லாவகைப் மீமெய்யியலையும் எதிர்த்தது.

கைத்தொழில் யுகமும் தொழில்நுட்பவியலும் இச்சிந்தனைப் பள்ளி யின் வளர்ச்சிக்குப் பெரும் தூண்டுதல்களாக விளங்கின. பிரான்ஸிஸ் பேக்கனின் சிந்தனைகளும், பிரித்தானிய அனுபவவாதமும் அறிவொளிக் கால மெய்யியலாளர்களின் சிந்தனைகளும் புலனறிவாதத்தின் தோற்றத் திற்குத் துணை செய்தன (Nicola Abbagano, 1967:415). புலனறி வாதத்தை சமூகப் புலனறிவாதம், பரிணாமப் புலனறிவாதம், தர்க்கப் புலனறி வாதம் என மூன்றாகப் பிரிக்கலாம். கொம்ட்டே, ஜோன் ஸ்டுவர்ட் மில் ஆகியோர் சமூகப் புலனறிவாதத்தின் சிந்தனையாளர்களாக விளங்கினர். பரிணாமப் புலனறிவாதத்தின் பிரதான சிந்தனையாளராக ஸ்பென்ஸர் விளங்கினார்.

கொம்ட்டே

பிரான்ஸிய மெய்யியலாளர் அகஸ்ட்டி கொம்ட்டே **(1798-1857)** புலனறிவாதத்தின் நிறுவனர் ஆவார். அவர் விஞ்ஞான மெய்யியல் மூலமாக சமூக சீர்திருத்தத்தை ஏற்படுத்த விரும்பினார். பௌதிக விஞ்ஞானத்திற்கு நியூட்டன் செய்ததைத் தாம் சமூகவியலுக்குச் செய்ய வேண்டும் என்பதில் உறுதியாக இருந்தார். *புலனறி மெய்யியலுக்கான பாதை* அவரது மிக முக்கிய படைப்பாகக் கருதப்படுகிறது. கொம்ட்டே, தாம் கணிதத்தில் பெற்றிருந்த பயிற்சியூடாக புலனறிமுறையை அறிமுகப்படுத்திய போதும் அவர் மிக அதிகமாக வரலாற்றையே முதன்மைத் துறையாகக் கொண்டிருந்தார்.

மனித வரலாற்றை மூன்று கட்டங்களாகப் பிரித்து அதன் மூலம் விஞ்ஞானரீதியான கண்ணோக்கை அவர் விளக்கினார். ஒவ்வொரு கட்டமும் ஒவ்வொரு வகையான சிந்தனைப் பண்பைப் பெற்றிருந்த தாக கொம்ட்டே எடுத்துக்காட்டினார்.

1. **சமயவாத அல்லது கற்பனைக் கட்டம்**

ஒவ்வொரு மனிதனின் ஆரம்பப் பருவம். அதே போல மனித

குலத்தின் குழந்தைப் பருவம். மிகவும் பின்னடைவான பிரச்சினை களுக்கு மனிதன் முக்கியத்துவம் தந்தான். இயற்கை கடந்த ஆற்றல்களாக தேவதைகளும் தெய்வங்களும் ஆக்கப்பெற்றன.

2. மீமெய்யியல் கட்டம்

இயற்கை கடந்த ஆற்றல்கள் கருத்துருவ ஆற்றல்களாயின. இது ஒவ்வொரு தனிமனிதனின் குமரப் பருவத்திற்கு ஒப்பானது. அடிப்படைக் காரணிகளை மனிதன் இந்தக் கட்டத்திலும் தேடினான். மத்தியகால நிலமானிய அமைப்புப் பலவீனமடையும் பொழுது மத்தியதர வகுப்புத் தோற்றம் பெறுகிறது.

3. புலனறிக் கட்டம்

அவதானமும் பரிசோதனையும் முதன்மை பெறுகின்றன. இது மனிதனின் முதிர்ச்சி நிலையாகும். கோட்பாட்டு உருவாக்கத்தை யும் விஞ்ஞான எழுச்சியையும் இதில் காணமுடிகிறது. புலனறிக் கட்டம் என்று கருதியது விஞ்ஞானத்தையேயாகும்.

தர்க்கப் புலனறிவாதம்

தர்க்கப் புலனறிவாதம் (லொஜிகல் பொசிடிவிஸம்) ஒரு மெய்யியல் இயக்கமாகும். இது 1920களில் வியன்னாவில் ஆரம்பமாகியது. தர்க்கப் புலனறிவாதிகள் (அல்லது அளவையியல் அனுபவவாதிகள்) சிந்தனை பற்றிய விமர்சன வரலாற்றில் ஒரு திருப்புமுனைமிக்க செயற்பாட்டை நிகழ்த்தினார்கள். மொழியின் அளவையியல் பகுப்பாய்வு ஊடாக அர்த்தத்தை இனங்காண முயன்றனர். மெய்யியலில் அர்த்தம் பற்றிய பிரச்சினையை மொழி அளவையியலால் தீர்ப்பதற்காக மேற்கொள்ளப் பட்ட முயற்சி இதுவாகும். அதிக அளவில் உளவியல் மயப்படுத்தப் பட்டிருந்த அனுபவவாதம், புலனறிவாதம், பயன்நலவாதம் (பிரக்மடிஸம்) போன்றவற்றின் முயற்சியிலிருந்து இது வேறுபட்டிருந்தது. அறிவின் அடிப்படை சொந்த அனுபவத்தின் மீது அல்ல பொதுவான பரிசோதனைக் குரிய வாய்ப்புப் பார்த்தலில்தான் தங்கியுள்ளது என்று இது நிறுவ முயன்றது. இதனால் இவ்வாதம் கொம்ட்டே, ஜே.எஸ்.மில் ஆகியோரி லிருந்தும் வேறுபட்டிருந்தது. புலனறிவாதிகளும், அனுபவவாதிகளும் மீமெய்யியல் பிரச்சினைகள் தவறானவை என்றார்கள். தர்க்கப் புலனறிவாதிகளோ அவை அர்த்தமற்றவை என்றார்கள்.

டார்வினின் பரிணாம வளர்ச்சிவாதம் 19ஆம் நூற்றாண்டின் செறிவு மிக்க மெய்யியல் கருத்துகளின் சாதனையாகியது போல அளவை இயல் அனுபவவாதம், 20ஆம் நூற்றாண்டின் கணிதம், அனுபவவாதம் என்பனவற்றின் அண்மைக்கால வளர்ச்சியின் மூன்று முதன்மையான

அம்சங்களைச் சார்ந்திருந்தது. இத்தாக்கங்களை விளைவித்த மூன்று முக்கிய காரணிகளை இங்கு எடுத்துக்காட்டலாம்:

1. கணித அடிப்படைகள் பற்றி நிகழ்த்தப்பட்டிருந்த ஆய்வுகள் (ரஸல், ஹில்பர்ட் புரோவர்).
2. இயற்பியலில் நிகழ்ந்த அடிப்படை எண்ணக்கருக்கள் பற்றிய மீள் நோக்கு (ஐன்ஸ்டைன், பிளேன்க் போர், ஹெய்ஸன்பேர்க்).
3. நடத்தைவாதிகள் உளவியலில் விளைவித்த சீர்திருத்தம் (பெவ்லோவ், வாட்சன்).

இத்துறைகள் அவற்றின் பின்னணி, விடயப் பொருள் என்பனவற்றால் வேறுபட்டிருந்தாலும் அர்த்தம் மற்றும் உரையாடல் கட்டமைப்புப் பற்றி இம்மூன்று துறைகளுமே முக்கிய தூண்டுதல்களை வழங்கின (Herber Feigl 1949).

அறிவாராய்ச்சியியல் என்ற நோக்கில் அளவையியல் அனுபவ வாதம் அறிவுரீதியான அர்த்தத்தைக் கவனத்தில் கொள்கிறது. சொல்லியல், இலக்கணவகைப் பயன்பாடுகளை அது தவிர்த்துக்கொள்கிறது. ஒரு சொல்லின் அர்த்தம் அது எவ்வகையில் பயன்படுத்தப்படுகிறது என்பதிலும் மற்றப் பதங்களோடு அது பெற்றுள்ள தொடர்புகளிலும் தங்கியிருக்கிறது. அளவையியல் (அல்லது மெய்யியல்) ரீதியான மொழியின் அர்த்ததைத் தேடும் கலை மொழியியல் பகுப்பாய்வில் இருந்து வேறுபட்டது. ஹோர்பர் பீஜீல் (1949) தரும் பின்வரும் வேற்றுமைகளை இங்குச் சுட்டிக் காட்டலாம். அளவையியல் பகுப் பாய்வுப் பதங்கள் அறிவைப் பிரதிநிதித்துவம் செய்வதில் அடிப்படை முக்கியத்துவத்தைக் கவனத்தில் கொள்கிறது. பெரும் மனக் கலக்கங் களை ஏற்படுத்தும் தெளிவற்ற பதங்கள் அபாயகரமானவையாகும். அடுத்த அம்சம் ஒரு மொழியின் இலக்கணத் தனிச் சிறப்புகளிலிருந்து அளவையியல் கட்டமைப்பு தன்னை விடுவித்துக் கொள்கிறது என்பதாகும்.

அளவையியல் மற்றும் கணித முரணுரைகள் பற்றிய ரஸலின் கண்டுபிடிப்புகள் பாரம்பரிய அளவையியல் மீளக் கட்டமைக்கப்பட வேண்டும் என்ற கருத்தை வலியுறுத்தியது. அளவையியலில் புகுத்தப் படும் புதிய விதிகள் மூலம் கணிதத்தின் அடித்தளத்தில் ஏற்பட்டுள்ள உறுதிக் குலைவைத் தவிர்க்கலாம் என்ற கருத்திற்கும் அது வழி வகுக்கிறது.

ஐன்ஸ்டைன் சமாந்தரநிலை, நீளம், காலநீட்சி போன்ற எண்ணக் கருக்களில் விமர்சனங்களை முன்வைத்ததோடு முழுமுதல் வெளி,

அகஸ்ட்டி கொம்ட்டே (கி.பி. 1798-1857)

இவர் பிரான்சில் பிறந்தார். தீவிர கத்தோலிக்கக் குடும்பத்தைச் சேர்ந்தவர். ஆனால், **14**ஆம் வயதில் கடவுள் நம்பிக்கையை இயல்பாகவே துறந்துவிட்டார். கொம்ட்டேயின் குடும்ப வாழ்வு அவரது பெற்றோரினால் ஏற்பட்ட வேதனைச் சம்பவங்கள் நிறைந்ததாக இருந்தது. பெற்றோர் தம்மைப் பெரிதும் துன்பத்திற்குள்ளாக்கி வந்ததாக அவர் கூறிவந்தார். அதனால், தமது குடும்பத்தினர் போற்றி வந்த கத்தோலிக்க அதிகார வாதத்தை அவர் நிராகரித்துவிட்டார்.

அவர் எக்கோல் கல்லூரியில் கல்வி கற்றார். பின்னர் செயின்ட் சைமனின் செயலாளராகச் செயற்பட்டார். எக்கோல் கல்லூரியில் **1874-1876** வரை அவர் கல்வி கற்றார். இது இராணுவப் பொறியியலாளர்களைப் பயிற்றுவிப்பதற்காக **1794**இல் ஆரம்பிக்கப்பட்ட கல்லூரி. பின்னர் உயர்தர விஞ்ஞானக் கல்லூரியாக அது மாற்றப்பட்டது. நவீன விஞ்ஞானம், தொழில்நுட்பவியலின் தாக்கம் ஆகியவற்றுடன் லசாரேயின் தாக்கமும் இதில் காணப்பட்டது. லசாரே, கார்நெட், லப்லாஸ் போன்றோரின் சிந்தனைகளை இக்காலத்தில் இவர் பெற்றார். அரசியல் பொருளியலாளர்களான ஆடம் ஸ்மித், ஜெ.பி.சேய் ஆகியோரின் கோட்பாடுகளையும் அவர் கற்றறிந்தார்.

செயின்ட் சைமனுடன் ஏழு வருடங்கள் செயலாளராகப் பணிபுரிந்து அவரைவிட்டுப் பிரிந்து சென்றார். **1820**களில் அவர் தமது புதிய மெய்யியலைத் தனிப்பட்ட வர்கள் மத்தியில் உரைகளின் மூலம் முன்வைத்தார். இந்த விரிவுரைகளில் இருந்து ஆறு தொகுதிகள் கொண்ட *கோர்ஸ் டி பிலோசொபிலே பொஸிட்டிவேட்* ***(1930-1842)*** நூலை எழுதினார்.

முழுமுதற் காலம் போன்ற கருத்தாக்கங்கள் நேர்வு (யதார்த்த) ரீதியான உண்மைகளுக்குப் பொருந்தவில்லை என்பதை எடுத்துக் காட்டினார். பயன்நலவாதிகள் மொழியின் தொழிற்பாட்டை உயிரியல், உளவியல் சமூகவியல் ரீதியாக ஆராய்வதில் ஈடுபட்டனர்.

'இயந்திரவியல் என்பது இயக்கத்தின் விஞ்ஞானம்' என்று கிறிச் ஹோஃப் (1874) எழுதினார். எர்னஸ்ட் மாஹ் தமது *பொறியியலின் விஞ்ஞானம்* என்ற நூலில் கிறிச் ஹோஃபின் கருத்துகளை ஏற்றிருந்தார். ஆயினும், மாஹ் தமக்கென்ற சிந்தனையை வெளிப்படுத்தினார். பொதுவில், இவர்கள் மெய்யியலை விஞ்ஞானத்தின் கோட்பாடாகக் கருதினர். கணிதமும் இயற்கை விஞ்ஞானமுமே தூய வடிவங்கள் என்று கூறினர். இவர்களின் சிந்தனை தர்க்கப் புலனறிவாதத்திற்கான மூலவித்துக்களாக விளங்கின.

ஜேம்ஸின் பயன்நலவாதம், பிரான்சிசின் விஞ்ஞான விமர்சனம் ஆகியவற்றினால் எர்னஸ்ட் மாஹ் கவரப்பட்டிருந்தார். மாஹூம் கிறிச் ஹோஃபும் அனுபவவாதத்தை வலியுறுத்தினர். மாஹ், விஞ்ஞானம் மீமெய்யியலுக்கு எதிராகச் செல்ல வேண்டும் என்றார். அனுபவத்தைக் கடந்து செல்லும் உரையாடல்களையும் கருத்துகளையும் அவர் நிராகரித்தார். வெளி, காலம், காரணகாரியம் போன்ற நடைமுறைகள் பயனற்றவை; அவை அகற்றப்பட வேண்டும் என்றார். இயற்கையில் காரணமுமில்லை காரியமுமில்லை; இயற்கை தானே இயங்கிச் சென்று கொண்டிருக்கிறது. மாஹின் இக்கருத்துகள் தர்க்கப் புலனறிவாதச் சிந்தனையாளர்களைக் கவர்ந்தன.

ஓரளவு மாஹிற்கு நிகரான சிந்தனைகளை டபிள்யூ.கே. கிளிஃபோர்ட் இங்கிலாந்தில் முன்வைத்தார். கேள்வி எழுப்பும் வாக்கியங்கள் - வினாக்கள் - கேள்வி எழுப்பப்பட வேண்டிய வடிவத்தில் இல்லை என்றார். 'ஏன் விடயங்கள் நிகழ்கின்றன' என்பது ஒரு போலிக் கேள்வி. தகவல் தேடும் நோக்கினை இக்கேள்வி பிரதிபலிக்கவில்லை என்றார். 'உண்மையில் என்ன நடந்துள்ளது?' என்பதுதான் விஞ்ஞானரீதியில் விடையைப் பெறுவதற்கான கேள்வி எனக் குறிப்பிட்டார். காரண காரிய வாதத்தையும் அவர் நிராகரித்தார்.

இப்பின்னணியில் *விஞ்ஞான இலக்கணம்* (1892) என்ற கார்ல் பியர்சனின் நூல் மற்றொரு பங்கைச் செலுத்தியது. பின்னர், தர்க்கப் புலனறிவாதிகள் இக்கருத்துகளை மேலும் ஆழப்படுத்தினர். விஞ்ஞானத்தின் ஒருமைப்பாட்டை கார்ல் பியர்சன் வலியுறுத்தினார். இறையியல்வாதிகளும், மீமெய்யியல்வாதிகளும் விஞ்ஞானத்திற்கு எல்லையிடப்பட வேண்டும் என்று வாதிட்டதை அவர் எதிர்த்தார். உயர்ந்த அறிவின் வளர்ச்சிக்கு இவர்கள் தடை விதிப்பதாகவும் மனித அறிவின் வளர்ச்சிக்குப் மீமெய்யியல் மேலதிகமாகச் சேர்ப்பதற்கு எதுவுமில்லை என்றும் கூறினார். மீமெய்யியல்வாதி ஒரு கவிஞனைப் போன்றவன். ஆனால், தான் ஓர் அறிவுபூர்வமான ஆய்வில் ஈடுபட்டிருப்பதாக அவன் நினைத்திருந்தால் அவன் ஆபத்தானவன் என்றார்.

வியன்னா வட்டம்

வியன்னாப் பல்கலைக்கழகத்தில் 1895இல் புதிதாக உருவாக்கப் பட்ட மெய்யியல் பேராசிரியருக்கான பதவியை மாஹ் ஏற்றார். அது அளவையியல் அனுபவவாதத்திற்கு மற்றுமொரு உறுதிப்பாட்டை வழங்குவதாக அமைந்தது. 1922இல் இதே பதவியை மொரிஸ் ஷிலிக் பெற்றுக்கொண்டார். அவர் ஐன்ஸ்டைனின் சிந்தனையில் ஆழமான அறிவைப் பெற்றிருந்தார். அவரைச் சூழ விஞ்ஞானிகளையும் கணித வியலாளர்களையும் கொண்டதான ஒரு வட்டம் உருவாகியது. இதுவே 'வியன்னா வட்டம்' எனப் பெயர் பெற்றது.

இது வியன்னாவில் ஆரம்பமாகியபோதும் அது வியன்னாவிற்கு மட்டுமே உரியதாக இருக்கவில்லை. பெர்லினிலும், பராகுவிலும் இதற்குத் தொடர்புகள் இருந்தன. இதன் முன்னோடிச் சிந்தனை யாளர்கள் எனக் கருதப்படும் மாஹ், சுவிஸ் நாட்டைச் சேர்ந்தவர். ரிச்சர்ட் அவினேரியஸ் (1843-1896) ஆஸ்திரியர். இவ்விரு சிந்தனை யாளர்களும் மெய்யியலை விஞ்ஞானத்தின் கோட்பாடாக மதித்தனர்.

வியன்னா வட்டம் 1923இல் பேராசிரியர் மொரிஸ் ஷிலிக்கினால் நடத்தப்பட்ட கருத்தரங்கிலிருந்து தொடங்கியது. ஷிலிக் மெய்யியல் பேராசிரியராக நியமிக்கப்பட்ட பின்னர் ஷிலிக்கின் தலைமை யில் நடந்த கலந்துரையாடல்களில் கலந்துகொண்டவர்களில் பலர் மெய்யியலைத் தொழில்ரீதியாகப் போதிப்பதில் ஈடுபட்டிருந்தவர்கள் அல்லர். சிலர் மெய்யியலைப் போதித்தபோதும் அவர்கள் வெவ்வேறு பயில்நெறிகளைச் சேர்ந்தவர்களாவர்.

மொரிஸ் ஷிலிக் இயற்பியலில் சிறப்புத் தேர்ச்சி பெற்றவர். பெர்லினில், மெக்ஸ் பிளென்க் அவரது முனைவர் பட்டத்துக்கான ஆலோசகராக இருந்தார். ஐன்ஸ்டைன், ஹில்போர்ட் ஆகியோருடன் அவருக்கு நெருங்கிய தொடர்பிருந்தது. இப்பள்ளியைச் சேர்ந்தவர் களில் மற்றொருவரான ஒட்டோநியூரத் சமூகவியலாளர்; விக்டர் கிராஃப்ட் வரலாற்றாய்வாளர்; பீலிக்ஸ் காவ்ஃமேன் சட்ட வல்லுநர்; கேர்ட்ரெய்ட் எமெய்ஸ்ட்டர் கணித வல்லுநர். கலந்துரையாடல்களில் அடிக்கடி பங்கேற்றுவந்த பிலிப் பிரேன்க் இயற்பியலாளர். மற்றொரு உறுப்பினரான இ.கய்லா உளவியலாளர், மெய்யியலாளர் (Herbert Feigl, 1958: 358, 59).

வியன்னா வட்டம் 1926இல்தான் அதன் தீவிரமான, நிர்ணயகரமான பணிகளை ஆரம்பித்தது. அப்போது கார்னெப் வியன்னா பல்கலைக் கழகத்தில் பணியாற்றத் தொடங்கியிருந்தார். வட்டத்தின் கலந்துரை யாடல்களில் கார்னெப் முக்கிய இடத்தைப் பெற்றார். மொரிஸ் ஷிலிக்,

ரூடொல்ஃப் கார்னெப் (பி.1891) ஆகிய இருவரும் தர்க்கப் புலனறி வாதத்தின் இரு பெரும் முக்கியஸ்தர்களாக விளங்கினர். தர்க்கப் புலனறிவாதம் பற்றி கார்னெப் வழங்கிய தனித்துவமான விளக்கங்கள் அந்த இயக்கத்தினரால் பொதுவாக ஏற்றுக்கொள்ளப்பட்ட கருத்துகளாக விளங்கின. அவர் எழுதிய கடிதம் ஒன்றில் 'விஞ்ஞான எண்ணக் கருக்களைப் பகுப்பாய்வு செய்வதற்கும், மெய்யியல் பிரச்சினைகளைத் தெளிவுபடுத்துவதற்கும் நவீன அளவையியலைப் பயன்படுத்துவதே எனது நோக்கம்' என்று குறிப்பிட்டார். வியன்னா வட்டத்தினரிடையே விட்கன்ஸ்டைன் பலமான செல்வாக்கைப் பெற்றிருந்த போதும் தம்மிடமும் நியூரத்திடமும் விட்கன்ஸ்டைனின் தாக்கம் அதிகம் இருக்கவில்லையென்றும், விட்கன்ஸ்டைனைவிடத் தாம் ரஸலினா லேயே அதிகம் கவரப்பட்டதாகவும் அவர் குறிப்பிட்டார். கார்னெப் கணிதத்திலும் இயற்பியலிலும் தேர்ச்சி பெற்றிருந்ததோடு மாஹ், ஃபிரோஜ், ரஸல் ஆகியோரின் அறிவியல், கணித அளவையியல் கருத்துகளின் செல்வாக்கிற்குப் பெரிதும் உட்பட்டிருந்தார்.

கார்னெப், 1926-1934 காலப் பகுதியில் எழுதிய அறிவியல் தர்க்கப் புலனறிவாதத்தின் உறுதித்தன்மையிலும் அதன் கோட்பாட்டமைப் பிலும், விட்கன்ஸ்டைனின் *ட்ரெக்டேட்டஸ்* நூலும் அவரது தர்க்க அனுபவவாதக் கருத்துகளும் தர்க்கப் புலனறிவாதிகளிடையே ஏற்படுத்திய தாக்கமும் முக்கியமானது. குறிப்பாக, 1926-1934 காலப்பகுதியில் தர்க்கப் புலனறிவாதத்தின் உறுதித்தன்மை பற்றியும் அதன் கோட்பாடு பற்றியும் கார்னெப் முன்வைத்த கருத்துக்களில் விட்கன்ஸ்டைனின் சிந்தனைத் தாக்கம் அதிக அளவில் காணப் பட்டது. விஞ்ஞானத்திலும் அன்றாட வாழ்க்கையிலும் பயன்படும் எல்லா அறிவுகளையும் எல்லா உறுதி உரைகளையும் பகுப்பாய்வு செய்ய வேண்டும். அப்பொழுதுதான் அவற்றின் பொருளை விளங்க முடியும்; அவற்றுக்கிடையிலான தொடர்புகளை விளக்க இயலும். இவ்வாறு பகுப்பாய்வு செய்வதே அளவையியல் பகுப்பாய்வின் தொழிற்பாடாகும் என்று அவர் குறிப்பிட்டார் (W. P. Alston, 1963: 385).

1923இலிருந்து 1938 வரை வியன்னா வட்டத்தினரின் கலந்துரை யாடல்களும் சிந்தனை மாற்ற நடவடிக்கைகளும் தொடர்ச்சியாக நடைபெற்றன. கட்டுரைகளும், ஆய்வுரைகளும் அடிக்கடி வெளியிடப் பட்டன. கார்னெப், ஹான், நியூரத் போன்றோர் எழுதுவதில் அதிக அக்கறை காட்டினர். *உலகின் அளவையியல் கட்டமைப்பு* (*லொஜிகல் ஸ்ட்ரக்சர் ஆஃப் வேல்ட்*, 1928), *மொழியின் அளவையியல் சொற்றொடர் அமைப்பு* (*லொஜிகல் சின்டாக்ஸ் ஆஃப் லாங்குவேஜ்*, 1934) என்பன கார்னெப் வெளியிட்ட நூல்களில் முக்கியமானவை. நியூரத், அனுபவ

சமூகவியல் (எம்பிரிகல் சோசியாலொஜி, 1931) நூலை எழுதினார். 1929இல் கார்னெப், ஹான், நியூரத் ஆகியோர் வியன்னா வட்டத்திற்கான அறிக்கையை 'விஞ்ஞான ரீதியான உலகு நோக்கு: வியன்னா வட்டம்' என்ற தலைப்பில் தயாரித்தனர். 1930லிருந்து 1940 வரை எர்க்கென்ட்னஸ் என்ற பெயரில் வியன்னா வட்டம் ஓர்ஆய்விதழையும் நடத்தி வந்தது.

எனினும், 1936இல் வியன்னா வட்டம் அதன் பழைய இறுக்கத்தையும் செயல் வேகத்தையும் மெல்ல இழக்க ஆரம்பித்தது. சில வருடங்களில் விட்கன்ஸ்டைன் கேம்பிரிட்ஜ் பல்கலைக்கழகத்திற்குத் திரும்பினார். 1929இலும் 1932இலும் கார்னெப் வருகைப் பேராசிரியராக கலிபோர்னியா சென்றார். 1937இல் மீண்டும் சிக்காகோவுக்கு அழைக்கப்பட்டார். 1934இல் ஹேன்ஸ்ஹான் இறந்தார். இக்காலப் பகுதிகளில் மொரிஸ் ஷிலிக்கும் வைஸ்மனும் வியன்னா வட்ட நடவடிக்கைகளுக்கு முன்னணி வழிகாட்டிகளாக விளங்கினர். எனினும், 1936இல் ஷிலிக், மனநிலை பாதிக்கப்பட்ட அவரது பழைய மாணவன் ஒருவனால் கொலை செய்யப்பட்டார். ஷிலிக்கின் மரணம் வியன்னா வட்டத்தின் வளர்ச்சியை வெகுவாகப் பாதித்தது.

வெவ்வேறு நாடுகளில் வாழ்ந்த வியன்னா வட்டத்தின் நிறுவன உறுப்பினர்களும் அவர்களின் மாணவர்களும் வட்டத்தின் செயற்பாடுகளை முன்னெடுப்பதில் தொடர்ந்து ஆர்வம் காட்டினர். இவர்களின் தொடர் பங்களிப்புகளினால் வியன்னா வட்டச் சிந்தனைகள் ஐரோப்பாவின் கேந்திர நகரங்களிலும் அமெரிக்காவிலும் செல்வாக்கைப் பெற்றன. அத்தோடு பகுப்பாய்வு மெய்யியலிலும், அளவையியல் ரீதியான மொழி விமர்சனத்திலும் இவ்வியக்கம் பெரும் தாக்கத்தை ஏற்படுத்தியது.

தர்க்கப் புலனறிவாதம் பல்வேறு மூலாதாரங்களைப் பயன்படுத்தியிருந்த போதும் அதன் நிர்ணயமான கருத்துகளும் மையத் தூண்டுதல்களும் விட்கன்ஸ்டைனின் ட்ரெக்டேட்டஸில் இருந்தே பெறப்பட்டன. 'வியன்னா வட்டவாதிகள்' அனைவரும் ஒன்றாகப் படித்த ஒரே படைப்பாக ட்ரெக்டேடஸ் காணப்பட்டது. விட்கன்ஸ்டைன் வியன்னாவில் அல்லது வியன்னாவிற்கு அருகில் வாழ்ந்து வந்த போதும் வியன்னா வட்டத்தினரின் அதிகாரப் பூர்வமான கலந்துரையாடல்களில் அவர் பங்குகொள்ளவில்லை. ஆனால், வட்டத்தின் தலைவர் போல் செயற்பட்ட மொரிஸ் ஷிலிக்குடன் விட்கன்ஸ்டைனுக்குத் தொடர்பிருந்தது. அதனூடாக வட்டத்துடன் அவருக்கும் சம்பந்தமிருந்தது. ஆனால், ஒருபோதும் அது நேரடியாக உறுப்பினர் தொடர்பானதாக இருக்க வில்லை. ஜெ.ஹார்ட்னக்கின் கருத்தில் விட்கன்ஸ்டைனைத்

தர்க்கப் புலனறிவாதிகளில் ஒருவராக இனங்காண்பது சரியானதன்று. ட்ரெக்டேட்டஸில் கூறப்பட்டவற்றில் சில அடிப்படை விடயங் களோடு தர்க்கப் புலனறிவாதிகளின் கருத்துகள் உடன்பாடானதாக இருக்கவில்லை.

அளவையியல் பகுப்பாய்வு

தர்க்கப் புலனறிவாதிகள், அடிப்படை உள்பொருள் (ஆன்மா, கடவுள்) பற்றிய விசாரணைகளில் ஈடுபடுவதோ, மனிதனில் உருவாகும் கருத்துகள் பற்றிய உளவியல் விளக்கங்களைத் தருவதோ தமது நோக்கமல்ல என்றனர். அளவையியல் பகுப்பாய்வுதான் அவர்களின் முடிவான இலக்காக இருந்தது. தர்க்கப் புலனறிவாதம் அனுபவ வாதமாக இருந்த போதும் அது அளவையியல் பகுப்பாய்வு என்ற வரையறையை எப்போதும் வலியுறுத்தி வந்தது.

தர்க்கப் புலனறிவாதிகளின் பணி பாரம்பரிய மெய்யியல் பிரச்சினை களைத் தீர்ப்பதோ மெய்யியல் எடுப்புகளின் *(புரொபர்சிஸன்)* உண்மை களை நிர்ணயிப்பதோ அல்ல. உண்மையில் அத்தகைய பிரச்சினைகள், எடுப்புகள் ஆகியவற்றின் பொருளை தெளிவுபடுத்துவதுதான் அதன் பணியாக இனங்காணப்பட்டது. இன்னொரு வகையில் கூறினால் பல்வேறு வகையான எடுப்புகள் பற்றிய தெளிவான விளக்கத்திற்கு இட்டுச் செல்வதே தமது பணி என அவர்கள் கருதினர்.

தர்க்கப் புலனறிவாதிகள் உண்மையான உரைகளாக அனுபவ எடுப்புகளை ஏற்றுக்கொண்டனர். அவைதான் வாய்ப்புப் பார்க்கத் தகுதியானவை என்று அவர்கள் கருதினர். அனுபவ எடுப்புகள் என்ற கருத்திற்கு அப்பால், அனுபவவாதிகளும் விளக்கமளிப்பதில் இடர்ப்பாடுகளை எதிர்நோக்கிய இரு துறைகள் இருந்தன. அவை கணிதமும் அளவையியலுமாகும். மில் போன்ற அனுபவவாதிகள் இவற்றிற்குப் புலன் அனுபவத்துடன் தொடர்புபடுத்தி வழங்கிய விளக்கங்கள் திருப்தியற்றவை எனத் தர்க்கப் புலனறிவாதிகள் வாதிட்டனர்.

இப்பிரச்சினை மையத்திற்கான தீர்வை அவர்கள் ரஸலின் *பிரின்சிபியா மெத்தமெட்டிக்கா* என்னும் நூலில் கண்டனர். அங்குக் கணிதம் அளவை யியலாக இனக்குறைப்புச் செய்யப்பட்டிருந்தது. இதைத் தொடர்ந்து, அளவையியல் உண்மைகள், நேர்வு உள்ளடக்கத் தைப் பெறாத கூறியதுகூறல் என்ற கருத்தை ட்ரெக்டேட்டஸில் விட்கன்ஸ்டைன் முன்வைத்தார். உலகைப் பற்றிப் புதிதாக எதையும் கூறாத, நேர்வு ரீதியில் வெறுமையான, கூறியது கூறல் உறுதிப்பாடான

உண்மைக்குச் சான்றாக இருந்தது. அதாவது, புலன் ரீதியான (அல்லது அனுபவ ரீதியான) அடிப்படை, கணித எடுப்புகளுக்கோ அளவையியல் எடுப்புகளுக்கோ இல்லை. ஆயினும் கணித, அளவையியல் சார்ந்த வற்றை எடுப்புகள் என தர்க்கப் புலனறிவாதிகள் ஏற்றுக்கொண்டனர். கணித எடுப்புகளையும் அளவையியல் எடுப்புகளையும் புலன் அனுபவத்தினால் உண்மைப் படுத்த – வாய்ப்புப் பார்க்க – முடியாது என்ற பிரச்சினையை தர்க்கப் புலனறிவாதிகள் எதிர்நோக்கினர். எனினும் இவை இரண்டும் செயல்முறை எடுத்துக்காட்டுகளின் மூலமாக அவற்றின் உண்மைகளை நிரூபிக்கச் சக்திபெற்ற துறைகள் என அப்பிரச்சினைக்குத் தீர்வு காணப்பட்டது.

இதன் தொடர்பில், பௌதிகவதீத அல்லது மீமெய்யியல் கூற்றுக் களைப் பரிசீலிப்பதை தர்க்கப் புலனறிவாதிகள் தமது முக்கிய நோக்கங்களில் ஒன்றாகக் கொண்டனர். அவர்களின் கருத்தில் மீமெய்யியல், மெய்யியல் கூற்றுகள் அனுபவரீதியானவையுமல்ல; கூறியது கூறலுமல்ல. அவற்றை வாய்ப்புப் பார்ப்பதும் சாத்தியமில்லை. அவற்றைச் செய்முறை எடுத்துக்காட்டினால் விளக்குவதும் சாத்திய மில்லை. அவை உண்மையுமல்ல பொய்யுமல்ல. மீமெய்யியல் எடுப்பு களுக்கு உண்மைச் சூழமைவு கிடையாது. அதனால் அவர்களின் கருத்தில் அவை பொருள் அற்ற கூற்றுகளாகும் **(1965 : 38, 39)**.

தர்க்கப் புலனறிவாதிகளின் கருத்தில் அறிதற் பொருள் *(கொக்னிடிவ் மீனிங்)* உள்ள எல்லா எடுப்புகளும் பகுப்பு அல்லது அனுபவம் சார்ந்தவை. அதாவது கூற்றுகளில் உள்ள சொற்களின் பொருளைத் தெளிவுபடுத்தும் இயல்பு கொண்டவை. அனுபவரீதியாக வாய்ப்புப் பார்க்கப்படக்கூடிய எடுப்புகள் இயற்கை விஞ்ஞானத்திற்குரியவை. இயற்கை விஞ்ஞான எடுப்புகள்தான், நேர்வு உண்மைகளை வெளிப் படுத்தக்கூடியன. மீமெய்யியல் கூற்றுகள் மொழிக்குரிய உட்கருத்து வளத்தையும் எல்லைகளையும் மீறி நிற்பதனால் எடுப்புகளாகும் தகுதி அவற்றுக்கில்லை என்ற விட்கன்ஸ்டைனின் கருத்தைத் தர்க்கப் புலனறிவாதிகள் ஏற்றுக்கொண்டனர்.

எவ்வாறாயினும் விட்கன்ஸ்டைனும் தகர்ப்புப் புலனறிவாதிகளும் உடன்பாட்டிற்கு வராத விடயங்களும் இருந்தன. ஓர் எடுப்பை விளங்குவது என்றால் அது உண்மையாயிருப்பதற்கான நிகழ்வு என்ன என்பதைச் சார்ந்துள்ளது என்று ட்ரெக்டேட்டஸில் விட்கன்ஸ்டைன் கூறியுள்ளார். இதற்கான எளிய விளக்கம் உண்மைச் சூழமைவோடு எடுப்பு ஒருமுகப்பட்டதாக இருக்க வேண்டும் என்பதாகும். ஆகவே, உண்மைச் சூழமைவோடு பொருந்தாத எடுப்பு அர்த்தமற்றதாகும் என்பதுதான் அதன் பொருள். எனினும், தர்க்கப் புலனறிவாதிகள் போல

ஒரு பொதுவான நடைமுறைக் கோட்பாடாக விட்கன்ஸ்டைன் இதை ஏற்றுக்கொள்ளவில்லை (1965:39).

மறுபுறத்தில் பதங்கள் நேர்வுகளின் படங்கள் என்று ட்ரெக்டேட்டஸ் முன்வைத்த 'படக் கோட்பாடு' கருத்தைத் தர்க்கப் புலனறிவாதிகள் ஏற்றுக்கொள்ளவில்லை. பதங்கள் புலன்தரவுகளை வெளியிடுகின்றன என்று அவர்கள் கூறினர். இதன் மூலமாக மொழி என்பது புறப் பொருளின் படம் என்ற ட்ரெக்டேட்டஸின் அடிப்படைக் கருத்தைத் தர்க்கப் புலனறிவாதிகள் மறுக்கின்றனர் எனக் கருதலாம்.

இவ்வாறு ட்ரெக்டேட்டஸின் சில அடிப்படைகளைத் தர்க்கப் புலனறிவாதிகள் மீறியபோதும் மொழி, அளவையியலின் இயல்பை பற்றிய விட்கன்ஸ்டைனின் ஆழமான பார்வைகள்தான் தர்க்கப் புலனறிவாதத்திற்கான அறிவுரீதியான அடித்தளத்திற்கும் அதன் எழுச்சிக்கும் முதன்மையான ஆதாரங்களாக இருந்ததென்பதை மறுக்க முடியாது.

வாய்ப்புப் பார்த்தல் விதி (சரிபார்த்தல் விதி)

தர்க்கப் புலனறிவாதிகள் 'வாய்ப்புப் பார்த்தல் விதியை' முதன்மை யான தகுதிகாண் அளவுகோல் கட்டளையாகப் பயன்படுத்தினர். மீமெய்யியலுக்கு எதிரான குற்றச்சாட்டில் மீமெய்யியலின் மொழி அல்லது வசனம் அர்த்தமற்றது என்று கூறப்பட்டது. எது உண்மையான எடுப்பு, எது அர்த்தமற்ற எடுப்பு என்பதை மதிப்பிடுவதற்கு ஒரு கட்டளை அளவுகோல் தேவையாக இருந்தது. இதற்காகவே வாய்ப்புப் பார்த்தல் விதியை தர்க்கப் புலனறிவாதிகள் முன்வைத்தனர். இவ்விதியின் தேவைகள் பூர்த்தி செய்யப்பட்டால் ஓர் எடுப்பு அர்த்தமுள்ளது அல்லது அர்த்தமற்றது எனக் கொள்ளப்பட வேண்டும் என்று தர்க்கப் புலனறிவாதிகள் எதிர்பார்த்தனர்.

'ஒரு கூற்றின் பொருள் என்பது அதன் வாய்ப்புப் பார்த்தல் முறை யாகும்' என்ற கருத்தின் மீதே வாய்ப்புப் பார்த்தல் விதி அமைக்கப் பட்டிருந்தது. புலன் அனுபவத்தினால் ஒரு கூற்றை வாய்ப்புப் பார்த்தால் அக்கூற்று உண்மையாகவோ பொய்யாகவோ இருக்கலாம். அவ்வாறில்லையாயின் அது பொருளற்றதாகும் என்று வாய்ப்புப் பார்த்தல் விதி கூறியது. அதாவது, வாய்ப்புப் பார்த்தல் விதி அதன் முறையாக அனுபவ அவதானத்தை (நுண்காட்சி அறிவை) அல்லது புலன் அனுபவத்தைப் பயன்படுத்துவதைக் கட்டாயமாகக் கோரியது. அவதானம் (நுண்காட்சி அறிவு) அல்லது புலன் அனுபவமுறை களால் வாய்ப்புப் பார்க்க முடியாத கூற்றுகள் அர்த்தமற்றவை என்று

அடையாளமிடப்பட்டன. மீமெய்யியல் கூற்றுகளைப் பொறுத்தவரை இது ஒரு கடின விதியாக அமைந்தது.

புலன் அனுபவத்தினால் உறுதிப்படுத்தப்படாத எல்லாத் தீர்ப்புகளும் இவ்விதி மூலம் பொருளற்றதாக்கப்பட்டன. நேர்வு உண்மைகளின் மூலம் உறுதிப்படுத்தப்பட முடியாத 'அழியாத ஆன்மா' போன்ற மீமெய்யியல் கூற்றுகளும் அர்த்தமற்றவையாக்கப்பட்டன. 'பொருளற்றது' என்ற பதத்தை இதற்காக அவர்கள் பயன்படுத்தினர். வேறுவார்த்தையில் கூறினால் எந்த ஒரு நேர்வு, அக்கூற்றை நிரூபிக்கிறது, எந்த நேர்வு அதனை நிரூபிக்கவில்லை என்பதைப் பொறுத்து அமையும். அதாவது புலன் அனுபவங்களால் அவதானிக்கப்படக்கூடியதுதான் நேர்வுக் கூற்றின் உண்மையான இயல்பு என தர்க்கப் புலனறிவாதிகள் விளக்கமளித்தனர்.

வாய்ப்புப் பார்த்தல் கட்டளை அளவுகோல் தர்க்கப் புலனறிவாதத்திற்கு மட்டுமே உரியதல்ல (1963:385) சி.எஸ். பெய்ர்சின் பயன்நலவாத எண்ணக்கருவான 'ஆய்வு அறிவு-அர்த்தம்' ஐன்ஸ்டைனின் 'செயல் இயக்கமுறை' என்பன ஏற்கெனவே இவ்விருவராலும் நேர்வு ரீதியான உண்மையைப் பெறுவதற்காகப் பயன்படுத்தப்பட்டன. ஆனால், தர்க்கப் புலனறிவாதிகள் மீமெய்யியலை நிராகரிப்பதற்கான ஆயுதமாகவும் வாய்ப்புப் பார்த்தல் விதியைப் பயன்படுத்தியது சிறப்பம்சமாகும் (1963:386). தர்க்கப் புலனறிவாதிகளின் வாய்ப்புப் பார்த்தல் விதி அவர்களின் அர்த்தக் கோட்பாட்டின் ஒரு பகுதியாகச் செயல்பட்டது என்பதையும் இங்கு நோக்குவது பொருத்தமானது.

அனுபவம்

வாய்ப்புப் பார்த்தல் விதியை ஓர் எடுப்பின் அர்த்தத்தைக் கண்டுபிடிக்கும் முறை என்று எடுத்துக்கொண்டாலும் அது ஒரு சொல்லை வரையறை செய்யும் முறையுமாகும் என ஷிலிக் கூறுகிறார். அவர் ஓர் எடுப்பின் அர்த்தத்துடன் ஒரு சொல்லின் அர்த்தமும் எவ்வாறு தொடர்புபட்டுள்ளது என்பதையும் கவனிக்கும்படி கோருகின்றார். ஓர் எடுப்பு, குறியீடாகவும் அளவையியல் விதிகளைக் கொண்டதாகவும் காணப்படுவது மற்றொரு உண்மை. ஓர் எடுப்பின் அர்த்தத்தை வெளிப்படுத்துவதில் இவை பங்கு கொண்டுள்ளன.

'அந்தக் குழந்தை நிர்வாணமாக நிற்கின்றது. ஆனால் நீண்ட கவுன் அணிந்துள்ளது' என்ற கூற்று அர்த்தமற்றதென ஷிலிக் கூறுகிறார். 'நிர்வாணம்' என்ற சொல் இங்கு பிரச்சினையை எழுப்புகிறது. மீமெய்யியலிலும் இவ்வகையான நியாயங்கள்தாம் அடிக்கடி

முன்வைக்கப்படுகின்றன. எடுப்பிற்குரிய அளவையியல் இலக்கணத்தை அவை மீறுகின்றன. தனது உரைகளில் காணப்படும் சில குறியீடுகளுக்கு மீமெய்யியல்வாதிகளால் விளக்கமளிக்க முடிவதில்லை. அதனால் அங்கு விதி மீறப்படுகிறது. வாய்ப்புப் பார்த்தல் விதியை செயற்படுத்த முடியாத நிலை ஏற்படுகிறது.

அளவையியலுக்கும் அனுபவத்திற்கும் மோதல் இல்லை என ஷிலிக் கூறுகிறார். அளவையியலாளனையும் அனுபவவாதியையும் நெருங்க முடியாதவர்களாகச் சித்திரிக்க வேண்டாம் என ஷிலிக் கோரிக்கை விடுக்கின்றார். ஷிலிக், 'அனுபவம்' என எதைக் கூறுகிறார் என்பது பிரச்சினையாக இருப்பதாக சிலர் விமர்சித்துள்ளபோதும் சாதாரண 'அனுபவம்' கடந்த ஒன்றை அவர் சுட்டிக்காட்டவில்லை. தர்க்க நிலைப்பாட்டிற்குப் பொருந்தக் கூடிய 'அனுபவம்' என்பதை முன்னுரிமை அர்த்தத்தில் எடுத்துக்கொண்டார் எனக் கருதுவதில் தவறில்லை.

ஓர் எடுப்பை (கூற்றை) விளக்குவதற்கும் அது உண்மை என்பதற்கான ஆதாரங்களை அல்லது பொய் என்பதற்கான ஆதாரங்களைச் சரியாகச் சுட்டிக் காட்டுவதற்கும் பெயர்தான் அனுபவம் என்று ஷிலிக் கூறுகிறார். ஷிலிக் சந்தர்ப்பங்கள் என்று கூறுவதை 'அனுபவ உண்மைகள்' என எடுத்துக்கொள்ளலாம். ஓர் எடுப்பின் உண்மையையும் பொய்யையும் தீர்மானிப்பதில் 'அனுபவம்' வாய்ப்புப் பார்க்கும் விதியின் பகுதியாகச் செயல்படுகிறது என்பதை வலியுறுத்தும் நோக்கம் ஷிலிக்கிற்கு இருந்தது. அளவையியலையும் அனுபவத்தையும் நெருங்க முடியாததாகக் கொள்ள வேண்டியதில்லை என்பதை விளக்கும் ஷிலிக்கின் கருத்தாகவும் இதனை எடுத்துக்கொள்ளலாம்.

மீமெய்யியல் வாக்கியங்கள் தொடர்பாக நடக்கும் வாக்குவாதங்கள் முழுமையான நேர வீணடிப்பு என தர்க்கப் புலனறிவாதிகள் கருதினர். ஒரு மீமெய்யியல்வாதி உள்பொருள்தான் முழுமுதல் என்றால் மற்றொரு மீமெய்யியல்வாதி ஆன்மாக்களின் பன்மையே உள்பொருள் என்று எதிர்வாதத்தை முன்வைக்கிறார். அனுபவவாதியோ இவ்விவாதங்களிலிருந்து விலகி இருப்பதே சரியென்கிறார். ஏனெனில், இவை அர்த்த மற்ற வாக்கியங்கள் பற்றிய வாதங்கள். அதாவது அவை பொய்யுமல்லாத உண்மையுமல்லாத வாக்கியங்களாக இருக்கின்றன. இவை 'வடையும் தோசையும் திருவிழாவை ரசித்தன', 'அவள் கணிதச் சமன்பாட்டை காலை உணவாக உண்டாள்' போன்றவை. இத்தகைய கூற்றுகள் அர்த்த மற்றவையாகும். அதாவது அறிவுப்பூர்வமானவை அல்ல என்பதாகும்.

தர்க்கப் புலனறிவாதிகளின் மீமெய்யியல் எதிர்ப்புவாதத்தைப் பின்வரும் வகையில் நியாயத்தொடையாக்கலாம்:

1. எல்லாப் மீமெய்யியல் கூற்றுகளையும் அனுபவரீதியாக வாய்ப்புப் பார்க்க முடியாது.
2. வாய்ப்புப் பார்க்க முடியாத எல்லாக் கூற்றுகளும் அர்த்தமற்றவை.
3. ஆகவே எல்லாப் மீமெய்யியல் கூற்றுகளும் அர்த்தமற்றவை.

இவ்வாதத்தின் இரண்டாம் எடுகூற்றை அர்த்தத்தின் வாய்ப்பு பார்த்தல் கோட்பாடும் எல்லா அர்த்தமுள்ள கூற்றுகளும் அனுபவ ரீதியாக, வாய்ப்புப் பார்க்கக்கூடியவை அல்லது சரிபார்க்கக்கூடியவை எனக் கூறலாம்.

எந்தச் சந்தர்ப்பத்திற்கு ஒரு வசனம் பயன்படுத்தப்பட வேண்டும் என்பது ஒரு வாக்கியம் பெற்றிருக்கும் எடுப்பின் பொருளில்தான் தங்கியுள்ளது. ஓர் எடுப்பின் மொழி நமக்கு ஏற்கனவே தெரிந்த ஒன்றைக் குறிப்பிடலாம் அல்லது அந்த வாக்கியத்திலிருந்து எடுப்பைப் பெறக்கூடிய அளவையியல் விதிகளைக் கொண்டதாக இருக்கலாம். அதை வாய்ப்புப் பார்ப்பதற்கும் இந்த வழிதான் கைக்கொள்ளப் படுகிறது. அதாவது ஓர் எடுப்பின் அர்த்தமென்பது அதன் வாய்ப்புப் பார்த்தல் முறையாகும் (Moritz Shlick, 1963 : 470).

வாய்ப்புப் பார்த்தல் கட்டளை அளவுகோல் தொடர்பாகப் பல பிரச்சினைகள் எழுந்தன. மீமெய்யியல்வாதிகள் இதை எதிர்ப்பதில் அதிக அக்கறை காட்டினர். அதேவேளை குறிப்பிடத்தக்க அடிப்படைக் கேள்விகள் வாய்ப்புப் பார்த்தல் சார்பானவர்களிடமிருந்தும் எழுந்தன. விஞ்ஞான முறையியலில் எதிர்வுகூறல் முக்கிய இடத்தைப் பெற்றுள்ளது. எதிர்வு கூறலை வாய்ப்புப் பார்க்க முடியுமா என்ற கேள்வி எழுப்பப் பட்டது. நேரடியான, உடனடியான அனுபவங்களையும் அவதானங் களையும் மட்டும் வற்புறுத்தினால் வரலாறு, ஒழுக்கவியல் போன்ற துறைகளும் 'அர்த்தமற்ற' துறைகளாக நேரும் என்ற பிரச்சினையும் உருவாகியது. இப்பிரச்சினைகளால் தர்க்கப் புலனறிவாதிகள் சில திருத்தங்களை மேற்கொள்ள முயன்றனர். வாய்ப்புப் பார்த்தல் விதியை சக்திமிக்கது, பலவீனமானது என இரண்டாகப் பிரித்தனர். கோட்பாட்டளவில் ஒரு கூற்று வாய்ப்புப் பார்க்கப்படக்கூடியதாக இருப்பது போதுமானது என்று பலவீனமான வாய்ப்புப் பார்த்தல் விதி கூறியது.

இதன் மூலம் தர்க்கப் புலனறிவாதிகள் தமது கடின நிலையை விட்டுக்கொடுத்தபோதும், ஐக்கிய விஞ்ஞானம், ஐக்கிய அறிவு, விஞ்ஞானங்களுக்கான ஒரு பொதுமொழி போன்ற விடயங்களை அவர்கள் தொடர்ந்து வலியுறுத்தினர். ஒழுக்கவியலும் வரலாறும் நிராகரிக்கப்படுவதிலிருந்தும் ஓரளவு விடுவிக்கப்பட்டன. புதிய

திருத்தத்தில் ஒழுக்கவியல் அர்த்தமற்றது என்ற நிராகரிப்பிலிருந்து விடுபட்டது. ஒரு பிரச்சினையைச் சுட்டிக்காட்டுவதில் அதன் பெறுமானத்தையும் நேர்வுடன் அதற்குள்ள தொடர்பையும் பகுப்பாய்வு செய்ய சந்தர்ப்பமிருக்கலாம் என்று ஏற்றுக்கொள்ளப்பட்டது. ஆனால், ஒரு நடத்தை பற்றி ஆணையிடவோ கட்டளை பிறப்பிக்கவோ முயல்வது மெய்யியல் சார்ந்தது அல்ல என்பது தொடர்ந்து வலியுறுத்தப் பட்டது.

ஒழுக்க மொழியைத் தெளிவுபடுத்துவதுதான் இங்கு எதிர்பார்க்கப் படும் மெய்யியல் பணி என அவர்கள் விளக்கினர். ஆனால், 'போதிய வாய்ப்புப் பார்த்தல்' என்ற நிபந்தனையை அவை பூர்த்தி செய்ய வேண்டும் என்று எதிர்பார்க்கப்பட்டது. குறிப்பாக மீமெய்யியலும் ஒழுக்கவியலும் கையாளும் பிரச்சினைகள் எவை என்பதைப் பகுப் பாய்வாளர் தீவிரமாகக் கவனத்தில்கொள்ள வேண்டும் என்று வேண்டப்பட்டனர். முன்னரைப் போல மீமெய்யியல்வாதிகளைக் குற்றவாளிகளாகக் கருதாது அவர்களை நோயாளிகளாகப் பார்க்கலாம் என்ற கருத்துக்கு இடமளிக்கப்பட்டது.

எடுப்புகளின் (கூற்றுகளின்) வகைகள்

தர்க்கப் புலனறிவாதிகள் உரைகளை (கூற்றுகளை) அல்லது எடுப்பு களை மிக விரிவாக ஆராய்ந்து அவற்றை ஒழுங்கு நிரைப்படுத்த முயன்றனர். இவற்றை இவர்கள் அனுபவக் கூற்றுகள் பகுப்புக் கூற்றுகள் என இரண்டாக வகுத்தனர். ஹியூமும் காண்ட்டும் ஏற்கெனவே பகுப்பு ரீதியான தொகுப்புரீதியான எடுப்புகள் என்று வகுத்திருந்த மரபை தர்க்கப் புலனறிவாதிகளும் பயன்படுத்தினர்.

பகுப்புக் கூற்றுகள் அவற்றுக்குரிய பொருளை அவற்றின் பதங்கள் அல்லது குறியீடுகளிலிருந்து பெறுகின்றன. பகுப்புக் கூற்றுகளில் எழுவாய் ஏற்கெனவே பயனிலையில் அடங்கி விடுகிறது. பகுப்பெடுப்பு களுக்கு, எடுப்புகளுக்கு அப்பால் நிரூபணம் தேவையில்லை. 'உலகம் உருண்டை அல்லது தட்டை', 'ஒன்றில் P உண்மை அல்லது P பொய்' இவ்வாக்கியங்களின் வாய்ப்பு அனுபவத்தில் அல்லது அவதானத்தில் சார்ந்திருக்கவில்லை. இவ்வாக்கியம் உலகம் தட்டையா அல்லது உருண்டையா என்ற விவரத்தையும் வழங்கவில்லை. ஆனால், இவை உறுதியான வலிமையான வாக்கியங்கள்.

'எல்லாச் சிவப்புப் பொருள்களும் செந்நிறமானவை'. இந்த வாக்கியத்தில் எழுவாய்: சிவப்புப் பொருள். பயனிலை: செந்நிற மானவை. எழுவாயில் இருப்பதே பயனிலையில் கூறப்பட்டுள்ளது.

இவ்வாக்கியம் புது அறிவு எதையும் தரவில்லை. ஆனால், பகுப்பாய்வு எடுப்பின் தர்க்க வடிவம் இதுவாகும். இவ்வாக்கியத்தை முரண்பாடு தோன்றக் கூறவேண்டுமாயின் 'எல்லாச் சிவப்புப் பொருள்களும் செந்நிறமானவை அல்ல' என வாக்கிய அமைப்பு மாற்றப்பட வேண்டும். எழுவாயில் உள்ளது பயனிலையில் கூறப்படாததால் இது முரண்பாடான வாக்கியமாகும். இதுவும் உலகு பற்றி எதையும் புதிதாகத் தரவில்லை. எனினும், சிலர் மொழி ரீதியான பயன்பாடு சம்பந்தமான அறிவை இவ்வகைக் கூற்றுகளிலிருந்து பெறலாம் என வாதிடுகின்றனர்.

இது முன்னது ஏதுவான (அனுபவம் சாரா) எடுப்பாக இருந்தாலும் இதனை உப அனுபவ எடுப்பாகக் கொள்ள வேண்டும் என்று சி.டி. புரோட் குறிப்பிடுகிறார். எனினும், புரோடின் இக்கருத்தை ஏ.ஜே. அயர் மறுத்துள்ளார். அனுபவ எடுப்புகளின் தொழிற்பாடு நேர்வுகளை விளக்குவதாகும். மொழி, பயன்படும்விதம் பற்றிய அறிவைப் பெற பகுப்பெடுப்புகள் வாய்ப்பானவையாக இருந்தாலும் அவை அனுபவ உலகு பற்றி எதையும் கூறவில்லை என்ற உண்மைக்கு இது மறுப்பாகாது என அயர் குறிப்பிட்டுள்ளார் (A.D.P. Kalansuriya, 1975:73).

பகுப்பெடுப்புகள் கூறியது கூறலாகும். அத்துடன் அவற்றின் பொருள், அனுபவத்தைச் சார்ந்ததாயிராது. இவை முன்னது ஏதுவானவை (அனுபவச் சார்பற்றவை). கணித எடுப்புகளும் பகுப்பெடுப்புகளாகும். அதில் காணப்படுவதும் கூறியது கூறலே. *4+3=7* என்பதில் *4+3* என்பதைத்தான் 7 பிரதிபலிக்கிறது. *4+3=7* என்பது கட்டாய உண்மையாகும். கணித எடுப்புகளின் இயல்பு இதுவாகும். இக்கணித எடுப்புகளின் உண்மை முன்னது ஏதுவானதாகும் அனுபவத்தை அல்லது புலக்காட்சியைச் சாராதது என்பது இதன் பொருளாகும். நேர்வுக் கூற்றுகளைப் போல இவை புறஉலகு பற்றிய தரவுகளைத் தருவதில்லை. கணிதம், அளவையியல் போன்ற பகுப்பு எடுப்புகளின் அர்த்தம் நேர்வுகளிலிருந்து பெறப்படுவதில்லை. அவை தருபவை, வடிவ அர்த்தங்களாகும். தொகுப்பெடுப்புகளில் அல்லது அனுபவக் கூற்றுகளில் காணப்படுவது 'உண்மை' அர்த்தமாகும். தொகுப்பெடுப்புகளை வாய்ப்புப்பார்த்தல் மூலம் அவற்றின் உண்மை பொய்மை அறிய முடியும். தொகுப்பும் பகுப்பும் அல்லாத எடுப்புகளை வாய்ப்புப்பார்க்க முடியாது. ஆகவே, இவ்விரண்டு வகுப்பையும் சேராத எடுப்புகள் அர்த்தமற்றவை.

பகுப்பெடுப்புகளாகவும் தொகுப்பெடுப்புகளாகவும் இல்லாத எடுப்புகள் அறிவுபூர்வமான அர்த்தத்திற்குரியன அல்ல என தர்க்கப் புலனறிவாதிகள் கூறுகின்றனர். மீமெய்யியலில் மாத்திரம் அல்ல

ஒழுக்கவியல், அழகியல்துறைகளில் பயன்படுத்தப்படும் எடுப்புகளும் உட்கருத்து வளமுடைய பொருளைத் தராத எடுப்புகளாகவே உள்ளன. இவை மன உணர்வு சார்ந்தவை அல்லது அறிவு ரீதியற்றவை என நிராகரிக்கப்பட்டன. 'ஒழுக்கவியல் வாக்கியங்கள் உறுதி உரைகள் அல்ல' என்று ஏ.ஜே.அயர் கூறுகிறார். 'திருடுதல் தவறு' என்பது ஒழுக்கக் கூற்று அல்லது வாக்கியம். இவ்வாக்கியம் நமது உணர்வைத் தான் வெளிப்படுத்துகிறது. பகுப்பு அல்லது தொகுப்பெடுப்பில் காணப் படும் உறுதித்தன்மை இதில் இல்லை.

வியன்னா வட்டத்தின் பிரதான மெய்யியலாளரான ரூடொல்ஃப் கார்னெப் அவரது *மெய்யியலும் அளவையியல்சார் சொல் அமைப்பும் (பிலோசொபி அன்ட் லொஜிகல் சின்டாக்ஸ்)* என்னும் நூலில் தந்துள்ள விளக்கத்தையும் இங்கு நோக்கலாம்: 'மீமெய்யியல் எடுப்புகள் உண்மையானவையுமல்ல பொய்யானவையுமல்ல. ஏனெனில், அவை எதனையும் உறுதி உரையாய்க் கொண்டிருக்கவில்லை. மீமெய்யியல் கூற்றுகள் அறிவிற்கும் கோட்பாட்டிற்கும் உண்மை பொய் பற்றிய உரையாடலுக்கும் வெளியில் உள்ளன.' இவ்வாறு மீமெய்யியல் மற்றும் பாரம்பரிய பெறுமானத் தீர்ப்புகளைத் தர்க்கப் புலனறி வாதிகள் 'அறிதல் அல்லாதவை' என நிராகரித்து விட்டனர்.

ஏ.ஜே. அயரின் கருத்தில் எடுப்புகளை இரு வகைகளாகப் பிரிக்கலாம்: (1) வடிவ எடுப்புகள்: இதில் கணித எடுப்புகளும் அளவையியல் எடுப்புகளும் அடங்கும். (2) அனுபவ எடுப்புகள்: உண்மையான அல்லது சாத்தியமான அவதானத்திற்குரிய கருது கோளாகக் கொள்ளக்கூடிய கூற்றுகள் அனுபவ எடுப்புகளாகும். அயரும் மீமெய்யியலை இவற்றிலிருந்து அகற்றி விடுகின்றார். மீமெய்யியல் விஞ்ஞானரீதியல்லாத வழிகளால் உலகை விளக்கு கிறது. அவை அவதான முறைகளைச் சாராதவை. அதனால் அவற்றால் சரியான விவரிப்பு ஒன்றை சாத்தியமாக்க முடியாது.

தர்க்கப் புலனறிவாதம் ஒரு மெய்யியல் முறைமை அல்ல. பெருமளவில் அது ஒரு தொழில் நுட்பமாகும். மெய்யியல் பிரச்சினைகள் சார்பில் ஒரு குறிப்பிட்ட மனோபாவத்தை அது வெளிப்படுத்துவ துடன் அதைச் செயற்படுத்தவும் முனைகிறது. மெய்யியல் என்பது 'சிந்தனைவாத அறிவுமுறைமைகள்' அல்லது மீமெய்யியல் என்று போற்றப்பட்டு வந்த மரபைத் தர்க்கப் புலனறிவாதம் உடைத் தெறிந்தது. பொதுவாக, மீமெய்யியலை விமர்சிக்கும் அறிவு ரீதியான அடிப்படை மொழியியல், அளவையியல் நுட்பங்களையும் அது மெய்யியல் உலகின் முக்கிய உரையாடலாக மாற்றியது.

ஏ.ஜே. அயர் (1910)

சர் ஆல்பிரட் அயர் 1910இல் பிறந்தார். ஈட்டனிலும் ஆக்ஸ்போர்ட் கிளிஸ்ட் சர்ச்சிலும் கல்வி கற்றார். வியன்னா பல்கலைக்கழகத்தில் சிறிதுகாலம் சேவை செய்தார். பின்னர் ஆக்ஸ்போர்ட் பல்கலைக் கழகத்தில் மெய்யியல் விரிவுரையாளராகச் சேர்ந்தார். 1940இல் வெல்ஷ் காலனியில் சேர்ந்து இராணுவப் புலனாய்வுப் பிரிவில் பணி செய்தார். 1945இல் ஆக்ஸ்போர்ட் திரும்பி வெட்ஹால் கல்லூரி முதல்வராகப் பணியாற்றினார். 1947-1959 வரை லண்டன் பல்கலைக்கழகத்தில் உள மெய்யியல், அளவையியல் துறையின் பேராசிரியராகப் பணியாற்றினார். பிரித்தானிய அகாடெமி, வெட்ஹாம் கல்லூரி கலை, விஞ்ஞான அமெரிக்க அகாடெமி களின் புலமைசார் உறுப்பினராக இருந்தார். 1970இல் சர் பட்டம் வழங்கி கௌரவிக்கப்பட்டார். *அனுபவ அறிவின் அடிப்படைகள், அறிவின் பிரச்சினைகள், பயனிலைவாதத்தின் தோற்றம், பகுப் பாய்வு பாரம்பரியம்* முதலியவை அவரது முக்கிய நூல்களாகும்.

ஒழுக்கவியல் மொழி

ஏ.ஜே. அயர்

ஒழுக்க வினாக்களுக்கு மனவெழுச்சி ஒழுக்கக் கோட்பாடு மரபு ரீதியாக வழங்கப்பட்டுவந்த விடைகளை ஐயத்திற்குள்ளாக்குகிறது. இந்தக் கேள்விகளும் விடைகளும் உண்மை நோக்கில் அர்த்தமற்றவை. இவை ஒழுக்க எண்ணக்கருக்களை கையாண்டதாக மெய்யியலாளர்கள் கருதி வந்ததில் தவறிருக்கின்றது. மேல்வரம்பிட்ட ஒழுக்கவியல் (நியம – *நோர்மாடிவ்* அல்லது பெறுமான ஒழுக்கவியல்) எண்ணக் கருக்கள் இல்லை என்பதை அவர்கள் உணரவில்லை. அதிலிருந்து இப்பிரச்சினை தோன்றுவதாக மனவெழுச்சிக் கோட்பாட்டாளர்கள் கூறுகின்றனர் (Luther J. Binkley 1961).

விவரிப்பு ஒழுக்கவியல் நியம ஒழுக்கவியல் என்ற பிரிவுகள் இங்கு முக்கிய இடத்தைப் பெறுகின்றன. ஒரு மனிதனின் நடத்தை சரியான தென்றோ நன்மையானதென்றோ தீமையானதென்றோ பெறுமான

முடிவுகளுக்குள்ளாக்கப்படும் அல்லது தீர்மானிக்கப்படும் விடயங்கள் (அல்லது தீர்ப்புகள்) நியம ஒழுக்கவியல் எனப்படும். விவரிப்பு (அல்லது நேர்நிலை விஞ்ஞானங்கள்) புலன் அனுபவத்திற்கும் காட்சிக்கும் அவதானத்திற்கும் உரிய விடயங்களை ஆராய்கின்றன. அதில் நன்மை தீமை பற்றிய தீர்ப்புகளுக்கு இடமில்லை. இவ்வகையில் விவரிப்பு ஒழுக்கவியல் சமூகத்தின், தனிமனிதர்களின் ஒழுக்க நோக்குகள் கடந்த காலங்களில் எவ்வாறு இருந்ததென விவரிக்கிறது.

சமூகவியலாளரும் மானிடவியலாளரும் கடந்தகால மனிதர்களின் ஒழுக்க நடத்தைகளை அவர்களின் ஒழுக்க எண்ணங்களை விவரிப்பதில் இதனைக் காணமுடியும். *மனிதத் திருமணங்களின் வரலாறு* நூலில் வெஸ்ட்டர் மார்க் திருமணப் பழக்கவழக்கங்களை மட்டுமின்றி வெவ்வேறு காலங்களில் வெவ்வேறு இனத்தவர்கள் திருமண வழக்காறுகள் பற்றி எது சரி, எது பிழை என்று கூறியுள்ளவற்றையும் விவரிக்கிறார். பல உண்மைகளை அவரது விவரங்கள் தந்தபோதும் அவர் முடிவு கூறவுமில்லை; மதிப்பிடவுமில்லை (வில்லியம் லில்லி 1964).

'கொலை செய்தல் தவறு', 'பொய் சொல்வது தவறு' போன்ற கூற்றுகள் ஒழுக்கவியல் கூற்றுகள். கொலை, பொய் என்பன உண்மையிலேயே தவறானவை என இவை கூறுகின்றன. இவை நியமங்கூறும் ஒழுக்கவியல் கூற்றுகள். மனவெழுச்சி ஒழுக்கவியல் கொள்கையாளர்கள், நியம ஒழுக்கவியல் கூற்றுகள் உண்மையில் அர்த்தமற்ற (வெறும்) வார்த்தை வெளியீடுகள்; அதாவது இவை மனவெழுச்சி வெளிப்பாடுகள் என்று கூறுகின்றனர். வேறு வார்த்தையில் கூறினால் ஒழுக்கவியல் மொழி என்பது கூறுபவனின் அவ்விடயம் சார்ந்த மனவெழுச்சியை வெளியிடுவதாகும்.

சிந்தனையில் மொழியின் தாக்கம் பற்றிய பரிசீலனையில் ஈடுபட்ட சி.கே. ஒக்டென், ஐ.ஏ. ரிச்சர்ட்ஸ் போன்றவர்களினாலும் கணிதம், அளவையியல், விஞ்ஞானம் தொடர்பாக அண்மைக் காலமாக முன்னெடுக்கப்பட்ட மெய்யியல் ஆய்வுகளினாலும் இக்கோட்பாடு வளர்க்கப்பட்டது. குறியீடு அல்லது மனவெழுச்சி சிந்தனையில் ஏற்படுத்தும் தாக்கத்தை ஓக்டென், ரிச்சர்ட்ஸ் (1923) ஆகியோர் விளக்கினர் (L. J. Binkley 1961).

'குதுப்மினார் 600 அடி உயரம்' என்ற கூற்று சரியாக இருந்தாலும் தவறாக இருந்தாலும் தரவு பற்றிய கூற்று. அதை வாய்ப்புப் பார்க்க (அல்லது சரிபிழை பார்க்க) முடியும். ஆனால், 'வீரமரணம் கௌரவத்தின் சின்னம்'. 'ஆழமான கவிதை', 'இனிமையான காதல்', 'மௌனத்தின் ஓசை' போன்றவற்றைக் கூறும்போது அங்கு ஒரு கூற்று உருவாக்கப்பட

வில்லை. இவை தரவுகளைத் தருவனவும் அல்ல. ஆனால், மனவெழுச்சி களை வெளியிடுபவை. இவை தவறான கூற்றுகளும் அல்ல. சில மன உணர்ச்சிகளை வெளியிடவும் உளக் கிளர்ச்சிகளைத் தூண்டுவதற்கும் இவ்வகை வாக்கியங்கள் பயன்படுத்தப்படுவதாக இக்கோட்பாடு கூறுகிறது. இத்தகைய மொழிப் பாவனையில் மொழியின் மனவெழுச்சிப் பயன்பாடு செயல்படுகிறது.

ஜி.இ. மூரின் ஒழுக்கவியல் கோட்பாட்டை ஆராய்கையில் கேம்பிரிட்ஜ் தத்துவவாதி ஆ.பி. பிரெய்த் வெயிட் *(1928)* 'நன்மை எண்ணக்கருவைக் கூறும் வாக்கியங்களில் அநேகமானவை அவ்வாக்கியங் களை உரைப்பவரின் மனவெழுச்சிகளை சுத்திகரித்து வெளிப்படுத்தும் ஓசைகளாகும். ஒழுக்கவியல் மெய்யியலாளர்கள் ஒழுக்கவியல் எடுப்பு களைத்தான் ஆராயவேண்டுமே அன்றி மனவெழுச்சி வெளிப்பாட்டு வாக்கியங்களை அல்ல' எனக் கூறுகிறார். பார்ண்ஸ் 1934ஆம் ஆண்டு எழுதிய ஒரு குறிப்புரையில் 'பெறுமானத் தீர்ப்புகள்; தீர்ப்புகள் அல்ல. அவை அங்கீகாரம் தேடும் ஒலிக்குறிகள்' எனக் குறிப்பிட்டுள்ளார் (L.J.Binskley 1961).

பெறுமானம் *(வேல்யூ)* தொடர்பான விடயங்களில் மனிதர் பங்கு கொள்ளும்போது பிரச்சினைகளை அல்லது முரண்பாடுகளைத் தீர்ப் பதற்கு தமது சொந்த விருப்பத்தையே மற்றவர்களும் ஏற்கவேண்டும் என்று எதிர்பார்க்கப்படுகிறது. சமூகம், பெறுமானம் தொடர்பாக முரண்பாடுகளுக்குள்ளாகும் போது ஒருவர் ஏற்பதை இன்னொருவர் ஏற்பதில்லை என்ற நிலை தோன்றுகிறது. இதனைப் பகுத்தறிவு நியாயத்தினால் தீர்க்க முடியாது. முரண்பாட்டில் சம்பந்தப்பட்டுள்ள ஒரு பகுதியினரின் மனப்போக்கை மாற்றுவதன் மூலம் தீர்வை எட்டமுடியும். பார்ண்ஸ் முன்வைத்த இந்தக் கருத்துக்கு சமமான கருத்தைத்தான் ஏ.ஜே.அயர் தமது மனவெழுச்சிக் கோட்பாட்டிலும் குறிப்பிட்டுள்ளார்.

தர்க்கப் புலனறிவாதம் ஓர் இயக்கம்போல உருவாகிவந்த காலப் பகுதி இதுவாகும். 20ஆம் நூற்றாண்டின் புதிய மெய்யியல் தர்க்கப் புலனறிவாதம் என்றே பொதுவாகக் கூறப்பட்டது. அனுபவ ரீதியாகச் சோதனைக்குள்ளாகக் கூடியவற்றையே உண்மையான அல்லது நேர்வு ரீதியான அர்த்தமுள்ள கூற்றாக இக்கோட்பாடு ஏற்றுக்கொண்டது. இயற்கை, பகுப்பாய்வு, விஞ்ஞானக் கூற்றுகள் தொடர்பிலேயே தர்க்கப் புலனறிவாதிகளின் முக்கிய அவதானம் ஒருமுகப்படுத்தப் பட்டிருந்தபோதும் அதன் துணை ஆய்வுகளாக இணைந்தவற்றில் ஒழுக்கவியல் வாக்கியங்களும் அல்லது பெறுமான வாக்கியங் களும் அடங்கின. வியன்னா வட்ட உறுப்பினர்களில் சிலர் மட்டும்

இப்பிரச்சினையில் கவனம் செலுத்தினர். மொரிஸ் ஷிலிக் ஒழுக்கவியல் தொடர்பாக நூல் ஒன்றையும் எழுதினார்.

1930களில் ஏ.ஜே.அயர் வியன்னா நகரில் இருந்தபோது தர்க்கப் புலனறிவாத அமைப்பின் பிரதான உறுப்பினர்களுடன் கலந்துரை யாடல்களில் ஈடுபட்டார். அயர் இதுபற்றி பின்வருமாறு கூறுகிறார்:

பகுப்பாய்வு நடவடிக்கைதான் மெய்யியல் என்ற நோக்கு ஜி.இ. மூராலும் அவரது மாணவர்களாலும் இங்கிலாந்தில் வளர்ச்சி யடைந்தது. நான் பேராசிரியர் மூரிடம் மிக அதிகமாகக் கற்றறிந்த போதும் அவரோ அவரது சீடர்களோ என்னளவு தோற்றப்பாட்டு வாதத்தை ஏற்கத் தயாராக இருக்கவில்லை என்று நம்புவதற்கு என்னிடம் காரணங்கள் இருக்கின்றன. மெய்யியல் பகுப்பாய்வு தொடர்பாக அவர்கள் வேறுபட்ட நிலைப்பாட்டிலேயே இருந்தனர். மொரிஸ் ஷிலிக்கின் தலைமையில் வியன்னா வட்டம் என்ற அமைப்பின் கீழ் உறுப்பினர்களாக இருந்த மெய்யியலாளர்களுடன் நான் மிக நெருங்கிய உடன்பாட்டைக் காண்கிறேன். இவர்கள் அனைவரிலும் நான் ரூடொல்ஃப் கார்னெப்புக்கு அதிக மாகக் கடன்பட்டுள்ளேன்.

இக்கூற்று அயரின் *மொழி, உண்மை மற்றும் அளவையியல்* எனும் நூலின் முன்னுரையில் இடம்பெற்றுள்ளது. மீமெய்யியல் மற்றும் நியம ஒழுக்கவியல் (Normative ethics – மேல்வரம்பிட்ட ஒழுக்கவியல்) பற்றிய அயர் கூறும் தர்க்கப் புலனறிவாத அணுகுமுறை தொடர்பில் இது ஒரு முக்கிய நூலாகும். அந்நூலில் உள்ள, 'ஒழுக்கவியல், இறையியல் விமர்சனப் பகுப்பாய்வு' என்ற கட்டுரையில் அவரது பகுப்புரைகள் பின்வரும் வகையில் ஒழுக்கவியல் கூற்றுகளை வகையீடு செய்கின்றன:

1. ஒழுக்கவியல் பதங்களுக்கான வரைவிலக்கணங்களை வெளியிடும் எடுப்புகள்.
2. ஒழுக்க அனுபவங்களை விவரிக்கும் எடுப்புகள்.
3. புத்தி புகட்டும், எச்சரிக்கைவிடுக்கும் ஒழுக்கவியல் தீர்ப்புகள்.
4. உண்மையான ஒழுக்கத் தீர்ப்புகள்.

ஆனால், ஒழுக்கவியல் மெய்யியலாளர்கள் ஒழுக்கத் தீர்ப்புகளின் இவ்வகையீட்டில் காணப்படும் வேறுபாடுகளை அலட்சியப்படுத்து வதாக அயர் கூறுகிறார் (A.J. Ayer 1974).

இரண்டாவது வகுப்பாகத் தரப்பட்டுள்ள ஒழுக்க அனுபவங் களையும் அதற்கான காரணங்களையும் விவரிக்கும் எடுப்புகள்

உளவியலுக்கு, அல்லது சமூகவியலுக்கு உரியன. மூன்றாவது வகுப்பான ஒழுக்கப் பண்புகளுக்கான புத்தி புகட்டல்கள் எவ்வகையிலும் எடுப்புகள் ஆகாது. ஆனால், அவை வாசகனைக் குறிப்பிட்ட செயலில் ஈடுபட வைப்பதற்கான ஆணைகளும் வார்த்தை வெளியீடுகளுமாகும். அதனால், அவை மெய்யியலின் அல்லது விஞ்ஞானத்தின் கிளைகளைச் சேர்ந்தனவும் அல்ல என அயர் கூறுகிறார். இவை அயரின் நோக்கில் தூய மனவெழுச்சியை வெளிப்படுத்தும் வாக்கியங்களாகும்.

ஒழுக்க எண்ணக்கருவை உள்ளடக்கியதென்று கருதப்படும் கூற்று ஒன்று அதற்குரிய நேர்வைக் காட்டும் உண்மையான உள்ளடக்கத்தைப் பெற்றிருக்கவில்லை என்பதே அவரின் வாதமாகும். பின்வரும் பகுதியில் அயர் இக்கருத்திற்கான ஒரு விளக்கத்தைத் தர முயல்வதை அவதானிக்கலாம்:

> 'அந்தப் பணத்தை நீ திருடியதால் தவறு செய்துள்ளாய்' என்று நான் ஒருவனிடம் கூறினால், எளிமையாகச் சொல்வதாயின், 'நீ அந்தப் பணத்தைத் திருடி உள்ளாய்' என்பதைத்தான் அந்த வாக்கியத்தில் நான் கூறியுள்ளேன். இவ்வாக்கியத்திற்கு மேலதிகமாக 'நீ தவறு செய்துள்ளாய்' என்று கூறியதன் மூலம் (முந்தைய) கூற்றில் நான் எதையும் சேர்த்துவிடவில்லை. அதற்கான எனது ஒழுக்க-அங்கீகாரமின்மையைத்தான் நான் அங்கு வெளிப்படுத்தியுள்ளேன்.' 'நீ அந்தப் பணத்தைத் திருடிவிட்டாய்' என்பதைத் தடித்த கரடுமுரடான குரலில் கூறினாலும், எழுத்தில் விசேட குறிகளைப் பயன்படுத்தி எழுதினாலும் அதில் மாற்றம் இருக்காது. இவை அதற்குரிய அர்த்தத்தில் எதையும் மேலதிகமாக்கிவிடாது. உண்மையில் இதைக் கூறியவரின் ஒருவகை உணர்ச்சிதான் வெளியிடப்பட்டுள்ளது. (A.J.Ayer, 1974:142)

இதே கூற்றைப் பொதுமைப்படுத்தி (ஓர் ஒழுக்கவியல் கூற்றாக) 'பணம் திருடுவது தவறு' என்று அமைத்தால்கூட அது உண்மை அல்லது பொய் கூறும் எடுப்பாகமாட்டாது. அது உணர்ச்சி ஒன்றை வெளிப்படுத்துகிறது என்பதுதான் உண்மை. இதில் உண்மை, பொய் என்று கூறுவதற்கு எதுவுமில்லை. பணத்திருட்டு பற்றி இன்னொருவர் அது தவறல்ல என்ற கருத்தைக் கொண்டிருக்க முடியும் அல்லது களவு பற்றி எனக்கிருக்கும் அதே உணர்ச்சிகள் அவருக்கு இல்லாமல் போகலாம். அதனால் 'திருட்டு தவறானது' என்ற எனது கருத்தை எதிர்த்து என்னுடன் அவர் வாக்குவாதத்தை ஆரம்பிக்கக்கூடும். மிக இறுக்கமாகக் கூறினால் அவரால் என்னுடன் முரண்பட முடியாது என்று கூறும் அயர் இவ்விடயத்தை அவருடைய (தர்க்கப் புலனறிவாத) அணுகுமுறைக்கேற்ற வகையில் பின்வருமாறு கூறுகின்றார்:

ஏதாவதொரு செயல் நல்லது அல்லது தீயது என்று கூறும்போது நான் எந்த ஓர் உண்மையான கூற்றையும் உரைக்கவில்லை. நான் சில ஒழுக்க மென்னய உணர்ச்சியையே *(சென்டிமென்ட்ஸ்)* வெளியிடு கிறேன். என்னை எதிர்க்கும் அவரும் அவரது ஒழுக்க மென்னய உணர்ச்சிகளையே வெளியிடுகிறார்.

நானும் அவரும் ஒரேவித ஒழுக்கவியல் மனவெழுச்சிகளையே வெளியிடுகிறோம். அதில் யாருடையது சரி என்று கேட்பதில் எந்த அர்த்தமுமில்லை. 'ஆகவே, நம்மில் ஒருவராவது உண்மையான எடுப்பை உருவாக்கவில்லை' என்று அயர் ஒழுக்கக் கூற்று பற்றிய தமது அணுகுமுறையை முன்வைக்கிறார்.

ஒழுக்கமொழியானது குறியீடுகளை, சில சிறப்பின் மொழி பண்பு களைப் பெற்றுள்ளது. ஒழுக்கவியல் மொழிக்கென சில நோக்கங்கள் இருப்பதாக அயர் அனுமானிக்கிறார். அது ஒழுக்கவியல் மொழியின் பண்பைப் பற்றிய அயரின் முக்கிய கருத்தாகும்.

ஒழுக்கவியல் பதங்கள் உணர்ச்சியை மட்டும் வெளிப்படுத்தவில்லை. செயலைத் தூண்டக்கூடியதாக உணர்ச்சியை எழச் செய்யும் முறை அதில் உள்ளது. அல்லது அதையே சிலர் கட்டளை வடிவத்தில் கூறி அந்த நோக்கத்தை அடைய முயல்கின்றனர். உதாரணமாக, 'உண்மை சொல்வது உனது கடமை' என்ற கூற்றில் உணர்ச்சியும் ஆணையும் ஒன்று கலந்துள்ளன. 'உண்மை பேசுங்கள்', 'நீ உண்மை சொல்லவே வேண்டும்' என்ற தொடர்களில் இவற்றுள் உணர்ச்சிகளும் ஆணைகளும் வெவ்வேறு அளவுகளில் கூடிக் குறைந்திருப்பதாக அயர் கூறுகிறார். ஆகவே, இவ்வகை வேறுபட்ட ஒழுக்க உரைகளின் அர்த்தத்தை அவை வெளிப்படுத்தும் வேறுபட்ட உணர்ச்சிகள், அவை (மற்றவர்களில்) உருவாக்க நினைக்கும் செயல்கள் என்பனவற்றைக் கொண்டுதான் விளக்க முடியும். 'அது மிகவும் தீமையானது' என்று ஒருவர் கூறும் போது அங்கு மனவெழுச்சிப் பயன்பாடு தெளிவாகப் புலப்படுத்தப் படுகிறது.

12

பகுப்பாய்வும் தர்க்க அணுவாதமும்: பெர்ட்ரண்டு ரஸல்

பெர்ட்ரண்டு ரஸல் தமது மெய்யியலை மொழியியல், அளவையியல் சார்ந்த உரைகளைப் பரிசீலிக்கும் விமர்சனப் பகுப்பாய்விலிருந்து ஆரம்பித்தார். பொது மொழியில் உள்ள வாக்கியங்கள் தவறாக வழிநடத்தக்கூடும். அதனால் குறியீட்டு அளவையியல் வடிவத்தின் வழியாக மெய்யியல் வெளிப்பட வேண்டும் என்ற முடிவை அவர் மேற்கொண்டார்.

அவரது மெய்யியல் பங்களிப்பு மிக ஆழமான தொழில்நுட்பவியல் தரத்தைப் பெற்றிருந்தது. கணிதவியல், அளவையியல் தொடர்பாக அவர் வைட்ஹெட், ஃபிரோஜ் ஆகியோரின் கருத்துச் செல்வாக்கினாலும் பின்னர் சுதந்திர நிர்மாணங்களினாலும் மொழிரீதியான தொழில்நுட்பவியல் முடிவுகளை வெளிப்படுத்தினார். எண்கணிதமும் பெருமளவில் கணிதம் முழுமையும் அளவையியலின் அடிப்படை விதிகளில் தங்கி உள்ளன என்று அவரது புதிய கண்ணோக்கு விவரித்தது. **1910-13**களில் வைட்ஹெட்டுடன் இணைந்து வெளியிட்ட அவரது *கணித மூலக் கோட்பாடுகள் (பிரின்சிபியா மெத்தமெட்டிக்கா)* என்னும் நூல் அரிஸ்டாட்டிலுக்குப் பின்னர் காணக்கிடைக்கும் தனிப்பெரும் அளவையியல் பங்களிப்பாக மதிக்கப்படுகிறது.

பெர்ட்ரண்டு ரஸல் இங்கிலாந்தில் **1872**இல் உயர் குடும்பத்தில் பிறந்தார். நான்கு வயதில் அவர் தமது தாயையும் தந்தையையும் இழந்து பாட்டனார்களின் பராமரிப்பில் வளர்ந்தார். அவரது இளமைக்கால அறிவு ஆர்வம் மீமெய்யியலையும் ஒழுக்கவியலையும் சார்ந்ததாக இருந்தது. எனினும், இளமைக்காலம் முதல் அவரது பிரதான விருப்பார்வத்திற்குரிய துறை கணிதமாகும்.

1894இல் இருந்து **1907** வரை ரஸல் கேம்ப்ரிட்ஜ், திரித்துவக் கல்லூரியில் பட்டப்படிப்பை மேற்கொண்டார். அங்கு அவர் கணிதத்தையும்

மெய்யியலையும் பயின்றார். அனுபவவாதத்திற்குப் பிரித்தானிய மெய்யியலே பிரதான ஊற்றாகவும் உந்துதலாகவும் இருந்தது. (இருபதாம் நூற்றாண்டின் முன் பாதியில் கேம்ப்ரிட்ஜ் பல்கலைக்கழகம் இதன் பிரதான களமாக அமைந்திருந்தது. இதில், ரஸல், ஜி.இ. மூர் ஆகியோரின் பங்களிப்புகள் எல்லா நிலைகளிலும் விசேட இடத்தைச் சுவீகரிக்கும் அறிவாற்றல் கொண்டனவாக இருந்தன.)

ஜி.இ. மூரும் ரஸலும் கேம்ப்ரிட்ஜில் சமகாலத்தில் கல்வி கற்றனர். மெய்யியலையும் பகுப்பாய்வு மெய்யியலையும் நோக்கி இருவரது கவனமும் ஆழமாகத் திரும்புவதற்கு இருவருமே பரஸ்பரம் ஒருவரில் ஒருவர் செல்வாக்குச் செலுத்தினர். மெக்ட்டகார்ட்டின் போதனைகளாலும் பிரெட்லியின் எழுத்துகளாலும் கருத்துமுதல் வாதத்தின் (இனிமேல், கருத்துவாதம்) செல்வாக்கிற்கு ஆளாகியிருந்த ரஸல் அதிலிருந்து விடுபட மூரின் வழிகாட்டுதல் முக்கியப் பங்கு வகித்தது.

1897இல் ரஸல் வெளியிட்ட நூல்களிலும் கட்டுரைகளிலும் அவரது கருத்துவாதச் சிந்தனைகள் வெளிப்பட்டன. ஆனால், விரைவில் அவர் கருத்துவாதச் செல்வாக்கிலிருந்து விடுபட்டுச் சென்றார். *லைப்னிஸின் மெய்யியலுக்கான நுண்ணாய்வு விளக்கம் (ஏ கிரிடிகல் எக்ஸ்பொசிஷன் ஆஃப் த பிலோசொபி ஆஃப் த லைப்னிஸ்*, 1900) என்னும் நூலில் அவர் ஹெகலியத்தை மறுத்திருந்தார். *கணிதத்தின் கோட்பாடுகள் (த பிரின்சிபில்ஸ் ஆஃப் த மெத்தமெட்டிக்ஸ்*, 1903) என்னும் நூலில் கருத்துவாதத்தை அவர் முற்றாக முறித்துக் கொண்டார் என்பது வெளிப்படையாகத் தெரிந்தது. குறிப்பாக, ஜி.இ. மூருடனும் வைட்ஹெட்டுடனும் கேம்பிரிட்ஜில் ஏற்பட்ட தொடர்புகள் அவரது மெய்யியல் சிந்தனைகளில் புதிய தாக்கத்தைச் செலுத்தியுள்ளன.

நூல்கள்

ரஸல் அறுபதுக்கு மேற்பட்ட நூல்களையும் எண்ணற்ற கட்டுரைகளையும் எழுதியுள்ளார். அவரது நூல்கள் மெய்யியலையும், மெய்யியற் பகுப்பாய்வையும் மட்டுமன்றிப் பல்வேறு துறைகளைச் சார்ந்தனவாகவும் இருந்தன. *நான் ஏன் ஒரு கிறிஸ்தவன் அல்ல* உள்பட சுதந்திரம், அதிகாரம், சமூகப் பகுப்பாய்வு, அணு, சார்புக் கோட்பாடு, திருமணம், ஒழுக்கம் எனப் பல துறைகளில் அவர் நூல்களை எழுதியுள்ளார். இந்நூல்கள் யாவும் அவரது பொதுவான சிந்தனைகள். அவை சமூகவியல், அரசியல், கல்வி, சமயம் பற்றிய அவருடைய நோக்குகளை பிரதிபலித்தன. மனிதாபிமான ஒழுக்க மேம்பாடு பற்றிய சமூக ரீதியான உயர்ந்த இலட்சியங்கள் அந்த நூல்களின் உயர்ந்த விடயப் பொருள்களாய் அமைந்திருந்தன.

பெர்ட்ரண்டு ரஸல் (கி.பி. 1872-1970)

ரஸல் கேம்பிரிட்ஜ் பள்ளியைச் சேர்ந்தவர். மெய்யியல் வரலாற்றில் பெயர்பெற்ற தற்கால மெய்யியலாளர். மெய்யியலோடு சமூக அரசியல் விடயங்களில் அவர் பெரும் ஈடுபாடு கொண்டிருந்தார். ரஸலின் பாட்டனார் பிரபு ஜோன் ரஸல் (கி.பி. 1792-1878). 1813இல் அவர் மக்கள் சபை உறுப்பினராக விளங்கினார். இருமுறை பிரித்தானியாவின் பிரதமராகத் தெரிவு செய்யப்பட்டார். 1832இன் சீர்திருத்தச் சட்டத்திற்காகப் போராடினார்.

ரஸல் கணித விற்பன்னர். அவருடைய 11ஆவது வயதிலிருந்தே கணிதத்தில் அவருக்கு நாட்டம் இருந்தது. 'அன்றிலிருந்து, எனது 38ஆவது வயதில் கணித மூலக் கோட்பாடுகள் *என்னும் நூலை நானும் வைட்ஹெட்டும் எழுதி முடிக்கும் வரை எனது பிரதான விருப்பத்திற்குரிய பாடமாகவும் மகிழ்ச்சி தரும் பிரதான விடயமாகவும் கணிதமே விளங்கியது' என்று ரஸல் கூறியுள்ளார். கேம்பிரிட்ஜில் அவர் கணிதத்தைப் பட்டப்படிப்பிற்காகத் தெரிவு செய்தார். 1900இல் தமது முதலாவது நூலை கணித வல்லுநரும் மெய்யியலாளருமான லைப்னிஸ் பற்றி எழுதினார். அதன் பின்னர் 1946இல்* மேற்கத்திய மெய்யியல் வரலாறு *நூலில் ஏனைய மெய்யியலாளர்கள் பற்றிய ஆய்வுகளை வெளிப்படுத்தினார். அவரது முதலாவது பொது மெய்யியல் நூல்* மெய்யியல் பிரச்சினைகள் *என்னும் பெயரில் வெளிவந்தது.*

சமூகப் பிரச்சினைகள் தொடர்பாக அவர் எப்போதும் முன்னணியில் நின்றார். அவர் சோஸலிச மனப்பான்மை கொண்டவர். யுத்தம், ஏகாதிபத்தியம், சட்டச் சீர்திருத்தம், சமூக வர்க்க வேறுபாடு, ஒழுக்கவியல் யாவற்றிலும் தீவிர தாராள மனப்போக்குடையவராகச் செயல்பட்டார். தமது வாழ்நாளின் இறுதி 15 வருடங்களை அணு ஆயுதத்திற்கு எதிரான போராட்டங்களில் செலவிட்டார். தமது 90ஆவது வயதில் (1962) கியூபா ஏவுகணை நெருக்கடியின் போது 'அணு ஆயுதத்தைப் பயன்படுத்துவோம்' என்ற அமெரிக்காவின் அச்சுறுத்தலை எதிர்த்துப் போராடினார்.

20ஆம் நூற்றாண்டில் புகழ் பெற்றிருந்த சமூக அரசியல் பிரச்சினைகளுக்குப் புதிய சிந்தனைகளை வழங்கும் முன்னோடியாகத்

திகழ்ந்தார். 1950களில் மெய்யியலைவிட அரசியலில் அதிக அக்கறை காட்டினார். 1958இல் அணு ஆயுத எதிர்ப்புப் போராட்டக் குழுவின் தலைவராகத் தெரிவு செய்யப்பட்டார். பிரித்தானியாவின் அணு ஆயுதக் கொள்கையை எதிர்த்து வீதிப் போராட்டங்களில் பங்கேற்றார். பொது மெய்யியலாளர் என்ற நோக்கில் முன்னணி பிரித்தானிய அனுபவவாதிகளான லொக், பார்க்ளே, ஹியூம்களின் பாதையில் செல்வதாகத் தம்மை அவர் கருதினார்.

மனிதநேய சேவை

ரஸல் சமூக சேவைப் பாரம்பரியமுள்ள குடும்பத்தில் பிறந்தார். பொதுப் பிரச்சினைகள், அரசியல், உலக மக்கள் எதிர்நோக்கிய போர் அபாயம், அணுவாயுதக் கெடுபிடி ஆகியன பற்றி மனிதாபிமானக் கருத்துகளை உலக அளவில் உருவாக்குவதற்கு அவர் முயன்றார். 1914இல் முதலாம் உலகப் போர் மூண்டபோது அதை அவர் எதிர்த்தார். இதனால் அரசு அவரைக் கடுமையாக நடத்தியது. அவர் விரிவுரையாளர் பதவியிலிருந்து நீக்கப்பட்டதோடு 1918இல் சிறையில் அடைக்கப்பட்டார்.

அவர் சிறையில் இருந்த காலத்தில் 'கணித மெய்யியலுக்கு அறிமுகம்' என்ற நூலை எழுதினார். இரண்டாம் உலகப் போர் காலத்தில் அவர் அணுவாயுதமற்ற உலகு என்ற கருத்திற்கு உலக ஆதரவைத் திரட்ட முயன்றார். 1950-60களில் பிரித்தானிய அமெரிக்க வெளியுறவுக் கொள்கைகளுக்கு எதிராகப் பிரசாரம் செய்ததால் மீண்டும் அரசின் கோபத்திற்கு அவர் ஆளானார். அமெரிக்காவை எதிர்த்து வந்ததால் அவருக்கு தீவிர இடதுசாரிகளுடன் தொடர்பு ஏற்பட்டது. 1961இல் அரசுக்கும் அவருக்கும் ஏற்பட்ட முரண்பாட்டில் மீண்டும் சிறைவாசம் அனுபவித்தார்.

இருபதாம் நூற்றாண்டின் மெய்யியலை வடிவமைப்பதில் அவர் வழங்கிய ஆய்வறிவுப் பங்களிப்புகளுக்காக மட்டுமன்றி இருபதாம் நூற்றாண்டின் மனித ஒழுக்க மேம்பாட்டிற்கான பணிகளுக்காகவும் ரஸல் போற்றப்படுகிறார். யுத்தத்திற்கு எதிராக மனிதநேய உணர்வு களைக் கட்டியெழுப்புவதில் உலக அளவில் எடுத்த முயற்சிகளுக்காக அவர், உலகின் புகழ்பெற்ற மனிதராக மதிக்கப்பட்டார்.

மெய்யியல் பங்களிப்புகள்

இருபதாம் நூற்றாண்டின் மெய்யியலில் ஆழமான செல்வாக்குச் செலுத்திய சக்தியாக பெர்ட்ரண்டு விளங்கினார். திருப்புமுனை மிக்க

வளர்ச்சியை, புரட்சிகரமான மாற்றத்தை மெய்யியல் பெறுவதற்கு அவர் ஆற்றிய சிந்தனைப் பணி வேறெவருக்கும் குறைவானதல்ல. இருபதாம் நூற்றாண்டுத் தொடக்கத்தில் மெய்யியலின் திருத்தூதர் போல் ரஸல் கணித நுட்பத்துடன் கூடிய தமது அறிவுத்திறனால் மெய்யியல் உலகிலும் அதற்கு அப்பாலும் ஆதிக்கம் செலுத்தினார்.

*1914*இல் புகழ்பெற்ற அவரது லோவெல் விரிவுரைகளில் அவர் பின்வருமாறு குறிப்பிட்டிருந்தார்:

> ஆரம்பகாலம் முதல் பெரும் கோரிக்கைகளை மெய்யியல் முன்வைத்து வந்துள்ளது. ஆனால், வேறெந்த அறிவுத்துறையை விடவும் மெய்யியலினால் சிலவற்றைத்தான் சாதிக்க முடிந்தது. 'எல்லாம் நீரே' என்று தேலிஸ் கூறியதிலிருந்து பொருள்களின் முழுமைத் தன்மை பற்றிய சிந்தனைக்கு இடமற்ற, வழுக்கலான உரைகளையே அது வழங்கிவந்துள்ளது... இத்திருப்தியற்ற நிலைக்கு முடிவு கட்டும் காலம் இப்போது வந்துவிட்டதாக நான் நினைக் கின்றேன்... மெய்யியலின் பிரச்சினைகளும் முறைகளும் எல்லாச் சிந்தனைப் பள்ளிகளாலும் தவறாகவே விளக்கப்பட்டுள்ளன (B. Russell, 1926:13).

பகுத்தறிவைச் சர்வசக்தியாகக் கொண்டு கிரேக்க மெய்யியலாளர் வளர்த்த செந்நெறி மரபு 'அறிவிற்கு' முதன்மை தந்தது. எவ்வாறா யினும் ஆதிமெய்யியலாளரின் இந்த அதிசயமான அறிவுத் தூண்டுதல் மத்தியகால இறையியல் செல்வாக்கினால் அழிந்தது. சமய அதிகாரமும் மரபுவாதமும் மத்தியகாலத்தை ஆதிக்கம் செலுத்தின. டேக்கார்ட்டுடன் தொடங்கிய நவீன மெய்யியல் மத்தியகால மரபுவாத அதிகாரங் களுக்கு எதிராகச் சென்றது. ஆயினும், அதிகமாகவோ குறைவாகவோ அரிஸ்டாட்டிலிய அளவையியல் மாத்திரம் விமர்சிக்கப்படாது ஏற்றுக் கொள்ளப்பட்டு வந்தது. இவை மெய்யியலின் தேக்க நிலைகள் என ரஸல் கருதினார். அத்துடன், *1914*ஆம் ஆண்டு விரிவுரையில் அறிவைப் பெறுவதற்குரிய ஆற்றல்களைச் செம்மைப்படுத்தாத, விமர்சனத்திற்குட் படுத்தாத மெய்யியலின் குறைபாட்டையும் ரஸல் சுட்டிக்காட்டினார்.

ரஸல் இரு விடயங்களை நோக்கி மெய்யியல் உலகின் கவனத்தைத் திருப்பினார். (I) அரிஸ்டாட்டிலிய அளவையியலை விமர்சிக்காத அல்லது நிராகரிக்காத மனப்பாங்கு (II) முன்னது ஏதுவான அல்லது புலன்சாராத அறிவில் வைக்கப்பட்டிருந்த அளவுகடந்த நம்பிக்கை. மெய்யியலில் விஞ்ஞான மனப்பாங்கிற்கு எதிரான முதன்மைத் தடைகளாக இவை இருந்துள்ளன என்பதை அவருடைய *1914* உரை வெளிப்படுத்தியது.

ரஸலின் மெய்யியல் சிந்தனைகள் பிரெட்லியின் மீமெய்யியல் கோட்பாடுகளைப் போலி என நிரூபித்ததிலிருந்தே ஆரம்பமாகியது. பிரெட்லியின் மீமெய்யியல் மையக் கருத்துகளை நிராகரிக்கும்போது ரஸல் முன்வைத்த கருத்து இருபதாம் நூற்றாண்டு மெய்யியலுக்குரிய புதிய உள்ளடக்கத்தை வரையறுப்பது போல இருந்தது. ஆதிகிரேக்க மெய்யியலாளரைப் பொறுத்தவரை கேத்திர கணிதம்தான் ஒரே ஒரு விஞ்ஞானம். அது அதிசயமான முடிவுகளைத் தந்தது. நமது காலத்து விஞ்ஞானம் பரிசோதனையையும் அனுபவத்தையும் அனுபவ விஞ்ஞானமாகத் தந்துள்ளது என்று அவர் குறிப்பிட்டார்.

மெய்யியலில் செந்நெறி மரபை ரஸல் ஏற்றுக்கொள்ளவில்லை. மறுமலர்ச்சிக் காலத்திலும் அதற்குப் பின்னரும் உருவாகி வந்த மெய்யியல் இயக்கங்களின் பணிகளை அவர் முன்னேற்றத்திற்கான பாதை என வர்ணித்தார். குறிப்பாகப் பரிணாமவாதத்தை மையப் படுத்தி வளர்ச்சி பெற்ற இயக்கங்களைப் பாராட்டினார். அரசியல், இலக்கியம், மெய்யியல் யாவற்றிலும் பரிணாமவாதம் ஒரு முறையாகவோ விளக்க வகையாகவோ பரவியது. நீட்ஷேயின் சிந்தனைகளில், பயன்நலவாதத்தில், பெர்க்ஸனின் மெய்யியலில் பரிணாமவாதப் பிரதிபலிப்புகள் வேரோடியிருந்தன. இவ்வாறு ஏற்பட்டு வந்த மாற்றங்கள் புதிய யுகத்திற்கான தேவையை நிறைவு செய்வதாகவும், விஞ்ஞானத்திலும் மனித ஆற்றலிலும் நம்பிக்கை கொண்டதாகவும், அதேவேளை கிரேக்க, மத்தியகால முறைகளைக் கடந்து செல்லக் கூடிய வழிமுறைகளைப் பெற்றிருந்ததாகவும் ரஸல் கருதினார்.

இறுதியில், பிரெட்லியும் மெக்டகார்ட்டும் பிரித்தானியாவில் வளர்த்துவந்த கருத்துவாதத்தின் மூலக்கோட்பாடுகளை ரஸலும் மூரும் நிர்மூலம் செய்தனர். '1898இல் நானும் மூரும் காண்டிற்கும் ஹெகலிற்கும் எதிராகக் கிளர்ந்தோம்' என்று தமது *மெய்யியல் வளர்ச்சி* என்ற கட்டுரையில் ரஸல் கூறுகிறார். இப்போராட்டத்திற்கு மூர் தலைமை தாங்கினார். ரஸல் நெடுங்காலமாக அதைப் பின்பற்றிச் சென்றார். இக்காலத்தில் வெளியான மூரின் கட்டுரையான *தீர்ப்புகளின் இயல்பு* புதிய மெய்யியலுக்கான ஆய்வுரையாக அமைந்திருந்தது என ரஸல் குறிப்பிட்டிருந்ததை இங்கு நினைவு கூரலாம் (B.Russell, 1959:54).

பிரின்சிபியா மெத்தமெட்டிக்கா (கணித மூலக் கோட்பாடுகள்)

ரஸலுக்கு அறிவுரீதியான பார்வை ஓர் அருட்கொடை போல் இயல்பாக அமைந்திருந்தது. அது மெய்யியல் அருட்கொடை. ஏனையோர் சாதாரணமானதென்றும், தெளிவானதென்றும் கருதியவற்றில்

பிரச்சினைகள் இருப்பதை அவர் கண்டார். இதுவே, இருபதாம் நூற்றாண்டின் அறிவுத்துறையில் பெரும் பங்களிப்பான, *கணித மூலக் கோடுபாடுகள்* என்ற படைப்பிற்கு அவரை இட்டுச் சென்றது (பார்க்க: W.A.Alston; 1963:290).

வைட்ஹெட்டுடன் இணைந்து அவரால் எழுதப்பட்ட *கணித மூலக் கோட்பாடுகள்* என்னும் நூலில், கணித அடிப்படைக்கும் கணித அளவை யியலுக்கும் அப்பால் மெய்யியல் அம்சங்களையும் ரஸல் தொட்டுச் செல்ல வாய்ப்பிருந்தது. முக்கியமாக மெய்யியல் பகுப்பாய்வுக்கும், பகுப்பாய்வு நுட்பத்தைப் பற்றிய விவரிப்புகளுக்கும் இந்நூலை முதன்மையான களமாகப் பயன்படுத்தினார். அவருடையது இந்தப் பயன்பாடு ரஸல் பின்னர் 'அளவையியல் அணுவாதம்' என்று முன்வைத்த மெய்யியலுக்கான தொடக்கமாக அமைந்தது (1963:290).

கணித அளவையியல் புதிய பாடம் அல்ல. ஏற்கெனவே லைப்னிட்ஸ் இதில் முன்னோடி ஆய்வுகளைச் செய்திருந்தார். நுண்கணித *(கால்குலஸ்)* வளர்ச்சியில் பூல் முக்கியமான சாதனைகளை நிறைவேற்றியிருந்தார். பியோரைஸ் அளவையியல் உறவுகளை வளர்த்தார். வைட்ஹெட் அவரது 'யுனிவர்சல் அல்ஜிப்ரா' மூலம் பூலின் நுண்கணித முடிவு களுக்கு ஆதாரமாக மேலும் புதிய பங்களிப்புகளைச் செய்திருந்தார். இவை அனைத்தும் ரஸலின் கவனத்திற்குட்பட்டிருந்தன. உருக்களைப் பயன்படுத்தாது பீனோவும் அவரது மாணவர்களும் உருவாக்கிய கேத்திரகணித முறைகளால் தாம் பெரிதும் கவரப்பட்டதாகவும் ரஸல் தெரிவித்துள்ளார். அளவையியல் உறவுகள் பற்றி பூல் செய்திருந்த குறியீட்டுரீதியான செயல்முறைகளைத் தாம் மேலும் வளர்த்தெடுத்த தாகவும் ரஸல் குறிப்பிட்டுள்ளார். இதன் பின்னணியில்தான் ரஸலின் கணிதரீதியான மெய்யியல் ஊற்றெடுத்தது (எம்.எஸ்.எம். அனஸ், 2001:151, 152).

தர்க்க அணுவாதம்

ரஸலின் மெய்யியல் சிந்தனைகளில் அவருடைய அளவையியல் - கணிதமூலக் கோட்பாடுகள் சார்ந்த பகுப்பாய்வு நோக்கே முதன்மை யான இடத்தைப் பெறுகின்றது. கணிதத்தை ரஸல் மெய்யியலின் காட்டுருவாகக் கருதினார். கணித மெய்யியலில் தாம் பெற்ற அனுபவங் களினூடாக ரஸல் தர்க்க அணுவாதக் கோட்டிபாட்டிற்கு வந்து சேர்ந்தார். முழுக் கணிதமுமே அளவையியல் *(லொஜிகல் அடோமிஸம்)* அடித்தளத்தைப் பெற்றிருக்க முடியுமாயின் ஏன் மொழியின் அடித் தளத்தை அளவையியல்-பகுப்பாய்வு பெறமுடியாது என்ற கேள்வியை அவர் எழுப்பினார். மிகவும் நுட்பமான கருத்து வெளியீட்டையும்,

தெளிவுடன் கூடிய கூற்றுகளையும் மொழியிலிருந்து பெறமுடியும் என்ற நம்பிக்கை அவருக்கு இருந்தது. அவரது அணுவாதப் பகுப்பாய்வு மெய்யியற் சிந்தனை அவரது இந்த எண்ணங்களில் இருந்தே தோன்றி யிருக்கலாம்.

ரஸலின் அனைத்து மெய்யியலுக்கும் முதன்மையான அடிப்படை யாகப் பன்மைவாதம் காணப்பட்டது. உலகம் பலவற்றினால் ஆக்கப் பட்டது; அளவிடமுடியாத எண்ணிக்கைகளைக் கொண்டது; புற உறவுகளைக் கொண்டது (இவற்றின் தொடர்பே இதில் உள்ளது என்பது அவருடைய கருத்தாகும்). இக்கருத்து பிரெட்லி முன்வைத்த உள்வாரியான தொடர்புகள், ஒருமைவாதம் போன்ற கருத்துகளைத் தகர்த்தது (பார்க்க: **1956:48**). பின்னர் ரஸல் தமது பன்மைவாதத்தை அளவையியல் அணுவாதமாகவே வழங்கினார். உலகம் புலன் தரவு களினால் ஆக்கப்பட்டுள்ளது. இவை ஒவ்வொன்றும் தூய அளவையியல் உறவுகளால் இணைக்கப்பட்டுள்ளன என்று இவ்வாதம் கூறுகிறது.

அணு

'நான் உங்கள் முன் வைக்கப்போகும் மெய்யியல் வகையைத் தர்க்க அணுவாதம் எனக் கூறுகிறேன். கணித மெய்யியலைப் பற்றி நான் சிந்தித்து வந்தபோது இதனைக் கண்டடைந்தேன். கணிதத்தின் மூலங் களில் கணிதத்தை அதன் அளவையியல் மூலத்திற்கு நான் கொண்டு வந்திருந்தேன். நான் முன்வைக்கப்போகும் அளவையியலை அணு ரீதியானது எனக் கூறுகிறேன். இது ஹெகலைப் பின்பற்றியவர்களின் ஒருமைவாத அளவையியலுக்கு எதிரானது. எனது அளவையியல் அணுரீதியானது என்று கூறுகையில் பலபொருள்கள் உள்ளன என்ற பொது உணர்வு நம்பிக்கையை இங்குப் பகிர்ந்து கொள்கிறேன். தர்க்க அணுவாதம் என்று நான் கூறியது தர்க்க அணுக்களாகும். பௌதிக அணுக்கள் அல்ல. இவற்றுள் சிலவற்றை அதாவது ஒரு நிறப் புள்ளி, ஓர் ஒலித்துளி, கணப்பொழுதின் கணநேர நிகழ்வு போன்றவற்றை நான் தனியன்கள் எனக் கூறுகிறேன். இவற்றுள் சில பயனிலைகளாகவும் தொடர்புகளாகவும் இருக்கலாம். தர்க்கப் பகுப்பாய்வு அணுதான் எனது நோக்கம்; பௌதிக அணுப்பகுப்பாய்வு அல்ல' என்று தர்க்க அணுவாத மெய்யியல் என்ற தலைப்பில் **1918**இல் லண்டனில் ஆற்றிய உரையில் ரஸல் தமது அணுவாதக் கருத்தை விளக்கியிருந்தார்.

நேர்வுகள் (ஃபேக்ட்)

நேர்வுகள், கூற்றுகள் பற்றியும் அவ்வுரையில் அடிப்படையான கேள்விகளை ரஸல் எழுப்பினார். மெய்யியலில் மறுக்கப்பட

முடியாதவை என்று கூறப்படும் நேர்வுகள் தெளிவின்மையும், மயக்கமும் கொண்டவையாக உள்ளன. 'இந்தச் சமயத்தில் குறிப்பிட்ட எண்ணிக்கையில் சிலர் இந்த அறையில் இருக்கின்றனர்' என்று நீங்கள் கூறுவதாக எடுத்துக்கொண்டால் ஓர் அர்த்தத்தில் இதனை மறுக்க முடியாது. ஆனால், இந்த அறை எவ்வகையானது என்று விவரிப்பதற்கும் மேலாக அங்குள்ளவர்கள் யார், அவர்கள் ஒவ்வொருவருக்குமிடை யிலான வேறுபாடு என்ன என்பது போன்ற பல விடயங்களைப் பற்றியும் யோசித்தால் அஞ்சத்தக்க வகையில் உங்களது கூற்று தெளிவற்றதாக உள்ளது என்றார்.

ரஸலின் கருத்தில் 'பகுப்பாய்வு மெய்யியல்', ஒரு முறையாகும். கூற்றுகளின் உண்மையான வடிவத்தை அறிவது, அவற்றிற்கிடை யிலான தர்க்கத் தொடர்புகளை அறிவது, இறுதியில் அக்கூற்றை நியாயப்படுத்துவது என்ற நுட்பத்தை இது கையாள்கிறது. லைப்னிட்ஸின் மோனாடுகள் பற்றிய கோட்பாட்டில், அவர் வாக்கியங்கள் பற்றி முன்வைத்த கருத்துகள் ரஸலின் சிந்தனைகளில் செல்வாக்குச் செலுத்திய போதும் ரஸல் லைப்னிட்ஸின் அறிவுமுதல்வாத பௌதிகவாத அடிப்படையை நிராகரித்தார். ஆனால் பேச்சுமொழியின் சொற் றொடரியலை அறிவது அவசியம் என்ற கருத்தை ரஸல் வளர்ப்பதற்கு லைப்னிட்ஸின் அறிவு உதவியாக இருந்தது. ரஸல் மீமெய்யியல் மரபைக் கைவிட்டு, பிரித்தானிய அனுபவவாத மரபிலிருந்து இப் பிரச்சினைக்கு விடைகாண முயன்றார். அனுபவரீதியான அணு எடுப்புடன் தமது பகுப்பாய்வு முறையை ரஸல் தொடர்புபடுத்தினார் எனக் கருதலாம்.

பலவிதமான பண்புகளையும் உறவுகளையும் கொண்ட பல பொருள்கள் இவ்வுலகில் உள்ளன. உலகுபற்றிய முழுமையான விவரிப்பை இவ்வுலகில் காணப்படும் பொருள்களின் பட்டியலைத் தருவதால் மட்டும் நிறைவு செய்ய முடியாது. அவற்றின் பண்புகளும் தொடர்புகளும் குறிப்பிடப்பட வேண்டும். நாம் இந்தப் பொருள், அந்தப் பொருள் என்று அறிந்திருப்பது போதுமானதன்று. எது சிவப்பு, எது மஞ்சள், எது எதைவிடப் பெரியது போன்ற விடயங்கள் அவசியமானவை யாக உள்ளன. இவை 'நேர்வு' என்பதை விளக்குவதற்கு ரஸல் தந்துள்ள பீடிகையாகும். நான் 'நேர்வு' பற்றிப் பேசும்போது இவ்வுலகின் எளிய பொருள் ஒன்றை நான் கூறவில்லை. அதாவது ஒரு குறிப்பிட்ட பொருளுக்குக் குறிப்பிட்ட பண்பு உள்ளது. சில பொருள்களுக்கு சிலவகை உறவுகள் உள்ளன என்று ரஸல் கூறுகிறார். இந்தப் பின்னணியிலிருந்துதான் ரஸலின் நேர்வு பற்றிய விளக்கத்தையும் அணு நேர்வு பற்றிய அவரது கருத்துகளையும் பெற்றுக்கொள்ள

முடியும். அவர் தரும் உதாரணத்தை இங்கு நாம் நோக்கலாம்: நான் நெப்போலியனை ஒரு நேர்வு என்று கூறவில்லை. நெப்போலியன் ஜோஸ்பினை மணந்தான் அல்லது மணக்க விரும்புகிறான் என்பது தான் நேர்வு. இக்கருத்தில் நேர்வு என்பது எளியதல்ல. அது எப்போதும் இரண்டு அல்லது மூன்று கூட்டுக்களை உடன்பெற்றுள்ள ஒன்று. நெப்போலியன், அபுல்கலாம் போன்ற தனிப் பதங்கள் அல்ல.

i. என் முன் நிற்கும் அழகியின் பின்னால் பேராதனைப் பல்கலை நூலகம் கம்பீரமாகத் தெரிகிறது.

ii. அது சிவப்பு நிறமாகத் தெரிகிறது.

இவ்வாக்கியங்களின் உட்கரு புலன்-தரவு சார்ந்தவை. இவை நமது புலன் உணர்விலிருந்து பெறப்படுபவை. நேராக நமக்குத் தோன்று பவை. இவற்றின் உட்கருவை அதற்கு மேல் பகுத்துக் கூறமுடியாது. உடைமைகளும் உறவுகளும் சேர்ந்திருப்பதுதான் நேர்வு ஆகும். நேர்வுகள் கலவையாக, கூட்டாக இருக்கும் வரைதான் அவை சிக்கலானவை. அதனால், அவை பகுப்பாய்வுக்குரியவை என்பதுதான் ரஸலின் அடிப்படைக் கருத்து. நேர்வுகளும் மொழியின் சிக்கலுக்குப் பொருந்திச் செல்லக் கூடியன. அதனால் ஒவ்வொரு கூற்றும் யதார்த்தத்தை, புறப் பொருளை உருவகப்படுத்திக் காட்டுகிறது என்பதைப் பகுப்பாய்வு நிரூபிக்க முயல்கிறது.

மொழியில் பதங்கள் பொருள்களுக்காகவும் பயனிலைக்காகவும் நிற்பதைக் காணமுடியும். மொழியைப் பதங்களின் அழகான ஒழுங்கமைப்பு என்று ரஸல் கூறுகிறார். நேர்வுகளைப் பதங்கள் சரியாக உருவமைத்துக் காட்டும்போதுதான் மொழியின் அர்த்தம் நிர்ணய மாகிறது. ஓர் எடுப்பு, நேர்வைக் கூறுகிறது. ஒரு நேர்வு எளிதாயின் அது அணு நேர்வு என்று கூறப்படும். அணு நேர்வுகளைச் சொல்லும் எடுப்புகள் அணு எடுப்புகளாகும்.

நான் நேர்வு என்று கூறும்போது, எது ஓர் எடுப்பை மெய்யாக அல்லது பொய்யாக ஆக்குகிறதோ அதுதான் நேர்வு என்று ரஸல் கூறுகிறார் *(1963:301)*. 'மழை பெய்கிறது' என்று நான் கூறினால் மழை பெய்தால் அது உண்மை; பெய்யாதிருந்தால் அது பொய். அதாவது அந்தக் கூற்று இவ்விரு நிகழ்வுகளில் ஒன்றைக் கொண்டு மெய்யாகவும் பொய்யாகவும் ஆகும். இதைத்தான் ரஸல் நேர்வு எனக் கூறுகிறார். 'சாக்ரட்டீஸ் இறந்து விட்டார்' என்பது ஒரு நேர்வு. 'இரண்டும் இரண்டும் நான்கு' ஒரு நேர்வு. இவை உண்மையைக் கூறுகின்றன. 'சாக்ரட்டீஸ் இறக்கவில்லை', 'இரண்டும் இரண்டும் ஐந்து' என்று கூறப்பட்டால் அக்கூற்றுகள் பொய்.

ரஸல், ஒரு குறிப்பிட்ட தனிப்பொருளை நேர்வு எனக் கூறவில்லை. ஜெகதா, சூரியன், சந்திரன் என்று தனிப்பொருள்கள் எதுவும் நேர்வுகள் ஆகா. ஜெகதா என்பதோ சூரியன் என்பதோ உண்மை, பொய்க்கு ஆளாவதில்லை. 'அரிஸ்டாட்டில் உயிர் வாழ்கிறார்', 'அரிஸ்டாட்டில் இறந்து விட்டார்' ஆகிய இரண்டு கூற்றுகளும் அரிஸ்டாட்டில் பற்றிக் கூறுகின்றன. முழுமையான நேர்வு வெளியீடு எப்போதும் வாக்கியமாக அமைந்திருக்கும். குறிப்பிட்ட பொருள் அல்ல; குறிப்பிட்ட பொருள், குறிப்பிட்ட பண்பை அல்லது உடைமையைப் பெற்றுள்ளது; குறிப்பிட்ட பொருள் இன்னொன்றுடன் உறவைப் பெற்றுள்ளது என்று வாக்கிய வடிவமாக வரும்போதுதான் அது நேர்வுக்குரிய பண்பைப் பெறுகிறது.

அணு எடுப்புகள்

அணு எடுப்புகள் ஒன்றிணையும்போது சிக்கலான எடுப்புகள் உருவாகின்றன. இரண்டு அல்லது மூன்று எடுப்புகள் இணையும் போது எடுப்பில் உள்ள சிக்கல், பல சொற்களால் வெளியிடப்படுகின்றன. ஓர் எடுப்பை அறிவதற்கு அது பாகங்களாகப் பெற்றுள்ள சொற்களின் பொருளை அறிந்திருக்க வேண்டும். எத்தனை புதிய சொற்றொடர்களை (அல்லது வாக்கியங்களை) நீங்கள் கேட்க அல்லது வாசிக்க நேர்ந்தாலும் வாக்கியம் புதியது என்பதால் அது உங்களுக்கு விளங்காமல் இருப்பதில்லை. ஏனெனில், அவற்றில் உள்ள பதங்கள் நீங்கள் அறிந்த பதங்களாக இருப்பதால் எடுப்புகள் ஆக்கப்பட்டுள்ள பதங்களை நீங்கள் புரிந்துகொள்கிறீர்கள்; அதன் மூலம் எடுப்பை நீங்கள் புரிந்து கொள்கிறீர்கள். இதுதான் இதன் பண்பு என்று ரஸல் விளக்குகிறார்.

உதாரணமாக, 'சிவப்பு' என்ற சொல்லை நோக்கலாம். சிவப்பு குறிப்பிட்ட நிறத்தைச் சுட்டுகிறது. சிவப்பு என்ன என்பதை அறிவதற்கு சிவப்புப் பொருள்களைப் பார்க்க வேண்டும். சிவப்பை அறிவதற்கு அதைப் பார்ப்பதைத் தவிர வேறு வழியில்லை. மொழியை அறிவதோ, அகராதிகளைப் பார்ப்பதோகூட இதற்கு உதவாது. இங்கு பதங்களுக்குப் பொருள் தேடுவதும் எடுப்புகளுக்குப் பொருள் தேடுவதும் வேறுபட்டது என ரஸல் கூறுகிறார். சிவப்பிற்குப் பொருள் வரைவிலக்கணம் தர முடியும். ஆனால், எடுப்பைப் பொறுத்தவரை அது பகுப்பாய்வாகும். சிக்கல் இருக்கும் இடங்களில்தான் பகுப்பாய்வு தேவை.

சிவப்பு என்ற பதம் எளிய குறியீடு. ஆனால், சிவப்பு சிக்கலான குறியீடு. 'ரோஜாக்கள் சிவப்பு' என்பதை அறிவதற்கு ரோஜாக்களையும் சிவப்பையும் ஒருவர் அறிந்திருக்க வேண்டும். இது சிக்கலுக்கும், சிக்கலான குறியீட்டிற்கும் சரியான அடையாளமாகும் (1963:312).

ஒன்றுக்கு மேற்பட்ட அணு எடுப்புகளால் உருவாகும் எடுப்பை ரஸல் மூலக்கூறு *(மொலிகியூலர்)* எடுப்பு எனக் கூறுகிறார். பல அணுக்களைக் கொண்டதாக அந்த எடுப்புகள் காணப்படும். 'அல்லது', 'ஆயின்', 'அத்துடன்' என்பவற்றால் அந்த எடுப்புகள் ஆக்கப் பட்டிருக்கும். 'இன்று புதன்கிழமை, இது தெரிந்திருந்தால் இன்று நாம் வந்திருக்க மாட்டோம்.' 'மழை பெய்கிறது, நான் குடை கொண்டு வந்துள்ளேன்.' இவை மூலக்கூறு எடுப்புகளாகும். ஆயினும் அணு நேர்வுகள் இருப்பது போல் மூலக்கூறு நேர்வுகள் இல்லை. மூலக்கூறு எடுப்புகளை மூலக்கூறு நேர்வுகளுடன் ஒப்பிட முடியாது. மூலக்கூறு எடுப்புகளின் உண்மை பொய் மூலக்கூறு எடுப்பின் பாகங்களாக உள்ள அணு எடுப்புகளில்தான் தங்கியுள்ளன. இவ்வாறு மொழி எண்ணற்ற அணு எடுப்புகளால் ஆகியுள்ளது. அவற்றின் உண்மைகள் அனுபவத்தினால் தான் சரிபார்க்கப்படுகின்றன.

ஓர் எடுப்பு அல்லது ஒரு கூற்று ஒன்றில் பொய்யாக அல்லது மெய்யாக. கணிதத்திற்குக் குறியீட்டுக் குறிமானங்களை வகுத்திருப்பது போல் அதே வகைக் குறியீட்டுக் குறிமானங்களை ரஸல் மொழிக்கும் வழங்கினார். உண்மை பொய்யை இலகுவில் நிர்ணயிக்கக்கூடிய ஒரு செயற்கை மொழியை உருவாக்குவதில் அவர் ஆர்வம் காட்டினார். உண்மையான எடுப்பு p என அழைக்கப்பட்டது. பொய்யான எடுப்பு not-p என அழைக்கப்பட்டது. மூலக்கூறு எடுப்புகளானது 'அல்லது' 'அத்துடன்' என்பனவற்றால் இணைக்கப்பட்ட அணு எடுப்புகள் பலவற்றைக் கொண்டவையாகும். குறியீட்டில் p and q (p^q), அல்லது p or q (pvq) என்று குறியீட்டு மொழியில் தரப்படுபவை மூலக்கூறு எடுப்புகளாகும்.

(P^Q) என்பதைப் பின்வருமாறு தமிழ்மொழியில் தரலாம்: p: காவிரி நதி நீளமானது; அத்துடன் q: காவிரி நதி ஆழமானது. p, q என்ற அணு எடுப்புகள் உண்மையாயின் இந்த மூலக்கூறு எடுப்பு உண்மை. முழு மூலக்கூறு எடுப்பையும் ரஸல் 'உண்மைத் தொழிற்பாடு' எனக் கூறுகிறார். ஒரு தனி அணு எடுப்பினால் முழு மூலக்கூறு எடுப்பையும் உண்மை பொய் ஆக்க முடியாது. மூலக்கூறு எடுப்பு ஒன்றில் உள்ள ஒவ்வொரு அணு எடுப்பிற்கும் உரிய உண்மை பொய் தீர்மானிக்கப் படுவதே சரியானதாகும். இதற்கான உண்மைப் பெறுமானங்கள் T.F. (T: உண்மை F: பொய்) என்ற குறிமானங்கள் மூலம் தரப்பட்டன.

பொது நேர்வுகளுக்கு என்ன தீர்வு என்பது தர்க்க அணுவாதத்தில் ஒரு பிரச்சினையாக உள்ளது. 'இது வெள்ளைக் குதிரை' என்பதன் உண்மையை அல்லது பொய்யை வெள்ளை நிறம், குதிரை என்ற

விலங்கு ஆகிய இரண்டையும் சரிபார்ப்பதன் மூலம் அறியலாம். ஆனால், 'எல்லா மலர்களும் வெள்ளை', 'எல்லாக் குதிரைகளும் கறுப்பு' போன்ற கூற்றுகளின் உண்மையை அல்லது பொய்மையைச் சரிபார்ப்பது எவ்வாறு? அணு வாதத்தின்படி அணு எடுப்பின் உண்மையை அல்லது பொய்மை சரிபார்க்க வேண்டும். 'எல்லா மலர்களும்', 'எல்லாக் காகங்களும்' என்பதற்குரிய அணு நேர்வு இல்லை. எல்லா மலர்களும் என்பதைப் பொது நேர்வு எனக் கூறலாம். ஆனால், அணு நேர்வு தனித்தனியான விடயங்களைத்தான் குறிக்கிறது. அதாவது அணு நேர்வுதான் இருக்கிறது.

புலன் தரவு

நதியைப் பார்த்தேன், கப்பலைப் பார்த்தேன், குயிலின் கூவலைக் கேட்டேன் என்று கூறும்போது நாம் நேரடியாகப் பெறுவது புலன்தரவு. பார்ப்பதனூடாக, கேட்பதனூடாக இது நடைபெறுகிறது. ஒரு நாணய அடுக்கைப் பார்க்கும்போது முழு நாணயத்தையும் நாம் பார்க்க வில்லை. பார்வைக்குப் புலனாகக்கூடிய அந்த நாணயத்தின் ஒரு பாகத்தை மட்டுமே பார்க்கிறோம். புலக்காட்சிக்கு உடனடியாக உள்ளாகும் பொருள் என்று அதாவது புலன்-தரவு *(சென்ஸ்-டேட்டா)* என்று இதனை ரஸல் கூறுகிறார். 'புலன் உணர்வினால் உடனடியாகக் காணும் பொருளைப் புலன் தரவு என நாம் கூறுவோம். அவை நிறம், ஓசை, மறமறப்பு, கடின நிலை போன்றவையாகும். இவ்வாறு பொருள்களைப் பார்ப்பதனால் உடனடியாக எழும் உணர்வு புலன் உணர்வாகும் *(சென்சேசன்)*. இவ்வாறு நிறத்தைப் பார்க்கும்போது நிறம் பற்றிய புலன் உணர்வை நாம் பெறுகிறோம். ஆனால், நிறம் என்பது புலன்-தரவேயன்றி புலன் உணர்வு அல்ல. நாம் உடனடியாகப் பெற்ற உணர்வு நிறமாகும்' (Russel, *The Problems of Philosophy*, 1975:20).

புலனுணர்வின் மூலமாக உடனடியாகக் கிடைப்பது புலன்-தரவாகும். புலனுணர்வினால் பெற்றுத் தரப்படுபவைதான் புலன்-தரவு என்றும் கூறலாம். இதிலிருந்து புலன்-தரவுக் கூற்று அல்லது எடுப்பு உருவாகிறது. இதன் இரண்டாம் கட்டம் புலக்காட்சி *(பர்செப்சன்)* ஆகும். இதிலிருந்து புலக்காட்சி எடுப்பு உருவாகிறது. ரஸல் முதல் கட்டத்திற்குரிய புலன்-தரவுக் கூற்றையே தர்க்க அணுவாதத்தின் மைய விடயப் பொருளாக்கினார்.

தர்க்க அணுவாதம் இருக்கின்ற, அனுபவத்திற்குரிய, அணு நேர்வுகளையும் மூலக்கூறு நேர்வுகளையும்தான் உட்கருத்து வளமிக்க எடுப்புகளாக ஏற்றுக்கொள்கிறது. ரஸலின் இக்கோட்பாட்டையே விட்கன்ஸ்டைன் தமது ட்ரெக்டேட்டஸில் மேலும் ஆழமாகப்

பயன்படுத்தினார். ரஸலின் அணுவாதத்திற்கும் ஹியூமின் அனுபவ வாதத்திற்கும் சில ஒருமைப்பாடுகள் உள்ளன. ஹியூம் எல்லா வற்றையும் மனப்பதிவுகள், கருத்துகள் மூலமாக விளக்கினார். அவருடைய இப்பதிவுகள் (அல்லது கருத்துகள்) புலன்கள் தொடர்பானவை. புலன்கள்தான் நமது மொழிக்குரிய அடிப்படையாக உள்ளன என்பதை அவரது அனுபவவாதம் மூலம் உணர முடிகிறது.

விஞ்ஞானிகள், சடப்பொருள்களைப் பாகம் பாகமாகப் பகுத்து அதன் இறுதிப் பாகத்திற்குச் செல்வது போல பகுக்க முடியாத ஒரு எல்லைக்கு வந்து ஓர் எளிய கூற்றில் ரஸலின் அணுவாதம் நிலைபெறுகிறது. ஹியூமின் கொள்கையும் அணுவாதம் போன்றதுதான். ஆனால் ஹியூம் அதை உளவியல் ரீதியில் நிகழ்த்தியுள்ளார். ரஸல் தமது பகுப்பாய்வை மொழியின் எடுப்புகளின் அளவையியல் மூலம் தீர்வு காண முயல்கின்றார்.

13

மொழிசார் மெய்யியல்: லுட்விக் விட்கன்ஸ்டைன்

முந்தைய விட்கன்ஸ்டைன்: தர்க்க அணுவாத நோக்கு

இருபதாம் நூற்றாண்டு மெய்யியல், ஏனைய காலப் பகுதிகளை விடவும் மெய்யியல் பிரச்சினைகளையும் மொழியையும் மிக இறுக்கமாகப் பிணைத்திருந்தது. இதன் மையச் சிந்தனையாளராக, விட்கன்ஸ்டைன் விளங்கினார். விட்கன்ஸ்டைனின் மெய்யியல் பண்புகள், உக்கிரமிக்கவையாகவும் உயிர்ப்பூட்டுதல் கொண்டவை யாகவும் இருந்தன; மாற்றத்தின் குறிப்பிடத்தக்க அடையாளங்களை வெளிப்படையாகப் பிரகடனப்படுத்துபவையாகவும் அவை இருந்தன.

முக்கியமான இரு சிந்தனைப் பள்ளிகளின் உருவாக்கத்திற்குப் பிரதான உந்துசக்தியாக விட்கன்ஸ்டைன் விளங்கினார். ஒன்று, தர்க்கப் புலனறிவாதம் (அல்லது தர்க்க அனுபவவாதம்); மற்றது மொழிசார் மெய்யியல் (அல்லது ஆக்ஸ்போர்ட் பகுப்பாய்வுப் பள்ளி). தற்கால மெய்யியல் சிந்தனையில் இவ்விரு பிரிவுகளுமே ஆழமான பாதிப்பை யும் தாக்கத்தையும் ஏற்படுத்தின.

விட்கன்ஸ்டைன் ஆங்கிலேயரல்லர். அவர் ஓர் ஆஸ்திரியர். பிறப்பால் யூதவம்ச வழியில் வந்தவர். 1889, ஏப்ரல் 26 அன்று வியன்னாவில் அவர் பிறந்தார். அவரது பாட்டனார் யூத சமயத்திலிருந்து புரட்டஸ்தந்துக்கு மாறியவர். விட்கன்ஸ்டைனின் தாய் கத்தோலிக்கப் பிரிவைச் சேர்ந்தவர். அவரும் கத்தோலிக்கராக மதமாற்றத்திற்குட்பட்டார். விட்கன்ஸ்டைனின் தந்தை பொறியியலாளர். குறிப்பிடத்தக்க அறிவுத் திறன் பெற்றவர். குடும்பத்தின் கலைத் தொடர்பிற்குத் தாய் பிரதான பங்காற்றினார். குறிப்பாக அவரும் அவருடைய கணவரும் இசையில் அதிக ஈடுபாடுள்ளவராக விளங்கினர்.

விட்கன்ஸ்டைன் சிறுவயதிலிருந்தே வேறுபட்ட தன்மைகளைப் பிரதிபலிப்பவராக இருந்தார். இவ்வேறுபட்ட பிரதிபலிப்பு அவரது

வாழ்நாள் முழுக்க இருந்தது. ஆரம்பத்திலேயே அவர் இயந்திர வகைகளில் தமக்குள்ள ஆர்வத்தை வெளிப்படுத்தினார். பெர்லின் பொறியியல் கல்லூரியில் அவரது கல்வி ஆரம்பமாகியது. **1908**இல் அவர் மான்செஸ்ட்டர் பல்கலைக்கழகத்தில் பொறியியல் மாணவராகச் சேர்ந்தார். **1911**ஆம் ஆண்டு வரை அவரது பெயர்ப் பதிவு அங்கிருந்த போதும் பட்டம் விடும் கலையிலும் அதில் பரிசோதனைகளைக் கையாள்வதிலும் அவற்றைச் செய்து பார்ப்பதிலும் அவர் அதிக நேரத்தைச் செலவிட்டார். பொறியியலிலும் விமானத்துறை இயந்திரப் பொறியியலிலும் அவர் ஆர்வம் செலுத்திய இக்காலப் பகுதியில் அவரது கவனம் கணிதத்திற்கும் அதிலிருந்து கணித அடிப்படைகளுக்கும் திரும்பியது.

கணித அடிப்படைகளைப் பற்றிப் படிப்பதற்குத் தகுந்த நூல் ஒன்றை அவர் தேடிய போது ரஸலின் *பிரின்சிபில் ஆஃப் மெத்தமெட்டிக்ஸ்* **(1903)** அவருக்கு அறிமுகமானது. அந்நூல் அவருடைய வளர்ச்சிக்கும் மெய்யியல் ஈடுபாட்டிற்கும் பிரதான அடிப்படையாக அமைந்தது. இதே காலத்தில் அவர் ஃபிரோஜின் நூல்களையும் கற்றார். அவர் அதுவரை பெற்றிருந்த கருத்துவாத நோக்குகளை உடைத்தெறியவும் மெய்யியலில் ஈடுபாட்டை அதிகரிக் கவும் ஃபிரோஜின் நூல்களும் அவரைத் தூண்டின. ஃபிரோஜின் *புறப்பொருள் கருத்தாக்கம்*, தமது எண்ணத்தில் இருந்து கருத்துவாதத்தை நீக்குவதற்கு உதவியதென குறிப்பிட்டுள்ளார். பின்னர், ஃபிரோஜின் ஆலோசனைப்படி கேம்பிரிட்ஜ் சென்று ரஸலிடம் படிப்பதென முடிவு செய்தார். **1912**இல் கேம்பிரிட்ஜில் ரஸலின் மாணவனாகச் சேர்ந்தார். அங்கு ரஸலின் விரிவுரைகளில் பங்கு கொண்டதோடு அவருடன் உரையாடல்களிலும் ஈடுபட்டார். விட்கன்ஸ்டைன் பற்றி ரஸல் கூறியுள்ள பின்வரும் வாழ்க்கைச் சம்பவம் விட்கன்ஸ்டைன் கேம்பிரிட்ஜில் அவரது முதலாம் பருவத்தை முடித்தபோது நடைபெற்றது:

‘நான் ஒரு முட்டாளா இல்லையா என்பதைக் கூறுங்கள்’ என்று விட்கன்ஸ்டைன் ஆரம்பித்தார்.

‘எனது மாணவனே, அது எனக்குத் தெரியாது. ஏன் அவ்வாறு நீர் கேட்கிறீர்?’ என்று ரஸல் பதில் அளித்தார். ‘ஏனெனில், நான் முட்டாளாக இருந்தால் விமானப் பொறியியலாளன் ஆகி விடுவேன். முட்டாள் இல்லையாயின் நான் மெய்யியலாளனாகி விடுவேன்.’

‘விடுமுறைக் காலத்தில் ஏதாவதொரு மெய்யியல் விடயம் பற்றி எழுதி என்னிடம் காட்டுமாறு அவரிடம் கூறினேன். புதிய தவணை

தொடங்கியபோது அவர் தாம் எழுதி வந்ததைக் காட்டினார். அவர் எழுதியதிலிருந்து ஒரே ஒரு வாக்கியத்தைப் படித்ததும் நான் கூறினேன் 'இல்லை, நீர் விமானப் பொறியியலாளர் ஆகக் கூடாது' (Bertrend Russel, *Philosophers and Idiots,* The listner L III No. 1354, 1955 in G. Pitcher, 1985) என்று.

கேம்பிரிட்ஜில் படிக்கும் போது ஜி.இ. மூரின் தொடர்பும் அவருக்குக் கிடைத்தது. தமது மாணவனைப் பற்றி மூர் பின்வருமாறு குறிப் பிட்டுள்ளார். 1912இல் நான் விட்கன்ஸ்டைனை அறிந்துகொண்டேன். எனது உளவியல் விரிவுரைகளுக்கு அவர் வருவார். அடுத்த இரு வருடங்களில் நான் அவரை நன்கறிந்து கொண்டேன். என்னைவிட மெய்யியலில் அவர் கெட்டிக்காரராக இருப்பதைக் கண்டேன். அது மட்டுமல்ல, மிக ஆழமும் உள்ளொளியும் விசாரணை மனப் பான்மை உள்ளவராகவும் அவரைக் கண்டேன் (G. E. Moore 'An Autobiography' in P. A. Schilpped., The Philosophy of G.E. Moore, 1942 p.33 in 1985).

முதலாம் உலகப் போரின் போது 1914இல் தமது தாய்நாட்டிற்குத் திரும்பிய விட்கன்ஸ்டைன் இராணுவத்தில் அதிகாரியாகச் சேவை யாற்றினார். அப்போது எதிரி இராணுவத்தால் கைது செய்யப்பட்டு சிறைவாசம் அனுபவித்தார். அவரது எழுத்து 1921இல் ஆஸ்திரிய பருவ இதழொன்றில் வெளியானது. இதுவே பின்னர் 1922இல் நூலாக Tractatus Logico Philosophicus என்று லண்டனில் வெளியிடப்பட்டது. இதற்கான அறிமுக உரையை ரஸல் எழுதியிருந்தார். ஜெர்மன் மூலமும் ஆங்கில மொழிபெயர்ப்புமாக அது வெளிவந்தது. ஆங்கில மொழிபெயர்ப்பு சரியாக வரவில்லை என்று விட்கன்ஸ்டைன் அதிருப்தியை வெளி யிட்டார் (J. Hartnack, 1965: 04).

ட்ரெக்டேட்டஸ் முழுமையும் பழமொழிச் சூத்திர வடிவமாகவும் விளங்குவதற்கு கடினமான, பிடிபடாத வாக்கியங்களாகவும் அமைந்துள்ளது. முந்தைய விட்கன்ஸ்டைனின் சிந்தனை என்பது ட்ரெக்டேட்டஸில் அவர் கூறிய கருத்துகளைத்தான் பெரிதும் குறிப்பிடுகிறது.

பொருள் : பிரச்சினை

ஸ்காட்டிஸ் மெய்யியலாளர் டேவிட்ஹியூம் (1711-1776) எந்தச் சொற்களும் அவற்றிற்குரிய பொருள்களைக் குறித்து நிற்குமாயின் அவை அர்த்தமுள்ள சொற்கள் என்றார். பொருள் ஒன்றைக் குறிக்காத சொற்களான 'ஆன்மா', 'அகம்' போன்றவற்றை அவர் அர்த்தமற்றவை

லுட்விக் விட்கன்ஸ்டைன் (கி.பி. 1889-1951)

விட்கன்ஸ்டைன் வியன்னாவில் செல்வமும் கலாச்சார வளமும் கொண்ட குடும்பத்தில் 1889, ஏப்ரல் 26இல் பிறந்தார். தாயார் ரோமன் கத்தோலிக்கப் பிரிவைச் சேர்ந்தவர். தந்தை தொழிலால் பொறியியலாளர். விட்கன்ஸ்டைனின் சிறுவயது, கிராமத் தோட்டத்திலும் வியன்னாவின் மாளிகை யிலும் கழிந்தது. அவரது வீடு வியன்னா இசை மரபின் கலாச்சார மையமாக விளங் கியது. குடும்பத்தில் எல்லாருமே இசையில் ஈடுபாடுள்ளவர்கள். இயந்திரவியலில் ஆர்வம் கொண்டிருந்த விட்கன்ஸ்டைன் 1908 வரை பெர்லின் நகரில் 'டெக்கிச்சே ஹோச்சஸ்ஹுலி'ல் பயின்றார். பின்னர் பொறியியல் கல்விக்காக இங்கிலாந்து சென்றார்.

சிறுவயதில் ஆரம்பமான பொறியியல் இயந்திரிகத் துறை ஆர்வம் இறுதி வரை நீடித்திருந்தது. 'சவுத் கென்சிங்டன்' அருங் காட்சியகத்தில் இருக்கும் நீராவி இயந்திரத்தோடு நேரத்தைச் செலவிட அவர் பெரிதும் விரும்பினார். 1914ஆம் ஆண்டு முதலாம் உலகப் போர் ஆரம்பமாகும்வரை நோர்வேயில் உள்ள பண்ணை ஒன்றில் வாழ்ந்தார். பின்னர் யுத்தம் தொடங்கியபோது ஆஸ்திரிய இராணுவத்தில் உதவி அதிகாரியாகச் சேர்ந்தார்.

1912ஆம் ஆண்டில் இருந்து அடிப்படை அளவையியல் கருத்துகளைச் சிந்திப்பதையும் குறிப்பேட்டில் பதிவு செய்து கொள்வதையும் வழக்கமாகக் கொண்டிருந்தார். இது பின்னர் அவரது வாழ்க்கை முழுக்கத் தொடர்ந்து அவரது மெய்யியல் முயற்சியுமாகியது. 1918இல் இராணுவ விடுமுறையின் போது முதலாவது படைப்பிற்கான முயற்சியை அவர் மேற்கொண்டார். 1921இல் அவரது புகழ்பெற்ற ட்ரெக்டேட்டஸ் நூல் Logisch - Philosophische Abhandlung என்ற பெயரில் ஜெர்மன் மொழியில் வெளிவந்தது. யுத்தம் முடிவடைந்த பின்னர் விட்கன்ஸ்டைன் கேம்பிரிட்ஜ் திரும்பவில்லை. இக்காலத்தில் அவர் ஒரு கிராமப் புத்தகசாலையில் டால்ஸ்டோய் எழுதிய (நான் நம்புவது என்ற நூலாக இருக்கலாம்) நூலை வாசித்தார். இது அவரிடம் முக்கிய தாக்கத்தைச் செலுத்தியது.

சந்தர்ப்பங்கள் கிடைத்தபோது வியன்னா வட்ட தர்க்கப் புலனறிவாத நிறுவனர் மொறிஸ் ஷிலிக் உடனும் வியன்னா வட்ட உறுப்பினர்களுடனும் அவர் மெய்யியல் உரையாடல்களில் ஈடுபட்டார். 1926இன் பின்னர் அவருடைய முந்தைய கருத்துகளில் மாற்றங்கள் ஏற்பட்டன. 1928இல் ஒல்லாந்த (டச்சு) தேச கணித வியலாளர் புரோவரின் உரை அவரது சிந்தனைகளில் பெரிய தாக்கத்தை ஏற்படுத்தியது. மாற்றத்துக்குள்ளான அவரது புதிய சிந்தனைகளை அவருடைய மற்றொரு பிரதான படைப்பான *மெய்யியல் ஆய்வுகள்* வெளிப்படுத்தியது. 1936இல் அதன் முதல் பாகத்தையும் 1948இல் அதன் இரண்டாவது பாகத்தையும் அவர் எழுதி முடித்தார். 1947இல் விட்கன்ஸ்டைன் பேராசிரியர் பதவி யிலிருந்து விலகினார். படிப்படியாகப் புற்றுநோய்க்கு இரை யாகிக் கொண்டிருந்த விட்கன்ஸ்டைன் 1951, ஏப்ரல் 21 அன்று கேம்பிரிட்ஜில் அவருடைய மருத்துவர் வீட்டில் காலமானார்.

என்றார். அவருடைய கருத்தில் இவற்றிற்கும் இவை போன்ற சொற் களுக்குமான குறிப்பிட்ட பொருள் எதுவும் ஒருபோதும் அவதானிக்கப் பட்டதில்லை.

வட்டச் சதுரம் இல்லை என்ற தொடரில் பெயர், அல்லது எழுவாய் உள்ளனவா என்று மெய்யியலாளர் விவாதித்துக் கொண்டிருந்தபோது ரஸல் அதனைப் பின்வருமாறு தீர்த்தார். அவரது கருத்தில் *வட்டச் சதுரம்* என்பது எழுவாய் அல்ல. அத்தொடரின் இலக்கண வடிவம்தான் அதற்கு ஓர் எழுவாய் இருப்பதாக ஒருவனை நம்பத் தூண்டுகிறது. ஆனால், மெய்யியல் பகுப்பாய்வின் நோக்கம் இந்தத் தொடர் உண்மையா அல்லது அது சரியா என்று விளக்குவதில்தான் உள்ளது. வட்டமும் சதுரமும் ஒன்றாயுள்ள ஒரு பொருள் இல்லை என்று அத்தொடர் கூறுகிறது. இதன் இலக்கண அமைதி அதற்கு ஓர் அளவையியல் ஒழுங்கு இருப்பதாகக் கற்பித்து நம்மைத் தவறாக வழிநடத்துகிறது என்றார்.

பகுப்பாய்வு மெய்யியல் அதன் அளவையியல் வடிவத்தை வெளிப்படுத்த வேண்டும் என ரஸல் கூறினார். ரஸலின் கருத்தில்: வட்டமும் சதுரமுமான ஒன்று இல்லை என்றால் வட்டச்சதுரம் என்பதும் இல்லை. மேலும், சாதாரண மொழியில் ஓர் தொடரின் அளவையியல் வடிவம் பொதுவாகத் திரிபுபடுத்தப்படுவதாகவும் அதனால் அதன் அளவையியல் ஒழுங்கினைப் பாதுகாக்கக்கூடிய ஒரு

மொழி கட்டமைக்கப்பட வேண்டும் என்றும் ரஸல் வலியுறுத்தினார் *(1965:10,11)*.

சொல்லின் அர்த்தம், அதற்கும் புறப்பொருளுக்கும் இடையேயான தொடர்பு, மனிதர் பயன்படுத்தும் தொடர்களின் அளவையியல் வடிவம் என்பன பற்றி மெய்யியலில் தீவிரமான சிந்தனைகள் இக்காலத்தில் உருவாகின. இது மெய்யியலின் நோக்கம் யாது என்ற கேள்வியையும் உருவாக்கியது.

ட்ரெக்டேட்டஸில் விட்கன்ஸ்டைன் கூறுகிறார்: சிந்தனையின் அளவையியலைத் தெளிவுபடுத்துவதுதான் மெய்யியல். அதிக அளவிலான எடுப்புகளை உருவாக்குவதல்ல. ஆனால், எடுப்புகளைத் தெளிவு படுத்துவதுதான் மெய்யியலின் பணி. மெய்யியல் ஒரு கோட்பாடு அல்ல, அது ஒரு செயற்பாடு என்ற கருத்துக்கு இது இட்டுச் செல்கிறது. மெய்யியலாளர் இனிமேலும் உலகு பற்றியும் மனித வாழ்வு பற்றியும் தனித்துவமான தகவல்களைக் கண்டுபிடிப்பவராக இருக்க முடியாது. விஞ்ஞானிகளோ ஏனைய கண்டுபிடிப்பாளர்களோ வெளிப்படுத்தும் மொழியின் தவறான வழிநடத்துகையை, பொருள் தெளிவின்மையை விளக்குவதுதான் மெய்யியலாளனின் பணி. வேறு வகையில் இதனைக் கூறினால் மொழிப் பயன்பாட்டில் பிரச்சினைகள் உள்ளன. இப்பிரச் சினைகளைத் தீர்ப்பதையே மெய்யியல் தனது பணியாகக் கொள்ள வேண்டும் என்ற கருத்துப் பாய்ச்சல் ட்ரெக்டேட்டஸிலிருந்து வெளிப் பட்டது.

வட்டச் சதுரம் இல்லை என்பதை முன்னர் குறிப்பிட்டது போல் ரஸல் 'வட்டமும் சதுரமுமான ஒரு பொருள் இல்லை' என்று கூறியதன் மூலம் அத்தொடரின் மீது ஏற்றப்பட்ட மீமெய்யியல் கருத்தை நீக்கி அதனைச் சாதாரண அர்த்தத்திற்குரியதாக்கினார். மொழியில் ஏற்படும் திரிபு களைச் சீர்செய்வதும் நிகழ்ந்துள்ள தெளிவின்மையை நீக்குவதும் மெய்யியலாளரின் பணி என்ற கருத்து வலியுறுத்தப்பட்டது. அளவை யியல் சீரின்மையும் உரைகளின் திரிபுகளும் தெளிவின்மையும் ஆதிக்கம் செலுத்திய மெய்யியலை விட்கன்ஸ்டைன் விடுவிக்க முனைந்தார். ட்ரெக்டேட்டஸில் அவர் பின்வருமாறு கூறுகிறார்:

மெய்யியற் படைப்புகளில் காணக்கூடிய தொடர்களும் பிரச்சினை களும் பொய்யானவை அல்ல. ஆனால், அர்த்தமற்றவை.

நேர்வுகள்

உலகம் முழுமையும் நேர்வுகள் என்று விட்கன்ஸ்டைன் கூறுகிறார். அதனால், உலகம் நேர்வுகளின் முழுமையேயன்றி பொருள்களின்

முழுமையல்ல. நேர்வு என்றால் என்ன? நேர்வுக்கும் பொருள்களுக்கும் வேறுபாடுகள் உண்டு. பொருள்கள் தம்மளவில் நேர்வுகள் அல்ல. மேசையில் பூச்சாடி இருக்கின்றது எனக் கொண்டால் இதில் மேசையும் நேர்வல்ல; பூச்சாடியும் நேர்வல்ல. அவை தம்மளவில் பொருள்கள். ஆனால், மேசையில் பூச்சாடி இருக்கிறது என்பதுதான் நேர்வு. ஒரு நேர்வு நிகழ்வாக ஆவதில்லை. நேர்வுக்கும் நிகழ்வுக்கும் வேறுபாடு இருக்கிறது. விட்கன்ஸ்டைன் இதை இன்னொரு புதிய விளக்கத்தின் மூலம் முன்வைத்துள்ளார். இரு நேர்வுகளின் இணைவுதான் நிகழ்வாகிறது. நான் கொழும்பில் நின்றேன். அத்துடன் மதுரையிலும் நின்றேன். ஒரு நிகழ்வு என்பது நேர்வுகளின் கூட்டு ஆகும்.

ஒவ்வொரு எடுப்பிற்கும் தெளிவான திட்டவட்டமான பொருள் உண்டு. எடுப்பின் பொருள்தரும் இத்தன்மை உலகுடன் சம்பந்தப்பட்டது. எடுப்புப் பகுப்பாய்வில் நாம் மூலக்கூறான எடுப்பிற்கு வர முடியும். அங்குப் பெயர்கள் உடனடி இணைவாக இருப்பதைக் காணலாம். எளிய பொருள்கள் இருக்கின்றன. அவற்றை விட்கன்ஸ்டைன் பொருள்கள் என்று கூறுகின்றார். பொருள்கள் பெயர்களைப் பெற்றுள்ளன. உலகிற்கும் மொழிக்கும் இடையிலான தொடர்பை நிறுவுவதை விட்கன்ஸ்டைனின் மெய்யியலின் அடிப்படை நோக்காகக் கொண்டிருந்தது. உட்கருத்து வளமுள்ள கூற்று ஒன்றில் உள்ள பொருள்களை விட்கன்ஸ்டைன் நேர்வுகள் எனக் கூறுகிறார்.

நேர்வுகள்தான் எடுப்புகளை உண்மையாக அல்லது பொய்யாக ஆக்குகின்றன. நேர்வுகள் உலகின் அடிப்படைப் பாகங்கள் ஆகும். அதை நாம் முன்னரே பார்த்துள்ளோம். 'நேர்வு' என்பது சுதந்திரமான அல்லது சாராமையுள்ள ஒரு முடிவுப்பொருள். அளவையியற் பொருளில் கூறுவதாயின் நேர்வு பொருளுக்காக நிற்பது.

பெயர்கள் இருக்கின்றன. எடுப்பின் சூழமைவின்றி பெயர்களுக்குப் பொருள் இல்லை. ஒரு பொருளை ஏனைய பொருள்களுடனான தொடர்பின்றி நாம் சிந்திக்க முடியாது. பொருள்களுக்கிடையிலான சாத்தியமான இத்தொடர்பு அணுநேர்வுகளால் ஆகின்றது. அணு நேர்வுதான் ஓர் எடுப்பை உண்மையாக அல்லது பொய்யாக ஆக்குகின்றது.

நேர்வுகள் சிக்கலானவை. உலகம் பொருள்களால் ஆக்கப்பட்டுள்ளன. உலகின் பதார்த்தங்களாக இருப்பன பொருள்கள்தான். விட்கன்ஸ்டைனின் நேர்வுகள் சிக்கலானவையாக இருந்த போதும் குறைந்த சிக்கல் உள்ள நேர்வுகள் உள்ளன. இத்தகைய நேர்வுகள் அணு நேர்வுகள் ஆகும். அணுநேர்வுகள் கட்டடத்தின் மூலைக்கல் மாதிரி.

அவை தனித்துவம் கொண்டவை. நேர்வு ரீதியான மொழி, சிக்கலான வாக்கியங்களினால், அணு வாக்கியங்களினால் ஆக்கப்பட்டுள்ளன. சிக்கலான வாக்கியங்கள் அணுவாக்கியத்தினாலேயே ஆக்கம் பெறுகின்றன. உலகம் என்பது அணு நேர்வுகளின் உருவாக்கமே என்றிருந்தால் அணு நேர்வு உலகுடன் நிச்சயம் தொடர்புடையதாகும். இதன் பிரகாரம் அணு நேர்வு அணு வாக்கியங்களினால் பிரதிபலிக்கப் படுகிறது. அணு வாக்கியம் ஒன்றின் அர்த்தம் இவ்வாறுதான் பெறப் படுகிறது. அணு வாக்கியமொன்றின் கட்டமைப்பு இந்தத் தர்க்க இயல்பைத்தான் காட்டி நிற்கிறது.

எடுப்பும் வசனமும் பற்றிய பிரச்சினையும் விட்கன்ஸ்டைனால் கையாளப்பட்டது. 'எலெமென்ட்டார்ஸாட்ஸ்' என்று அவர் கூறு வதை மூல எடுப்புகள் என்றும், சிலர் மூல வசனங்கள் என்றும் மொழி பெயர்த்துள்ளனர். 'ஸாட்ஸ்' என்பது வசனத்தைக் குறிக்கிறதா அல்லது எடுப்பைக் குறிக்கிறதா என்பது பற்றி கருத்து முரண்பாடுகள் உள்ளன. ஆயினும், வசனம் வேறு எடுப்பு வேறு. ஓர் எடுப்பு வசனத் தினால்தான் வெளிப்படுத்தப்படுகிறது. எடுப்பின் வாகனமாக வசனம் அமைந்துள்ளது என இதனைக் கூறலாம். வசனங்கள் சொற்களைக் கொண்டு இலக்கண விதிகளுக்கேற்ப குறிப்பிட்ட மொழியில் அமைந் திருப்பது. ஆனால், எடுப்பு குறிப்பிட்ட மொழி என்ற வரம்பிற்கு அப்பால் நிற்பது. 'இட் இஸ் ரெய்னிங்' (ஆங்.), 'வெஸ்ஸ வஹினவா' (சிங்.), 'பானி பஸ்தா ரஹா ஹை' (இந்.), 'மழை பெய்கிறது' (தமி.) என்ற இந்நான்கு மொழிகளின் தொடர்களும் 'மழை பெய்கிறது' எனக் கூறுகின்றன. ஆனால், இவை ஒரே எடுப்பைக் கொண்டிருக்கின்றன. இது ஒரு குறிப்பிட்ட மொழியின் வசனத்தினால் ஆனது அல்ல.

உண்மை அல்லது பொய் பற்றிய விவகாரம் எடுப்பிற்குத்தான் உரியது. ட்ரெக்டேட்டஸில் வசனம் எடுப்பு என்ற பிரச்சினையை விட்கன்ஸ்டைன் இவ்வாறுதான் பார்த்துள்ளார். வாக்கியங்கள் என்ன உரைக்கின்றன என்பதைவிட எதை உறுதி உரையாக – எடுப்பாக – வெளியிடுகின்றன என்ற வேறுபாட்டை அவர் அதில் விளக்க முற்பட்டிருந்தார்.

பெயர்கள்

விட்கன்ஸ்டைனுக்குப் பெயர் என்பது அளவையியல் தொழில்நுட்பம் சார்ந்த சொல்லாகும். பெயர்களை மட்டுமே கொண்டிருப்பவை மூல எடுப்பாகும். பெயர் என்பது விளக்கத்தின் மூலம் மேலும் பிரிவுக்குட் படுத்த முடியாதது. அது ஓர் ஆரம்பம் அல்ல மூல அடையாளம். பெயர் மிக எளிய ஒன்றைக் குறித்து நிற்கிறது. அது ஒரு பொருளை மட்டுமே

குறித்து நிற்கிறது. 'மனிதன்' என்பது ஒரு பொருள். பொருள்கள் எளியவை என்று விட்கன்ஸ்டைன் கூறுகிறார். எந்தப் பொருளை ஒரு பெயர் குறிக்கிறதோ அதுவே பெயருக்குரிய பொருளாகும். 'பெயர் என்றால் ஒரு பொருளைக் குறிக்கிறது. அப்பொருள்தான் அதன் அர்த்தம்.'

அவ்வாறான பெயர்களை வாய்ப்புப் பார்ப்பதாயின் அவற்றை யதார்த்தத்துடன் ஒப்பிட வேண்டும். எளிய பெயர்களின், பதங்களின் பொருள்கள் வெளிப்படுத்தப்பட வேண்டும். அதன் மூலம்தான் விளக்கம் சாத்தியமாகிறது. விட்கன்ஸ்டைன் கூறும் பெயர், எடுப்பு, எடுப்பமைப்பு ஆகியன வற்றை மொழிரீதியில் கூறுவதாயின் பதம், வசனம், வசன அமைப்பு எனக் குறிப்பிடலாம்.

நேர்வும் நிகழ்வும்

விட்கன்ஸ்டைன் நேர்வு பற்றிப் பேசினாலும் நிகழ்வுதான் அடிப்படையான இடத்தைப் பெறுகிறது. ஒவ்வொரு நேர்வும் நிகழ்வாகத் தரப்படுகிறது. மேலும் நிகழ்வு, பொருள்களினால் விளக்கப்படுகிறது. நிகழ்வு (பொருள்களின் நிலைமை) என்பது பொருள்களின் இணைவு தான் என்று ட்ரெக்டேட்டஸ் (2.01) கூறுகிறது. நிகழ்வில் விட்கன்ஸ்டைன் பொருள்களின் பங்கை அடிப்படையாகக் கொண்டு அளிக்கும் விளக்கம் அணுவாத மரபைத் தழுவியதாகும்.

மொழி வாக்கியங்களைக் கொண்டுள்ளது. வாக்கியங்களைப் படமாக்கிக் காட்டும் நிகழ்வுகள் மூலவாக்கியங்களாகும். அதனால் மூல வாக்கியங்கள் நிகழ்வு நிலைகளின் காட்டுருக்கள் அல்லது படங்கள் ஆகும். இவ்வாறுதான் ஒவ்வொரு வசனமும் எடுப்பாகிறது. ஓர் எடுப்பானது, இருக்கிறது அல்லது இல்லை என்று கூறுகிறது. அதனால் மூல எடுப்பு உண்மையாயின் நிகழ்வும் உண்மையாகும். எடுப்பு பொய்யாயின் நிகழ்வு இல்லை என்று ஆகும்.

தர்க்க அணுவாதம்

ட்ரெக்டேட்டஸில் விட்கன்ஸ்டைனின் பணியைத் தர்க்க அணுவாதம் என்று கூறுவது பொருத்தமானது. 1915 அளவில் ரஸல் இச்சொற்களைப் பயன்படுத்தி இருந்தார். ரஸலுடையதைவிட தர்க்க அணுவாதம் தூய விவரத்தையுடையதாக விட்கன்ஸ்டைனால் கையாளப்பட்டது. எல்லா உண்மையான எடுப்புகளும் அளவையியல் அணுக்களால் ஆனவை. அது மூல எடுப்புகளால் ஆனது. மூல எடுப்பு அணுத் தன்மையுடையது. அதாவது அதை மற்றொரு அடிப்படை எடுப்பாக இனக் குறைப்புச் செய்ய முடியாது.

படக் கோட்பாடு

மொழியின் புதிர்த் தன்மையைவிட்டு அர்த்தத்தைப் பெறுவதற்கு ஒரு வழி இருப்பதாக விட்கன்ஸ்டைன் நினைத்தார். எடுப்பு ஒரு சூழமைவின் படமாக, அதை விளக்குவதாக இருக்க வேண்டும். அது என்ன சூழமைவை விளக்குகிறது என்பதை அறிவதுதான் ஓர் எடுப்பை விளங்குவதற்கான அர்த்தமுள்ள வழி. ஓர் எடுப்பை நோக்கினாலே அது என்ன சூழமைவைக் காட்டுகிறது என்பதை உணர முடியும். அவ்வாறு அதனை அறிவதற்கு ஒரே வகையான உருவமைப்பை அது பெற்றிருக்க வேண்டும். ஒரு படத்தைப் போல அது இருக்க வேண்டும். 'ஓர் எடுப்பு, யதார்த்தத்தின் படம்' என விட்கன்ஸ்டைன் கூறுகிறார்.

கார் விபத்துப் பற்றி ஒரு செய்தி இதழ் தந்த விவரங்களிலிருந்து இப்படக் கொள்கையை அவர் வடிவமைத்தார். கார் விபத்து வழக்கொன்றில் விபத்துப் பற்றிய சிறிய காட்டுரு *(மினியேச்சர் மோடல்)* நீதிமன்றத்தில் முன்வைக்கப்பட்டது. அதாவது நடந்து முடிந்த விபத்து நிகழ்வின் விவரிப்பு அந்தக் காட்டுரு மூலம் காட்டப்பட்டது. யதார்த்த நிகழ்வின் வீடுகள், கார்கள், மக்கள் என்பனவற்றைக் காட்டுருவின் மாதிரிப் பாகங்களான வீடுகள், கார்கள், மக்கள் என்பன தொடர்புபடுத்தின. இதிலிருந்து விட்கன்ஸ்டைன் மொழி என்பது நேர்வுகளின் காட்டுரு அல்லது படங்களே என்ற முடிவை அனுமானித்தார். மறுவார்த்தையில் கூறினால், மொழி என்பது பொருள்களின் படம் அல்ல, பொருள்களின் இணைவு, நேர்வை நிலைநிறுத்துகிறது என இதனைக் கருத வேண்டும். ஒரு பொருளைக் குறித்து பெயர் நிற்கலாம். ஆனால், படத்திற்குரியதல்ல. படம் ஒரு நேர்வினைக் குறித்து நிற்கிறது *(பார்க்க*: J. Hartanack 1965:13).

வசனங்களை ஒன்றாக இணைக்கும்போது நாம் யதார்த்தம் பற்றிய காட்டுருவை அமைக்கின்றோம். ஓர் எடுப்பு யதார்த்தத்தின் படமாகும். அது யதார்த்தத்தைக் காட்டும் உருவமைப்புமாகும். வாக்கியம் ஒன்று அர்த்தமுள்ளதாயின் அது நேர்வைப் பிரதிபலிக்கிறது. படம் இதைத்தான் செய்கிறது. இயல்பில் நடைபெற்றவற்றைப் படங்கள் மாதிரிப்படுத்திக் காட்டுகின்றன. விட்கன்ஸ்டைனுக்குப் படம் ஒரு நேர்வாகும். அது ஒரு பொருள் அல்ல. படம் ஒன்று நிகழ்வொன்றை எடுத்துக்காட்டும் போது நிகழ்வில் இருந்தவற்றைப் படத்தின் மூலக் கூறுகள் உருவமைப்புச் செய்து தர வேண்டும். உதாரணமாக, படத்தின் மூலக்கூறுகளில் மனிதனும் பசுவும் தரப்பட்டிருந்தால் மனிதன் பசுவில் பால் கறக்கிறான் என்பது புலப்படுத்தப்பட்டிருக்க வேண்டும். இரண்டிற்குமிடையிலான தொடர்பு புலப்படுத்தப்பட வேண்டும்.

படங்களுக்கும் அது சித்திரிக்கும் நிகழ்வுகளுக்குமிடையே ஒரு பொதுத் தன்மை இருக்க வேண்டும். ஒரேவித உருவமைப்புப் பேணப் பட வேண்டும். யதார்த்தத்தின் பொதுத் தன்மை அங்கு வெளிப் பட வேண்டும். அதாவது ஒரேவித அளவையியல் வடிவம் அங்கு காணப்பட வேண்டும். விட்கன்ஸ்டைன் அளவையியல் வடிவத்தை யதார்த்தத்தின் வடிவம் எனக் கருதினார். இதனை வாக்கியங்களுடன் ஒப்பிடலாம். வாக்கியங்களிலிருந்துதான் நாம் உறுதி உரைகளைப் *(அசெர்ஸன்ஸ்)* பெறுகிறோம். உலகில் உள்ளவற்றைத்தான் வாக்கியங்கள் கூறுகின்றன.

எடுப்பு ஒன்று ஒரே முறையில் சூழமைவின் படமாகாது. எடுப்பு சூழமைவினை அப்படியே தருவதன்று. ஓர் எடுப்பு என்பதைச் சாதாரண படம் பிரதிபலிப்பதற்கு ஒப்பானதாக அவர் கூறவில்லை. உண்மையில் அது ஓர் 'அளவையியல் படம்.' படத் தொடர்பு, மூல எடுப்பை விளக்க உதவுகிறது. விட்கன்ஸ்டைனின் கருத்து முழுமையான படச் சித்திரிப்புப் பற்றியதாக இருக்கவில்லை. அவர் தமது நீல நூல் என்ற நூலில் தாம் கூறும் படங்கள் சமதன்மையான படங்கள் அல்ல என்று கூறுவதிலிருந்தும் இதை உணரலாம் (1985: 93). கார் விபத்தைச் சித்திரித்த காட்டுரு தொடர்ச்சியான திட்டமிட்ட படமாகக் காட்டப்பட்டிருந்தது. அது ஓர் எடுப்பாக ஆகியிருப்பதாக விட்கன்ஸ்டைன் கணித்தார். அதாவது நடைபெற்ற நிகழ்வுகள் அக்காட்டுரு மூலம் முடிந்தவரை விளக்கப்பட்டிருந்தன. ஜோர்ஜ் பிச்சரின் (1985) கருத்தில் படம் என்று கூறுவதைவிட இதனைக் காட்டுரு என்று கூறுவதுதான் சரி.

காட்டுரு என்ற பதத்தை விட்கன்ஸ்டைனும் பயன்படுத்தி யிருந்தார். 'ஓர் எடுப்பு யதார்த்தத்தின் காட்டுரு' என்று இதனைக் குறிக்க வேண்டும். இதைப் படமாகக் கொண்டால் படத்தின் மூலக்கூறுகள் பொருள்களையே பிரதிநிதித்துவம் செய்கின்றன. ஆகவே, மூல எடுப்புகள் நிகழ்வை உருவமைப்புச் செய்கின்றன. இதனை இவ்வாறு கூறலாம்: 'மொழி வசனங்களால் அமைந்துள்ளது. நிகழ்வைப் படமாக்கும் வசனங்கள் மூல வசனங்களாகும். மூல வசனங்கள் நிகழ்வின் காட்டுரு அல்லது படம்.' அதாவது அந்நிகழ்வு இருப்பதை அது குறிக்கிறது. அதாவது, அது அவ்வாறுள்ளது அல்லது அவ்வாறில்லை என்று அவ்வசனம் கூறுகிறது. இவ்வகையில்தான் வசனங்கள் எடுப்புகளாகின்றன.

விட்கன்ஸ்டைன் நேர்வுகளுடன் தமது ஆய்வை ஆரம்பித்து நிகழ்வு, பொருள்கள் ஆகியவற்றின் ஊடாக நேர்வுகளை விளக்குகின்றார். இங்கு விட்கன்ஸ்டைன் பொதுவான படத்தைப் பயன்படுத்தி எடுப்பு

என்ற படத்தை விளக்கி அதன் மூலமாக மூல எடுப்புகள், பெயர்கள் என்பனவற்றை விளக்குகிறார் எனக் கருதலாம்.

படம் என்பது ஏதேனும் ஒன்றைப் பற்றிய யதார்த்தத்தின் காட்டுரு வாகும். உலகில் உள்ள பொருள், படத்தில் உள்ள மூலக்கூறு, பெயர் உறவுடன் தொடர்புபடுத்தப்படுகிறது. மூலக்கூறுகள் உலகில் உள்ள வற்றுடன் கொள்ளும் தொடர்பைவிட படம் மேலதிகமானதாகும். படங்கள் யதார்த்தத்தின் காட்டுரு என விட்கன்ஸ்டைன் கூறுகிறார் (1998:18).

எடுப்பின் சரியான மூலக்கூறு எளிய குறிகளாகும். அதற்குமேல் அதனை பிரிக்க, பகுக்க முடியாது. பெயர்கள் பொருள்களைக் குறித்து நிற்கின்றன. பெயரென்றால் பொருள். பொருள்தான் அதன் அர்த்தம் என ட்ரெக்டேட்டஸ் கூறுகின்றது. அதனால் மொழியின் எளிய குறியீடு பெயர் ஆகும். அவை உலகப் பொருள்களுடன் தொடர்பு படுத்தப்படுகின்றன. பொருள்கள் எளிய குறிகள், எடுப்புக் குறிகளுடன் சம்பந்தப்பட்டவை. இவ்வாறு எடுப்பு, எடுப்புக் குறிகளுடன் சம்பந்தப் பட்டு ஒரு சூழமைவைப் படமாக்க முடியும்.

ட்ரெக்டேட்டஸில் கூறப்பட்டுள்ள முதன்மையான கருத்துகளான அணுவாதம், படக் கோட்பாடு, உண்மைத் தொழிற்பாட்டுக் கோட்பாடு என்பனவற்றை முந்தைய விட்கன்ஸ்டைன் பயன்படுத்திய தொழில் நுட்ப முறைகள் என்றும் கூறலாம். அர்த்தமுள்ள உரைகளிலிருந்து அர்த்தமற்ற உரைகளைப் பிரித்தறிவதற்கு இத்தொழில்நுட்ப முறை களை அவர் பயன்படுத்தினார். விட்கன்ஸ்டைனின் நோக்கில் எடுப்பு, அர்த்தமுள்ள கூற்று இயற்கை விஞ்ஞானத்தில்தான் சாத்தியமாகும். இதன் இடத்தை மீமெய்யியல் கூற்றுகளால் நிரப்புவது சாத்தியமற்றது.

விஞ்ஞான மொழியின் உண்மைப் பெறுமானம், ஒன்றை உண்மை அல்லது பொய் எனக் கூறுகிறது; அல்லது 'இது இவ்வாறுதான்' அல்லது 'இது இவ்வாறில்லை' என்று கூறுகிறது. உண்மையாயினும் பொய்யாயினும் விஞ்ஞானக் கூற்று எடுப்பாகும். சமய, ஒழுக்கவியல் கூற்றுகளில் எடுப்புக்குரிய மேற்சொன்ன பண்புகள் காணப்படுவ தில்லை. அங்குப் பேசப்படுவன நேர்வு சார்ந்த விடயங்கள் அல்ல. அவ்வாக்கியங்கள் அல்லது உரைகள் பெறுமானத்தை மட்டும் வெளி யிடுகின்றன. பெறுமானம் என்பது சாதகமானது (இது இவ்வாறுதான்) அல்லது சாதகமற்றது (இது இவ்வாறில்லை) என்று வெளிப்படுத்துவ தில்லை. உண்மை பொய் அவற்றுள் அடங்கி இருப்பதில்லை. உலகம் என்பது நேர்வுகளின் மொத்தமேயன்றி அம்மொத்தங்கள் பற்றிய பெறுமானம் அல்ல. நேர்வு சார்ந்த எடுப்புகள் பெறுமான எடுப்பு

களாய் ஆக முடியாது; அதுபோலவே பெறுமானம் சார்ந்த கூற்றுகளும் நேர்வு சார்ந்தவையாய் ஆக முடியாது.

பெறுமான உரைகளை நேர்வுக் கூற்றுகளாகவும் நேர்வுக் கூற்றுகளைப் பெறுமான உரைகளாகவும் கொள்ள நேர்ந்தால் அது தவறான விளக்கங்களுக்கும் ஆய்வுகளுக்கும் இட்டுச் செல்லும். பெறுமானத்தின் தர்க்க வடிவத்தை நன்கறிந்து கொள்ள முடியாது போனால் அறிவுரீதியான தவறுக்கு ஆளாக நேரும்.

நமது மொழியின் அளவையியல் தவறாக விளங்கிக்கொள்ளப் பட்டுள்ளது. இதிலிருந்தே மெய்யியல் பிரச்சினைகள் எழுவதாக முந்தைய விட்கன்ஸ்டைன் கருதுகிறார். ட்ரெக்டேட்டஸில் விட்கன்ஸ்டைனின் நோக்கமும் முறையும் இதை ஒட்டியதாகத்தான் இருந்தது. இப்பிரச்சினையைத் தீர்க்க முடியுமென விட்கன்ஸ்டைன் நம்பினார். அதாவது மெய்யியல்மயமாக்கலை முடிவுக்குக் கொண்டு வருவதற்காக ட்ரெக்டேட்டஸில் மெய்யியல்மயமாக்கம் ஒன்று அவரால் நிகழ்த்தப்பட்டதாக எதிர்மறைத்தொனியில் இதனைக் கூறலாம். இதுதான் ட்ரெக்டேட்டஸின் மைய நோக்கம் என்பது தெளிவு.

மொழியின் வரையறைகளைத் தேடுவதில் அளவையியல் முறையைக் கையாள்வதன் மூலம் விட்கன்ஸ்டைன் இதனைக் கையாண்டார். மொழியின் வரையறை என்ற கருத்து முந்தைய விட்கன்ஸ்டைனால் அழுத்தமாக வலியுறுத்தப்படுகிறது. மொழி அதன் வரையறைகளைக் கடந்தால் அங்கு அர்த்தமற்றது என்ற நிகழ்வை அது கொண்டு வருகிறது. அதனால், ட்ரெக்டேட்டஸில் மொழியின் சாரம், மொழியின் தொழிற்பாடு, மொழியின் கட்டமைப்பு ஆகியவற்றை அறிந்து கொள்ளுதல் மைய அம்சங்களாக இடம்பெற்றன. மொழியின் கட்டமைப்பை விளக்க அவர் அளவையியலைப் பயன்படுத்தினார். ஆனால் புதிய சிந்தனை இவற்றில் மாற்றங்களை ஏற்படுத்தின.

பிந்தைய விட்கன்ஸ்டைன் : மொழிசார் மெய்யியல்

விட்கன்ஸ்டைனின் இரண்டாவது முக்கிய படைப்பான *மெய்யியல் ஆய்வுகள்* வெளிவந்த போது பகுப்பாய்வு மெய்யியலில் ஒரு புதிய கண்ணோக்கிற்கு அவரது கருத்துகள் இசைவாக்கம் பெற்று விட்டன என்பது தெளிவாகியது. ட்ரெக்டேட்டஸில் பகுப்பாய்வு நோக்கில் மொழி பற்றிக் கூறியிருந்தவை போதுமானவையல்ல என்று விட்கன்ஸ்டைன் கருதினார். பெரிய மெய்யியல் பிரச்சினை களைக் குறைந்தபட்சம் கொள்கை அளவிலேனும் தீர்த்துவிடும் ஆற்றல்

ட்ரெக்டேட்டஸிற்கு இருந்ததாக அப்போது அவர் நம்பினார். ட்ரெக்டேட்டஸில் முன்வைத்த அடிப்படைக் கருத்துகளில் விட்டுக் கொடுக்க முடியாதவை என்று முன்னர் தாம் கருதியவற்றில் மாற்றங்கள் தேவையாயிருந்ததை அவர் உணர்ந்தார். குறிப்பாக **1930-1934** காலப் பகுதியில், யதார்த்தம் பற்றிய படக் கோட்பாட்டைச் சந்தேகிக்கவும் நிராகரிக்கவும் அவருடைய கருத்துகள் முனைப்படைந்ததைக் காண முடிகிறது.

'16 ஆண்டுகளுக்குப் பின்னர் மெய்யியலில் மீண்டும் நேரத்தைச் செலவிட நினைத்த எனக்கு எனது முதலாவது நூலில் பெரும் தவறுகள் இருப்பதாக நம்புவதற்கு இடமேற்பட்டுள்ளது' என்று தமது *மெய்யியல் ஆய்வுகளில்* விட்கன்ஸ்டைன் குறிப்பிட்டுள்ளார். மெய்யியலின் வடிவத்தையும் செயற்பாட்டையும் மாற்றியது மட்டுமின்றி சுய நிர்மாணத் திறன்மிக்க படைப்பாகவும் அவரது மெய்யியல் ஆய்வு நூல் கணிக்கப்படுகிறது. முந்தைய விட்கன்ஸ்டைன் அவரது சிறுவயதில் ஃபிரோஜ், ரஸல் ஆகியோரின் கருத்துகளைக் கற்றிருந்தார். அவர்களின் மாணவராக இருந்தார். உண்மையில் அவரது பிரச்சினைகள் அவர்களுடைய பிரச்சினைகளுமாகும். ஆனால், பிந்தைய விட்கன்ஸ்டைனின் சிந்தனைகளுக்கு, சிந்தனை வரலாற்றில் கூறுவதற்கு என, அவருக்கு முந்தைய பரம்பரையே கிடையாது (பார்க்க: Malcolm, !udwig Wittgenstein: A Memoir).

மொழி

முந்தைய விட்கன்ஸ்டைன் மெய்யியல் பிரச்சினைகளைத் தீர்த்து விட்டதாகக் கருதியபோதும் தீர்க்கப்படுவதற்குப் பிரச்சினைகள் இருந்தன. பிரச்சினைகளின் தீர்வுக்கென முன்னர் கையாண்ட தொழில்நுட்பங்களையும் கருத்தாக்கங்களையும் விட்கன்ஸ்டைன் திருத்தம் செய்வதற்கும் கைவிடுவதற்கும் தயாரானார். குறிப்பாகத் தமது அர்த்தம் பற்றிய படக் கொள்கைகளையும் மொழியின் வரையறை பற்றிய கொள்கைகளையும் கைவிட்டு, புதிய தொழில்நுட்பங்களையும் கருத்தாக்கங்களையும் மெய்யியல் விசாரணைகளுக்கான கருவிகளாக்கிக் கொண்டார். அவரது பிந்தைய சிந்தனைகள் அவரது முந்தைய சிந்தனைகளின் *எதிர்உரை* என்று கூறும் அளவு இந்த வேறுபாடு ஆழமானதாக இருந்தது. மொழியின் பன்முகத் தன்மை, சிக்கல் நிலை என்பன முந்தைய சிந்தனையில் ஏற்றுக்கொள்ளப் படவில்லை. மொழியின் *சாரம்* என்ற ஒற்றை நிலை அளவையியல் முறையை நியாயப்படுத்தும் நேர்கோட்டில் அவரது முந்தைய விசாரணைகள் நிலைபெற்றிருந்தன.

தற்போது மொழியின் பயன்பாடு அதன் சமூகப் பின்னணி ஆகிய அம்சங்கள் மைய இடத்திற்கு வந்தன. உண்மையிலேயே இது மொழி பற்றிய அவரது முந்தைய கண்ணோக்கை ஆழமாக நிராகரிக்கும் தொனியை வெளிப்படுத்தியது. மொழியின் சாரம், மொழியின் வரையறைக்கு அப்பால் மொழி என்ற கருத்தை அல்ல; மொழியின் பல்வேறு பயன்பாடுகள் என்ற கருத்தைத் தற்போது அவர் அறிமுகப்படுத்தினார். மொழி விளையாட்டு என்ற கருத்தாக்கத்தின் மூலம் அர்த்தமுள்ளது அல்லது அர்த்தமற்றது என்று முகாமைப்படுத்தப்பட்ட விளக்கம் சாத்தியமற்றது என்பதை தெளிவுபடுத்த முற்பட்டார். இது அவரது படக் கொள்கையின் கருத்திற்கு மாறாக அமைந்தது. மொழி யதார்த்தத்தைப் படமாக்கித் தருவதைவிட மொழி பல விடயங்களைச் செய்கிறது என்ற புதிய கருத்துப் பரிமாற்றமாக இது அமைந்தது; மெய்யியல் பிரச்சினைத் தீர்வின் புதிய பரிமாணத்தை காட்டியது. அவரது வார்த்தைகளிலேயே இதனை நாம் நோக்கலாம்:

பயன்படுத்தப்படும் மொழி நாம் நினைத்திருப்பதைவிட உண்மையில் சிக்கலானது. சில வேளைகளில் ஒரு வசனம் பல்வேறு வித பயன்களைத் தரக்கூடியது. ஒவ்வொரு வசனமும் பலவித அர்த்தங்களைப் பெறும் இப்பயன்பாட்டைக் கட்டுப்பாட்டுடனும் பொறுமையுடனும் பார்க்காவிட்டால் அது தவறாகும். தவறு நடப்பதற்கு, தெளிவின்மை ஏற்படுவதற்கு, ஏமாற்றம் நிகழ்வதற்கு, பரஸ்பர முரண்பாடுகளுக்கு முகம் கொடுக்க நேரும். இதனால் தேவையற்ற, ஏமாற்றப்படக்கூடிய அர்த்தங்களுடன் பலவீனமான ஆய்வுகளில் சம்பந்தப்பட நேர்கிறது. பயன்படுத்தப்படும் மொழியில் சொற்களின் வெவ்வேறு வகைப் பயன்பாட்டை அறியாதிருப்பதால் ஒரு வகையான அறிவு வசீகரத்திற்கும் மயக்கத்திற்கும் ஆட்பட நேர்கிறது. தெளிவற்ற ஆய்வு, அர்த்தமில்லாத வாக்கியங்கள், மெய்யியல் பிரச்சினைகள் என்பன இந்த வசீகரத்தால் அல்லது மயக்கத்தால் ஏற்படுகின்றன (L. Wittgenstein, Philosophical Investigations, 1953).

பிந்தைய விட்கன்ஸ்டைன் தோற்றப்பாட்டியல் மொழியைக் கைவிட்டு பௌதிக ரீதியான மொழியைத் தனது அடிப்படையாக ஏற்றுக் கொண்டார். அதாவது விட்கன்ஸ்டைன் இயல்பான, சாதாரண மொழியைத் தனது மைய நோக்காகக் கொண்டார். தோற்றப்பாட்டு மொழி அடிப்படையில் நிகழ்த்த முடியாது என அவர் கருதினார். 1930இலிருந்து அவர் இந்த மாற்றம் பற்றிய சிந்தனையில் இருந்தார். 1929இலேயே தோற்றப்பாட்டு மொழியைவிட சாதாரண பௌதிக மொழியின் வெளிப்பாட்டில் அதிக சாதகங்கள் இருப்பதாக

மொழிசார் மெய்யியல்

அவர் குறிப்பிட்டார். அதாவது தாம் முன்னர் மையப்படுத்தி ஆய்வுகள் மேற்கொண்டிருந்த தோற்றப்பாட்டு மொழியில் திருப்தி யற்றிருந்தார்.

பௌதிக மொழி உண்மையை நோக்காகக் கொண்டது. நிகழ்ச்சிகள் பற்றிய சரியான முன்னறிவிப்புகள் அதில் உள்ளன. தோற்றப்பாட்டு மொழி அவ்வாறல்ல. அது அர்த்தத்தை (பொருளை) நோக்காகக் கொண்டது, உண்மையை அல்ல. ஏன் அவர் இப்புதிய கருத்தாக்கத்திற்கு வந்தார்? ஓர் எடுப்பு, தெளிவின்மைக்கோ உறுதித் தன்மை பற்றிய ஐயத்திற்கோ இடமளிக்கக்கூடாது என்பது முந்தைய விட்கன்ஸ்டைனின் உறுதியான நிலைப்பாடு. முந்தைய விட்கன்ஸ்டைன் சாத்தியமற்ற கோரிக்கைகளை எடுப்புகளின் மீது திணித்ததாக ஜோர்ஜ் பிச்சர் கூறியுள்ளார்.

'ஒரு கடிகாரம் சரி நுட்பமான - அணுவளவேனும் பிசகாத சரி நுட்பமான - நேரத்தைக் காட்டாவிட்டால் அக்கடிகாரம் பெறுமதி யானதல்ல. அணுவளவும் பிசகாத அல்லது மிகச் சரி நுட்பமான என்பதை எவ்வாறு எடுத்துக்கொள்வது. அவ்வாறான நேரத்தின் தேவை என்ன? நேரத்தின் சரிநுட்பம் என்பது என்ன? தேவை, இடம், பண்பாடு ஆகியவற்றைப் பொறுத்து அது வேறுபடலாம்.

ஒரு கடைச் சொந்தக்காரர் தனது கடை சரியாக ஒரு மாதம் மூடப்பட்டிருக்கும் என்று அறிவிக்கிறார்; ஆனால் ஆறு வாரங்கள் மூடி வைத்திருந்தால் அவரது அறிவிப்புத் தவறானது. அவர் ஒரு மாதம் மூடிவைத்து ஒரு நிமிடம் பிந்தியோ ஒரு மணிநேரம் பிந்தியோ தனது கடையைத் திறப்பதை நேர்மையற்ற செயல் என யாரும் குற்றம் சுமத்துவதில்லை. இவ்வாறு, நேரம், தூரம் போன்ற பலவற்றை சாதாரண வாழ்க்கைத் தேவைகள், இலக்குகளுடன் பார்க்கும் போது சரியான நேரம், சரியான தூரம் என்பனவற்றில் போதுமான விட்டுக் கொடுத்தல்களையும் நெகிழ்ச்சிகளையும் காண முடியும். ஒலிம்பிக் ஓட்ட வீராங்கனை சுசந்திகா ஜயசிங்க 100 மீட்டர் தூரத்தை ஓடி முடிப்பதற்கான கால அளவும் தூர அளவும் சரிநுட்பமானதாக இருக்கும். சென்னையிலிருந்து மதுரைக்குச் செல்ல எவ்வளவு நேரம் ஆகும்; அதன் தூரம் என்ன என்று கேட்கும் ஒரு சாதாரண பேருந்து பயணிக்கு வழங்கும் பதிலில் இந்தச் சரிநுட்பம் இடம்பெற வேண்டிய தில்லை. உண்மையில் சரியான தூரம், சரியான நேரம் என்பன உண்மையான மனிதத் தேவைகளுடனும் பண்பாட்டுடனும் பின்னிப் பிணைந்துள்ளன.

ட்ரெக்டேட்டஸில் எடுப்புப் பகுப்பாய்வு தொடர்பாகத் தாம் வகுத்திருந்த கடினமான பகுப்பாய்வு விதிகளைத் தமது புதிய நூலில் தீவிர விமர்சனத்திற்கு அவர் உட்படுத்தியிருந்தார்.

ஒரு மனிதன் எதையேனும் மெய்யியல் ரீதியாகச் சிந்திக்கும் போது தவிர்க்க முடியாதவாறு புதிருக்குள் ஆழ்கிறான் என்று விட்கன்ஸ்டைன் கூறுகிறார். இவ்வகை ஆழத்தினுள் நீங்கள் உங்களை இழக்காத போது நீங்கள் மெய்யியல் ஆய்வு மேலும் தேவைதான் என்று கோர மாட்டீர்கள். அதற்கான தேவை உங்களுக்கு இருக்காது என அவர் கூறுகிறார். ஏதாவது ஒரு பிரச்சினையை ஆய்வு செய்பவனாக ஒருவன் மாறும்போது அவன் தவிர்க்க முடியாதபடி புதிருக்குள், மனக் கலக்கத்திற்குள் ஆழ்கிறான்.

மொழிக்கு ஒரே ஒரு தொழிற்பாடுதான் உள்ளதென முந்தைய விட்கன்ஸ்டைன் கருதினார். பொருள்களை, நிகழ்வுகளைப் படமாய்த் தருவதுதான் மொழி என்று கூறினார். ஆனால், மொழி சூழமைவிற்கும் சந்தர்ப்பங்களுக்கும் உரிய விதத்தில் இயங்குவதாக பின்னர் அவர் விளக்கினார். மொழி பற்றிய அவரது பிந்தைய கருத்து சமூகத்திலும், பண்பாட்டிலும் அதன் இயக்கம், பயன்பாடு, பொருள் வேறுபாடு என்ற விடயங்களைப் பரந்த அளவில் உள்ளடக்கியிருந்தது. மொழி ஒரு நிறுவனம். சமூகம், பண்பாடு, சமயம், கல்வி, இலக்கியம், அரசியல், விளையாட்டு போன்ற பல்வேறு துறைகளை அது உட்படுத்திய செயற் பாட்டைக் கொண்டிருக்கிறது என்பதை இது மையப்படுத்தியதாக இருந்தது.

மொழி விளையாட்டுகள்

நமது இயற்கை மொழி மிகவும் சிக்கல் வாய்ந்தது. அதன் செயற்பாடு களை விளங்குவதற்கு உரிய முறைகள் என்ன என்பது மற்றுமொரு சிக்கலான கேள்வியாகும். இதனை விளக்குவதற்கு விட்கன்ஸ்டைன் மொழி விளையாட்டுகள் (ஆடல்கள்) என்ற நுட்பத்தைப் பயன் படுத்துகிறார். இதனை அவரது புதிய சிந்தனையின் மீதான ஆவலி லிருந்து ஆராய வேண்டும். பிந்தைய விட்கன்ஸ்டைன் மொழி அதன் பொருளுக்காக அதன் 'பயன்பாட்டில்' தங்கியிருப்பதாகக் கருதினார். இது பற்றிய அவரது தொடர்ச்சியான சிந்தனையிலிருந்து வெளியானதுதான் மொழி விளையாட்டுகள் என்ற நுட்பமுறை. இதன் ஊடாக, உலகுக்கும் மொழிக்கும் இடையில் உள்ள தொடர்பை அவர் வெளிப்படுத்தலாம் என உணர்ந்தார்.

இங்கு விட்கன்ஸ்டைன் தமது மொழி அணுகுமுறைக்கு விளை யாட்டின் விதிகளைப் பயன்படுத்தினார். 'இலக்கணம் மொழியில்

சொற்களின் பயனை விளக்குகிறது. இதே அளவு முக்கியத்துவம் விளையாட்டில் விளையாட்டு விதிகளுக்கு உள்ளது.' விதிகளுக்கு உட்பட்டு விளையாடப்படும் விளையாட்டுகளினால் இதனை விளக்கலாம் என்று அவர் நம்பினார். மொழிப் பயன்பாட்டிலும் விதிகளின் வகிபங்கு முக்கியமானதாகும். விளையாட்டு விதிகளினால் ஆளப்படும் ஒரு நடவடிக்கை என்பதால் மொழியுடனான ஒப்பீட்டிற்கு இது பொருத்தமானது என்பது அவரது கருத்தாகும்.

இச்சிந்தனை அவருள் மாற்றத்தை ஏற்படுத்தியது. அவர் மொழிசார் மெய்யியலுக்கு நகர்ந்தார். மொழி பற்றிய அவருடைய கருத்துகள் அதிகமாகப் பேசப்படுவதை அவருடைய *கபில நூலில் (பிரவுன் புக்)*தான் அவதானிக்க முடிகிறது. மொழிக்கும் உலகுக்குமான தொடர்பையும் விதிகளின் ஊடாக மொழி ஆடல் கருத்தையும் அதில் அவர் முன் வைக்கிறார். விளையாட்டு விளையாட்டாவது அதன் விதிகளினால் என்பதுபோல விதிகள் ஊடாகத்தான் மொழி மொழியாகத் தொழிற் படுகிறது. அதன் பயனை நமக்குக் காட்டுகிறது.

மொழி வெளியீட்டின் பொருளைக் கவனிக்க வேண்டாம்; அந்த வெளியீடுகள் பயன்படும் விதத்தைக் கவனியுங்கள் என்பதே பிந்தைய விட்கன்ஸ்டைனின் அறிவுறுத்தலாக இருந்தது. மொழி விளையாட்டு எண்ணக்கருவுக்கு ஏற்ப வாழ்வின் வகிபங்கு வெவ்வேறாகவும் மனிதர் வெளியிடும் உரைகள் சந்தர்ப்பங்களுக்கேற்ப வெவ்வேறாகவும் இருப்பதை அவர் வெளிப்படுத்தினார். அதாவது, மொழி வெளியீட்டின் பொருளை விளங்குவதற்குப் பதிலாக அதன் பயனை விளங்குவதுதான் அவசியம் என்பது முதலிடத்திற்கு வந்தது.

முந்தைய விட்கன்ஸ்டைனின் கருத்தில் ஒரு சொல் ஏதாவதொன்றின் பெயராக வரும் போதுதான் அச்சொல்லுக்குப் பொருள் உண்டு. இதன்படி ஒரு சொல் ஏதாவதொன்றிற்கான குறியாக, உருவமைப்பாக நிற்கிறது. இக்கருத்து பிந்தைய விட்கன்ஸ்டைனால் கைவிடப்படுகிறது. ஆப்பிள் என்பதையும் சிவப்பு ஆப்பிள் என்பதையும் விளக்க வழி இருக்கிறது. ஆனால், 'ஐந்து சிவப்பு ஆப்பிள்கள்' என்பதற்கு விளக்கம் தருவது கடினம். ஆப்பிளை விளக்குவதற்காக, ஆப்பிள் காய்க்கும் மரத்தைக் காட்டுவது போல 'ஐந்தை' எவ்வாறு விளக்குவது?

ஐந்து என்ற எண் எதன் அடிப்படையாக நிற்கிறது என்ற கேள்வி விடையளிப்பதற்குக் கடினமானது. 'ஐந்து' எது எனச் சுட்டிக்காட்ட முடியாது. 'ஐந்து ஆப்பிள்கள்' தருமாறு கடைச் சிப்பந்தியிடம் கேட்கும் போது ஒன்றன் பின் ஒன்றாக ஐந்து தடவை ஆப்பிள்களைத் தந்து சிப்பந்தி நமது தேவையை அதாவது ஐந்தை நிறைவேற்றுகிறார்.

விட்கன்ஸ்டைனின் கருத்துப்படி, இங்கு ஐந்து எதற்குப் பெயராக இருக்கிறது என்ற கேள்வி அபத்தமானது. 'ஐந்து' என்ற சொல் எவ்வாறு பயன்படுத்தப்படுகிறது என்ற கேள்விதான் பொருத்தமானது.

ட்ரெக்டேட்டஸின்படி அர்த்தமுள்ள எடுப்பு *பொருள்களின் பெயர்களால் ஆக்கப்பட்டிருக்க வேண்டும். அது நேர்வின் படமாகச் செயல்படுகிறது. மொழி, உலகைச் சித்திரிக்கிறது. மெய்யியல் ஆய்வுகள்* என்னும் நூல் இவற்றைக் கைவிட்டுவிட்டது. பலவகை மொழி விளையாட்டுகள் இருப்பதாகவும் அவற்றுள் சில விவரிப்பாக, சில உறுதி உரைகளாக, சில அறிவிப்புகளாகச் செயல்படுவதாகவும் விட்கன்ஸ்டைன் கூறுகிறார். இவ்வாறு விவரிப்பாக, அறிவிப்புகளாகச் செயல்படாத பலவித உரைகளும் உள்ளன. அவையும் மொழிகள்தாம். ட்ரெக்டேட்டஸிற்கு மாறாக 'மெய்யியல் ஆய்வுகளில்' ஒரு சொல் பெயர் அல்ல என்று கூறப்படுகிறது. ஒரு சொல் பெயராகப் பயன் படுத்தலாம். முன்னர் உலகைப் பற்றிய படமாக மொழி கொள்ளப் பட்டிருந்தது. இப்போது அது கைவிடப்படுகிறது.

மொழி என்ற எண்ணக்கருவை வரைவிலக்கணப்படுத்துவது இயலாதது என விட்கன்ஸ்டைன் கூறுகிறார். சிவப்புப் பொருள்களை உறுப்பாகக் கொண்டவற்றுக்குச் 'சிவப்பு' என்ற பொது நிறம் இருக்கின்றது. ஆனால், எல்லா மொழி-விளையாட்டு வகுப்புக்கு உட்பட்ட உறுப்பினர்களுக்கும் 'சிவப்பு' என்பது போல ஒரு பொதுப் பண்பு அல்லது உடைமை இல்லை. விட்கன்ஸ்டைன் மொழி-விளை யாட்டுகளைப் பொதுவான விளையாட்டுகளோடு ஒப்பிடுகிறார். சீட்டாட்டத்தில், பந்து விளையாட்டுகளில், டாம் போன்ற பலகை ஆட்டங்களில் பொதுத் தன்மையாக என்ன இருக்கின்றது. சீட்டாட் டத்தில் பலவகை விளையாட்டுகள் உள்ளன. பந்து விளையாட்டு களில் எண்ணற்ற வகைகள் உள்ளன. பலகை விளையாட்டுகளிலும் பல வகைகள் உள்ளன. இவ்விளையாட்டுகளின் தன்மை, ஆடும் விதம், விதிகள், வெற்றி தோல்வி பற்றிய முடிவுகள் ஒரேவிதமானவையாக இல்லை. சீட்டு விளையாட்டையும் பந்து விளையாட்டையும் வேறுபடுத்திப் பார்ப்பதில் மட்டுமல்ல; சீட்டு விளையாட்டிற்குள்ளேயே பந்து விளையாட்டிற்குள்ளேயே உள்ள வேறுபாடுகளை விரிவாக எண்ணும் போதுதான் 'பொதுத் தன்மை' ஏதும் இருக்க முடியுமா என்ற கேள்வி எழுகிறது.

விளையாட்டுகள் அல்லது ஆடல்கள் என்று அவற்றைக் கூறுவதற்கு ஒரு பொதுப் பண்பு இருக்க வேண்டும் எனக் கருதுவது பயனற்றது. அங்கு பொதுப் பண்புகள் இல்லை. ஆனால், ஒப்பான உடைமைகள் காணப்படுகின்றன. வெவ்வேறு விளையாட்டுகளில் வெவ்வேறு

ஒப்பான தன்மைகளைக் காட்ட முடியும். இரு விளையாட்டுகளுக் கிடையிலான சில ஒப்பான பண்புகள் ஏனைய சில விளையாட்டுகளுடன் பொருந்தாதிருக்கலாம். ஆனால், இந்தச் சில விளையாட்டுகளிடையே வேறு சில ஒப்பான தன்மைகள் இருக்கலாம். ஆகவே, ஆடல் என்ற வகுப்பைச் சேர்ந்த எல்லா உறுப்புகளிடையேயும் ஒரு பொதுவுடைமை பற்றிக் கூறுவதை விட்டு ஒரு மனித குடும்பத்தில் காணப்படுவது போன்ற ஒப்பான தன்மைதான் காணப்படுகிறது என விட்கன்ஸ்டைன் விளக்குகிறார்.

சாரவாத எதிர்ப்பு

எல்லாவற்றுக்கும் ஓர் ஒற்றுமையை, பொதுச் சாரத்தைக் காண்பது இயல்பாக இருந்து வருகிறது. எல்லாக் குதிரைகளும் அவற்றின் வகுப்பில், எல்லா மேசைகளும் அவற்றின் வகுப்பில், எல்லா சமயங் களும் அவற்றின் வகுப்பில் அவற்றிற்குரிய பொதுவான பண்புகளில் அவை நிறைவுபெற்றிருக்கின்றன என்ற கருத்து ஏற்கப்பட்டதாக உள்ளது. குதிரை வகுப்பை நோக்கினால் அவ்வகுப்பைச் சேர்ந்த தனித் தனியான எல்லாக் குதிரைகளும் அவற்றுக்கிடையிலான வேறுபாடுகள் கருதாது சில பொதுத் தன்மைகளால் சாரப்படுத்தப்பட்டுள்ளதென்று கொள்ளப்படுகிறது. அதிலிருந்துதான் அவ்வகுப்பு 'குதிரை' என்ற பெயருக்குரியதாகிறது. இது சாரம் பற்றியது. இதைக் 'குதிரைத் தன்மை' எனக் கூறலாம். சாரம் பற்றிய இக்கருத்து பெரும் செல்வாக்குப் பெற்றிருந்தபோதும் விட்கன்ஸ்டைன் அது தவறானது என்றார்.

மெய்யியலாளர்கள் பாரம்பரியமாக ஒரே தன்மையையும், ஐக்கியப் பாட்டையும் பார்த்து அவற்றை முதன்மைப்படுத்தி வந்தபோது விட்கன்ஸ்டைன் வேறுபாடுகளையும் பன்முகத் தன்மைகளையும் அவற்றிலிருந்து எடுத்துக் காட்டினார் (G. Pitcher, 1985 : 216, 17). எல்லாரும் பொதுவான ஒன்றைப் பெற்றுள்ளனர் என்று கூற எதுவுமில்லை என்றார். தனது *மெய்யியல் ஆய்வுகள்* என்னும் நூலில் மன்னன் லீயரின் 'நான் உனக்கு வேறுபாடுகளைப் படிப்பிக்கிறேன்' என்ற வரியைச் சேர்க்க அவருக்கு ஆவல் இருந்தது.

இங்குதான் அவர் விளையாட்டுகளை உதாரணத்திற்குக் கொண்டு வந்தார்:

விளையாட்டுகள் என்ற விவகாரத்தை நாம் உதாரணமாகக் கொள்வோம். பலகை விளையாட்டுகள், சீட்டு விளையாட்டுகள், பந்து விளையாட்டுகள், ஒலிம்பிக் விளையாட்டுகள் எனப் பல இருப்பதை நான் குறிப்பிடுகிறேன். இவை அனைத்திற்கும் பொது வாயிருப்பது என்ன? ஏதாவது ஒரு பொதுவான தன்மை அங்கு

இருந்திருக்க வேண்டும் அல்லது விளையாட்டுகள் என்று கூறப் பட்டிருக்காது என்று மட்டும் சொல்லிவிட வேண்டாம். ஆனால், அவதானித்துப் பாருங்கள். அவை அனைத்திற்கும் பொதுவானதாக ஏதாவது இருக்கின்றதா? நீங்கள் அவற்றைப் பார்த்தால் அவை அனைத்திற்கும் பொதுவான ஒன்றைப் பார்த்திருக்கமாட்டீர்கள். ஆனால், ஒப்பானவற்றையும் தொடர்பானவற்றையுமே பார்த்திருப் பீர்கள். சிந்திக்க வேண்டாம். அதைப் பாருங்கள். பலகை விளை யாட்டைப் பாருங்கள். அதில் காணப்படும் பன்முக உறவுகளைப் பாருங்கள்.

என்று கூறும் விட்கன்ஸ்டைன் வெற்றி, தோல்வி உள்ள விளை யாட்டுகள், வெற்றி, தோல்வி பாராட்டப்படாத விளையாட்டுகள் என எத்தனையோ வித விளையாட்டுகள் இருப்பதாகக் கூறுகின்றார்: விளையாட்டுக்களும் அவற்றின் விதிகளும் கணக்கற்றவை என்று இதனை அவர் மேலும் விரிவாகக் கூறுகிறார். இவை சாரவாதத்திற்கு எதிரான விட்கன்ஸ்டைனின் விளக்கங்களாகும். விளையாட்டு, மரம், திராட்சை என எதை எடுத்தாலும் ஒருமைத் தன்மை வாய்ந்த அர்த்தத் தையோ நிலையான அர்த்தத்தையோ காண முடியாது. தொகுதியாக (கொத்தணியாக) நாம் காண்பவற்றின் பண்புகளில் வேறுபாடுகளும் மாற்றங்களும் இருப்பதாக அவர் விளக்குகிறார். உண்மையில், எல்லாப் பதங்களையும் விட்கன்ஸ்டைன் இவ்வாறு எடுத்துக்கொண்டார் என்று கூறுவதைவிட மெய்யியல் புதிருக்குள் வரும், மெய்யியல் ரீதியாகக் கருதத் தூண்டும் எல்லாப் பதங்களையுமே அவர் இவ்வித விளக்கத் திற்கு உட்படுத்தினார் என்பதுதான் பொருத்தம்.

அவர் தமது மெய்யியல் ஆய்வுகளில் இதுபற்றி இவ்வாறு கூறுகிறார்: 'இந்த ஒப்பான பண்புகளுக்குப் பகரமாகக் 'குடும்பம் போன்றிருத்தல்' என்று கூறுவதைவிட வேறு சரியான வரையறையைச் செய்ய முடியாது எனக் கருதுகிறேன்: உடல் கட்டமைப்பில், தோற்றத்தில், பண்புகளில், கண்களின் நிறங்களில், நடையில், உணர்ச்சிகளில் குடும்ப உறுப்பினர் களிடையே ஒற்றுமை காணப்படலாம்; வேறுபாடுகளும் இருக்கலாம். சிலரிடம் சில பொதுப் பண்புகள் இருக்கலாம்; வேறு சிலரிடம் வேறுசில பண்புகள் இருக்கலாம். இவ்வகையில் விளையாட்டுக்கள் குடும்பத்தை ஒத்துள்ளன' **(1965:59)**. ஆகவே, மொழி என்பது தனி ஒரு தோற்றப்பாட்டிற்குரிய பெயர் அல்ல. எல்லையற்ற மொழி விளையாட்டுகளைக் கொண்ட வகுப்பிற்கான பெயரே அது. தனித்ததான ஒரு தன்மை கொண்டது என்றும் தெளிவற்ற தோற்றப்பாட்டை உடைய தென்றும் மொழியைக் கூறமுடியாது. அது விளையாட்டிற்கு ஒப்பானது. விளையாட்டென்பது தனியான எளிதான தோற்றப்பாடு அல்ல.

இறுக்கமானதாகவும் விட்டுக்கொடுக்க முடியாததாகவும் முன்னர் கூறப்பட்ட மொழி பற்றிய கருத்துகள் தற்போது திருப்புமுனை மிக்க மீள்நோக்கிற்கு உட்படுத்தப்பட்டிருந்தன. அது அவரது மொழி விளையாட்டு எண்ணக் கருவில் திரும்பத் திரும்ப உறுதிப்படுத்தப் பட்டது. விட்கன்ஸ்டைன் பின்வருமாறு கூறுகிறார்:

மொழி என்பது செயற்பாட்டின் ஒரு பாகம் அல்லது ஒரு வாழ்க்கை வடிவம் என்பதை முதன்மையான காரணமாகத் தருவதுதான் இங்கு மொழி விளையாட்டு என்ற பதம் தரும் அர்த்தமாகும் (P. I. 23 (p iie) in 1987 : 32).

மொழி நடவடிக்கையில் மொழி-விளையாட்டு ஒரு சிக்கலான முறையாகும். அத்தகைய ஒவ்வொரு விளையாட்டும் தனித்தனியாக அறியப்பட வேண்டும். அவற்றுள் பல வேறுபாடுகள் உள்ளன. பல்வேறு வகை உரையாடல் உலகுகள் உள்ளன. சடப்பொருள் உலகு, விஞ்ஞான ரீதியான பொருள்களின் உலகு என்று இவற்றை வகைப் படுத்தலாம். மொழி-விளையாட்டுகள் பன்மைத் தன்மையானவை. மொழியானது விசேடமான தோற்றப்பாடு. அது வாழ்வின் பாகமும் மனித நடவடிக்கைகளின் பாகமுமாகும்.

ஓர் எடுப்பைப் பகுப்பாய்வு செய்வதற்குச் சரியான அளவையியல் வடிவம் அவசியம் என்று வலியுறுத்தப்பட்ட பழைய கருத்து தற்போதைய பணிக்குத் தொடர்பற்றதாகியது. அளவையியல் விதிகளின் முதன்மைத் தன்மை 'மெய்யியல் ஆய்வுகள்' நூலில் அதற்குரிய இடத்தைப் பெற வில்லை. மாறாக, மொழி-விளையாட்டுகள் என்ற கருத்தாக்கத் தினால் அளவையியல் ரீதியாகச் சரியான வடிவம் என்ற முந்தைய கருத்து தற்போது நிராகரிக்கப்பட்டுள்ளது என அதனைச் சுருக்கமாகக் கூறலாம். தற்போது மெய்யியலாளரின் பணி பின்வருமாறு வரையறுக்கப் பட்டது: மெய்யியலாளரின் நோக்கம் எடுப்பைச் சரி செய்வதல்ல. அதைப் புரிந்துகொள்வது. அது குறித்துள்ள படம் என்ன என்று அறிந்து கொள்வதல்ல. என்ன தொழிற்பாட்டை அது செய்கிறது, என்ன பணியை அது நிகழ்த்துகிறது என்று அறிவதுதான் மெய்யியலாளரின் பணி. ஏனெனில், மெய்யியல் ஆய்வுகள் என்ற அவரது நூல், வசனங்கள் எண்ணற்ற பணிகளைச் செய்வதாக விளக்கியுள்ளது. ஒரு வசனம் என்ன பணியைச் செய்கிறது என்பதைச் சரிநுட்பமாகக் கூறுவதும் எளிதானல்ல.

ட்ரெக்டேட்டஸ் எடுப்பு ஒன்று சரியான வடிவத்தை அல்லது பிழையான வடிவத்தைப் பெற்றிருக்கும் என்று கூறியது. ஆனால், பிந்தைய விட்கன்ஸ்டைனிடம் எடுப்பு புரிந்து கொள்ளப்படுகிறது

அல்லது தவறாகப் புரிந்து கொள்ளப்படுகிறது என்ற புதிய கருத்து முதலிடம் பெற்றது.

கருவி உவமானம்

சாதாரண மொழி நடவடிக்கையின் பிரத்தியேக இயல்பை விளக்க விட்கன்ஸ்டைன் கருவி உவமானத்தைப் பயன்படுத்தினார். இயற்கை மொழி அல்லது நடைமுறை மொழியில் உள்ள சொற் கூட்டங்கள் கருவிப் பெட்டிக்கு ஒப்பானவை என்றார். கருவிப் பெட்டியில், வெவ்வேறு தேவைகளுக்கான வெவ்வேறு கருவிகள் வைக்கப் பட்டுள்ளன. சில சந்தர்ப்பங்களில் ஒரு கருவியே பல தேவைகளைச் செய்து முடிக்கிறது. கத்தி போன்ற ஆயுதங்களினால், கருவிகளினால் அதிக வேலைகளைச் செய்ய முடியும். சுத்தி, உளி போன்ற வேறுசில கருவிகளை ஒரு வேலைக்கு அல்லது சில வேலைகளுக்கு மட்டுமே பயன்படுத்த முடியும். இவ்வாறுதான் சொற்களும் வெவ்வேறு வகைகளில் பயன்படுத்தப்படுகின்றன.

சில வேளைகளில் ஒரு சொல் பல செயற்பாடுகளை நிறைவேற்று கிறது. பல்வேறு விதத்திலும் பயன்படக் கூடியதாகச் சொற்கள் இருப்பதனால் அவற்றின் பயன்பாட்டை மெய்யியலாளர் அறிந்து கொள்ள வேண்டும். ஒரு வார்த்தை வெவ்வேறு விதமாகப் பயன் படுத்தப்படுமாயின் அதற்கான பின்னணி எது என்று அறிவதுதான் அதை விளங்குவதற்கு உதவக்கூடிய சரியானமுறை. அந்தப் பின்னணி யைத் தெரிந்துகொள்ள முடியுமானால் தேவையற்ற குழப்பங் களைத் தவிர்த்துக்கொள்ள முடியும். ஒரு வாக்கியம் அர்த்தமாவதற்கு அதன் பின்னணியை அறிதல் வேண்டும். பின்னணியை அறிவதன் மூலம் அவ்வாக்கியத்தின் பயன்பாட்டை, அறிந்துகொள்ள முடியும். அதன் மூலம் அவ்வாக்கியத்திற்கான அர்த்தம் வெளிப்பட வழி ஏற்படுகிறது. பிந்தைய விட்கன்ஸ்டைன் 'அர்த்தத்தைப் பற்றிக் கேட்காதீர்கள்; பயனைப் பற்றிக் கேளுங்கள்' என்று கூறி வந்துள்ளார்.

பொருத்தமற்ற வகையில் சொற்களைத் தவறான எல்லைகளில் பயன்படுத்தும்போது குழப்பமும் தெளிவின்மையும் தோன்றுகின்றன. அப்போது அறிவு, மாயைக்குள், வசீகரத்திற்குள் புதைகிறது. போத்தலுக்குள் அடைக்கப்பட்ட ஈயைப் போல மெய்யியலாளர் தெளிவற்ற ஆய்வுகளுக்கிடையில் சிறைப்படுத்தப்படுகிறார். மெய்யியல், ஒரு நிவாரணம் போன்றது. அதனுடைய நோக்கம் அறிவுரீதியான ஆரோக்கிய நிலை. மெய்யியலில் உங்கள் நோக்கம் என்ன என்ற வினாவிற்குப் 'போத்தலில் அடைக்கப்பட்டுள்ள ஈ வெளியே செல்ல

வழிகாட்டுவதுதான்' என்று *மெய்யியல் ஆய்வுகளில்* என்னும் நூலில் விட்கன்ஸ்டைன் பதிலளித்தார் (1985:170).

மொழியின் சொற்கள் பல்வேறு வகையான பயன்பாடுகளில் சம்பந்தப்பட்டிருக்கின்றன. ஆகவே இப்பயன்பாடுகளைச் சரியான முறையில் அறிந்திராததன் காரணமாக, மெய்யியலாளர்கள் சொற்களின் அர்த்தம் பற்றிய விடயத்தில் மாயைக்குள் அல்லது வசீகரத்திற்குள் அமிழ நேர்ந்தது. இதிலிருந்து விடுபடுவதன் மூலம், மெய்யியற் பிரச்சினைக்குரிய தீர்வைக் காண்பது எளிதில் சாத்தியமாகும். அதாவது சாதாரண மொழியின் பல்வேறு பயன்பாடுகளை, அவற்றின் பின்னணியை அவை இயங்கும் பிரதேச எல்லைகளை அறிய முற்படுவதன் மூலம் தீர்வைச் சாத்தியமாக்கலாம்.

மெய்யியல், மீமெய்யியல் கோட்பாடுகளைக் கொண்ட கருத்து களையும் கொண்ட மர்மமான துறை என்று அதுவரை பேசப்பட்டு வந்த வர்ணனைகளை விட்கன்ஸ்டைனின் மொழிசார் மெய்யியல் தகர்த்தது. மொழிப் பயன்பாட்டை அவதானமாகவும் நுட்பமாகவும் அறிந்து கொள்வதன் மூலம் ஆதாரமற்ற மெய்யியல் வாதங்களை அகற்ற முடியும் என்றார். மேலும் அசாதாரண கற்பனைக் கோட்பாடு களிலிருந்து, சாதாரண, இயல்பான தீர்வுகளுக்கு வரமுடியும் என்றும் விட்கன்ஸ்டைன் கருதினார்.

மொழியில் நிகழ்ந்துள்ள தவறான அனுமானங்கள் களையப் பட வேண்டியிருந்தன. தவறான மொழிப் பயன்பாட்டை அல்லது அர்த்தப்படுத்தலை சரிசெய்வதற்கு மொழியின் இயல்பான போக்கை பயில்தல் அவசியம் என வலியுறுத்தப்பட்டது. சொற்களின் வெவ்வேறு பயன்பாடுகளை அறிந்துகொள்வதன் மூலம் மெய்யியல் புதிர்களில் இருந்தும் மயக்கங்களில் இருந்தும் வெளிறே முடியும். எல்லா சொற் களும் வசனங்களும் நிலையான பொருளை உடையதாகவும் நன்கு பரிச்சயமானதாகவும் இருக்கும் என்றும் நாம் கருத முடியாது என்பவை இதிலிருந்து நாம் உணரக்கூடிய விடயங்களாகும்.

விட்கன்ஸ்டைனின் முறைகள், சொற்களின் பயன்களை விவரிப் பதற்கு வலியுறுத்துவதாகக் கருதலாம். அது குறிப்பிட்ட வகை யிலான பயன்கள் பற்றிய விவரிப்பாக இருக்க வேண்டும் என்று விட்கன்ஸ்டைன் வரையறுத்துள்ளார். அதாவது அங்குத் தெளிவு படுத்துதல் நிகழ வேண்டும். அதன் மூலம் புதிர்களில் இருந்து விடுதலை பெற வாய்ப்புக்கள் உருவாகின்றன. மெய்யியலாளரின் பணி விளக்க மளிப்பதால் தூய விவரிப்பை வழங்குவதாகும் என்று தமது பிந்தைய விரிவுரைக் குறிப்புக்களில் விட்கன்ஸ்டைன் கூறியுள்ளார். 'மெய்யியல்

என்பது எடுப்புக்களின் விளைவு அல்ல. ஆனால் எடுப்புக்களைத் தெளிவுபடுத்துதல் ஆகும்.' இதுதான் பிந்தைய விட்கன்ஸ்டைனின் மொழிசார் மெய்யியலுக்கான பிரகடன வாக்கியமாகும். மொழியின் பெயரில் சாதாரண உண்மைகளில் தங்கி நிற்கக்கூடிய மெய்யியலை நோக்கி மெய்யியலாளர்களுக்கு அவர் அழைப்பு விடுத்தார் எனலாம்.

பின்வரும் அவரது கருத்தோடு, இதனை இணைத்துச் சிந்திக்கலாம்: 'நாம் பெயர்த்து, தகர்த்து முடித்திருப்பது வெறும் காகித மாளிகை. அவை அமைக்கப்பட்டுள்ள மொழி ரீதியான அடிப்படையையும் நாம் வெளிப்படுத்துவோம்' (Wittgenstein, PI, 118 in 1986:100).

14

சமூக-அரசியல் மெய்யியலில் தற்கால விமர்சன ஆய்வுகள்

அண்டோனியா கிராம்ஷி

அண்டோனியா கிராம்ஷி (1891-1937) மேற்கு ஐரோப்பாவின் குறிப்பிடத்தக்க கம்யூனிஸ்ட் சிந்தனையாளர். கொலக்கவ்ஸ்கியின் கருத்துப்படி லெனினுக்குப் பிந்தைய சுயமான அரசியல் சிந்தனையாளர்களில் மிகவும் முதன்மையானவர். மார்க்ஸ், எங்கெல்ஸின் சிந்தனைகள் 20ஆம் நூற்றாண்டிற்கு எவ்வளவு தூரம் பொருத்தமானவை என்பதைச் சுயமாகவும் அவர்களின் மூலக் கருத்துகளில் இருந்தும் விமர்சன நோக்கில் அணுக அவர் முற்பட்டார்.

மார்க்ஸ், எங்கெல்ஸ் இருவரும் 19ஆம் நூற்றாண்டையே பிரதானமாகத் தமது விமர்சனத்திற்கு உட்படுத்தி வந்தனர். 19ஆம் நூற்றாண்டின் முதலாளித்துவம் பற்றிய அவர்களது விமர்சனமும் புரட்சி பற்றிய அவர்களது கோட்பாடுகளும் வளர்ச்சி பெற்ற நாகரிகத்தை மையமாகக் கொண்டவை. 19ஆம் நூற்றாண்டின் மத்திய பகுதியில் மேற்கு ஐரோப்பாவில் முதலாளித்துவமும் தாராளவாதமும் அகற்றப்படும்; முதலாளித்துவ சமூகத்தின் உள்ளார்ந்த முரண்பாடு அதை பொதுவுடைமைச் சமூகமாக மாற்றி அமைக்கும் என அவர்கள் முன்னறிவித்தனர். இது அவர்களின் வாழ்நாளில் நடைபெறவில்லை.

முதலாளித்துவமும் தாராளவாதமும் சக்தி வாய்ந்தவை என்ற கருத்து கிராம்ஷியினால் வலியுறுத்தப்பட்டது. சில மார்க்ஸியக் கோட்பாட்டாளர்கள் வரலாற்றுப் பொருள்முதல்வாதத்தைத் திருத்த மற்ற விதத்திலும் கடினமாகவும் கையாண்டு விளக்கம் அளித்தனர். 20ஆம் நூற்றாண்டு முதலாளித்துவச் சமூகம் தொடர்பாக இது பொருத்தமற்ற செயல் எனக் கிராம்ஷி கூறினார். மார்க்ஸ் முன்வைத்த உண்மையான வரலாற்றுப் பொருள்முதல்வாதத்தை அவர்களின் விளக்கங்கள் சரியாகப் பிரதிபலிக்கவில்லை என்றும் அவர் விமர்சித்தார்.

விமர்சன நோக்கு

கிராம்ஷி இத்தாலியில் சார்டீனியா எனும் பகுதியில் 1891இல் பிறந்தார். 1911இல் கல்வி உதவித்தொகை பெற்று டியூரின் பல்கலைக்கழகத்தில் சேர்ந்தார். உடல்நலக் குறைவினாலும் பண நெருக்கடியினாலும் அவரால் கல்வியைத் தொடர முடியவில்லை. தேசிய அரசியலில் அவரது நாட்டம் திரும்பியது. அப்போது மத்தியதர வகுப்பினரிடையே சோஸலிசக் கருத்துகள் புகழ் பெற்றிருந்தன. பாடசாலை நாள்களில் கிராம்ஷி சர்வதேசியவாதியாகவும் காலனித்துவ எதிர்ப்பாளராகவும் ஐரோப்பிய ஏகாதிபத்தியத்தின் கடும் விமர்சகராகவும் விளங்கினார். பல்கலைக்கழகத்தில் இருந்தபோது மார்க்ஸிய விரிவுரைகளுக்குச் சென்றார். அப்போது ஹெகலிய 'நடைமுறை' மெய்யியலை அவர் அறிந்தார். இச்சிந்தனைப் பாதிப்பு அவரது வாழ்நாள் முழுக்க தொடர்ந்து காணப்பட்டது (Subrata Mukerjee, 2000 : 357).

இத்தாலியில் மார்க்ஸியத்தை நிறுவியவரான அண்டோனியா லெப்ரியோலா என்பவரிடம் 'நடைமுறை மெய்யியலை'க் கிராம்ஷி கற்றார். கோட்பாட்டிற்கும் நடைமுறைக்கும் இடையிலான இணைவு தான் மார்க்ஸிசம் என்ற கருத்து லெப்ரியோலாவினால் வற்புறுத்தப் பட்டது. லெப்ரியோலா முன்வைத்த வரலாற்று மெய்யியல் விளக்கம் வரலாற்று பொருள்முதல்வாதத்தை விமர்சிப்பதாக அமைந்திருந்தது.

ஆய்வறிவு வளர்ச்சி

உலக யுத்தத்தின் முடிவில் இத்தாலியில் ஏற்பட்ட நெருக்கடி 1922இல் முஸோலினியின் தலைமையில் ஏற்பட்ட பாசிச ஆட்சியில் முடிந்தது. இத்தாலியில் சோஸலிசப் புரட்சி ஏற்படும் என்ற எதிர்பார்ப்பிற்கு மாறான நிகழ்வாகியது. 1930 அளவில் முஸோலினிக்குச் செல்வாக்கு அதிகரித்த அதேவேளை சோஸலிச நடவடிக்கைகளிலும் பெரும் வளர்ச்சி காணப்பட்டது. 1919ஆம் ஆண்டு பாராளுமன்றத்தில் சோஸலிஸ்ட் கட்சி குறிப்பிடத்தக்க இடங்களைக் கைப்பற்றியது. இக்காலப் பகுதி யில் கிராம்ஷியின் வாழ்வில் முக்கிய நிகழ்வுகள் ஆரம்பமாகின.

1916 முதல் 1920 வரை கிராம்ஷியின் அரசியல் மற்றும் அறிவு வளர்ச்சி யின் ஆரம்பக் கட்டமாகும். அப்போது அவர் டூரின் தொழிலாளர் இயக்கத்தில் சேர்ந்திருந்தார். குரோசேயின் கருத்துமுதல்வாதச் சிந்தனையிலும், மரபுரீதியான மார்க்ஸியத்தின் தோல்வி பற்றிய ஆய்வு களிலும் அதிக ஆர்வம் காட்டி வந்தார். யுத்தத்திற்குப் பிந்தைய சூழலில் இத்தாலியில் நடைபெற்ற தொழிலாளர் வேலைநிறுத்தங்களிலும் எழுச்சிகளிலும் அவர்களுக்கான வழிகாட்டுதல்களிலும் கோட்பாட்டு

விவரிப்புகளிலும் அவர் ஈடுபட்டார். முதலாளித்துவத்தின் வளர்ச்சிக் கட்டங்களில் அரசியல் கட்சிகள் தொழிற்சங்கங்கள் ஆகியவற்றின் வகிபங்கு எவ்வாறிருக்க வேண்டும் என்பது பற்றிய கருத்துகளையும், இரண்டாவது அகிலத்தின் மரபுவாத மார்க்ஸிய நிலைப்பாடு பற்றிய விமர்சனங்களையும் கிராம்ஷி வெளியிட்டார்.

இதைத் தொடர்ந்து 1921-1926 காலப் பகுதியில் கிராம்ஷி இத்தாலியின் தேசிய அரசியலில் நுழைந்தார். இறுதியாக, அவர் சிறையில் அடைக்கப்பட்டிருந்த பத்து ஆண்டுகள் தனிமையிலும், நோயிலும் மன அழுத்தங்களிலும் கழிந்தன. எனினும், இவ்வேதனைகளுக்கு மத்தியிலும் அவர் எழுதிய *சிறைச்சாலைக் குறிப்பேடுகள்* ஐரோப்பாவில் 20ஆம் நூற்றாண்டுச் சிந்தனையாளர் வரிசையில் அவருக்கு முக்கிய இடத்தைப் பெற்றுத் தந்தது.

சுமார் 3000 பக்கங்களையும் 32 பாகங்களையும் கொண்டிருந்த இவ்வெழுத்துப் படிவம் இத்தாலிய வரலாறு, கல்வி, கலாச்சாரம், மெய்யியல், புத்திஜீவிகளின் வகிபங்கு, அரசியல் கோட்பாடு, கத்தோலிக்க சமயம் என்று பல்வேறு பொருள்கள் தொடர்பாக அவரது சுய கருத்துகளை வெளிப்படுத்தியது. எனினும், இந்த நூலில் மைய விடயப் பொருள் மார்க்ஸிய விமர்சன ஆய்வாகும். புதிய மார்க்ஸியக் கோட்பாட்டு வளர்ச்சி பற்றிய ஆய்வும், வளர்ந்த முதலாளித்துவ சமூகத்தில் மார்க்ஸியத்தின் பொருத்தப்பாடு பற்றிய பகுப்பாய்வும் மிகவும் நுட்பமிக்க ஆய்வறிவு முயற்சியாகக் கருதப்படுகிறது.

புத்திஜீவிகளின் வகிபங்கு

கிராம்ஷியின் கோட்பாட்டில் கூட்டு மேலாண்மைக் கோட்பாடு (ஹெக்மோனி தியரி) முதன்மையான இடத்தைப் பெற்றுள்ளது. மக்கள், கட்டுப்பாடுகளினால் மட்டும் ஆளப்படவில்லை. கருத்துகளினாலும் ஆளப்படுகிறார்கள். பலவந்தமான ஆட்சி இருக்கும் போதுதான் தலைமைக்கு நெருக்கடி தோன்றுகிறது. ஆனால், சிவில் சமூகத்தின் கருத்தியல் கருவிகளில் முக்கியமானதாக இது நிகழ்வதில்லை. கிராம்ஷி சிவில் சமூகத்தையும் அரசியல் சமூகத்தையும் இரண்டாகப் பிரிக்கிறார். சிவில் சமூகம் கல்விக் கூடங்கள், தேவாலயங்கள், மன்றங்கள், இதழ்கள், வெளியீடுகள் போன்றவற்றினால் தனது சமூக அரசியல் உணர்வுகளை வெளிப் படுத்துகின்றது. அரசியல் சமூகம் (அரசு) அரசாங்கம், நீதிமன்றம், காவல்துறை, இராணுவம் போன்ற நேரடியாகப் பலவந்தத்தைப் பிரயோகிக்கக் கூடிய நிறுவனங்களைக் கொண்டுள்ளது. இந்நிலையில், தலைமையை உருவாக்கும் பணியில் சிவில் சமூகத்தின் புத்திஜீவிகளுக்கு ஒரு முக்கிய பங்கிருப்பதாக கிராம்ஷி கருதுகிறார். தலைமை

உருவாக்கத்தில் புத்திஜீவிகள் சரியாகச் செயற்படவில்லையானால் ஆளும் வர்க்கத்தினர் பலவந்தமான ஆளுகையை சிவில் சமூகத்தில் நிலைநாட்டுவர் (S. Mukherjee, 2000:369) என்கிறார்.

புத்திஜீவிகளை கிராம்ஷி இரு பிரிவுகளில் அடக்குகிறார். மரபு ரீதியான புத்திஜீவிகள், உறுப்பமைதி வாய்ந்த புத்திஜீவிகள். மரபுரீதியான புத்திஜீவிகள் தாம் சுதந்திரமானவர்கள் எனக் கருதுகிறார்கள். பெரும்பாலும் இவர்கள் மதகுருமார்களுடனும் மத்தியகால நிலமானிய ஆளும் வர்க்கத்துடன் தொடர்புபட்டவர்களாவர். சுதந்திரமாயிருப்பது என்பது ஒரு மாயை. புத்திஜீவிகளுக்கும் அவர்களுக்கென்ற வர்க்க நிலைப்பாடு உள்ளது. தாம் வாழும் பிரிவின் வர்க்க உணர்வுகளை அவர்கள் பிரதிபலிக்கிறார்கள். ஒவ்வொரு சமூகக் குழுவும் தனக்கான புத்திஜீவிகளைப் பெற்றுள்ளது. எனினும், இப்பிரிவு தவிர்க்க முடியாத ஒன்று என கிராம்ஷி கருதவில்லை. பொதுவாகவே புத்திஜீவிகள் வரலாற்று ரீதியில் முற்போக்கான பாத்திரத்தை வகிப்பவர்கள். முக்கிய கட்டங்களில் புத்திஜீவிகளுக்கிடையிலான ஒருமைப்பாட்டுணர்வு வெளிப்படுவதும் தவிர்க்க முடியாததாகும்.

எனினும், புத்திஜீவிகள் பங்காற்றுகை நடைமுறை சார்ந்ததாக இருக்க வேண்டும். அதாவது நடைமுறை வாழ்வில் அவர்கள் செயல்பட வேண்டும். ஓர் ஒழுங்கமைப்பாளராக, கட்டமைப்பாளராக ஒரு புத்திஜீவி இயங்க வேண்டும். மேலும், புத்திஜீவிகளின் செயற்பாடு அவர்களுக்கிடையிலான சிறு வட்டத்திற்குள் மட்டுமின்றி மக்கள் மயப்பட்டதாக விரிவடைய வேண்டும்.

மேற்கட்டமைப்பு வாதம்

மரபுவாத மார்க்ஸியத்தைத் தாக்குவதும், அதன் கருத்தியல் கட்டமைப்பில் மறுசீராக்கம் செய்வதும், மார்க்ஸியத்தைப் புதிய மெய்யியல் அடித்தளங்களை நோக்கித் திசைமுகப்படுத்துவதும் கிராம்ஷியின் முதன்மையான நோக்கங்களாக இருந்தன. இதற்காக கிராம்ஷி மார்க்ஸியக் கட்டமைப்பு நிரல் ஒழுங்கில், எதிரான மாற்றங்களைச் செய்தார். மார்க்ஸிய மரபில் கிராம்ஷி இரண்டு, தலைகீழ் மாற்றங்களை முன்மொழிந்தார்.

I. பொருளாதாரக் கட்டமைப்பின் இடத்திற்கு கருத்தியல் மேற்கட்டமைப்பை முதன்மை நிலைப்படுத்தல்.

II. அரசியல் சமூகத்தின் மீது சிவில் சமூகம் ஏற்படுத்தும் முதன்மை நிலை (சிவில் சமூகம் உணர்வுரீதியாகச் செயல்படுவது, அரசியல் சமூகம் பலவந்தமாகச் செயற்படுவது).

மரபுரீதியான மார்க்ஸியம் காட்டும் முதலாளித்துவ வளர்ச்சி பற்றிய விஞ்ஞான ரீதியான விதிகளுக்கும் அவை முன்வைக்கும் புறவய சக்திகள் என்ற கருத்தாக்கத்திற்கும் மாறான கொள்கைகளை ஒரு நிர்மாணத் திறன்மிக்க மார்க்ஸியவாதி என்ற வகையில் கிராம்ஷி வெளிப்படுத்தினார். இரண்டாம் அகிலத்தின் வீழ்ச்சிக்குப் பின்னர் நடைபெற்ற விவாதங்களில் முதலாளித்துவப் பொருளாதாரத்தின் வீழ்ச்சியிலிருந்து இயந்திரிக முறையில் சோஸலிசப் புரட்சி தோன்றாது என்று வாதிட்டார்.

சோஸலிசத்தை நோக்கிய இடைமாறும் கட்டம் எப்போதுமே ஒருபடித்தான பாணியைப் பின்பற்றியதாக இருக்கும் என்று எதிர்பார்க்க முடியாது என்பது அவரது வாதத்தின் மையக் கருத்தாகும். இது மார்க்ஸியத்திற்கு ஒரு புதிய மெய்யியல் அடித்தளத்திற்கான தேவையை உருவாக்கியது.

அரசுக் கோட்பாடு

சிவில் சமூகம்

அரசு, சிவில் சமூகம் ஆகிய இரண்டும் பொருத்தமான உறவில் ஒன்றாகத் தொடர்புபட்டிருக்க வேண்டும் என்று கிராம்ஷியின் அரசுக் கோட்பாடு கூறுகிறது. பொதுவான நோக்கில் மார்க்ஸ், கிராம்ஷி ஆகிய இருவரிடமும் சிவில் சமூகம் அதன் வரலாற்று வளர்ச்சியில் நேர்முகமாகவும் செயல் நிலைப்பட்ட ஒன்றாகவும் உள்ளது. ஆனால், மார்க்ஸின் சிந்தனையில் சிவில் சமூகம் என்பது கட்டமைப்பிற்கு உட்பட்டதாகத்தான் இருக்கிறது. சிவில் சமூகத்தின் மீதான கட்டமைப்பு மூலக் கோட்பாடு, இயல்பானது அல்ல எனக் கிராம்ஷி கருதுகிறார்.

கிராம்ஷி மேற்கட்டமைப்புப் பற்றியே பேசுகிறார். மார்க்ஸும் கிராம்ஷியும் அரசைவிட சிவில் சமூகத்தையே வலியுறுத்துகின்றனர். ஆயினும் இவ்விடயத்தில் கிராம்ஷி மார்க்ஸை விட ஹெகலியக் கருத்துகளில் அதிகம் தங்கியுள்ளார் எனக் கருதலாம். நோர்பர்ட்டோ பாபிலோவின் கருத்துப்படி இதற்கான மெய்யியல் அணுகுமுறைகளை ஹெகலில் இருந்தே கிராம்ஷி பெற்றுள்ளார். மேலும், ஹெகலின் 'சிவில் சமூகம்' என்ற கருத்தை மேற்கட்டமைப்பு என்ற பொருளிலேயே அவர் எடுத்துக் கொண்டுள்ளார். ஹெகலின் சிவில் சமூகம் என்ற கருத்தை மேற்கட்டமைப்பாகவே தாம் புரிந்துகொண்டுள்ளதாகவும் கிராம்ஷி கூறுகிறார்' (Chantal Mouffe, 1979:31).

கட்டமைப்பு

கிராம்ஷி சிவில் சமூகத்தை அடித்தளக் கட்டமைப்பாகக் கருத வில்லை. ஹெகலின் சிவில் சமூகக் கருத்தை மார்க்ஸ் முழுமையான பொருளாதார உறவுகளுடன் தொடர்புபடுத்தினார். அதாவது, சிவில் சமூகம் கட்டமைப்பு முக்கியத்துவத்தினால் தீர்மானிக்கப்படுகிறது. கட்டமைப்புப் பற்றிய விடயத்தில் மார்க்ஸின் கருத்திற்கும் கிராம்ஷி யின் கருத்திற்கும் இடையில் வேறுபாடு இருந்தது.

மார்க்ஸின் கட்டமைப்புக் கருத்தைப் பின்வருமாறு கூறலாம்:

I. அடிக்கட்டமைப்பு: அடிப்படையானது
II. மேற்கட்டமைப்பு: இரண்டாம் நிலையானது

மார்க்ஸ் தமது நூல்களில் மேற்கட்டமைப்புப் பற்றிக் கூறுகிறார். அரசியல் செயற்பாடுகளை நேரடியாக நிர்ணயிப்பது பொருளாதாரம் அல்ல; ஆனால், அதன் விவரிப்பும், விதி என்று கூறப்படும் ஒன்றும் அதன் வளர்ச்சியை ஆளுகிறது. 'மனிதர்களின் பௌதிக வாழ்க்கை நிலைமைகளை நிர்ணயிப்பது உணர்வு அல்ல; பௌதிக வாழ்க்கை நிலைமைகள்தான் அவர்களின் உணர்வை நிர்ணயிக்கின்றன' என்று எளிமையான வடிவில் இதனைக் கூறலாம்.

அரசியல் பொருளாதார விமர்சனத்துக்கு ஒரு கருத்துரை (1859) நூலில் இருந்து பெற்ற மார்க்ஸின் சொந்தக் கூற்றுக்களிலிருந்து இதனை நோக்கலாம்:

சட்ட உறவுகளையோ அரசியல் வடிவங்களையோ தனித்தனி யாகவோ, மனித அறிவின் பொதுவான வளர்ச்சிப் போக்கு என்று சொல்லப்படுகின்ற அடிப்படையைக் கொண்டோ புரிந்துகொள்ள முடியாது. அவை வாழ்க்கையின் பொருளாயத நிலைமைகளில் பிறக்கின்றன. இவற்றை ஹெகல் சிவில் சமூகம் என்ற வார்த்தையில் கூறுகிறார். எனினும், இந்த சிவில் சமூகத்தின் கட்டமைப்பை அரசியல் பொருளாதாரத்தில் தேட வேண்டும். இது தொடர்பான எனது முடிவைப் பின்வருமாறு சுருக்கமாகக் கூறலாம். மனிதர்கள் தங்களுடைய வாழ்க்கைக்காக ஈடுபடும் சமூக உற்பத்தியில் திட்டவட்டமான உறவுகளில் தவிர்க்க முடியாத வகையில் ஈடுபடு கிறார்கள். இந்த உறவுகள் அவர்களுடைய விருப்புத் தீர்மானங் களுக்கு அப்பாற்பட்டது. அதாவது பொருத்தமான உற்பத்தி உறவுகளாகும். இந்த உற்பத்தி உறவுகளின் மொத்தக் கூட்டுதான் சமூகத்தின் பொருளாதார அமைப்பாக அதன் உண்மையான அடித்தளமாக அமைகிறது. இதில்தான் சட்டம், அரசியல் என்ற மேற்கட்டமைப்பு கட்டி எழுப்பப்படுகிறது (Karl Marx, 1977:20).

ஆனால் கிராம்ஷி மேற்கட்டமைப்புக் கோட்பாட்டிற்கு முக்கியத் துவம் தருகின்றார். இதன் மூலம் அவர் சிவில் சமூகத்திற்கும் அரசிற்கும் இடையிலான உறவை ஆராய்கிறார். அரசியல் சமூகத்தை சிவில் சமூகத்திலிருந்து பிரிக்க முடியாது. அரசு அரசாங்கத்தை மாத்திரம் செயல்முறைக் கருவியாகக் கொண்டிருந்தால் போதாது. மற்றொரு செயல்நிலைக் கருவியான 'கூட்டு மேலாண்மை' (அல்லது சிவில் சமூகம்) கவனத்தில் எடுக்கப்பட வேண்டும். மேற்கட்டமைப்புக் கோட்பாடு வரலாற்றின் முழுமை பெற்ற இயக்கவியலாகக் கொள்ளப்பட வேண்டும் என்பதை அவரது மேற்கட்டமைப்புக் கோட்பாடு கூறுகிறது.

இதை வேறுவகையில் கூறினால், மார்க்ஸ் பொருளாதார உறவு களின் மொத்தநிலையிலிருந்து இதனை வரையறுத்தபோது கிராம்ஷி மேற்கட்டமைப்பிற்கு முக்கியத்துவம் தந்தார். சிவில் சமூகத்தின் தலைமைத்துவ அல்லது மேலாண்மை வெளிப்பாடும், கருத்தியல் பங்களிப்பும் இதன் முக்கிய அம்சங்களாகும். ஆனால், இது எல்லா நாடு களிலும் இடம்பெறுவதில்லை. இதனை விளக்குவதற்கு ரஷ்யாவையும் மேற்குலகத்தையும் அவர் உதாரணத்திற்கு எடுத்துக்கொண்டார்.

ரஷ்யாவில் அரசுதான் அனைத்தும். அங்குச் சிவில் சமூகம் ஆரம்ப நிலையில் இருக்கிறது. மேற்கில் இதற்கு மாறான நிலை காணப் படுகிறது. மேற்கில் சிவில் சமூகத்திற்கும் அரசிற்குமிடையில் தகுந்த தொடர்புகள் நிலைநாட்டப்பட்டுள்ளன. இவ்விருவகையான அரசு களுக்கும் அந்தந்த நாடுகளின் சூழ்நிலையே காரணமாக அமைந்தது. லெனின் நடத்திய அரசியல் முறை ரஷ்யாவிற்குப் பொருத்தமாக இருந்தபோதும் வளர்ச்சியடைந்த மேற்கு நாடுகளுக்கு அது பொருத்த மற்றது. இதனைக் கிராம்ஷி யுத்த களத்திற்குரிய சொற்களினால் விளக்கினார். வளர்ச்சி குன்றிய நாடுகளுக்கு 'நேருக்கு நேரான தாக்குதல்' தேவை. ஆனால், நன்கு வளர்ச்சியடைந்த நாடுகளுக்கு இத்தாக்குதல் முறை பொருத்தமற்றது. வளர்ச்சியடைந்த மேற்கு ஐரோப்பிய நாடுகளுக்கு சிவில் சமூகத்தில் தாக்கத்தை ஏற்படுத்தக் கூடிய முறைகள்தான் பொருத்தமானவை. ரஷ்யா போன்ற நாடு களுக்கு 'செயற்பாட்டுப் போர்' முறை அவசியம் எனக் கூறினார். ஐரோப்பா போன்ற வளர்ச்சிடைந்த நாடுகள் 'செயற்பாடற்ற போர்' முறையைக் கொண்ட நாடுகள் என்றும் குறிப்பிட்டார். கிராம்ஷி யின் பொது அரசுக் கோட்பாட்டுடன் இதை தொடர்புபடுத்திப் பார்க்கலாம்.

அவரது பரந்த பொது அரசுக் கோட்பாடு ஒருங்கிணைந்த, பூரண அரசு என்ற எண்ணக்கருவை முன்வைக்கின்றது. அங்குச் சமூக

மேலாண்மையின் பங்கும் அரசியல் அரசாங்க முறைமையும் ஒன்றிணைந்து காணப்படும். கிராம்ஷியின் கருத்தில் அரசு என்றால் சர்வாதிகாரமும் மேலாண்மையும், அரசியல் சமூகமும் குடிமைச் சமூகமும், நடைமுறையியலும் கோட்பாடும் கலந்த அமைப்பாகும்.

அரசிற்கும் குடிமைச் சமூகங்களுக்கும் இடையிலான உறவுகளில் இருந்தும் வடிவங்களிலிருந்தும் எழும் வரலாலற்று விலகலில் அல்லது முறை மாற்றத்தில் இருந்து பொது அரசு தோற்றம் பெறுகின்றது. இம்மாற்றத்தை கிராம்ஷி இராணுவ விலகலுடன் ஒப்பிடுகின்றார். செயற்பாட்டு போரில் இருந்து செயற்பாடற்ற போருக்கு மாறிச் செல்லும் உண்மையான போர்க்கள உவமானத்துடன் இது ஒப்பிடப்படுகின்றது.

செயற்பாட்டுப்போர் இரண்டாம் உலகப் போர் வரை நீடித்திருந்தது. செயற்பாட்டுப்போர் அடிப்படையில் வர்க்கங்களுக்கு இடையிலான மோதல்களும் புரட்சியாளர்களுக்கும் அரசிற்கும் இடையிலான போர் களுமாகும். நாடுகளுக்கு இடையிலும் அது பரவிச் சென்றது. செயற் பாடற்ற போர் என்பது நேரடித்தாக்குதலில் இருந்து விலகியிருப்ப தாகும். இதனை மெதுவான, மறைமுகமான மோதல்கள் எனக் குறிப்பிடலாம்.

நடைமுறையியல்

கிராம்ஷியின் மார்க்ஸிய மெய்யியல் ஒருமைப்பாட்டுக் கருத்தாக்கம் 'நடைமுறையியல்' ஆகும். கோட்பாட்டையும் நடைமுறையையும், சிந்தனையையும் செயல்முறையையும், அகவயத்தையும் புறவயத்தை தயும் ஒன்றிணைப்பது பற்றிய அவரது அறிவுப் பிரயத்தனத்தில் நடை முறையியலுக்கு முக்கியப் பங்கிருந்தது. அரசியல் மாற்றங்களுக்குப் பகுத்தறிவுரீதியான அறிதல் செயற்பாடு மட்டும் போதுமானதல்ல என கிராம்ஷி கருதினார். உணர்வுரீதியான அர்ப்பணிப்பும் சமூகரீதியான பங்களிப்பும் கோட்பாட்டுடன் இணைய வேண்டும் என்பதை அவர் வலியுறுத்தினார்.

பொதுவுடைமைப் புரட்சி ஒரு தனி நிகழ்விலிருந்து தோற்றம் பெறாது. அது பல உறுப்புகளின் படிமுறைப் போக்கின் விளை வாகும். அங்குச் செயற்பாடுகளின் தொடர்வரிசை தான் கட்டமைப்பு மாற்றத்தை ஏற்படுத்துகின்றது. அதாவது கல்வி, பெறுமானங்கள், சட்டம், கலாச்சார வளர்ச்சி என்பதே கிராம்ஷி கூற விரும்பும் கருத்தாகும். சமுதாயத்தின் இந்த அம்சங்களின் மொத்த நிலையையும் ஒன்றிணைத்துச் செல்வதுதான் புரட்சிகர மாற்றத்துக்கு வழிவகுக்கும். அதனால்தான் கிராம்ஷி மேற்கட்டமைப்பை முதன்மை நிலைக்குக்

கொண்டுவருவது தவிர்க்க முடியாதது என்பது கிராம்ஷியின் உறுதியான கருத்து.

மரபுவாத மார்க்ஸியவாதிகள் (மார்க்ஸ் அல்ல) பொருளாதாரக் காரணியை மட்டுமே நிர்ணயமானதென்று வழமையாகக் கூறி வந்தனர். கிராம்ஷி இதற்கு மாறாக சாத்தியமான பல்வேறு சமூக, அரசியல் நிறுவனங்கள், கருத்தியல்கள், உணர்வுகளின் வெளிப்பாடு களைக் கொண்ட ஒரு கூட்டுநிலைத் திட்டத்தைப் பற்றிக் கலந்துரை யாடினார். இது அவரால் 'மொத்த ஒத்திசைவு உறவு' என்ற எண்ணக் கருவாக முன்வைக்கப்பட்டது (Carl Boggs, 1976:17). இவ்வெண்ணக் கரு பொருளியலை ஏற்றுக்கொள்ளும் அதேவேளை அரசியல், கலாச்சாரம், சமூக உறவுகள், கருத்தியல்கள் போன்ற அம்சங்களையும் ஒன்றிணைத்தது.

இத்தாலியில் அரசியல் ரீதியான மாற்றங்களுக்கு தேசிய ரீதியான உணர்வு கட்டியெழுப்பப்படுவதன் அவசியத்தை கிராம்ஷி வலியுறுத் தினார். இத்தாலிய வரலாறு, கலாச்சாரம் போன்றவற்றில் கவனம் செலுத்தப்பட வேண்டும் என்றார்; இத்தாலிய மக்களின் தேவைகளும் விருப்பங்களும் கவனத்தில் கொள்ளப்பட வேண்டும் என்றும் கூறினார். சர்வதேச ஒருமைப்பாட்டை ஏற்றுக்கொண்டிருந்த போதும் வேறு நாட்டிற்குரிய மூலோபாயங்கள் இத்தாலிக்குள் இறக்குமதி செய்யப் படக்கூடாது என்றார். ரஷ்ய போல்ஷ்விக் புரட்சியை அவர் ஆதரித்த போதும் ரஷ்யாவும் இத்தாலியும் வெவ்வேறு நாடுகள் என்றார்.

விஞ்ஞானரீதியான கோட்பாடுகளை மட்டும் வலியுறுத்திய மரபு வாதிகளின் கருத்துகளால் மார்க்ஸிய மெய்யியலில் ஒருமைப்பாடும் நடைமுறையியலும் செயலிழந்துவிட்டதாக மார்க்ஸிய மரபுவாதச் சிந்தனையாளர்களை அவர் குறை கூறினார். பொருள்முதல்வாத அடிப்படை, பொருளியல் நியதிவாதம் (நிர்ணயவாதம்) போன்ற வழக்கமான மரபுக் கோட்பாடுகளுடன் அவர் உடன்படவில்லை. மாறாக, மார்க்ஸின் உண்மையான கருத்துகளுக்குத் திரும்ப வேண்டும். அதன் மூலம் மார்க்ஸியத்தை மீண்டும் கட்டமைக்கலாம் என்பது அவரது அறிவு நடவடிக்கைகள், விமர்சனங்கள் ஆகியவற்றின் முதன்மை இலட்சியமாக இருந்தது.

மார்க்ஸின் இயக்கவியல் பார்வை அவரது மரணத்தின் பின் சரியாக முன்னெடுக்கப்படவில்லை. மீண்டும் வறட்டுச் சடப்பொருள் வாதமும் அது ஒரு விஞ்ஞானம் என்ற கொள்கையுமே முதல்நிலைப் படுத்தப்பட்டன. ஆனால், குறிப்பிட்ட சில விஞ்ஞான விதிகளின்மீது மட்டும் மார்க்ஸ் தமது சமூக-அரசியல் வளர்ச்சிக் கோட்பாடுகளை

நிலைநாட்டவில்லை என்று கிராம்ஷி கருதுகிறார். 'நிர்ணயவாத விதிகள்' எனக் கூறப்படுபவை மார்க்ஸினால் கட்டாயமானதாக முன்வைக்கப்படவில்லை என்கிறார். மேலும் மார்க்ஸிய மரபுவாதிகளின் விஞ்ஞானவாதமும், பொருளாதார நிர்ணயவாதமும் மார்க்ஸியத்தின் வளர்ச்சிக்கும் மார்க்ஸின் உண்மையான மெய்யியல் அடிப்படைக்கும் சாதகமான கோட்பாடுகளாக அமையவில்லை என்றும் கிராம்ஷி தமது நோக்கை விளக்குகிறார்.

புள்ளிவிவரங்களில் தரப்படும் ஒழுங்கில் மக்கள் இயங்குவதில்லை. கோட்பாடுகளில் கூறப்படுவது போலவும் அவர்களின் செயற்பாடுகள் அமைவதில்லை. மக்களின் உணர்வுகள் நியாயமான நிலையிலும் சரியான நோக்கிலும் கொள்ளப்பட வேண்டும். உணர்ச்சிகள், மென் உணர்வுகள், உளச் சார்புகள், அன்றாடத் தேவைகள் என்பன மக்களின் செயற்பாடு களைத் தீர்மானிப்பவையாக அமையக்கூடியவை. இவை பற்றிய சிந்தனைக்கு இடமளிக்கப்பட வேண்டும்.

தற்காலத்திற்குப் பயனற்றது என்று பலர் வர்ணித்து வந்த காந்தியப் போராட்ட முறைகளை கிராம்ஷி வரவேற்றுப் பேசினார். சிவில் சமூகத்தைப் பலப்படுத்தக் கூடிய திட்டங்களில் கவனம் செலுத்தி வந்த கிராம்ஷி ஏகாதிபத்திய அரசை ஆட்டங்காணச் செய்வதற்கு மக்களை ஒன்றுதிரட்டிப் போராட வைக்க முயன்ற காந்திய முறையினால் கவரப்பட்டது வியப்புக்குரியதன்று. நேரடித் தாக்குதல் முறையைவிட செயற்பாடற்ற போர் சிக்கலானது, பிரச்சினை தரக்கூடியது என்று கிராம்ஷி கருதினார். காந்தியப் போராட்டத்தில் செயற்பாடற்ற போருக்குரிய பண்புகள் இருப்பதை அவர் அவதானித்தார். காந்திஜி பயன்படுத்திய ஒத்துழையாமை இயக்கம் போன்ற சமூக நிலைப்பட்ட போராட்ட முறைகள் தமது நோக்கங்களுக்கு உதவக்கூடியவை என்றும் அவர் கருதினார். காந்தியப் போராட்டத்தில் இராணுவப் பண்பு காணப்பட்ட போதும் எளிய அரசியல் அதன் பிரதான தோற்றப்பாடாக இருந்தது என கிராம்ஷி கூறுகிறார். இதனை அவர் பின்வருமாறு குறிப்பிடுகிறார்:

ஒத்துழையாமை என்ற சாத்வீக எதிர்ப்பு 'செயற்பாடற்ற போராகும்'. சில சந்தர்ப்பங்களில் இது வேலை நிறுத்தம் போன்ற செயற்பாட்டுப் போராகவும் மாற்றம் பெறுகிறது. இராணுவ ரீதியிலும், தொழில்நுட்பரீதியிலும் பின்தங்கிய நாடுகள் அல்லது சமூகங்கள் முன்னேற்றமடைந்த ஏகாதிபத்திய எதிர்ப்புகளுக்கு முகம் கொடுப்பதற்கு இது ஓர் ஏற்ற முறையாகும் (பார்க்க: 2000 : 373).

லெனின் முன்வைத்த கட்சி ஆதிக்க எண்ணக்கருவையும் ஜனநாயக சக்திகள் ஓரிடத்தில் குவிக்கப்படுவதையும் கிராம்ஷி ஏற்றுக்

கொள்ளவில்லை. கிராம்ஷி அரசியலையும் பொருளாதாரத்தையும் இருகூறுகளாக்கி அரசை இயல்பான நிலையில் அணுக முயன்றார். அரசியல் தன்னாதிக்கம் கொண்ட தனித்துவமான ஒரு கலை. அது பொருளாதாரம், சமயம், ஒழுக்கம் என்பனவற்றிற்குக் கட்டுப்பட, கீழ்படியத் தேவையற்றது என்றார்.

இவ்விடயத்தில் அவர் மாக்கியவல்லியின் அரசுக் கோட்பாட்டை வரவேற்றார். மாக்கியவல்லியின் *இளவரசன் (த பிரின்ஸ், 1513)* நூலைப் போல 'நவீன இளவரசன்' என்ற தலைப்பில் ஒரு நூலை எழுதத் திட்டமிட்டிருந்தார். 'மார்க்ஸ் பாட்டாளிகளின் மாக்கியவல்லி' என்று மார்க்ஸ் பற்றி குரோசே விவரித்ததை அடிப்படையாகக் கொண்டு தமது கால அரசியல் சூழலை அவர் எழுத விரும்பினார். எனினும், அவர் அரசைத் தன்னளவில் ஒரு முற்றான முடிவுப் பொருளாகக் கருத வில்லை. அரசு செயல்முறைக் கருவி என்பதே அவரது கருத்தாகும். ஆனால் சமுதாயத்தைக் கட்டியாளும் அளவுக்கு அது பிரத்தியேக மானது; அதிஉயர்வானது; வல்லமைமிக்கது என்ற கருத்தை அவர் ஏற்றுக்கொள்ளவில்லை. கிராம்ஷியின் கருத்தில் அரசு என்பது ஆளுகைக்குத் துணையாக இருப்பதோடு அது மாற்றத்திற்குள்ளாகக் கூடிய அமைப்பும் செயற்பாடும் ஆகும்.

அரசியல் சமூகத்தின் மீது சிவில் சமூகம் ஏற்படுத்தும் முதன்மை நிலை, மேற்கட்டமைப்புப் பற்றிய ஆழமான ஆய்வு ஆகிய இரண்டும் மார்க்ஸிற்கும் கிராம்ஷிற்கும் இடையில் அடிப்படை வேறுபாட்டைத் தோற்றுவிக்கின்றனவா என்பது விவாதத்திற்குரிய விடயமாகும். பொருளாதாரக் காரணியின் முக்கியத்துவத்தைக் கிராம்ஷி ஏற்றுள்ள தால் மார்க்ஸ், கிராம்ஷி இருவருக்குமிடையே ஒருமித்த கருத்து உள்ளது என ஜெக்கியூஸ் டெக்ஸியர் கூறுகிறார் (Chantal Mouffe (Ed) 1979:03). மேலும் மார்க்ஸ் கட்டமைப்புக் கோட்பாட்டில் அதிக கவனம் செலுத்தியுள்ளார். அதே வேளை கிராம்ஷி மேற்கட்டமைப்பில் கவனத்தைச் செலுத்தியுள்ளார். இது மார்க்ஸின் திட்டத்தை முழுமைப் படுத்தும் ஒரு முயற்சியாகக் கொள்ள முடியும். எவ்வாறாயினும் கிராம்ஷியின் மேற்கட்டமைப்புப் பற்றிய விவரிப்புகளும் மரபுவாத மார்க்ஸியத்திற்கு எதிரான அவரது விமர்சனங்களும் மார்க்ஸின் பொருளாதார நிர்ணயவாதத்திலும் புலனறிவாத விஞ்ஞானக் கோட்பாட்டிலும் லெனின் முன்வைத்த அதிகாரத்துவ வாதத்திலும் ஆழமான தாக்கத்தை ஏற்படுத்தின.

ஹெபர்மாஸ்

ஜோர்ஜன் ஹெபர்மாஸ் தற்காலத்தின் முறைமையான முன்னணி

மெய்யியலாளராவார். சமூக அரசியல் கோட்பாடு, அழகியல், அறிவாராய்ச்சியியல், மெய்யியல், இறையியல், உள்ளிட்ட பல துறை களில் ஹெபர்மாஸ் ஆர்வம் செலுத்தினார். சமூகவியல் வெகுசனத் தொடர்பாடல் போன்ற துறைகளில் விவாதங்களையும் அணுகுமுறை களையும் அவர் முன்வைத்தார்.

ஹெபர்மாஸ் அரசியலில் காட்டி வந்த ஆர்வம் சமூகவியல் விமர்சனப் பகுப்பாய்விலும் மெய்யியல் ஆய்வுகளிலும் அரசியல் மெய்யியல் எண்ணக்கரு விசாரணைகளிலும் அவரது ஆய்வறிவுப் பரப்பை விசாலமாக்கியது. இவற்றினூடாக சமகால சமூகத்தின் விமர்சனப் பகுப்பாய்வுக் கருத்தை ஒழுங்கமைப்பதிலும் விவாதிப்பதிலும் அவரது பங்கு முக்கியமானதாகக் கருதப்படுகின்றது.

வரலாற்றுப் பொருள்முதல்வாதத்தை மீள் கட்டமைத்தல் என்ற நூலில் மார்க்ஸுடனான தமது வேறுபாட்டின் அடிப்படைகள் குறித்த விவாதத்தை ஹெபர்மாஸ் வெளியிட்டார். மார்க்ஸின் மனித வளர்ச்சி பற்றிய மதிப்பீடு பொருளாதார முன்னேற்றமாக மட்டும் எடுத்துக் கொள்ளப்பட்டிருந்ததை அவர் விமர்சித்தார். அது தனிநபர் சுதந்திரத் திற்கான இடத்தைத் தரத் தவறிவிட்டது என்று கூறியதோடு இதை அடிப்படையாக வைத்து சமூகத்தை முழுமையாக விமர்சித்து ஆராயும் சிந்தனைப் போக்கை அவர் உருவாக்கினார்.

தோற்றப்பாட்டியல் (பினோமெனோலஜி) என்னும் நூலில் ஹெகல் முன்வைத்த எஜமான்-கூலித் தொழிலாளர்கள் என்ற வர்க்க முரண் பாடும், *கம்யூனிஸ்ட் கட்சி அறிக்கையில்* மார்க்ஸ் முன்வைத்த முதலாளி, தொழிலாளி முரண்பாடும் முடிவுக்கு வந்துவிட்டன. பொருளியல் சாராத, அரசாங்கம் சாராத சிவில் சமூக அமைப்புகள் வளர்ச்சி யடைந்துள்ளன; முதலாளித்துவ சமூகத்தின் தனித்துவ செயற்பாடு களுக்குரிய புதிய ஒழுங்கமைப்பு உருவாகி வளர்ச்சியடைந்து வருகின்றன. இம்மாற்றங்கள் தற்கால அரசியல் தத்துவங்களைப் பிரதி பலிப்பவை. இதன் வளர்ச்சியில் பிரான்சிஸ் ஃபுகுயாமா, ஹெபர்மாஸ் போன்றோரின் சிந்தனைகள் முக்கிய இடத்தைப் பெறுகின்றன.

தாராள ஜனநாயக சமூகம்

வரலாற்று இழை மேற்கத்திய முதலாளித்துவ நிறுவனங்கள் என்ற எல்லையை எட்டியுள்ளது. தனிமனிதரின் சிவில், மனித உரிமைகள் தற்கால தாராள ஜனநாயக அரசில் மனித ஆவல்களைத் திருப்தி செய்யும் அளவு அங்கீகரிக்கப்பட்டுள்ளன (David Maigregor, 1998:142). நவீன தாராள அரசின் சுதந்திரம், சமத்துவம் ஆகிய கோட்பாடுகள்

ஜோர்ஜன் ஹெபர்மாஸ் (1929)

ஹெபர்மாஸ் ஜெர்மனிய மெய்யியலாளர். சமூகக் கோட்பாட்டாளர். தற்காலத்தில் சமூக விஞ்ஞானங்கள் பற்றிய மெய்யியல் அடிப் படைகளை வகுத்தவர்களில் முக்கியமானவர். தொடர்பாடல் கோட்பாடுகள் சம்பந்தமாக வும் அவரது பங்களிப்புகள் முக்கியத்துவம் வாய்ந்தவை. இவர் கொன் ஸ்ட்டின்ஜன், ஜுரிச், பொன் ஆகிய இடங்களில் கல்வி கற்றார். 1954இல் ஷெல்லிங்கின் மெய்யியலில் முனைவர் பட்ட ஆய்வை மேற்கொண்டார். கல்வி மற்றும் பல்கலைக்கழக ஆய்வுத்துறைகளில் பல பெரிய பதவிகளை அவர் வகித்தார். குறிப்பாக ஃபிராங்ஃபர்ட் சமூக ஆய்வு நிறுவனத்தில் தியோடர் அடர்னோவின் ஆய்வு உதவியாளராகவும், சுமார் 10 வருடங்கள் (1981 வரை) ஹைடல்பெர்க், ஃபிராங்ஃபர்ட் ஆகியவற்றில் பேராசிரியர் பதவியையும் வகித்தார். மெக்ஸ், பிளெங்க் நிறுவனத்தின் இணைப் பணிப்பாளர் ஆகவும் பணியாற்றினார்.

ஹெபர்மாஸின் ஆய்வுகளும், சிந்தனைகளும் இக்காலப் பிரிவில் புகழ்பெற்று விளங்கிய அடர்னோ, மெக்ஸ் ஹோர்க் ஹெய்மர், ஹெய்மர் ஹெபர் மாக்கோஸ் ஆகியோருக்குச் சமமாகக் கருதப்படுகின்றன. 1981இல் வெளிவந்த *தொடர்பாடல் செயல் கோட்பாடு (த தியரி ஆஃப் கொம்யூனிகேஷன் ஆக்ஷன்)* என்னும் நூல் அவருடைய சமூகக் கோட்பாடு பற்றிய முக்கியமான நூல். இது மேக்ஸ் வெபரின் *பொருளாதாரமும் சமூகமும் (எகோனோமி அன்ட் சொசைடி)* என்னும் புகழ்பெற்ற நூலுடன் ஒப்பிடப்படுகிறது. அவருடைய மற்றொரு முக்கிய நூல் *பொதுமக்கள் கட்டமைப்பின் உருமாற்றம் (த ஸ்ட்ரக்சுரல் ட்ரான்ஸ்ஃபர்மேஷன் ஆஃப் த பப்ளிக்)*. அவர் எழுதிய முக்கிய கட்டுரைகள் 1963இல் *நடைமுறைக் கோட்பாடு (தியரி பிராக்டீஸ்)* என்னும் தலைப்பில் நூலாக வெளியிடப்பட்டுள்ளது. 1968இல் வெளிவந்த *மனித அறிவும் விருப்பார்வமும் (நோலெட்ஜ் அன்ட் ஹியூமன் இன்ட்ரெஸ்ட்)* என்னும் நூலில் புலனறிவாதத்திற்கு எதிரான விமர்சனப் பகுப்பாய்வை அவர் முன்வைத்தார். 1985இல் வெளிவந்த *நவீனத்துவம் பற்றிய மெய்யியல் கலந்துரையாடல் (த பிலோசொபிகல் டிஸ்கோர்ஸ் ஆஃப் மோடர்னிடி)* என்னும் நூலில் பின்நவீனத்துவ வாதங்களில் ஈடுபட்டார். மிகப் பெருமளவில் பின்நவீனத்துவச் சிந்தனைக்கான மூலக் கருத்துகள் நீட்ஷேயிடமும் ஹைடெகரிடமும் இருந்து பெற்றுக்கொள்ளப்பட்டன என்ற கருத்தையும் அதில் வெளியிட்டார்.

கண்டுபிடிக்கப்பட்டுப் பெரும் முன்னேற்றத்தை அடைந்துள்ள நாடுகள் பல. அந்த நாடுகளில் செயல்படுத்தப்படும் சமூக, அரசியல் ஒழுங்கமைப்புகளின் தாராளவாதத்தைவிட வேறு உயர்ந்த கோட் பாடுகள் இல்லை (Francis Fukuyama, 1992, in 1998 : 142).

கம்யூனிஸத்தின் வீழ்ச்சி பற்றி ஹெபர்மாஸ் கூறும்போது கார்ல் மார்க்ஸின் சமூகக் கோட்பாடுகள் திருப்புமையக் கோட்பாடுகளாக இருந்தனவே தவிர ஆக்கபூர்வமான காட்டுருக்களாய் அவை இருக்க வில்லை என்றார். இப்பின்னணியிலேயே ஹெபர்மாஸும் ஏனையோரும் சிவில் சமூகம் பற்றிப் புதிய விளக்கங்களை வழங்கினர். இவை, சில விடயங்களைப் பொறுத்தவரை மார்க்ஸ், ஹெகல்களிலிருந்து முற்றிலும் வேறுபட்டிருந்தன. ஹெபர்மாஸ் தாராள ஜனநாயக சமூக இயக்கம் பற்றி ஆழமான கருத்துகளை முன்வைத்தார். சிவில் சமூகம் விடுதலை யின் மையமாகவும் பொதுச் செயற்பாடுள்ள இடமாகவும் இருக்க வேண்டும். சிவில் சமூகம் தொடர்ந்து தனியார் பொருளாதாரச் சடங்குகளுக்கும் சந்தைக் கெடுபிடிகளுக்கும் உள்ளாகாதவாறும் இருக்க வேண்டும் என்றார்.

ஜோர்ஜன் ஹெபர்மாஸ் ஃபிராங்ஃபர்ட் பள்ளியின் இறுதி அறிஞர் களில் ஒருவர். 1920களின் மத்தியில் ஃபிராங்ஃபர்ட் பள்ளி சமூக ஆய்வுக் கான நிறுவனம் என்ற பெயரில் ஆரம்பமானது. இவர் இதன் மூத்த உறுப்பினர் பரம்பரையைச் சேர்ந்தவரல்லர். முன்னர் ஃபிராங்ஃபர்ட் பள்ளியின் திசைமுகப்படுத்தும் திட்டங்களும் ஏனைய அறிவு நடவடிக்கை களும் மார்க்ஸியவாதிகளாலும் அரை மார்க்ஸியவாதிகளாலும் மேற்கொள்ளப்பட்டன. ஜெர்மனியப் புலமைக் கோட்பாடுகளையும் மெய்யியலையும் விமர்சனத்துக்குள்ளாக்குவது இப்பள்ளியின் முதன்மை யான நோக்கமாக இருந்தது. மெக்ஸ் ஹோர்க் ஹெய்மர், பிரட்ரிக் பொலக், கார்ல் குரான்பெர்க், ஹெர்பர்ட் மார்க்கியூஸ், மெய்யியலாளர் தியோடர் அடர்னோ, உளவியலாளர் எரிக் ஃபிறொம் போன்றோர் இதன் முன்னணி உறுப்பினர்களாக விளங்கினர்.

கலாச்சார நெருக்கடி

ஆரம்பகால உறுப்பினர்கள் உலகு பற்றிய தனித்துவமான தங்களின் கண்ணோட்டத்தை வெளியிட்டனர். தாராளவாத முதலாளித்துவ சமூகத்தை இவர்கள் விமர்சித்ததோடு ஸ்டாலினிய சர்வாதிகார அரசமைப்பை ஆதரிக்கவும் மறுத்தனர். மேற்கத்தியக் கலாச்சாரத்தின் சிறந்த பண்புகளை இவர்கள் வரவேற்றனர். பின்னர் இப்பள்ளி பலவீன மடைந்தது. ஆயினும், இப்பள்ளியின் உறுப்பினர்கள் மூத்த அறிஞர்களின் விமர்சன மனப்பாங்கைப் பாதுகாக்க முற்பட்டனர்.

மார்க்ஸியத்தின் சர்வாதிகார கருத்துக்கு எதிரான பண்புகளையும் விமர்சன சிந்தனைப் போக்குகளையும் மெய்யியல் வடிவத்தில் அவர்கள் கருத்து நிலைப்படுத்தினர். ஹெபர்மாஸின் சிந்தனைகள் இந்த மெய்யியல் வடிவத்தின் பின்னணியில் இருந்துதான் வளர்ச்சி பெற்றன. ஃபிராங்ஃபர்ட் பள்ளியின் அரசியல் ரீதியான முயற்சிகள் பலவீனமடைந்தபோது அரசியல் ரீதியாக இழந்தவற்றை மெய்யியல் ரீதியில் உயிர்ப்புடன் பாதுகாக்க அதன் உறுப்பினர்கள் முன்வந்தனர்.

1920களில் *வரலாறும் வர்க்க உணர்வும் (ஹிஸ்டரி அண்ட் கிளாஸ் கான்சியஸ்னஸ்)* என்ற லூக்காஸின் நூலைப் படித்ததில் இருந்து அவரது கவனம் ஜெர்மனிய மூலச் சிந்தனையாளர்களை நோக்கித் திரும்பியது. காண்ட், ஹெகல், பிஹ்டே, ஷெல்லிங், மார்க்ஸ் ஆகியோரைக் கற்பதில் அவர் ஈடுபட்டார். லூக்காஸ் ஊடாக மார்க்ஸைக் கற்றதிலிருந்து விமர்சனக் கோட்பாட்டை உருவாக்குவதற்கான வழிமுறையைத் தேடும் உத்வேகத்தை அவர் பெற்றார். ஜெர்மனிய கலாச்சார வெடிப்பு அவருள் பெரும் சஞ்சலத்தையும் தாக்கத்தையும் ஏற்படுத்தியது. அமெரிக்க பயன்நலவாதிகளான பெய்ரிஸ் ஹெர்பர்ட் மீட், ஜோன் டூயி ஆகியோரின் சிந்தனைகளைக் கற்பதில் ஆர்வம் காட்டினார். பயன்நலவாதச் சிந்தனைகள் ஜனநாயகத்தின் தீவிர பங்காற்றல் பற்றிய கருத்திற்கு அவருடைய கவனத்தை இட்டுச் சென்றன. விட்கன்ஸ்டைன், ஜே.எல்.ஆஸ்டின் ஊடாகப் பகுப்பாய்வு மெய்யியலைக் கற்றார். இவற்றோடு சமூகவியல், சமூக விஞ்ஞானக் கோட்பாடுகளைக் கற்றார். ஆயினும் அவரது விமர்சன சிந்தனை மனப்பாங்கு மார்க்ஸ், வெபர், மீட், டெர்க்ஹைம் ஆகியோரையே அதிகம் சூழ்ந்திருந்தது.

ஹோர்க் ஹெய்மர், அடர்னோ ஆகிய இருவரும் எழுதிய *அறிவுறுத்தலுக்கான இயக்கவியல் (டயலக்டிக் ஆஃப் என்லைட்மென்ட்)* என்னும் நூல் தமக்குள் குறிப்பிடத்தக்க தாக்கத்தைச் செலுத்தியதாக ஹெபர்மாஸ் கூறுகிறார். இந்நூல் மார்க்ஸை வரலாற்று ரீதியில் அன்றி ஒரு முறைமை ஒழுங்கில் படிக்கும் துணிவைத் தமக்குத் தந்ததாக அவர் கூறியுள்ளார். பல்வேறு கற்கைகள், சிந்தனைப் பள்ளிகள், மரபுகளை அவர் கற்ற போதும், அவரது எழுத்துகளில், அனைத்தையும் முறைப்படுத்தக்கூடிய ஒரு பொது உட்கரு இருந்தது. அது அவருடைய சிந்தனையில் காணப்பட்ட ஒருமைப்பாடான தொலை நோக்காகவும் அமைந்திருந்தது (Ridhard J Bernstein, 1985:05).

ஃபிராங்ஃபர்ட் பள்ளியின் முந்தைய விமர்சனப் பகுப்பாய்வுக் கோட்பாட்டில் மார்க்ஸியப் புலமை முதன்மை இடத்தைப் பெற்றிருந்தது. மெய்யியல், புலனறிவாதம், விமர்சனம் ஆகியவற்றிலும் மார்க்ஸிய தேடல்களும் அணுகுமுறைகளுமே அதிக அளவில் பிரயோகிக்கப்

பட்டன. 19ஆம் நூற்றாண்டு முதலாளித்துவத்தைத் தமது *அரசியல் பொருளாதார விமர்சனத்துக்கு ஒரு கருத்துரை, மூலதனம்* ஆகிய நூல் களின் மூலமும் மார்க்ஸ் நுண்ணாய்வுக்கு உட்படுத்தினார். சமூக விமர்சன நுண்ணாய்வுக்கான தளங்கள் மார்க்ஸினால் விரிவுபடுத்தப் பட்டிருந்தன. இதனை ஃபிராங்ஃபர்ட் பள்ளி பயன்படுத்தியது. எனினும், பாசிசம் மேலோங்கியமை, 20ஆம் நூற்றாண்டில் முதலாளித் துவத்தின் மீதான எதிர்ப்பு, ரஷ்யாவில் நிகழ்ந்த சர்வாதிகாரப் போக்கி லான மார்க்ஸிய ஆட்சியின் முறிவு ஆகியவற்றினால் ஃபிராங்ஃபர்ட் பள்ளியின் நடவடிக்கைகள் பாதிப்படைந்தன. மார்க்ஸியம் பற்றிய புதிய பார்வை அவசியம் என்ற கருத்துகள் வலிமைபெற்றன.

மேற்கத்திய கலாச்சாரத்தில் சிறந்தவற்றைக் கவனத்தில் கொள்ளும் மனோபாவம் ஃபிராங்ஃபர்ட் பள்ளிச்சிந்தனையாளர்களிடம் இருந்தது. அப்போது நிலவிய அரசியல் வெற்றிடத்தை அவர்கள் நிரப்ப முயன்றனர். அத்தோடு தமது முன்னோடிகளின் விமர்சனச் சிந்தனை யைப் பாதுகாக்க முயன்றனர். மார்க்ஸியத்தின் சர்வாதிகாரக் கருத்து களுக்கு மாற்றாகத் தமது விமர்சன பகுப்பாய்வுக் கருத்துகளையும் அவர்கள் வெளியிட்டனர்.

19ஆம் நூற்றாண்டு முதலாளித்துவச் சமூகங்களை ஆராய்வதற்குப் பயன்படுத்தப்பட்ட மார்க்ஸியப் பகுப்பாய்வு 20ஆம் நூற்றாண்டு கைத்தொழில் சமூகத்தை ஆராய்வதற்குப் போதுமானதா? என்ற கேள்வி எழுந்தது. ஹெகல் முன்வைத்த சிவில் சமூகக் கோட்பாட்டில் வர்த்தக ஒத்துழைப்பு, நகர ஆட்சி முறை, தொழிற்சங்கங்கள், தேவாலயங்கள், பல்கலைக்கழகங்கள், தாமாகச் சேவையாற்றும் அமைப்புகள் என்பன இடம்பெற்றிருந்தன. ஹெபர்மாஸின் சிவில் சமூகக் கருத்து பொருளா தார, அரசாங்க நிறுவனங்களை நிராகரிக்கிறது. அவருடைய சிவில் சமூகத்தில் பொருளியல் சார்பற்ற, அரசாங்கச் சார்பற்ற தாமாகச் சேவையாற்றும் அமைப்புகள்தான் நிறுவன மையங்களாகச் செயல் படலாம். இவை பெருமளவில் தாமாகவே தோன்றிய நிறுவனங் களாகும். கிறீன்பீஸ் சமாதான அமைப்பு, சர்வதேச மன்னிப்புச்சபை போன்ற அமைப்புகளை இதற்கு உதாரணமாகக் கூறுகிறார். ஹெகல் தமது சிவில் சமூகக் கருத்தில் முன்வைத்த எந்த நிறுவனமும் ஹெபர்மாஸின் தேர்வில் இடம்பெறவில்லை. இவ்வகையான புதிய சிவில் சமூக அமைப்புகள் வளர்ச்சி பெற்ற முதலாளித்துவச் சமூகங் களில்தான் சாத்தியம் என்பது ஹெபர்மாஸின் கருத்தாகும்.

ஹெபர்மாஸ் மார்க்ஸியத்தையும் மேற்கத்திய தாராள ஜனநாயகத் தையும் விமர்சித்தார். அன்று காணப்பட்ட மார்க்ஸிய அரசுகளில் அவருக்கு அதிக நம்பிக்கை இருக்கவில்லை. மேற்கத்திய அரசியல்

விவகாரங்கள் தொடர்பாகவும் அவரிடம் விமர்சனங்கள் இருந்தன. இவை பற்றித் திறந்த விவாதங்கள் அவசியம் என்றார். பொருளாதாரப் பிரச்சினைகளை அவர் நேரடியாக எடுத்துக்கொள்ள வில்லை. எனினும், திட்டமிடப்பட்ட பொருளாதாரத்திற்கு ஆதர வளித்த போதும் தனியார் துறைக்கும் அதில் பங்கிருக்க வேண்டும் என்ற கொள்கையையே அவர் வலியுறுத்தினார்.

ஹெபர்மாஸ் அரசியலில் பொது விளம்பரம் அல்லது பிரசித்தப் படுத்தல் அவசியம் என்றார். நாம் சரியாகச் செயல்பட்டுள்ளோமா என்பதைத் தீர்மானிப்பதற்கு மற்றவர்கள் அதனை அறிந்திருக்க வேண்டும். அரசியல்வாதிகள் அவர்களது நோக்கங்களையும் கடந்த கால நடவடிக்கைகளையும் மக்களுக்கு வெளிப்படுத்த வேண்டும். திறந்த, வெளிப்படையான விவாதங்களின் ஊடாக அவர்கள் இதனைச் செய்யவேண்டும் என்றார். மெய்யியலாளர்கள் அரசியலில் நேராக ஈடுபட வேண்டியதில்லை. ஆனால், அரசியல் விசாரணைகள் மூலம் தெளிவை ஏற்படுத்தலாம். அரசியல்வாதிகளுக்கு மெய்யியலாளர்கள் நேரடியாக ஆலோசனைகள் வழங்க வேண்டியதில்லை. ஆனால், பொது உரையாடல்களில் அவர்கள் பங்குகொள்ள வேண்டும். உண்மையில் ஹெபர்மாஸ் தாமாக இத்தகைய விவாதிக்கும் அரசியல் விசாரணைகளில் அடிக்கடி ஈடுபட்டு வந்தார்.

சமூக விடுதலையைச் சரியான முறையில் நிலைநாட்டுவதில் மார்க்ஸ் தோல்வி கண்டுள்ளதாக ஹெபர்மாஸ் கருதுகிறார். அதாவது மார்க்ஸிய பொதுவுடைமைவாதம் முழுமையான சுதந்திரப் பாதையை வகுத்தளிப் பதில் தோல்வி கண்டுள்ளது. கடந்த கால மெய்யியலாளர்கள் பல விடயங்களை விசாரணைக்குட்படுத்தியுள்ளனர். ஆயினும் அறிவு, ஒழுக்கம், அரசியல் போன்றவை மெய்யியல் விசாரணையினால் மட்டு மல்ல மனித செயல்களின் நடைமுறையிலிருந்தும் அணுகப்பட வேண்டும் என்றார்.

மார்க்ஸ் சுதந்திரத்திற்கான வாயில்களைத் திறந்து வைத்த போதும் மீண்டும் அது மூடப்படுவதற்காகத் திறக்கப்பட்டது போல் ஆகியது. அறிவுரீதியான சுதந்திரத்தை இறுகிய தன்னாதிக்க அரசியலிலிருந்து பெற்றுத் தர மார்க்ஸ் முற்பட்டார். ஆனால் விஞ்ஞான ரீதியான பொதுவுடைமை வாதத்தினால் சுதந்திரம் பலவீனப்படுத்தப்பட்டதாக ஹெபர்மாஸ் கருதினார். மனித விஞ்ஞானம் என்ற கருத்து சாத்திய மானதல்ல என்று அவர் கருதுகிறார். மார்க்ஸ் அவரது அரசியல் பொருளாதார ஆய்வு மூலம் முதலாளித்துவத்தை முழுமையான விஞ்ஞானமாக்கிவிடுகிறார். ஆனால், மனித சமுதாயத்தின் பின்னணி என்ற வரையறையிலிருந்துதான் இது பார்க்கப்பட வேண்டும்.

ஏனெனில், அந்த எல்லைக்குள்தான் மனித அறிவும் ஒழுக்கமும் இடம்பெறும் தளங்கள் காணப்படுகின்றன என்பது ஹெபர்மாஸின் வாதமாகும்.

மார்க்ஸியம், குறிப்பாக விஞ்ஞானப் பொதுவுடைமைவாதம் வளர்ச்சியடைந்த முதலாளித்துவ தொழில்நுட்ப சமுதாயத்திற்கு ஏற்றதென்பதை ஹெபர்மாஸ் ஏற்றுக்கொள்ளவில்லை. ஒழுக்கம், தனிமனிதரின் தேவைகள், தனிமனிதரின் தீர்மானங்கள் என்பன வற்றிற்கு மதிப்பளிக்கும் உற்பத்தி மற்றும் பொருள் பங்கீடுகளைக் கையாளும் தாராள ஜனநாயகத்திற்கு இசைவான கோட்பாடுகளே வளர்ச்சி பெற்ற முதலாளித்துவச் சமுதாயத்திற்கு ஏற்றவை என்பது அவரது கருத்தாகும்.

பகுத்தறிவுவாதத்தின் இறுதி வாரிசுகளில் ஹெபர்மாஸும் ஒருவர். யுத்தத்திற்குப் பிந்தைய ஜெர்மனியில் இளம்வயதிலேயே ஹெபர்மாஸ் சமூகக் கோட்பாட்டாளராக அங்கீகரிக்கப்பட்டார். ஜெர்மனியின் நாஜி ஆதிக்கம் ஹெபர்மாஸ் மனதில் பெரும் சஞ்சலத்தை ஏற்படுத்தியது. பகுத்தறிவு விமர்சனத்தையும் சுதந்திரத்தை ஒரு தன்னுணர்வாகக் காண்பதையும் கற்றுத் தந்த காண்ட் முதல் மார்க்ஸ் வரையிலான சிந்தனையாளர்களுக்கும், பெரும் கலாச்சாரத்திற்கும் உரிமை கொண்டாடும் ஜெர்மனி எவ்வாறு நாஜி ஏகாதிபத்தியத்திற்குள் வீழ்ந்தது என்ற கேள்விக்கும் ஹெபர்மாஸ் விடைகாண விரும்பினார். பகுத்தறிவுவாதம், சுதந்திரம், நீதி என்பன ஆய்வு செய்யப்படுவதற்கான கோட்பாடுகள் மட்டுமல்ல; சமூகத்தில் அவற்றிற்கான நடைமுறை இலக்குகள் உள்ளன. பகுத்தறிவுவாத விமர்சனத்தின் மூலம்தான் பகுத்தறிவுவாதத்தைப் பாதுகாக்க முடியும். இது ஹெபர்மாஸின் விமர்சனப் பகுப்பாய்வுக் கோட்பாட்டின் மைய இலட்சியமாகும். அது முக்கியமானது, அது எய்தப்பட வேண்டும்.

மூன்று அணுகுமுறைகள்

சமூகவாழ்வை ஆராய்வதற்கு மூன்று வழிகள் இருப்பதாக ஹெபர்மாஸ் கூறுகிறார்:

1. *இயற்கை விஞ்ஞானம்*
2. *மானிடவியல் தொடர்பானவை*
3. *விமர்சனப் பகுப்பாய்வு.*

இதில் முதலாவதாக இயற்கை விஞ்ஞானத்தை அனுபவவாதப் பகுப் பாய்வு விஞ்ஞானங்கள் என்று கூறுகிறார். தொழில்நுட்ப அம்சங்கள் நுட்பமாக இதில் முன்வைக்கப்படுகின்றன. இயற்கை நிகழ்வுகளை

முன்னறிவிப்பதும் கட்டுப்படுத்துவதும் இதன் பணி. பல சமூக விஞ்ஞானங்கள் ஆர்வத்துடன் இவ்வணுகுமுறையைப் பின்பற்ற முயல்கின்றன. இந்த அணுகுமுறையின் பிரதான பண்புகள் அவை நடுநிலையானவையாகவும் புறவயத்தன்மை உள்ளவையாகவும் பொது விதிகளைக் கண்டுபிடிப்பதாகவும் இருக்கக்கூடிய ஆற்றலுடையவை. இந்த நோக்கிற்கு அமைய சமூக விஞ்ஞானங்கள் சமூக யதார்த்தத்தின் நிகழ்வுகளைக் கட்டுப்படுத்தக்கூடியனவாகவும் முன்னறிவிக்கக்கூடிய தாகவும் விதிகளைக் கண்டறியக்கூடிய நிலையிலும் இருக்கிறது என்பர். இதைத் தாராள விஞ்ஞானம் என்று அழைக்கலாம் என்பர்.

இரண்டாவது அணுகுமுறை மானிடவியல் தொடர்பானவை. வரலாற்றுப் பொருள்கோளியல் விஞ்ஞானங்கள், வரலாறு, மொழி, கலைப்படைப்பு, இலக்கியம் என்பனவற்றை அறிதல் விவரித்தல் என்பன; இவற்றின் மூலம் சமூக வாழ்வுக்கும் பொதுக் கலாச்சாரத் திற்கும் தேவையான உணர்வுகள் இவற்றின்மூலம் பகிர்ந்துகொள்ளப் படுகின்றன.

மூன்றாவது அணுகுமுறை விமர்சனப் பகுப்பாய்வு விஞ்ஞானங்கள். இது மார்க்ஸ், ஃப்ராய்ட் ஆகியோரினால் முன்வைக்கப்பட்டது. முன்னறிவித்தல் விவரிப்பு என்பனவற்றில் இவை அக்கறை காட்ட வில்லை. ஹெபர்மாஸின் கருத்தில் விமர்சன ஆய்வு இவற்றில் முக்கியப் பங்காற்றுகிறது. ஒடுக்கப்பட்ட மக்களைச் சுரண்டலில் இருந்து விடுதலை செய்யும் நோக்கை மார்க்ஸ் தமது விமர்சன நுண்ணாய்வுக் கோட்பாட்டில் முன்வைத்திருந்தார்.

இம்மூன்று அணுகுமுறைகளும் மூன்று வேறுபட்ட அணுகு முறைகள் என்று ஹெபர்மாஸ் கருதுகிறார். அவரது கருத்தில் இம்மூன்றும் விஞ்ஞானம் ஆகும். விமர்சன விஞ்ஞானங்களில் இருந்து விமர்சன பகுப்பாய்வுக் கோட்பாடு பெறப்படுகிறது. இதற்கென்ற அறிவுநிலை, முறை என்பன உள்ளன. இந்த மூன்று அணுகுமுறைகளுமே அறிவு என்ற எல்லைக்குள் செயல்புரிபவை. தாராள விஞ்ஞானப் பிரிவைச் சேர்ந்த பல விஞ்ஞானிகள் அனுபவப் பகுப்பாய்வு அணுகுமுறைக்கு உரியவை மட்டும்தான் 'விஞ்ஞானம்' அல்லது 'அறிவு' ஆகும் என்று கூறிவருவதை ஹெபர்மாஸ் ஏற்றுக்கொள்ளவில்லை. ஆனால், அனுபவப் பகுப்பாய்வு விஞ்ஞானத்தைவிட சமூக விமர்சனப் பகுப்பாய்வு வேறுபட்டது என்றார்.

விமர்சனப் பகுப்பாய்வு

நோக்கு, கட்டமைப்பு, நியாயப்படுத்தல் என்பனவற்றில் இவ்வேறுபாடு

உள்ளது. உலகை இருப்பதுபோல் விளக்குவதுதான் அனுபவ விஞ்ஞானம். நோக்கம், முன்னறிவித்தல், கட்டுப்படுத்துதல் என்பன வற்றின் மூலம் அது இதனைச் செய்கிறது. புறவயப்படுத்தப்பட்ட செயற்பாடுகளில் தொழில்நுட்ப ரீதியான கட்டுப்பாட்டை அது நிகழ்த்துகிறது. ஆனால், விமர்சன நுண்ணாய்வு உலகில், சமூக வாழ்வில் நிகழ்ந்துள்ள தவறுகளை அடையாளம் கண்டு கூறுகிறது. அவற்றைத் திருத்தி மேம்பாடடையச் செய்வது அதன் மற்றொரு நோக்கமாகும்.

இரக்கத்திற்கு இடமற்ற வகையில் நடைமுறையில் இருந்து வருவன வற்றை விமர்சனம் செய்வது மார்க்ஸியக் கோட்பாட்டின் உண்மையான பண்பாக இருந்தது. அனுபவவாதப் பகுப்பாய்வுக்குரிய பொருளாதாரம், சமூகவியல், அரசியல், விஞ்ஞானம் போன்ற அறிவுகளால் விஞ்ஞான விமர்சனக் கோட்பாடு திருப்தி அடையாமல் அவற்றின் இலக்கை இது கடந்து செல்கிறது என்று ஹெபர்மாஸ் சுட்டிக் காட்டுகிறார். அனுபவவாதப் பகுப்பாய்வு விஞ்ஞான வகைகள் சமூக, பொருளாதார, அரசியல் உண்மைகளைக் கூறுகின்றன. ஆனால், இந்த உண்மைகள் வெறும் உண்மைகள் மட்டும் அல்ல. சமூகத்தின் சில பிரிவினரை இவை எவ்வாறு அடக்கியாள்கின்றன, ஒடுக்கப்பட்ட மக்கள் பிரிவினரின் எதிர்கால வளத்தை திருத்தி அமைப்பது, கட்டியெழுப்புவது எவ்வாறு என்ற விடயங்களை விமர்சனப் பகுப்பாய்வு கருத்தில் கொண்டு செயல்படுகிறது.

தனிமனிதன் நோய்க்கு ஆளாவது போல் சமூகமும் நோய்க்காளா கிறது. நோய் தீர்க்கும் இலட்சியம் தனிமனிதன் சார்பிலும் சமூகத்தின் சார்பிலும் முன்வைக்கப்படுவது அவசியமாகும். ஃப்ராய்ட் முன்வைக்கும் உளப் பகுப்பாய்வுக் கோட்பாடு உளநோய் நிலையை அல்லது அறிகுறியை விளக்குவதோ அவற்றைக் கண்டறிவதோ அல்ல. அந்த நோயைத் தீர்ப்பதுதான் அதன் இலட்சியமாகும். இதன் உண்மையான அர்த்தம் இது பயன்பாட்டு ரீதியானது என்பதாகும். அதாவது உளப் பகுப்பாய்வுக் கோட்பாட்டின் நோக்கம் நோயைப் போக்குவது. அதாவது ஃப்ராய்டின் கோட்பாடு விமர்சனப் பகுப்பாய்வுக் கோட்பாடு ஆகும். எவ்வாறாயினும் ஃப்ராய்டின் இக்கோட்பாடு சமூக ரீதியானது அல்ல. அது தனிமனிதர் உளநோய் நிவாரணம் பற்றியது.

ஆனாலும் மார்க்ஸின் கோட்பாட்டிற்கும் ஃப்ராய்டின் கோட் பாட்டிற்கும் இடையில் தர்க்கரீதியான ஒரு பொது உண்மை காணப் படுவதாக ஹெபர்மாஸ் கூறுகிறார். மார்க்ஸ் முன்வைக்கும் சமூகக் கோட்பாடு உழைக்கும் பாட்டாளி வர்க்கத்தினரின் சமூக, அரசியல் நோய்களுக்குத் தீர்வு காண முற்படுகிறது. நோயின் அறிகுறிகளைக் கண்டுபிடிப்பதும், நோயை வெறுமனே விவரிப்பதும் மார்க்ஸின்

நோக்கமாக இருக்கவில்லை. ஃப்ராய்ட் செய்ததைப் போல நோயைத் தீர்ப்பது, திருத்துவது, மேம்பாட்டிற்கு இட்டுச்செல்வது என இருவரிலும் பொது உண்மைகளாகச் செயல்பட்டன. இங்குக் கோட்பாடு மாற்றத்தை ஏற்படுத்துகிறது என்பது அல்ல; அந்த மாற்றம் திருத்தத்தையும் முன்னேற்றத்தையும் சாதனையாக்குவது முக்கியமாகும். விமர்சனப் பகுப்பாய்வுவாதிகள் கோட்பாட்டோடு மட்டும் திருப்தி காணவில்லை. அவர்கள் கோட்பாட்டை நடைமுறையோடு ஒன்றிணைத்தார்கள்.

மார்க்ஸ் விஞ்ஞான அவதானம், மாற்று நிவாரண முறைகள் பற்றி ஆராய்ந்த போது ஹெபர்மாஸ் பங்காற்றுதலிலும் தூண்டுதலிலும் ஆர்வம் காட்டினர். அவதானிக்கக்கூடிய வகுப்பாகப் பாட்டாளி வர்க்கத்தை மார்க்ஸ் அடையாளம் காட்டினார். பாட்டாளி வர்க்கத் தினர்தான் புதிய உணர்வைக் கட்டியெழுப்புவர் என்று மார்க்ஸ் நம்பினார். மார்க்ஸ் ஒரு சமுதாய வர்க்கத்தைப் பற்றி அதிக கவனம் செலுத்தினார். ஹெபர்மாஸ் நிலையான சமுதாயக்குழு அல்லது வர்க்கத்தைப் பிரதிபலிக்கவில்லை. ஹெபர்மாஸின் கோட்பாடு மெய்யியல் இயல்பைப் பெற்றிருந்தது. அவர் முழு மனித குலத்தையும் உள்ளடக்கக்கூடிய ஒரு கருத்தை விருத்தி செய்தார். மேலும், மார்க்ஸ் மனிதனின் உற்பத்தி சார்ந்த இயல்பைப் பகுப்பாய்வுப் பொருளாக எடுத்துக்கொண்டார். அங்குப் பொருளாதார அடித்தளம் சிறப்பிடத்தைப் பெற்றது. ஹெபர்மாஸ் சமூக பொருளாதார பகுப்பாய்வு என்பதைவிட சமூக அரசியலில் அதிக கவனம் செலுத்தினார்.

ஹெபர்மாஸ் அரசியல் பிரச்சினை மையங்களின் மெய்யியல் அம்சங்களைத் தமது அணுகுமுறையின் முதன்மையான விடயப் பொருளாக்கினார். சுமார் 30 வருடங்கள் மெய்யியல் மற்றும் அரசியல் பற்றிய திறந்த விவாதத்தில் அவர் தொடர்ச்சியாக ஈடுபட்டிருந்தார். மனித சமுதாய மேம்பாட்டிற்குரிய வழியாக இதனை அவர் நம்பினார்.

மெய்யியலிலும் சமூகக் கோட்பாடுகளிலும் எழும் பல்வேறு பிரச்சினை மையங்களே அவரது சிறப்புக் கவனத்தைப் பெற்றிருந்தன. மெய்யியல் பற்றிக் கூறும்போது மெய்யியலின் முதன்மை இலக்கும் அடிப்படையும் பகுத்தறிவாகும் என்றார். பகுத்தறிவு அடிப்படையி லிருந்து மெய்யியல் ஒன்றிணைக்கப்பட்ட ஓர் உலகப் பார்வையைக் கட்டியெழுப்பியது. பகுத்தறிவு, மெய்யியலின் அடிப்படைக் கருப் பொருளாக இருந்தது. ஆயினும், உலகப் பார்வை என்பதை உருவாக்கும் மெய்யியலின் முந்தைய போக்கு இன்று மாறியுள்ளது என்றார். காண்ட், ஹெகல் போன்றவர்கள் உருவாக்கிய பெரும் சிந்தனைவாத அல்லது மீமெய்யியல் இனி உருவாகாது என்ற தொனி இதில் இருந்தது.

ஆரம்பத்தில் மெய்யியலில் காணப்பட்ட உலக நோக்கு இன்று சாத்தியமா என்ற கேள்வி எழுந்துள்ளது. உலகம், இயற்கை, வரலாறு, சமூகம் ஆகியவற்றையும், அவை தொடர்பான முழு அறிவையும் முழுமையாக ஒருங்கிணைத்துச் செயற்படும் நிலை இன்று மெய்யியலுக்கு இல்லை. அனுபவ விஞ்ஞான வளர்ச்சியின் தாக்கம் இதற்கு ஒரு காரணமாக இருந்துள்ளது. எனினும் இன்று மெய்யியலில் புதியதொரு தொடர்பு கட்டியெழுப்பப்பட்டுள்ளது. அது சமூக விஞ்ஞானங்கள், இயற்கை விஞ்ஞானங்கள் ஆகிய இரண்டிற்கும் மெய்யியலுக்கும் இடையிலான தொடர்பு. அதுவே இன்றைய மெய்யியலின் புதிய போக்காக மலர்ச்சி பெற்றுள்ளது.

கலைச்சொற்கள்
(தமிழ்-ஆங்கிலம்)

அணுநேர்வு	-	Atomic fact
அளவீட்டு முறை	-	Quantitative method
அளவையியல்/தர்க்கவியல்	-	Logic
அளவையியல் பகுப்பாய்வு	-	Logical Analysis
அளவையியல் அணுவாதம் (தர்க்க அணுவாதம்)	-	Logical Atomism
அளவையியல் புனைவுகள்	-	Logical Fictions
அறிதற் பொருள்	-	Cognitive meaning
அறிதல் ஆற்றல்	-	Cognition
அறிவாராய்ச்சியியல்	-	Theory of Knowledge
அறிவுவாத விஞ்ஞானம்	-	Rational science
அனுபவக் கூற்றுகள்	-	Empirical statement
ஆத்திகம்	-	Orthodox
ஆவி உலகக் கோட்பாடு	-	Animism
ஆள்நிலைப் பண்பு, மனிதப் பண்பு	-	Personification
இடைமாறும் கட்டம்	-	Transition
இயக்கவியல்	-	Dialectic
இயக்கவியல் படிமுறைப்போக்கு	-	Dialectial Process
இயக்கவியல் பொருள்முதல்வாதம்	-	Dialectial Materalism
இயந்திரிகப் பொருள்முதல்வாதம்	-	Mechanical Materialism
இயக்கவியல் முறை	-	Dialectical method
இயற்கை இறையியல்	-	Natural Theology
இயற்கைக் கடவுள்கள்	-	Nature Gods
இயற்கைசார் பொருள்முதல்வாதம்	-	Natural Materialism
இயற்கையின் பொருள்முதல்வாதம்	-	Materialism of Nature

இயற்கையான மலர்ச்சி, இயற்கையான வெளிப்படுத்தல்	- Emanation
இருமைவாதம்	- Dualism
இல்பொருள் காட்சி	- Illusion
இறைநம்பிக்கை	- Faith
இறைவாக்கு	- Revelation
உட்கருத்து வளம்	- Significant
உட்புற மெய்யியல்	- Philosophy of Interiorty
உடற்கூற்றியல்	- Anatomy
உடன்பிறந்த (எண்ணங்கள்) வாதம்	- Innatism
உண்மை	- Truth
உண்மை அர்த்தம்	- Factual meaning
உணர்வு, நனவுநிலை	- Consciousness
உய்த்தறி முறை	- Deductive method
உருக்கள்	- Figures
உரு மாற்றீடு	- Transformation
உருவகத் தொடர் வியாக்கியானம்	- Allegorical Interpretations
உரை	- Thesis
உள் தொடர்புகள்	- Internal relations
உளச்சார்புகள்	- Inclinations
உளப்பதிவுகள்	- Imperssions
உளவியல்வாதம்	- Psychologism
உறுதி உரைகள்	- Assertions
உறுப்பமைதி வாய்ந்த புத்திஜீவிகள்	- Organic Intelectuals
எடுப்பமைப்பு	- Structure of proposition
எடுப்பு (கூற்று, வாக்கியம்)	- Proposition
எதிர் உரை	- Antithesis
எளிய குறி	- Simple sign
எழு வினாக்கள், பிரச்சினை மையங்கள்	- Issues
ஏகத்துவவாதம், ஓரிறைக் கோட்பாடு	- Monotheism
ஒப்பானதன்மை	- Family resemblance
ஒருமைவாதம்	- Monism
ஒருமைவாத அளவையியல்	- Monistic logic
ஒளியியல்	- Optics
கடந்த நிலைப்பொருள்	- Transcendent Being
கடத்தப்படல்	- Transmitted
கதாரிகள், (முஸ்லிம்) நிர்ணயவாதிகள்	- Quadaritas

கருத்து	- Idea
கருத்துலகம்	- World of Ideas
கருத்துவாதம், கருத்துமுதல்வாதம்	- Idealism
கருவி உவமானம்	- Tool smili
கருவிப்பெட்டி	- Tool Box
காட்டுரு	- model
குலக்குறியீடு	- Totemism
குற்றப் பழி	- Guilt
குறியீட்டுக் குறிமானங்கள்	- Symbolic notations
குறியீடுகள்	- Symbols
கூறியது கூறல்	- Tautology
கொத்தணி	- Cluster
சடங்கு	- Ritual
சடம் (சடப்பொருள்), பருப்பொருள்	- Matter
சர்வதேச மன்னிப்புச் சபை	- Amnesty International
சமூக ஒழுங்கமைப்பு	- Social System
சமூக யதார்த்தம்	- Social Reality
சார்புப் கோட்பாடு	- Relativistic Theory
சாரம்	- Essence
சாரவாதம், சாராம்சவாதம்	- Essentialism
சிந்தனைவாத அறிவுமுறை	- Speculative System
(சிந்தனை) மெய்யறிவு, பகுத்தறிவு	- Reason
சிவில் சமூகம், குடிமைச் சமூகம்	- Civil soceity
செந்நெறி (செவ்வியல்)	- Classic
செந்நெறி மெய்யியலாளர்	- Classical Philosophers
செயல் இயக்கமுறை	- Operationalism
செயற்பாட்டுப் போர்	- War of movement
செயற்பாடற்ற போர்	- War of position
செயல்முறை எடுத்துக்காட்டு	- Demonstration
சுய விருப்பத் தீர்மானம், சுயாதீன சித்தம்	- Free Will
சூழமைவு	- Conditions
ஞானம், பேரறிவு	- Wisdom
ஞானம், சிந்தனை (பௌதிகவதீதம்)	- Speculative
தகுதிகாண் அளவுகோல் கட்டளை	- Criterion
தலைமைக்கடவுள்	- Henontheism
தற்சான்று	- Self evident
திட்டமிட்ட பொருளாதாரம்	- Planned Economy

திருப்புமையக் கோட்பாடுகள்	Crisis theories
திருச்சபை முதுவர் பிரிவு	Patristic
தெளிவின்மை, கவர்பாடு (ஈரடி இயல்பு, இரட்டுற மொழிதல்)	Ambiguity
தூய மெய்யறிவு, தூய அறிவுவாதம்	Pure Reason
தொகுப்புக் கூற்றுகள்	Synthetic Statements
தோற்றப்பாட்டியல், நிகழ்வியல்	Phenomenology
தோற்றப்பாடு	Phenomenon
நடைமுறை இயல்	Praxis
நடைமுறைச் செயற்பாடு	Practical activity
நல அழிவுக் கொள்கை	Privation of essence
நாத்திகம்	Heterodox
நிகழ்வு	State of affairs
நிர்ணயவாதம்	Determinism
நெஸ்டோரியர்கள் (கிறிஸ்தவ)	Nestorians
நேர்நிலை	Positive
நேரடித் தாக்குதல்	Frontal attack
நேர்வு, நிகழ்வு, நிகழும் செயல்	Fact
நுண் கணிதம்	Calculus
படிமம்	Image
பகுத்தறிவுவாத கருத்துமுதல்வாதம்	Rationalistic Idealism
பகுத்தறிவுரீதியான அறிவு	Rational Knowledge
பகுப்புக் கூற்றுகள்	Analytical statements
பல்லிறைச் சமயம்	Polythestic Religion
பிரசித்தப்படுத்தல்	Publicity
புலக்காட்சி (காண்டல்)	Perception
புலமைவாதம்	Scholastcism
புலன் உணர்வு	Sensation
புலன் தரவு	Sense-data
புலனீடான, வெளிப்படையான, பருண்மையான	Concrete
புலனுணர்வுவாதம்	Sensationalism
புலனறிவாதம், நேர்க்காட்சிவாதம் (புறநிகழ்வு சார்ந்த)	Positivism
புறப்பொருள், யதார்த்தம்	Reality
பூர்வீக மனிதர்கள், ஆதி மனிதர்கள்	Primitive men
பெறுமானத் தீர்ப்புகள்	Value Judgement
பேரவா	Curiosity

கலைச்சொற்கள் 293

பொருள்கள்	-	Things
பொருள்கோளியல்	-	Hermeneutics
பொருள், பதார்த்தம்	-	Substance
பொருள்முதல்வாதம், சடவாதம்	-	Materialism
பொருள் முதல்வாத நோக்கு	-	Materialist View
மறைஞானம் (அநுபூதிநெறி)	-	Mysticism
மனிதப் பண்பேற்ற வாதம்	-	Anthropomorphism
மனிதமையவாதிகள்	-	Humanists
மனிதமையவாதம், மனிதநலவாதம்	-	Humanism
மாயவித்தை	-	Magic
மீமெய்யியல், பௌதிகவதீதம், அப்பாலைத் தத்துவம்	-	Metaphysics
முக்தி, மோட்சம், விடுதலை	-	Salvation
முரணுரை	-	Paradox
முறைமை, ஒழுங்கு	-	Systamatic
மூல அடையாளம்	-	Primitive sign
மூலக்கூறு, நுண்ணணு	-	Molecular
மெய்யியல் இறையியல்	-	Philosophical Theology
மெய்யியல் சாராதது	-	Non philosophical
மெய்யியல் பள்ளிகள்	-	Schools of Philosophy
மெய்யியல் மயப்படுத்தல்	-	Philosophizing
மெய்யியல் ஹிந்துவாதம்	-	Philosphical Hinduism
மென்மை/உணர்ச்சிவசம்	-	Sentiment
மேலாண்மைத்துவம்	-	Hegemony
மொத்த ஒத்திசைவு உறவு	-	Ensemble of relations
மொழியின் பயன்பாடு	-	Uses of Language
மொழி-விளையாட்டு, மொழி ஆடல்	-	Language game
யதார்த்தத்தின் காட்டுரு	-	Model of reality
லிங்க வழிபாடு, லிங்க உரு	-	Phallus
வடிவ அர்த்தம்	-	Formal meaning
வடிவ எடுப்புகள், வடிவக் கூற்றுக்கள்	-	Formal proposition
வருகைப் பேராசிரியர்	-	Visiting Professor
வாய்ப்புப் பார்த்தல் விதி	-	Principle of verification
வானசாஸ்திரம், சோதிடம்	-	Astrology
(விட்கன்ஸ்டைன்) படக் கோட்பாடு	-	Picture Theory
விரிபொருள்	-	Comprehensive
விமர்சனக் கோட்பாடு, பகுப்பாய்வு விமர்சனம்	-	Critical Theory

வெகுசனநெறி	-	Popular Tradition
வியன்னா வட்டம்	-	Vienna circle
விலகல் அல்லது முறை மாற்றம்	-	Shift
வேத அதிகாரம்	-	Vedic Authority
வேள்விச் சமயம்	-	Sacrifical Religion
ஜெக்கோபியர் *(கிறிஸ்தவ)*	-	Jacobites
ஜெர்மனியக் கருத்தியல்	-	German Ideology
(ஹிந்துசமய) ரிதக் கோட்பாடு	-	Rta

கலைச்சொற்கள்
(ஆங்கிலம்-தமிழ்)

Allegorical Interpretations	-	உருவகத் தொடர் வியாக்கியானம்
Ambiguity	-	தெளிவின்மை, இரட்டுற மொழிதல்
Amnesty International	-	சர்வதேச மன்னிப்புச் சபை
Analytical statements	-	பகுப்புக் கூற்றுகள்
Anatomy	-	உடற்கூற்றியல்
Animism	-	ஆவி உலகக் கோட்பாடு
Anthropomorphism	-	மனிதப் பண்பேற்ற வாதம்
Antithesis	-	எதிர் உரை
Assertions	-	உறுதி உரைகள்
Astrology	-	வானசாஸ்திரம், சோதிடம்
Atomic fact	-	அணுநேர்வு
Calculus	-	நுண் கணிதம்
Civil soceity	-	சிவில் சமூகம், குடிமைச் சமூகம்
Classic	-	செந்நெறி (செவ்வியல்)
Classical Philosophers	-	செந்நெறி மெய்யியலாளர்கள்
Cluster	-	கொத்தணி
Cognitive meaning	-	அறிதற் பொருள்
Cognition	-	அறிதல் ஆற்றல்
Comprehensive	-	விரிபொருள்
Concrete	-	புலனீடான, வெளிப்படையான, பருண்மையான
Conditions	-	சூழமைவு
Consciousness	-	உணர்வு, நனவுநிலை
Crisis theories	-	திருப்புமையக் கோட்பாடுகள்

Criterion	-	தகுதிகாண் அளவுகோல் கட்டளை
Critical Theory	-	விமர்சனக் கோட்பாடு, பகுப்பாய்வு விமர்சனம்
Curiosity	-	பேரவா
Deductive method	-	(தர்க்க)உய்த்தறி முறை
Demonstration	-	செயல்முறை எடுத்துக்காட்டு
Determinism	-	நிர்ணயவாதம்
Dialectic	-	இயக்கவியல்
Dialectical method	-	இயக்கவியல் முறை
Dialectial Materalism	-	இயக்கவியல் பொருள்முதல்வாதம்
Dialectial Process	-	இயக்கவியல் படிமுறைப்போக்கு
Dualism	-	இருமைவாதம்
Emanation	-	இயற்கையான மலர்ச்சி, இயற்கையான வெளிப்படுத்தல்
Empirical statement	-	அனுபவக் கூற்றுகள்
Ensemble of relations	-	மொத்த ஒத்திசைவு உறவு
Essence	-	சாரம்
Essentialism	-	சாரவாதம்
Fact	-	நேர்வு, நிகழ்வு, நிகழும் செயல்
Factual meaning	-	உண்மையான அர்த்தம்
Faith	-	இறைநம்பிக்கை
Family resemblance	-	ஒப்பானதன்மை
Figures	-	உருக்கள்
Formal meaning	-	வடிவ அர்த்தம்
Formal proposition	-	வடிவ எடுப்புகள், வடிவக் கூற்றுக்கள்
Free Will	-	சுய விருப்பத் தீர்மானம், சுயாதீன சித்தம்
Frontal attack	-	நேரடித் தாக்குதல்
German Ideology	-	ஜெர்மனிய கருத்தியல்
Guilt	-	குற்றப் பழி, குற்ற உணர்வு
Hegemony	-	மேலாண்மைத்துவம்
Henontheism	-	தலைமைக்கடவுள்
Hermeneutics	-	பொருள்கோளியல்
Heterodox	-	நாத்திகம்
Humanists	-	மனிதமையவாதிகள்
Humanism	-	மனிதமையவாதம், மனிதநலவாதம்
Idea	-	கருத்து
Idealism	-	கருத்துவாதம், கருத்துமுதல்வாதம்

Illusion - இல்பொருள் காட்சி
Image - படிமம்
Imperssions - (உளப்) பதிவுகள்
Inclinations - உளச்சார்புகள்
Innatism - உடன்பிறந்த (எண்ணங்கள்) வாதம்
Internal relations - உள் தொடர்புகள்
Issues - பிரச்சினை மையங்கள், எழு வினாக்கள்
Jacobites - ஜெக்கோபியர் (கிறிஸ்தவ)
Language game - மொழி-விளையாட்டு, மொழி ஆடல்
Logic - அளவையியல்
Logical Analysis - அளவையியல் பகுப்பாய்வு
Logical Atomism - அளவையியல் அணுவாதம் (தர்க்க அணுவாதம்)
Logical Fictions - அளவையியல் புனைவுகள்
Magic - மாயவித்தை
Materialism - பொருள்முதல்வாதம், சடவாதம்
Matter - சடம் (சடப்பொருள்), பருப்பொருள்
Materialism of Nature - இயற்கைப் பொருள்முதல்வாதம்
Materialist View பொருள் முதல்வாத நோக்கு
Mechanical Materialism - இயந்திரிகப் பொருள்முதல்வாதம்
Metaphysics - மீமெய்யியல், பௌதிகவதீதம், அப்பாலைத் தத்துவம்
Miniature model - குறுங்காட்டுரு
Model of reality - யதார்த்த காட்டுரு
Molecular - மூலக்கூறு, நுண்ணணு
Monotheism - ஏகத்துவவாதம், ஓரிறைக் கோட்பாடு
Monism - ஒருமைவாதம்
Monistic logic - ஒருமைவாத அளவையியல்
Mysticism - மறைஞானம் (அநுபூதிநெறி)
Nature Gods - இயற்கைக் கடவுள்கள்
Natural Materialism - இயற்கைப் பொருள்முதல்வாதம்
Natural Theology - இயற்கை இறையியல்
Nestorians - நெஸ்டோரியர்கள் (கிறிஸ்தவ)
Non philosophical - மெய்யியல் சாராதது
Operationalism - செயல் இயக்கமுறை
Optics - ஒளியியல்
Organic Intelectuals - உறுப்பமைதி வாய்ந்த புத்திஜீவிகள்

Orthodox	-	ஆத்திகம்
Patristic	-	திருச்சபை முதுவர் பிரிவு
Paradox	-	முரணுரை
Personification	-	ஆள்நிலைப் பண்பு, மனிதப் பண்பு
Perception	-	புலக்காட்சி (காண்டல்)
Phallus	-	லிங்க வழிபாடு, லிங்க உரு
Phenomenon	-	தோற்றப்பாடு
Phenomenology	-	தோற்றப்பாட்டியல், நிகழ்வியல்
Philosphical Hinduism	-	மெய்யியல் ஹிந்துவாதம்
Philosophy of Interiorty	-	உட்புற மெய்யியல்
Philosophical Theology	-	மெய்யியல் இறையியல்
Philosophizing	-	மெய்யியல் மயப்படுத்தல்
Picture Theory	-	(விட்கன்ஸ்டைன்) படக் கோட்பாடு
Planned Economy	-	திட்டமிட்ட பொருளாதாரம்
Polythestic Religion	-	பல்லிறைச் சமயம்
Popular Tradition	-	வெகுசனநெறி
Positive	-	நேர்நிலை
Positivism	-	புலனறிவாதம், நேர்க்காட்சிவாதம் (புறநிகழ்வு சார்ந்த)
Practical activity	-	நடைமுறைச் செயற்பாடு
Praxis	-	நடைமுறை இயல்
Pragmatism	-	பயன்நலவாதம்
Principle of verification	-	வாய்ப்புப் பார்த்தல் விதி, சரிபார்த்தல் விதி
Primitive men	-	பூர்வீக மனிதர்கள், ஆதி மனிதர்கள்
Primitive sign	-	மூல அடையாளம்
Privation of essence	-	நல அழிவுக் கொள்கை
Proposition	-	எடுப்பு (கூற்று), முன்மொழியுரை அறுதியுரை
Psychologism	-	உளவியல்வாதம்
Publicity	-	பிரசித்தப்படுத்தல்
Pure Reason	-	தூய மெய்யறிவு, தூய அறிவுவாதம்
Quadaritas	-	கதாரிகள், (முஸ்லிம்) நிர்ணயவாதிகள்
Quantitative method	-	அளவீட்டு முறை
Rationalistic Idealism	-	பகுத்தறிவுக் கருத்துமுதல்வாதம்
Rational Knowledge	-	பகுத்தறிவுரீதியான அறிவு
Rational science	-	அறிவுவாத விஞ்ஞானம்
Reality	-	புறப்பொருள், யதார்த்தம்

Relativistic Theory - சார்புப் கோட்பாடு
Reason - (சிந்தனை) மெய்யறிவு, பகுத்தறிவு
Revelation - கடவுளால் உணர்த்தப்பட்டது (இறைவாக்கு)
Ritual - சடங்கு
Rta - (ஹிந்துசமய) ரிதக் கோட்பாடு
Sacrifical Religion - வேள்விச் சமயம்
Salvation - முக்தி, மோட்சம், விடுதலை
Schools of Philosophy - மெய்யியல் பள்ளிகள்
Scholastcism - புலமைவாதம்
Self evident - தற்சான்று
Sensationalism - புலனுணர்வுவாதம்
Sense-data - புலன் தரவு
Sensation - புலன் உணர்வு
Sentiment - மென்மை/உணர்ச்சிவசம்
Shift - விலகல் அல்லது முறை மாற்றம்
Significant - உட்கருத்து வளம்
Simple sign - எளிய குறி
Social Reality - சமூக யதார்த்தம்
Social System - சமூக ஒழுங்கமைப்பு
Speculative - ஞானம், சிந்தனை (பௌதிகவதீதம்)
Speculative System - சிந்தனைவாத அறிவுமுறை
State of affairs - நிகழ்வு
Structure of proposition - எடுப்பமைப்பு
Substance - பொருள், பதார்த்தம்
Symbols - குறியீடுகள்
Symbolic notations - குறியீட்டுக் குறிமானங்கள்
Synthetic Statements - தொகுப்புக் கூற்றுகள்
Systamatic - ஒழுங்குமுறைசார்
Tautology - கூறியது கூறல்
Theory of Knowledge - அறிவாராய்ச்சியியல்
Thesis - உரை
Things - பொருள்கள்
Tool Box - கருவிப்பெட்டி
Tool simile - கருவி உவமானம்
Totemism - குலக்குறியீடு
Transcendent Being - கடந்த நிலைப்பொருள்
Transformation - உரு மாற்றீடு

English	Tamil
Transition	- இடைமாறும் கட்டம்
Transmitted	- கடத்தல்
Truth	- உண்மை/மெய்மை
Uses of Language	- மொழிப் பயன்பாடு
Utilitarianism	- பயன்பாட்டு வாதம்
Valid	- வலிதான, வாய்மைத் தகுதியுடைய, போதிய வாத ஆதாரமுடைய
Value Judgement	- பெறுமானத் தீர்ப்புகள்
Vedic Authority	- வேத அதிகாரம்
Vienna circle	- வியன்னா வட்டம்
Visiting Professor	- வருகைப் பேராசிரியர்
War of movement	- செயற்பாட்டுப் போர்
War of position	- செயற்பாடற்ற போர்
Wisdom	- ஞானம், பேரறிவு
World of Ideas	- கருத்துலகம்

உசாத்துணைகள்

Antonova K. A.M. Bongard & Leven (1987) *A History of India* (Tamil), Moscow : Progress publishers.

Ayer, A.J. (1974) *Language Truth and Logic*, England (1936).

Bernstern Richard (1985) *Hagerman and Modernity*, Londan : Polity Press.

Bernstein Richard, J (1907) *Outlines of Indian Philosophy*, Berlin.

Berstein Richard, (1907) *Outlines of Indian Philosophy*, Berlin, Copleston Fredrick (1963) *A History of Philosophy*, (Vol.IV), New York : Image Books.

Bhawany & El, Ahmed Fouad (1983) *A History of Muslim Philosophy*, (Vol. one), Pakistan (1963).

Binkly Lutger J (1956) *Contemporary Ethical Theory*, NewYork,

Bochenski, M. (1956) *Contemporary European Philosophy*, California: University of Californa.

Bogomolov, A.S. (1985) *History of Philosophy*, Moscow : Progress Publishers.

Boggs, Carl (1976) *Gramici's Marxim*, London.

Burnet John, (1968) *Greek Philosophy*, New York.

Damodaran, K, (1967) *Indian Thought & A Critical Survey*, London: Asia Publishing House.

Datta, D.M. (1950) *The Chief Currents of Contemporary Philosophy*, Calcutta.

De lacy O'Leary (2001) *Islamic Thought and Its Place in History*, New Delhi.

DelfGaauw, Brnard (1969) *Twentieth Century Philosophy*. Trans N. D. Smith, Dublin: Macmillan.

Descartes, (1988) *Selected Philosophical Writings*, Cambridge: University Press.

Deuseen Paul, (1907) *Outline of Indian Philosophy*, Berln: Karl Curtius.

Devaraja, N.K. (1975) *Hinduism and Modern Age*, Bonbay: Current Book House.

DeYev, V (1987), *Philosophy and Social Theory*, Moscow: Progress Publishers.

Ebentein, William (1969) *Great Political Thinkers*, Oxford Pub. Co. New York.

Feigil H., W Sellers (eds) (1949) *Readings in Philosophy Analysis*, New York : Appleton Centuary Crofts, Inc.

Frank Thilly, (Revised by Ledger Wood), 1955, *A History of Philosophy*, New York.

George Pitcher (1985) *The Philosophy of Wittgestein*, New Delhi..

Gordy J. P., (1887) *Descartes and His School*, Londan : T, Fisher Unwin.

Hiriyanna (1966), *Outlines of Indian Philosophy* (Tamil), Madras : Bureau of Tamil Publications.

Iqbal, M. (....) *The Development of Metaphysics in Persia*, Lahore : Bazm & I & Iqbal.

Justus. Hartnack. (1965), *Wittgestein on Modern Philosophy*. trans. M. Cranton, Londan : Methuen and Co. Ltd.

Kalansuriya A. D. P. (1973) *History of Modern Philosophy*, (Sinhala), Colombo

___(1975) *Bertrand Russell and Contemporary Philosophy*, (Sinhala) Colombo.

Leonard Tivey. A Wright (ed) (1992) *Political Thought Since 1945*. U.K: Edwars Elger.

Mahadevan (1964) *Outlines of Hinduism* (Tamil), Madras : Bureau of Tamil Publications

Malcolm Norman (1968) *Dreaming and Skepticism in*: (ed) Willies Doney, Londan: Macmilan.

Marx Karl (1977) *A Contribtuion to Critique of Political Economy*, Moscow.

Mittal Krishnan, K. (1974) *Materialism in Indian Thought*, Delhi : Munshirani M. Publications.

Mondin Battista (1991) *A History of Medieval Philosophy*. Rome.

Mukherjee, S.S Ramaswamy (2000) *A History of Socialist Thought*, New Delhi : Safe Publicatins

Owens Joseph (1959), *A History Account Western Philosophy*, New York.

Richard H. Popkin, Avrum Stroll, (1993) *Philosophy*, Made simple books, oxford

Ross, David (1996) *Aristole*, Cambridge.

Russell B. (1949) *Our Knowledge of the External World*, Londan : George Allen and Unvin Ltd.

___(1966) *A History of Western Philosophy*, New York : Simon and Schuster.

Samuel Enoch Stumpf, (1994) *Philosophy: History and Problems*, New York, McGraw-hill

Schlick, Mortiz (1963) *Meaning and Variations, Readings in Twentieth Centuary Philosophy*, Londan : Collier & Macmillan Ltd.

Schlick R (1981) *History of Modern Philosophy,* Londan.

Sergei Tokarey (1989) *History of Religion*, Moscow : Prog. Publications.

Shaikh Saeed M., (1994) *Studies in Muslim Philosophy*. Delhi : Adam Publishers.

Sharif M. M. (1983) *A History of Muslim Philosophy*, Karachi.

Stace W. T. (1950) *A Critical History of Greek Philosophy*, Londan: Macmillan Co.Ltd (1920).

Subrata Mukerjee, Sushila Ramasuwamy, *History of Political Thought,* Delhi, 2006.

Teodore de la Torre (1988) *Popular History of Philosophy*. Houston: Lumen Christi Press.

Valuiddin Mir (1983) *Mutazilism in A History of Muslim Philosophy*, Karachi.

William P. Alston and George Nakhnikiah (1963) *Readings in Twentieth Centuary Philosophy*, Londan : Collier & Macmillian Ltd.

William Howard J. F. Jones (1992) *Jurgen Habermas and Neo & Maxism in Political Thought Since 1945*, Leonard Tivery (ed) England: Edward Elgar.

William F. Lawhead, (2000) *The Philosophical Journey*, McGraw-hill, New York

அனஸ் எம்.எஸ்.எம்.*(2000)* 'ஐயமும் அறிவும்: ரெனே டேக்கார்ட்டும் அல்- கஸ்ஸாலியும்', இ.பெற். பல்கலை *(தொகுதி 1 இதழ் 1,2)* பேராதனை: பேராதனைப் பல்கலைக்கழகம்.

— *(2005)* 'பண்டைய இந்தியாவின் பொருள்முதல் வாதச் சிந்தனைகள்', இ. பெற். பல்கலை, *(தொகுதி 1 இதழ் 3, 4)* பேராதனை: பேராதனைப் பல்கலைக்கழகம்.

—*(2004)* மெய்யியல் அறிமுக உரைகள், பேராதனை.

—*(1993)* மார்க்ஸின் ஃபாயர்பாஹ் ஆய்வுரைகள் இடம்பெற்ற நாவாவின் ஆராய்ச்சி.

எங்கெல்ஸ் *(1975)* இயற்கையின் இயக்கவியல், மாஸ்கோ.

குமாரசுவாமி, ஆனந்த *(1986)* சிவானந்த நடனம், சென்னை.

குழந்தை, அ. *(1975)*, பொருளாதாரச் சிந்தனை வரலாறு, சென்னை: தமிழ்நாட்டுப் பாட நூல் நிறுவனம்.

சட்டோபாத்யாய, தேவி பிரசாத் *(1976)* இந்தியத் தத்துவவியலில் நிலைத்திருப் பனவும் அழிந்தனவும், (மொ.பெ.) கரிச்சான் குஞ்சு, சென்னை: சென்னை புக்ஸ்.

—*(1999)* உலகாயதம், சென்னை: சவுத்விஷன்.

தாம்ஸன் ஜார்ஜ் *(1988)* மனித சமூகசாரம். சென்னை.

பசாம் ஏ.எல். **(1963)** *வியத்தகு இந்தியா (The Wonder That Was India)* மொ.பெ: எச்.வேலாயுதபிள்ளை, கொழும்பு: அரச கரும மொழித் திணைக்களம்.

பிள்ளை, இராசமாணிக்கம் **(1952)** *மொஹெஞ்செதரோ அல்லது சிந்துவெளி நாகரிகம்*, சென்னை.

பிளஹனவ் **(1984)** *மார்க்ஸியத்தின் அடிப்படைப் பிரச்சினை*, மாஸ்கோ.

மகாதேவன் டி.எம்.பி. **(1963)** *இந்து சமயம்*, சென்னை.

மார்க்ஸ் எங்கெல்ஸ் **(1985)** *இயக்கவியல் பொருள்முதல்வாதம்*, மாஸ்கோ.

மார்க்ஸ், கார்ல் **(1982)**. *அரசியல் பொருளாதார விமர்சனத்துக்கு ஒரு கருத்துரை*, மொ.பெ.: நா.தர்மராஜ், மாஸ்கோ.

ராஜதுரை எஸ்.வி, வ. கீதா **(1996)**, *பெரியார்: சுயமரியாதை சமதர்மம்*, கோவை விடியல் பதிப்பகம்.

லில்லி வில்லியம் **(1964)** *அறவியல்: ஓர் அறிமுகம்*, தமிழ்நாடு.

பிளேட்டோ **(2002)** *பிளேட்டோவின் குடியரசு*, சாகித்திய அகாதெமி, சென்னை.

சுட்டி

அக்வினாஸ் 138, 150
அகஸ்தீன் v, *118, 122, 126-134, 150*
அடர்னோ 280-282
அப்துல் மஜீத்
அபூ அல்-ஹவூதைல் அல்லாவ் 103, 104
அயர் ஏ.ஜே. 221, 222, 223, 225, 226, 227, 228
அரிஸ்டாட்டில் vii, *12, 17, 19, 25, 29, 45, 54-59, 61-68, 93, 96, 98, 100-102, 105-106, 111-112, 114-116, 120, 126-130, 139-143, 145, 149, 158, 162, 199-202, 229, 233, 239*
அல்-அஷா அத், கூபா 106-108
அல்-கஸ்ஸாலி 13, 304
அல்-கிந்தி 96-98, 104-108, 110-117
அல் திமஷ்க்கி 110
அல் தூஸியஸ் 137
அல் நஸ்ஸாம் 104
அல்-பாரபி 98
அல்-முத்தவக்கில் 106, 112
அலெக்ஸாண்டர் 57, 58, 97
அனெக்ஸிமாந்தர் 16, 27-32, 39
அல்-ஹஸன் அல்-பசரி 109, 110
அல்-ஹாரித் இப்னு கலாபா 99
அஷா அத் இப்ன் கைஸ் 106
ஆடம் ஸ்மித் 177, 209
ஆஸ்டின், ஜே.எல். 282
இப்னு சீனா 98
எட்மண்ட் ஹுஸ்ஸல் 200, 203, 204
எபிக்கூரியர் 191
எம்மொனியா சக்காஸ் 118
எமிலி போட்ரக்ஸ் 197
எலாட்டிக்ஸ் 32
ஒட்டோநியூரத் 211
ஒலிம்பஸ் 21
ஐன்ஸ்டைன் 208, 211, 217
ஃபாயர்பாஹ் 87, 173-181, 190, 191, 193-195, 304
ஃபிரோஜ் கொட்லெப் 200-203, 212, 229, 244, 256, 306
ஃபூரியர் 178
கய்லா 211
கரோலினாஸ் 161
கலிலியோ 2, 58, 142, 143, 144, 145, 146, 158
காண்ட் 55, 139, 175, 185, 220, 282, 285, 288
கார்ல் குரான்பெர்க் 281
கார்ல் பியர்சன் 210
கார்லைல் 12
கார்னெப் 211-213, 222, 226
கிரோலாமோ கார்டானோ 142
கிளிஃபோர்ட் 210
குரோசே 269, 278
கெஸ்ட்டன் பெஹ்லார்ட் 197
கோர்ட்ரெய்ட் எமெய்ஸ்ட்டர் 211
கொலக்கவ்ஸ்கி 268
கைலான் 110

சிசரோ 126, 127
செயின்ட் சைமன் 175, 177-178, 209
சாக்ரட்டீஸ் 2, 12, 26, 33-35, 37-53, 55, 57-61, 63, 65-67, 112, 199, 203, 238, 239
டார்வின் 139
டெமோக்ரட்டஸ் 116, 191
டெலேஸியோ 142
டேக்கார்ட் 55, 135-138, 144-159, 167, 180, 181, 233, 304
டேவிட் ரிக்காடோ 177
டைக்கோ புரோஹி 142
தியோடர் அடர்னோ 280-282
தியோ பிறகத்தோசு 27, 31, 40
தேலிஸ் 16, 20, 23-29, 31-33, 203, 233
தேவிபிரசாத் 13, 86, 87, 304
சட்டோபாத்யாய 13, 86, 87, 304
தாமஸ் மோர் 137
நியூரத் 211-213
நியூட்டன் 139, 142, 144, 158, 206
நீட்ஷே 234, 280
பர்மினடைஸ் 187
பியோரைஸ் 235
பிரையன் 134
பிளேட்டோ vii, 12, 17, 19, 36, 39, 45-68, 96, 98, 99, 101, 102, 111-114, 116, 118-121, 126-128, 134, 138, 149, 162, 201, 305
பிஹ்டே 175, 182, 185, 282
பிரட்ரிக் பொலக் 281
பிராங்க் தில்லி 171
பியரி டியூஹெம் 197
பிரெட்லி 230, 234, 236
பிரெண்ட்டானோ 203
பிலிப் பிரேன்க் 211
பீலிக்ஸ் காவ்ஃமேன் 211
பிலோ 118, 119, 126

புளோட்டினஸ் 98, 99, 106, 114, 119, 120, 131
பூல் 235
பேக்கன் 113, 136, 138-141, 160, 162, 206
பெர்ட்ரண்டு ரசல் 8, 12, 13, 20, 22, 27, 45, 49, 50, 78, 100, 112, 126, 129, 142, 200-202, 208, 212, 214, 229-242, 244, 245, 247, 248, 251, 256
பிதாகரஸ் 31, 32, 47, 112, 118
பொய்ட்டியர்ஸ் 147
போத்தியஸ் 101
மஃஉத்-அல்-ஹான் 109
மகா அலெக்ஸாண்டர் 58, 97
மாபாட் அல்-யுஹானி 103
மார்க்ஸ் 172-177, 179, 180, 182, 183, 186, 188-195, 268, 272-274, 276, 278, 279, 281-288, 305
மாஹ் 198, 199, 210-212
முசோலினி 267
முஹம்மத் நபி (ஸல்) 97-98, 106, 108
மூர் ஜீ.இ. 225-226, 230, 234, 245
மில் 172, 206, 207, 214
மெக்ட்டார்ட் 230, 234
மெக்ஸ் பிளௌன்க் 211
மெக்ஸ் ஹோர்க் ஹெய்ம்ர் 280-282
மேரிங் 179
மொரிஸ் ஷ்லிக் 211, 213, 226
மோஸஸ் ஹெஸ் 175
யாக்கூப் அல்ரஹாவி 99
ராபர்ட் பொய்ல் 142
ரோபர்ட் ஓவன் 178
லிப்பர்ஷே 143
லியோன் பிரன்ஸ்விக் 197
லெப்ரியோலா 267
லெனின் 12, 268, 274, 277, 278
லீப்பினிட்ஸ் 136

லொக் 136-138, 160-170, 172, 204, 205, 232
வாளில் இப்னு அத்தா 102-104
வால்ட்டேயர் 139
விக்டர் கிராஃட் 211
விட்கன்ஸ்டைன் 200, 201, 212-216, 242-267, 282, 294, 299
வெர்னர் ஜீகெர் 55
ரிச்சர்ட் அவினேரியஸ் 198, 211
ஜாப் பின் திர்ஹாம் 110
ஜியார்டானோ புரூனோ 142
ஜீன்போடின் 137
ஜெக்கியூஸ் டெக்ஸியர் 278
ஜோன் டூயி 282
ஜோர்ஜ் பிச்சர் 258
ஜோன் பார்னட் 6, 7, 17, 19, 23, 31, 39
ஜோன் ஸ்டுவர்ட் மில் 206
ஷெல்லிங் 179, 185, 280, 282
ஸ்டேஸ் 37, 61, 89, 93, 120, 121

ஸ்பினோஸா 128, 159, 180-182, 185
ஸ்பென்ஸர் 206
ஹெபர்மாஸ் 278-288
ஹான் 212, 213
ஹில்போர்ட் 211
ஹியூம் 138, 204, 205, 220, 232, 242, 245
ஹெகல் 87, 172, 174-180, 182-188, 190, 191, 201, 230, 234, 236, 269, 272, 273, 279, 281-283, 288
ஹெசியோட் 21
ஹெய்மர் 280-282
ஹெராக்ளிட்டஸ் 32, 47, 186
ஹென்றி பொயின்கெயர் 197
ஹெர்பர்ட் மீட் 282
ஹெர்பர்ட் மார்க்கியூஸ் 281
ஹேன்ஸ்ஹான் 213
ஹோமர் 20-22, 27, 60
ஹோர்பர் பீஜீல் 208

ஈரானிய சினிமா

சமயவாதங்களும் திரைப்படங்களும்

எம்.எஸ்.எம். அனஸ்

முஸ்லிம் அடிப்படைவாதிகள் கலையை எதிர்ப்பவர்கள். ஆனால் முஸ்லிம் நாடான ஈரானோ உலகக் கலைப் படங்களுக்குத் தலைமை தாங்கும் தகுதி பெற்று நிற்கிறது. இந்த நகைமுரண் பற்றியும், சினிமா என்ற நுண்கலையை முஸ்லிம் உலகும் முஸ்லிம் அல்லாத உலகும் எவ்விதம் எதிர்கொள்கின்றன என்பது பற்றியும் இந்நூல் விவரிக்கிறது. உலக அரங்கில் மேற்கத்திய வர்த்தக சினிமாவுக்குக் கீழைத்தேய கலைப்படங்கள் பெரும் சவாலாக இருப்பதுடன், தங்கள் சுயப் பண்புடன் எவ்வாறு மிளிர்ந்து கொண்டிருக்கின்றன என்பதையும் இந்த நூல் பேசுகிறது.

பக்கம்: 160

விலை: ரூ. 130

முஸ்லிம் நாட்டாரியல்

தேடலும் தேவையும்

எம்.எஸ்.எம். அனஸ்

அரேபியா, பாகிஸ்தான், காஷ்மீர், எகிப்து, ஈரான், இந்தியா (குறிப்பாகத் தமிழ்நாடு), இலங்கை என்று உலகெங்கும் வாழ்கின்ற முஸ்லிம் மக்களின் நாட்டார் சுவடுகளை அறிமுகம் செய்கிறது இந்நூல். உலக முஸ்லிம் நாட்டாரியல் என்ற எதிர்காலக் கனவுப் படைப்பின் முன்னோட்டக் கையேடாக இந்நூலைக் கொள்ளலாம். முஸ்லிம் நாட்டாரியல் குறித்த அறிவியல்பூர்வமான செய்திகளையும், சிந்தனைகளையும் எளிய இனிய நடையில் பதிவு செய்துள்ளார் அனஸ்.

கழனியூரன், எழுத்தாளர்

பக்கம்: 104 | விலை: ரூ. 65